ഹല്ലാബോലിനെക്കുറിച്ച്.......

ഞാൻ സഫ്ദറിനെ അമിതമായി ഇഷ്ടപ്പെടുന്നു.
ആരാണങ്ങനെയല്ലാത്തത്? നമ്മളദ്ദേഹത്തിന്റെ
വശ്യമായ വ്യക്തിത്വത്തെ ഇഷ്ടപ്പെടുന്നു,
അദ്ദേഹത്തിന്റെ അയത്നലളിതമായ ചിരി,
സംസ്കാരസമ്പന്നമായ രീതി, ഒഴുക്കുള്ള ഉച്ചാരണം,
വ്യക്തമായ കാഴ്ചപ്പാടുകൾ, ഒപ്പം പക്വമായ
മാനുഷികമൂല്യങ്ങളും ഇഷ്ടപ്പെടുന്നു.

ഹബീബ് തൻവീർ

താഴെ വയ്ക്കാൻ തോന്നാത്ത ഗ്രന്ഥമാണ് ഹല്ലാ ബോൽ. ചടുലതയാർന്നതും വൈവിദ്ധ്യമാർന്നതും അഭിനയ പ്രാധാന്യമുള്ളതും. എന്നാൽ തപ്തഹൃദയരായി നിങ്ങൾ അറിയുന്നതുപോലെ ഇതൊരു കല്പിത കഥയല്ല. സർവ്വരാലും സ്നേഹിക്കപ്പെടുന്ന ഒരു മനുഷ്യന്റെ കഥ എക്കാലവും പാർട്ടിക്കു മേലെയാണ് മാനവത്വം എന്നു വിശ്വസിക്കുന്ന സഖാവ്, കലാകാരൻ, കവി, എഴുത്തുകാരൻ, നടൻ, ആക്ടിവിസ്റ്റ്, സ്വാർത്ഥലാഭങ്ങൾക്കുവേണ്ടി ഒരിക്കലും മുറവിളി കൂട്ടാത്തവൻ. ചുരുക്കത്തിൽ തികച്ചും അനുഗ്രഹീതനായ ആ മനുഷ്യനു മുന്നിൽ ലോകം

എഴുന്നേറ്റു നിന്നു പറയും, "ഇതാ നമ്മുടെ നൂതന മനുഷ്യൻ."
സുധൻവായെക്കുറിച്ചാണെങ്കിൽ, അദ്ദേഹമിപ്പോൾ
സഫ്ദറിന്റെ ചരിത്രകാരൻ.

ആനന്ദ് പട്‌വർദ്ധൻ
സിനിമാ പ്രവർത്തകൻ

ഉജ്ജ്വലം. ഹല്ലാ ബോൽ
തിയേറ്ററിനെയും സംസ്കാരത്തെയും രാഷ്ട്രീയത്തെയും
കൂടാതെ പ്രതീക്ഷയെയും കുറിച്ചാണ്.
ഇത് ഇന്ന് നമ്മുടെ രാജ്യത്ത് ഏറെ പ്രസക്തമാണ്.

സഞ്ജന കപൂർ
തിയേറ്റർ പേഴ്സൺ

വിവരണങ്ങളാൽ സമ്പന്നവും ഗതിവേഗം കൂടിയ
ആഖ്യാനവുമുള്ള ഹല്ലാ ബോൽ ഒരേസമയം
പല വായനകൾ സാദ്ധ്യമായ ഒന്നാണ്.
സഫ്ദർ ഹാഷ്മിയുടെ വൈവിദ്ധ്യമാർന്ന ഓർമ്മകൾ,
സാംസ്കാരിക പ്രവർത്തനങ്ങൾക്കും തൊഴിലാളി വർഗ്ഗ
രാഷ്ട്രീയത്തിനുമിടയിലെ വിഭജനം,
ആ വിഭജനത്തിനിടയിൽ ജീവിക്കുന്നവരുടെ
ജീവിതത്തെക്കുറിച്ചുമൊക്കെയുള്ള ഓർമ്മകൾ.
നാടകസൃഷ്ടിയെയും തെരുക്കോണുകളിലെ അവയുടെ
അവതരണത്തെയും കുറിക്കുന്ന ഈ പുസ്തകം
ഒരു സുഘടിതനാടകം പോലെ നിർബ്ബാധം
വായിക്കാവുന്ന ഗദ്യരചനയാണ്.

ഐജാസ് അഹമ്മദ്
മാർക്സിസ്റ്റ് പണ്ഡിതൻ

സഫ്ദർ ഹാഷ്മിയുടെ ഹ്രസ്വവും അതിശക്തവുമായ
ജീവിതരേഖയാണ് ഹല്ലാ ബോൽ. രാഷ്ട്രീയ പ്രതിരോധത്തിൽ
ജീവിക്കുക, കവിതയും നാടകവും കൊണ്ടത് സാക്ഷാൽക്കരിക്കുക,
നർമ്മവും, സമർപ്പണവും, ധൈര്യവും, പ്രത്യാശയുമൊക്കെ
നമുക്കതിൽ കാണാം. വേദിയിൽ സഫ്ദർ ഒരിക്കലും
ഏകനായിരുന്നില്ല. അതുകൊണ്ടു തന്നെ ഈ പുസ്തകം
അദ്ദേഹത്തിന്റെ ജീവിത വിജയത്തിന്റെ കഥയാണ്. ഒരാളുടെ
ജീവിതവും മരണവും എങ്ങനെ പലരുടെ കഥയുമായി ഇഴ ചേർന്നു

കിടക്കുന്നു എന്ന് ഹല്ലാ ബോൽ അടുത്തു കാണിച്ചുതരുന്നു. അതിലൂടെ അവർ പ്രത്യയശാസ്ത്രങ്ങളും യഥാർത്ഥ ജീവിതപോരാട്ടങ്ങളും തമ്മിലുള്ള നിഗൂഢ ബന്ധത്തെ തുറന്നു കാട്ടുകയാണ്. കാലഘട്ടത്തിനാവശ്യമായ ഗ്രന്ഥമാണിത്. അതിലൂടെ നമ്മുടെ പ്രതിരോധധാരണയും അത് നടപ്പിൽ വരുത്താനുള്ള ശക്തി കണ്ടെത്തലും പുതുക്കാൻ കഴിയുന്നു.

ഗീത ഹരിഹരൻ

എഴുത്തുകാരി

സഫ്ദർ ഹാഷ്മിയെക്കുറിച്ച് അറിയാതെ വളരുന്ന തലമുറയ്ക്ക് ഹല്ലാ ബോൽ ഒരു അമൂല്യ നിധിയാണ്. കഥകളും അദ്ദേഹത്തിന്റെ കഷ്ടാനുഭവങ്ങളും നർമ്മവും മനുഷ്യത്വവും തുറന്നു കാട്ടുന്ന സത്യസന്ധമായ ഛായാചിത്രം. എന്നാൽ ഇത് ഒരാളിന്റെയോ ദുഃഖസാന്ദ്രമായ ഒരു സംഭവത്തിന്റെയോ ഗ്രന്ഥരൂപമല്ല. സുധൻവ ജനനാട്യമഞ്ചിന്റെ നീണ്ട യാത്രകളുടെ ആഴം വിവരിക്കുന്നു. ആ യാത്രയിൽ കണ്ട എണ്ണമറ്റ ശബ്ദങ്ങൾ, വ്യക്തികൾ, സങ്കല്പങ്ങൾ, എണ്ണമറ്റ സംഭവങ്ങൾ അവയെല്ലാം പകരം വയ്ക്കാനില്ലാത്തവയാണ്. അവയെക്കുറിച്ചൊക്കെ സഹാനുഭൂതിയോടും ഐക മത്യത്തോടും അവർ നിങ്ങളോട് പറയുന്നു. എന്നെ സംബന്ധിച്ചിടത്തോളം സ്നേഹ സംബന്ധിയാണ് ഈ പുസ്തകം.

നീൽ ചൗധരി

നാടക രചയിതാവും സംവിധായകനും

തന്റെ മനോഹരമായി കഥ പറയാനുള്ള കഴിവും മറ്റൊരാളുടെ വ്യക്തിത്വവുമായി താദാത്മ്യം പ്രാപിക്കാനുള്ള പ്രാപ്തിയും ചേർത്ത് സുധൻവ ദേശ്പാണ്ഡെ സഫ്ദർ ഹാഷ്മിയുടെ സമ്പന്നവും ആഴത്തിൽ പ്രതിജ്ഞാബദ്ധവുമായ ജീവിതത്തെ തിളക്കമാർന്ന രീതിയിൽ എഴുതിയിരിക്കുന്നു. ഇന്ത്യയിൽ ഒരു കാലത്ത് നടമാടിയിരുന്ന ബഹളങ്ങളുടെയും മാറ്റങ്ങളുടെയും കഥ കൂടിയാണിത്. സഫ്ദറും സുഹൃത്തുക്കളും മുൻപേ നടന്നവരായിരുന്നു. സഫ്ദറുടെ അന്ത്യം യുക്തിരഹിതമായ ദുരന്തമായിരുന്നു. അദ്ദേഹം ഒരു ആദർശവാദിയായി ഉയിർത്തെഴുന്നേറ്റു. രാഷ്ട്രീയത്തിലെ കലാന്വേഷണം

അദ്ദേഹം അനുസ്യൂതം തുടരുന്നു.
ഇന്ത്യയിലെ ഒന്നാംകിട തിയേറ്റർ കമ്പനികളിലൊന്നിനെ
സധൈര്യം നയിച്ചു. സമകാലീന ഇന്ത്യൻ തിയേറ്റർ
സാഹിത്യത്തിലേക്കുള്ള അമൂല്യ മുതൽക്കൂട്ടാണ് ഹല്ലാ ബോൽ.

സുനിൽ ഷാൻബാഗ്
തിയേറ്റർ ഡയറക്ടർ

നമ്മുടെ വർത്തമാനകാല ചരിത്രത്താളുകളിലൂടെ
ഭയാനകമായൊരു കൊടുങ്കാറ്റടിച്ചു. ഹല്ലാ ബോലിൽ
സുധൻവ ദേശ്പാണ്ഡെ, സഫ്ദറെന്ന അപകജ്വാലയ്ക്കു
ചുറ്റും തന്റെ കൈ വീശുകയാണ്. അത് താൻ ഭാഗമായുള്ള
പ്രസ്ഥാനത്തിന്റെയും അംഗീകാരം തന്നെ. ഒരു വ്യക്തിക്കല്ല
മറിച്ച് ഒരു സമൂഹത്തിനാണ് ഹല്ലാ ബോൽ ശ്രദ്ധാഞ്ജലി
നല്കുന്നത്. ഒരാശയ ശേഖരം അതു പറയുന്ന
പോരാട്ടത്തിലേർപ്പെട്ടിരിക്കുന്ന സമൂഹങ്ങളുമായി
കലാകാരന്മാരെ ചേർത്തു നിർത്തി നമ്മുടെ
സ്വാതന്ത്ര്യത്തിനുള്ള വാഗ്ദാനമാക്കി മാറ്റുന്നു.

അമിതാവ് കുമാർ
എഴുത്തുകാരൻ

സുധൻവ ദേശ്പാണ്ഡെ

ഡൽഹിയിലെ ജനനാട്യമഞ്ചിലെ നടനും സംവിധായകനും സംഘാടകനുമാണ് സുധൻവാ ദേശ്പാണ്ഡെ. ലെഫ്റ്റ് വേൾഡ് ബുക്സിന്റെ മാനേജിങ് എഡിറ്റർ.

പരിഭാഷ
പ്രമോദ് പയ്യന്നൂർ

വിഖ്യാത സാഹിത്യ സൃഷ്ടികളുടെ രംഗഭാഷകളിലൂടെ പരീക്ഷണ നാടകരംഗത്തും, പ്രൊഫഷണൽ നാടകരംഗത്തും നവഭാവുകത്വത്തിന്റെ അരങ്ങുഭാഷകൾ തീർത്ത സംവിധായകൻ. ദൃശ്യമാധ്യമ, ചലച്ചിത്ര മേഖലകളിൽ തിരക്കഥാകൃത്ത്, സംവിധായകൻ എന്നീ നിലകളിൽ കൈയ്യൊപ്പിട്ട ദൃശ്യാന്വേഷകൻ. ഇപ്പോൾ കൽക്കത്തയിലെ ശാന്തി നികേതനിൽ 'ടാഗോർ ഇൻ ഗ്ലോബൽ തിയേറ്റർ' - എന്ന തീസിസിൽ ഗവേഷണ വിദ്യാർത്ഥിയാണ്. കേരള സർക്കാരിന്റെ സാംസ്കാരിക വിനിമയ കേന്ദ്രമായ ഭാരത് ഭവന്റെ സെക്രട്ടറി എന്ന നിലയിൽ പ്രവർത്തിച്ചു വരുന്നു.

ഹല്ലാ
യോൻ

ഹല്ലാ ബോൽ

സഫ്ദർ ഹാഷ്മിയുടെ
മരണവും
ജീവിതവും

സുധൻവ ദേശ്പാണ്ഡെയുടെ രചനയുടേയും
സഫ്ദർ ഹാഷ്മിയുടെ വിഖ്യാത നാടകമായ
ഹല്ലാ ബോലിന്റേയും വിവർത്തനാഖ്യാനം

സുധൻവ ദേശ്പാണ്ഡെ

പരിഭാഷ
പ്രമോദ് പയ്യന്നൂർ

ചിന്ത പബ്ലിഷേഴ്സ്
തിരുവനന്തപുരം-695 035
₹ 320

Halla Bol

Sudhanva Deshpande
Politics

Translation
Pramod Payyanur

CHINTHA PUBLISHERS
Thiruvananthapuram

First Edition
September 2022

Published
Chintha Publishers, Thiruvananthapuram

Printed at
Repro India Ltd, Mumbai

Title Calligraphy
N Bhattathiri

Photos
Rathin Das
Eugene Van Erven
Surendra Rajan

ISBN : 978-93-93468-19-2

CO - 3100 / 5986

₹ 320

Email: chinthapublishers@gmail.com
Website: www.chinthapublishers.com

A version is available at National Libraries
Kolkata, Mumbai, Chennai and Delhi

Distribution
DESHABHIMANI BOOKHOUSE
H O Thiruvananthapuram 695035

Branch
Head Office Kunnukuzhi • Statue Thiruvananthapuram
KSRTC Bus Terminal Thampanoor • Saphalyam Complex Thiruvananthapuram
KSRTC Bus Station Alappuzha • KSRTC Bus Station Ernakulam
Machingal Lane Thrissur • IG Road Kozhikode
Mavoor Road Kozhikode • NGO Union Building Kannur
Central Bus Terminal Complex Thavakkara Kannur

സഖാവ് ആയിക്കും പ്രൊഫസർ ബാബായ്ക്കും

പരിഭാഷകന്റെ കുറിപ്പ്

കനൽച്ചോപ്പുള്ള നെരിപ്പോടുകൾ സഹജീവികൾക്കായ് രക്തസാക്ഷിത്വം വരിച്ചോരുടെ ഓർമ്മ പ്രതിരൂപമായ് ആകാശ ദൂരത്തോളം പറന്ന് നക്ഷത്രങ്ങളെ തൊടുമ്പോൾ... ആ ഒറ്റ നക്ഷത്രത്തിന്റെ പേരാകുന്നു സഫ്ദർ ഹഷ്മി.

സുധൻവ ദേശ്പാണ്ഡെയുടെ രചന നേരിനായി പൊരുതിയ, കലയിൽ കലാപം വിതച്ച സഫ്ദറിന്റെ ജീവിതത്തിന്റെ നേർസാക്ഷ്യങ്ങളാണ്. പ്രബുദ്ധ കേരളത്തിന്റെ പുരോഗമന ചിന്തകളിൽ അക്ഷരവെളിച്ചത്തിന്റെ ഉള്ളുരകൾ പകരുന്ന ചിന്ത പബ്ലിഷേഴ്സിലൂടെ സഫ്ദർ വീണ്ടും നമ്മുടെ ഓർമ്മകളിൽ നിറയുമ്പോൾ, അതിനൊപ്പം ചേരാൻ അണ്ണാൻ കുഞ്ഞിനും തന്നാലായതെന്ന നിലയിലാണ് ഈ വിവർത്തന ദൗത്യത്തെ വിനയപൂർവ്വം നോക്കിക്കാണുന്നത്. പദാനുപദ പരിഭാഷയ്ക്കപ്പുറം നാടകക്കാരനായ സഫ്ദറിന്റെ ജീവിതത്തിലെ ദർശനങ്ങളെയും വികാര വിക്ഷുബ്ധതകളെയും സുധൻവയുടെ രചനയെ മുൻനിർത്തി അനുവാചകർക്കു മുന്നിലെത്തിക്കുവാനുള്ള ശ്രമം ഇതിനു പിന്നിലുണ്ട്. പുരോഗമന കലാസാഹിത്യ സംഘത്തിന്റെയും, ശാസ്ത്ര സാഹിത്യ പരിഷത്തിന്റെയും സഫ്ദർ ഹാഷ്മിയുടെ രചനകളെ മുൻനിർത്തിയുള്ള അവതരണങ്ങളും, സഫ്ദറിന്റെ നാടകരചിതപാഠങ്ങളും സ്കൂൾ ഓഫ് ഡ്രാമ പഠന വേളയിൽ ഡോ. രാമചന്ദ്രൻ മൊകേരിയുടെ സഫ്ദർ ഹാഷ്മിയെക്കുറിച്ചുള്ള ആവേശോജ്ജ്വലങ്ങളായ ക്ലാസുകളും ഈ പരിഭാഷയ്ക്ക് പ്രചോദനമേകിയിട്ടുണ്ട്. ഒപ്പം വിവർത്തന വഴിയിൽ അക്കാദമിക്കായി തുണയേകിയ ആര്യനാട് സത്യൻ മാഷിനും ഈ കർത്തവ്യം എന്നെ ഏല്പിച്ച ചിന്താ പബ്ലിഷേഴ്സ് ഭരണ സമിതിക്കും സർവ്വോപരി ഈ ഇതിഹാസ പുസ്തകം യാഥാർത്ഥ്യമാക്കിയ സുധൻവ ദേശ്പാണ്ഡെ എന്ന സാംസ്കാരിക പ്രതിഭയ്ക്കും, ജീവിതം പ്രതിരോധത്തിന്റെ കനൽ കരുത്തായി പ്രകാശിപ്പിച്ച സഫ്ദർ ഹാഷ്മിക്കും കടപ്പാടോടെ നന്ദി...

പ്രമോദ് പയ്യന്നൂർ

ഉള്ളടക്കം

രണ്ടാം ഭാഗം

മൂന്നാം ഭാഗം

ഒന്നാം ഭാഗം

1989 ജനുവരി 1 – മദ്രാസ് ഹോട്ടൽ

ഞാനവിടെ ഉണ്ടായിരുന്നില്ലെന്നു തോന്നുന്നു. കഴിഞ്ഞ വേനൽക്കാലത്ത് ഞാനെന്റെ ബിരുദം പൂർത്തിയാക്കി ബിരുദാനന്തര ബിരുദത്തിനു ചേർന്നിരുന്നു. തലനാരിഴ വ്യത്യാസത്തിൽ എനിക്ക് ബിരുദത്തിന്റെ ആദ്യ ഡിവിഷൻ നഷ്ടപ്പെട്ടിരുന്നതിനാൽ മാസ്റ്റർ ബിരുദം നന്നായി ചെയ്യണമെന്നു തീരുമാനിക്കുകയും സഫ്ദർ ഹാഷ്മിയുടെ ജനനാട്യമഞ്ചുമായുള്ള (ജനം) ബന്ധം ജനുവരി മുതൽ തല്ക്കാലത്തേക്ക് ഉപേക്ഷിക്കുന്നതിനെപ്പറ്റി അദ്ദേഹവുമായി സംസാരിക്കുകയും ചെയ്തു. അങ്ങനെ ജനുവരി 1 മുതൽ നാടകത്തിൽ പങ്കെടുക്കാൻ എനിക്ക് കഴിയാതെ വന്നു. എന്നാൽ പുതുവർഷരാവിൽ ജോഗി, ബ്രിജേന്ദർ, ലളിത്, ലളിതിന്റെ രണ്ടു സുഹൃത്തുക്കൾ എന്നിവർക്കൊപ്പം ഞാനും ജവഹർലാൽ നെഹ്രു യൂണിവേഴ്സിറ്റി കാമ്പസിലെ ഐതിഹാസികമായ പാർത്ഥ സാരഥി റോക്കിൽ മദ്യപിക്കാനൊത്തുകൂടി. എന്റെ അച്ഛൻ ജെ എൻ യുവിലെ മുൻ അദ്ധ്യാപകനായിരുന്നതിനാൽ ഞങ്ങൾക്കവിടെ ഒരു ക്വാർട്ടേഴ്സുണ്ടായിരുന്നു. ജെ എൻ യു കാമ്പസ് ഒരു ഉരുക്കുകോട്ടയൊന്നുമല്ലാതിരുന്നതിനാൽ ആർക്കും അവിടെ സ്വൈര്യവിഹാരം നടത്തുന്നതിന് തടസ്സമില്ല.

ഞായറാഴ്ച രാവിലെ നാടകാവതരണത്തിന് വേണ്ടി അവർ യാത്ര തിരിച്ചു. മദ്രാസ് ഹോട്ടലിനരികിലെ ബസ്റ്റോപ്പിൽ ഞങ്ങൾ ഒത്തുകൂടി. സഫ്ദറും മാലയും മറ്റു രണ്ടുപേരും അവിടെ കാത്തു നിന്നിരുന്നു.

"താൻ ഭംഗിയായി പഠിക്കുന്നതായറിഞ്ഞു." എന്നെ തലോടിക്കൊണ്ടുള്ള സഫ്ദറിന്റെ അഭിനന്ദനം. "കടുംപച്ച മനോഹരമായ നിറമാണ്. ഞാൻ പച്ചനിറം വല്ലാതെ ഇഷ്ടപ്പെടുന്നു."

എന്റെ പഠന കാര്യത്തിൽനിന്നും സൂത്രത്തിൽ സഫ്ദറിന്റെ ശ്രദ്ധയെ അദ്ദേഹത്തിന്റെ പച്ചനിറമുള്ള സ്വെറ്ററിലേക്കു തിരിച്ചു.

“പ്രശംസയാണ് ഏതൊരു പോക്കിരിയുടേയും അവസാന ഉപായം” ഞങ്ങൾ രണ്ടാളും ചിരിച്ചു. ഒന്നോ രണ്ടോ നടന്മാർ വരാനല്പം വൈകി. ഞങ്ങൾ ഒരു ചായ കിട്ടുമോ എന്നറിയാൻ കുറച്ചുനേരം ചുറ്റിയടിച്ചു നോക്കി. തണുത്ത പ്രഭാതമായതിനാലാവും അങ്ങനെയൊന്ന് അവിടെയെങ്ങും കിട്ടിയില്ല.

തെരുവിന്റെ മറുവശത്ത് ഒരു കുടിയൻ അലസമായി ഉലാത്തുകയാണ്. അയാൾ വാത്തകളെപ്പോലെ ചിലമ്പിക്കൊണ്ട് ഞങ്ങളെ തുറിച്ചു നോക്കി.

“എല്ലാം റെഡിയല്ലേ?” സഫ്ദർ ചോദിച്ചു. “ഹാപ്പി ന്യൂ ഇയർ” ആംഗലേയ ഭാഷയിൽ അയാൾ വിളിച്ചു പറഞ്ഞു.

“നിങ്ങൾക്കും ഒരു നല്ല പുതുവർഷം ആശംസിക്കുന്നു.” ഹിന്ദിയിലായിരുന്നു സഫ്ദറിന്റെ പ്രതികരണം.

“വിഷമിക്കണ്ട. സന്തോഷമായിരിക്ക്.” ആരോടെന്നില്ലാതെ ആ കുടിയൻ വിളിച്ചു പറഞ്ഞു. അതിനെ മറച്ചുകൊണ്ട് രണ്ടുമാസം മുമ്പ് റിലീസ് ചെയ്ത ഹിറ്റ് സിനിമാഗാനം തെളിഞ്ഞു കേട്ടു. അയാളുടെ വാക്കുകൾ ഒരു കടുത്ത ഉത്തരവു പോലെ തോന്നി.

“ആ വൃത്തികെട്ട കുഴിയിൽ വീണു പോകരുത് കേട്ടോ.” സഫ്ദർ വല്ലാതെ ചിരിച്ചു.

1989 ജനുവരി 1 – കസേര ലക്ഷ്യമിടുന്നു

“നിങ്ങൾ വന്നതിൽ എനിക്ക് സന്തോഷമുണ്ട്. നാളത്തെ പ്രസ്സ് കോൺഫറൻസ് സംബന്ധിച്ച് വിശദീകരിക്കാം.” ബസിനടുത്തെത്തിയ ഞങ്ങളെ നോക്കി സഫ്ദർ പറഞ്ഞു.

ഏകദേശം രണ്ടു മാസം മുമ്പ്, ഒക്ടോബറിലോ നവംബറിലോ ആണെന്നു തോന്നുന്നു സാമൂഹ്യ സൗഹാർദ്ദത്തിനുവേണ്ടി പ്രവർത്തിക്കുന്ന ഒരു സംഘടന സഫ്ദറിന് അവാർഡ് നല്കാൻ തീരുമാനിച്ചതായറിഞ്ഞു. അത് പരിപൂർണ്ണമായും ഒരു രാഷ്ട്രീയേതര സംഘടനയായിരുന്നു. എന്നാൽ തനിക്കുമാത്രമായൊരു പുരസ്കാരവും സ്വീകരിക്കില്ലെന്നും തന്റെ പ്രവർത്തനങ്ങളെല്ലാം ജനം കൂട്ടായി നടത്തുന്നതാണെന്നും സഫ്ദർ ഉറപ്പിച്ചു പറഞ്ഞു. വ്യക്തിക്കല്ല സംഘടനയ്ക്കാണ് പുരസ്കാരം നല്കേണ്ടതെന്ന വാദം അവർ അംഗീകരിച്ചു. പിന്നീടറിയാൻ കഴിഞ്ഞത് പുരസ്കാരദാനം നടത്തുന്നത് ഇൻഫർമേഷൻ ആന്റ് ബ്രോഡ് കാസ്റ്റിങ് മന്ത്രിയായ എച്ച് കെ എൽ ഭഗത് ആണെന്നാണ്. അദ്ദേഹം കിഴക്കൻ ഡൽഹിയിൽ നിന്നു തെരഞ്ഞെടുക്കപ്പെട്ട കോൺഗ്രസ് പാർട്ടി അംഗമായിരുന്നു. 1984 ലെ സിഖ് വിരുദ്ധ കലാപങ്ങളിലൂടെ കുപ്രസിദ്ധനാണയാൾ. അയാളിൽ നിന്ന് അവാർഡ് സ്വീകരിക്കുന്നതു സംബന്ധിച്ച് ജനം എക്സിക്യൂട്ടീവ് കമ്മിറ്റിയിൽ ചർച്ച

വന്നു. ചടങ്ങ് ബഹിഷ്കരിക്കുകയും അവാർഡ് സ്വീകരിക്കാമെന്നും ചിലർ വാദിച്ചു. അവാർഡ് പ്രഖ്യാപിച്ച സംഘടന നേരുള്ളതായതിനാലും അവാർഡ് തുക രൂപ 10000/ആയതിനാലുമാണ് അങ്ങനെ ഒരഭിപ്രായം വന്നത്. ആ രീതിയോട് സഫ്ദറിന് താല്പര്യമില്ല. “ഈ രീതി ശരിയല്ല. ഒന്നുകിൽ ഭഗത്തിൽ നിന്ന് അവാർഡ് സ്വീകരിക്കുക അല്ലെങ്കിൽ തിരസ്കരിക്കുക. നമ്മൾ ഈ അവാർഡ് നിരസിക്കുന്നു.”

ജനുവരി രണ്ടാം തീയതി തിങ്കളാഴ്ച ജനത്തിന്റെ നിലപാട് വിശദീകരിക്കാനായി സഫ്ദർ ഒരു പത്രസമ്മേളനത്തിനു തയ്യാറെടുത്തു. ഖാസിയാഖാദിലെ സാഹിബാബാദിൽപ്പെട്ട ഝണ്ഡാപ്പൂരിലേക്കുള്ള ബസ് യാത്രയ്ക്കിടയിൽ പ്രസ് റിലീസിന്റെ ഒരു കോപ്പി എന്നെ കാണിച്ചു.

“നമുക്കിവിടെയിറങ്ങി ഝണ്ഡാപൂരിലേക്കുള്ള ബാക്കി ദൂരം നടന്നു കയറാം. ചുവരുകളിലൊക്കെ തെരഞ്ഞെടുപ്പ് പരസ്യങ്ങൾ നിരന്നിരിക്കുന്നതായി കണ്ടു.”

“ശരി” സഫ്ദർ സമ്മതിച്ചു. “ഏകദേശം 18 വർഷങ്ങൾക്കുശേഷം യു പിയിൽ കോർപ്പറേഷൻ തെരഞ്ഞെടുപ്പ് നടക്കുകയാണ്. പൊതുജനം മടുത്തു. കമ്യൂണിസ്റ്റ് പാർട്ടി ഓഫ് ഇന്ത്യ (മാർക്സിസ്റ്റ്) ഒഴികെ മറ്റെല്ലാ പാർട്ടികളും സ്വതന്ത്രരായി സ്ഥാനാർത്ഥികളെ നിർത്തിയാണ് മത്സരിക്കുന്നത്. നമ്മുടെ പാർട്ടിയുടെ കരുത്ത് നമ്മുടെ സ്ഥാനാർത്ഥി രാംനാഥ് ഝായാണ്. കരുത്തനായ ട്രേഡ് യൂണിയൻ നേതാവാണയാൾ. കഴിഞ്ഞ ഡിസംബറിൽ നമ്മൾ വരുമ്പോൾ അദ്ദേഹവും ഇവിടെയുണ്ടായിരുന്നു. ഓർക്കുന്നുണ്ടോ?” “തീർച്ചയായും” ഞാൻ പറഞ്ഞതിൽ പകുതി കള്ളമായിരുന്നു. അന്നത്തെ പ്രകടനം ഓർക്കുന്നു. അദ്ദേഹം ഓർമ്മയിൽ വരുന്നതേയില്ല.

“തെരഞ്ഞെടുപ്പ് ചിഹ്നങ്ങൾ കണ്ടോ? വല്ലാത്ത തമാശ തന്നെ. അങ്ങനെ തോന്നുന്നില്ലേ?”

“തീർച്ചയായും”

“ഇതു നോക്കൂ. ഈ യുവാവ് പോരടിക്കുകയാണ്. അവന്റെ ചിഹ്നം കണ്ടോ? കസേര” സഫ്ദർ വല്ലാതെ ചിരിച്ചു.

“കിസ കുർസി കാ” എനിക്കു ചിരിക്കാതിരിക്കാനായില്ല. ഇന്ദിരാ ഗാന്ധിയെ കളിയാക്കിക്കൊണ്ട് അടിയന്തരാവസ്ഥക്കാലത്ത് ഇറങ്ങുകയും നിരോധിക്കുകയും ചെയ്ത സിനിമയായിരുന്നു *കിസ കുർസി കാ.*

മറ്റൊരു തമാശ കേൾക്കണ്ടേ? ഇന്നു രാവിലെ അതിമനോഹരമായൊരു നുറുങ്ങുകഥ, ഹാൻഡ്, ഞാൻ വായിച്ചു. ഇവിടെ ആ കഥ നടക്കുകയാണ്. ദ്രോണർ സഹദേവനോടു ചോദിച്ചു. ‘നീ എന്തു കാണുന്നു സഹദേവാ?’ ‘തലസ്ഥാനമായ ഡൽഹി കാണുന്നു ഗുരോ.’ ‘നീ കൊള്ളരുതാത്തവനാണ്.’ അതും പറഞ്ഞ് ദ്രോണർ നകുലനെ വിളിച്ചു. ‘നീ എന്തു കാണുന്നു?’ ‘ഡൽഹി പാർലമെന്റ് മന്ദിരം കാണുന്നു ഗുരോ.’ ‘നീയും ഒന്നിനും കൊള്ളരുതാത്തവൻ തന്നെ.’ ഭീമനോടായി അടുത്ത ചോദ്യം. ‘നീ എന്തു കാണുന്നു ഭീമാ?’ ‘ഞാൻ മന്ത്രിസഭാംഗങ്ങളെ

കാണുന്നു ഗുരോ.' 'നിന്നെ കൊണ്ടും ഒന്നിനും കൊള്ളില്ല.' അതും പറഞ്ഞ് ദ്രോണർ യുധിഷ്ഠിരനെ വിളിച്ചു. 'നീ എന്തു കാണുന്നു?' 'പ്രധാനമന്ത്രിയുടെ ചേംബർ കാണുന്നു ഗുരോ.' 'നീയും കൊള്ളില്ല തന്നെ.' പിന്നെ ഏറെ പ്രതീക്ഷയോടെ പ്രിയ ശിഷ്യൻ അർജ്ജുനനെ വിളിച്ചു. 'നീയിപ്പോൾ എന്തു കാണുന്നു.' 'ഞാനിപ്പോൾ സിംഹാസനം കാണുന്നു ഗുരോ." വളരെ നല്ലത്. "വെടിവെച്ചേക്ക്.'

നമ്മുടെ സ്ഥാനാർത്ഥികൾ വായിച്ചു തുടങ്ങിയിരിക്കയാണ്. നമ്മുടെ രാഷ്ട്രീയക്കാരും സാഹിത്യമാസികകൾ വായിക്കുന്നു, സഫ്ദർ അടക്കി ചിരിച്ചു.

വിശ്വജിത്ത് ഇപ്പോൾ നമുക്കൊപ്പമാണ്. ഒരു ടി വി സീരിയലിൽ അഭിനയിക്കുന്നതിന് ശബ്ദപരിശോധനയ്ക്കായി അദ്ദേഹം അലഹബാദിൽ നിന്ന് ഡൽഹിയിൽ വന്നതാണ്. എന്നാൽ ചിത്രീകരണം നീണ്ടുപോയ തിനാൽ "ജന"വുമായി ബന്ധപ്പെടാൻ അവസരമായി.

"എന്റെ ഈ ഷൂ കണ്ടോ? കറുത്ത് തിളങ്ങുന്ന ഈ ഷൂവിന് എന്തു വിലയുണ്ടാകുമെന്നാണ് വിചാരം?" സഫ്ദർ ചോദിച്ചു.

"കൊള്ളാം സഫ്ദർ ഭായ്. 200, 225 നിലവാരം വരും."

"എന്നാൽ എനിക്ക് 75 ന് കിട്ടി."

"ഒരിക്കലുമില്ല. ഇത് തികച്ചും വിലകൂടിയതാണെന്നേ തോന്നൂ."

നമ്മളിപ്പോൾ സി ഐ ടി യു ഓഫീസിനടുത്തെത്തിയിരിക്കുന്നു. ഇവിടെ നിന്നാണ് നാടകാവതരണത്തിന് പുറപ്പെടുന്നത്.

"നോക്കൂ നാളത്തെ പ്രസ്കോൺഫറൻസിനെക്കുറിച്ചോർമ്മിപ്പി ക്കാൻ മറന്നു. താങ്കൾ ഇ സി അംഗമാണ്. ജനത്തിൽ യുവാക്കളുടെ സാന്നിദ്ധ്യം പ്രസിനെ തൃപ്തിപ്പെടുത്താതിരിക്കില്ല."

"തീർച്ചയായും ഞാനവിടെയുണ്ടാവും."

ഞാനുണ്ടായിരുന്നു. സഫ്ദർ ഇല്ലതാനും.

1989 ജനുവരി 1 – പ്രകടനം

ഝണ്ഡാപൂരിലെ സി ഐ ടി യു ഓഫീസ് ഒരു ചെറിയ ഗ്രൗണ്ടിനോട് ചേർന്ന ഒറ്റമുറി കെട്ടിടമായിരുന്നു. അടുത്തു തന്നെ ഒരൊഴിഞ്ഞ ഗ്രൗണ്ട് നാലടി ഉയരമുള്ള മതിൽ കെട്ടി വേർതിരിച്ചിട്ടുണ്ട്. ഗ്രൗണ്ടിന്റെ മുൻ ചുവരിന് 7 അടിയിൽ കുറയാത്ത ഉയരം കാണും. തുരുമ്പു പിടിച്ചൊരു ഗേറ്റ് തുറന്നാൽ തെരുവിലേക്കിറങ്ങാം.

തെരുവുനാടകത്തിനു പറ്റിയ വെയിലുള്ള ഒരു തെളിഞ്ഞ പകൽ. സി ഐ ടി യു ഓഫീസിൽ സഖാക്കൾ ഞങ്ങൾക്കുവേണ്ടി കാത്തിരി ക്കുന്നു. കറുത്ത കുർത്ത ധരിച്ച നടന്മാർ അവരുടെ ബാഗുകൾ ഓഫീ സിൽ സൂക്ഷിക്കാൻ തീരുമാനിച്ചു. പ്രധാന റോഡിൽ നിന്ന് ഝണ്ഡാപൂരി ലേക്കുള്ള വഴിയിൽ നടക്കാവുന്ന ദൂരത്തിലായിരുന്നു അരങ്ങ്.

അതൊരു മുക്കവലയായിരുന്നു. പ്രധാന തെരുവ് വടക്കു നിന്നുള്ള താണ്. അത് കിഴക്കോട്ടു തിരിഞ്ഞ് ഒരമ്പലത്തോളമെത്തുന്നു. പടിഞ്ഞാ

റുള്ള ഭവനങ്ങളിലെത്തുന്ന ഒരു ചെറിയ റോഡ്. തെക്ക് സ്ഥിതി ചെയ്യുന്ന അംബേദ്കർ പാർക്ക് വലിയൊരു ചവറുകൂനയായിരുന്നു. ഇവിടെ ഇപ്പോൾ എല്ലാ ജനുവരി ഒന്നിനും സഫ്ദർ ഹാഷ്മിയുടെ സ്മരണദിന ചടങ്ങുകൾ സംഘടിപ്പിക്കുന്നുണ്ട്.

ഞങ്ങളെത്തുമ്പോഴേക്കും ഏതാനും ചില കാഴ്ചക്കാർ എത്തിയിരുന്നു. മാലയും മറ്റു രണ്ടു നടന്മാരും അണിഞ്ഞൊരുങ്ങുകയാണ്. ജോഗി ഡോലക് പ്രയോഗിച്ചു തുടങ്ങി. ആ ശബ്ദം കുട്ടികളുൾപ്പെടെയുള്ള പ്രേക്ഷകരെ വേഗം ആകർഷിച്ചുകൊണ്ടിരുന്നു.

"ഇന്ന് കളിക്കാനില്ലാത്തതിനാൽ ആമുഖപ്രസംഗം നടത്തണം." സഫ്ദർ എന്നോടു നിർദ്ദേശിച്ചു. "ഞാനതു ചെയ്യാം. എന്നാൽ എന്റെ റോൾ ചെയ്യാൻ ഇപ്പോൾ നിർദ്ദേശിക്കരുത്."

വിശ്വജിത്തും ലളിതും മാറി മാറി അഭിനയിക്കാറുള്ള പൊലീസ് വേഷം രണ്ടാളും അവിടെ ഉണ്ടായിരുന്നതിനാൽ വിശ്വജിത്ത് ആദ്യസ്റ്റേജിലും ലളിത് അടുത്തതിലും പെർഫോം ചെയ്യണം. അന്ന് മൂന്നു കളികളാണ് പ്ലാൻ ചെയ്തിട്ടുള്ളത്.

നൂറ്റമ്പതോളം പേരടങ്ങുന്ന ഒരു കൂട്ടം എന്റെ ആമുഖ വാക്കുകളെ തുടർന്ന് കളി കാണാൻ തടിച്ചു കൂടി. സഖാവ് രാമനാഥ് ഝായ്ക്ക് ഇടയ്ക്കിടെ വോട്ടഭ്യർത്ഥിച്ചുകൊണ്ടിരുന്നു. ഞാൻ സഫ്ദറിനും ലളിതിനുമൊപ്പം കൂടി. തൊട്ടടുത്തുള്ള ചായത്തട്ടിലിരുന്നു ഞങ്ങൾ ചായ മൊത്തിക്കുടിച്ചു. കളിസ്ഥലത്തിന് 15 അടി മാത്രം അകലത്തായിരുന്നതിനാൽ വേദിയിൽ നടക്കുന്നതെല്ലാം വ്യക്തമായി ഞങ്ങൾക്കു കേൾക്കാം.

കളി തുടങ്ങി 10-12 നിമിഷം കഴിഞ്ഞിട്ടുണ്ടാവും. ക്ഷേത്രഭാഗത്തു നിന്നും മുദ്രാവാക്യം വിളികൾ ഉയർന്നു തുടങ്ങി. രണ്ടു നിമിഷം കഴിഞ്ഞിട്ടുണ്ടാവും ചില കുതിരപ്പടയാളികൾ അവിടെ പ്രത്യക്ഷമായി. അവർക്കു മുന്നിൽ നാലഞ്ചുപേർ കയറിയ ഒരു കാറും. അതിനു പിറകിലായി കാമ്പയിൻ സാധനങ്ങൾ കൊണ്ടലങ്കരിച്ച ഒരു ടെമ്പോയും പ്രത്യക്ഷപ്പെട്ടു. കാറിനും ടെമ്പോയ്ക്കുമിടയിലായി പന്ത്രണ്ടോളം പേർ മുദ്രാവാക്യം മുഴക്കി ലാത്തിയുമായി കാണപ്പെട്ടു. ടെമ്പോയിൽ നിറയെ ആളുകളുണ്ടായിരുന്നു. അതിനു പിറകിൽ കൂടുതൽ ആളുകൾ കാണപ്പെട്ടു.

"ഞാനവരുമായി സംസാരിക്കാം" അതും പറഞ്ഞ് സഫ്ദർ കാറിനടുത്തേക്കു നടന്നു.

ഡ്രൈവറുടെ സമീപത്തുണ്ടായിരുന്ന ആളിനോട് സഫ്ദർ കുനിഞ്ഞ് എന്തോ പറയുന്നതു കണ്ടു. നാടകാവതരണം നിർത്തിയതായി അയാൾ ചൂണ്ടിക്കാട്ടി.

"ഞാനുംകൂടങ്ങോട്ടു പോകാം." അതും പറഞ്ഞ് ലളിത് സഫ്ദറിനൊപ്പം കൂടി. ഞാനും രണ്ടടി പിന്നാലെ ചെന്നു.

സഫ്ദർ ആ മനുഷ്യനോടു സംസാരിക്കുകയാണ്. "സർ ഞങ്ങൾ ഒരു ചെറിയ നാടകം കളിക്കുകയാണ്. നിങ്ങളെന്തിനാണ് നാടകം നിർ

ത്തുന്നത്. പത്ത് മിനിറ്റു കൂടെ മതിയാകും. അത്രയും സമയം താങ്കൾ ആസ്വദിച്ചു കൊള്ളൂ."

ആ മനുഷ്യൻ എനിക്കു കേൾക്കാനാവാത്തവിധം എന്തോ പ്രതി കരിച്ചു.

"നിങ്ങൾ എന്തുകൊണ്ട് മറ്റൊരു വഴിയിലൂടെ സഞ്ചരിക്കുന്നില്ല. അല്പം കൂടെ കഴിഞ്ഞു വന്നാൽ പോരെ. അപ്പോഴേക്കും നാടകം അവ സാനിച്ചിരിക്കും."

അയാളതു സമ്മതിക്കുകയും കാറും ടെമ്പോയും തിരിച്ചു പോകാൻ തുടങ്ങുകയും ചെയ്തു. അവർ അമ്പലത്തിനരികിലെത്തിയപ്പോഴേക്കും സഫ്ദർ വേദിയിലെത്തുകയും പ്രേക്ഷകരോടു ക്ഷമാപണപൂർവ്വം സംസാരിക്കുകയും ചെയ്തു.

"ക്ഷമിക്കണം, തടസ്സം നേരിട്ടതിൽ ഖേദിക്കുന്നു. നമ്മൾ കളി തുട രാൻ പോവുകയാണ്."

ജോഗി ഡോലക് അടിച്ചു കുറച്ചു നേരം ശബ്ദമുണ്ടാക്കി. പ്രേക്ഷക ശ്രദ്ധ തിരിച്ചു വന്നു. കളിക്കാർ നാടകം പുനരാരംഭിച്ചു. തടസ്സം പിന്നെയും അഞ്ചാറു നിമിഷം നീണ്ടു നിന്നു. നാമതു തിരിച്ചറിയുന്നതിനു മുമ്പുതന്നെ അതു സംഭവിച്ചു. ഞെട്ടിക്കുന്ന ആ സംഭവം.

1989 ജനുവരി 1 – ആക്രമണം

അവർ ലാത്തികളും ഇരുമ്പുകമ്പികളുമായി ഞങ്ങൾക്കുമേൽ ചാടിവീണു. ഞൊടിയിടയിൽ കാഴ്ചക്കാർ ചിതറിയോടി. ആക്രമണം ചെറുക്കാൻ കൊടികെട്ടിയ പത്തോ പതിനഞ്ചോ ഈറ്റക്കമ്പുകളല്ലാതെ ഒന്നും ഞങ്ങളുടെ കൈയിലുണ്ടായില്ല. എണ്ണയിട്ട് പതം വരുത്തിയ ലാത്തികളെയും ഇരുമ്പു വടികളെയും പ്രതിരോധിക്കാൻ ഈറ്റക്കമ്പുകൾ തീരെ അപര്യാപ്തമായിരുന്നു. ചെറുത്തുനില്പിനിടയിൽ അവ രണ്ടും മൂന്നുമായി മുറിഞ്ഞു വീണു.

ഞങ്ങൾ കൈയിൽ കിട്ടിയ കല്ലുകൾ പെറുക്കി അക്രമികൾക്കു നേരെ എറിഞ്ഞു. എന്നാൽ കുഴപ്പം കൂടുകയാണ്. കാരണം അക്രമികൾ തികഞ്ഞ ഗുണ്ടകളാണ്. അവരെ ഒരടി പിന്നോട്ടു തള്ളി മാറ്റാൻ കഴി ഞ്ഞെങ്കിലും തോല്പിക്കുക അസാദ്ധ്യമായിരുന്നു.

ബഹളത്തിടയിൽ നിന്നുകൊണ്ട് സഫ്ദർ ഞങ്ങൾക്ക് നിർദ്ദേശ ങ്ങൾ നല്കുകയാണ്. അയാളുടെ വരണ്ട മുടി കാറ്റിൽ ഇളകി പറക്കുന്നു. മുഷ്ടി ചുരുട്ടി മറ്റുള്ളവരെക്കാൾ ഉച്ചത്തിൽ ഇളകിയാടുകയാണ്. അയ ാളാണിപ്പോൾ നേതാവ്. അയാൾ നേതൃത്വം ഏറ്റെടുത്തു കഴിഞ്ഞു.

ജാദുമാനി ബഹ്റ എന്ന സി ഐ ടി യു സഖാവിന്റെ തലപൊട്ടി ചോരയൊഴുകുന്നു. ഞങ്ങളിൽ ചിലർ ലാത്തിപ്രയോഗമേറ്റു പിടഞ്ഞു.

അപ്പോഴും അക്രമികൾക്കു നേരെ കല്ലേറ് തുടരുകയാണ്. "സി ഐ ടി യു ഓഫീസിലേക്ക് വരൂ. നമ്മളങ്ങോട്ടു പോകുന്നു." സഫ്ദർ, ലളിത്, മാല, പ്രാച്ചി, ശിഖയുൾപ്പെടെയുള്ളവരെ അന്വേഷിച്ചെങ്കിലും

കണ്ടില്ല. അവർ അതിനോടകം ഒരു അലക്കുകടയിൽ അഭയം തേടിയിരുന്നു. അവിടെ നിന്നും സി ഐ ടി യു ഓഫീസിലേഗവർ നീങ്ങി.

ഞാനവരോടു കൂടാൻ ശ്രമിച്ചെങ്കിലും കഴിഞ്ഞില്ല. രണ്ട് അക്രമികൾ ചേർന്ന് എന്റെ വഴി തടഞ്ഞു. അനങ്ങാൻ കഴിയുന്നില്ല.

ഞാൻ നോക്കുമ്പോൾ ബ്രിജേഷും വിശ്വജിത്തും തെക്കേ തെരുവിൽ ഒതുങ്ങി നില്ക്കുന്നു.

"വരൂ" ബ്രിജേഷ് മുറവിളി കൂട്ടി. ഞാൻ അക്രമികളിൽ നിന്ന് ഓടി മാറി അവരോടൊപ്പം ചേർന്നു. എന്നിട്ട് എല്ലാവരും രക്ഷപ്പെടാനായി പരക്കം പറഞ്ഞു. ഞങ്ങളിൽ മൂന്നുപേർ പരസ്പരം അപരിചിതരായിരുന്നു. വിശ്വജിത്ത് ഡൽഹിയിലെത്തിയിട്ട് രണ്ടു മാസമായിട്ടേയുള്ളൂ. ബ്രിജേഷാകട്ടെ സഫ്ദറിന്റെ യുവ ഡോക്ടർ സുഹൃത്തുക്കളിൽ ഒരാളും. അയാൾക്ക് മാലയെയും സഫ്ദറിനെയും നന്നായറിയാം. എന്നാൽ അടുത്തിടെയാണ് ഞാൻ അയാളെ പരിചയപ്പെട്ടത്.

വിശ്വജിത്ത് ആറടിയിലധികം ഉയരമുള്ള യുവാവാണ്. അയാൾക്ക് പൊലീസ് വേഷം നന്നായിണങ്ങും. അവന്റെ ഖദർ ഉടുപ്പ് മാറ്റാൻ ബ്രിജേഷ് ആവശ്യപ്പെട്ടു.

"ഞാൻ അടിയിലൊന്നും ധരിച്ചിട്ടില്ല."

"എന്റെ ഷർട്ടെടുത്തോളൂ." ഞാൻ പറഞ്ഞു. ഞാനെന്റെ ജാക്കറ്റും സ്വെറ്ററും അഴിച്ചിട്ട് ഷർട്ട് അയാൾക്ക് കൊടുത്തു. ഞാൻ സ്വെറ്റർ എന്റെ നഗ്നമേനിയിൽ അണിഞ്ഞ് ജാക്കറ്റ് ധരിക്കാൻ തുടങ്ങി.

"അത് ധരിക്കരുത്." ബ്രിജേഷ് തറപ്പിച്ചു പറഞ്ഞു. അവ കുറച്ച് മുമ്പ് ഉപേക്ഷിച്ച പൊലീസ് വേഷം പോലെ തോന്നുന്നു.

അതു ശരിയാണ്. എന്റെ ജാക്കറ്റിന് ഖാദി നിറമായിരുന്നു. ഞാനത് എന്റെ കൈത്തണ്ടയിൽ തൂക്കിയിട്ടു.

"ഞാനിതെന്താണ് ചെയ്യേണ്ടത്?" പൊലീസ് വേഷത്തിന്റെ ഭാഗമായി കൈയിലുണ്ടായിരുന്ന ലാത്തി കാണിച്ചുകൊണ്ട് വിശ്വജിത്ത് ചോദിച്ചു.

"തല്ക്കാലം നമുക്കതിനെ ഉപേക്ഷിക്കാം" ഞാൻ പറഞ്ഞു. ഞങ്ങൾ ആ ലാത്തി അടുത്തുള്ള മുറുക്കാൻ വില്പനക്കാരനു കൊടുത്തു. എപ്പോഴെങ്കിലും തിരിച്ചു വന്നു വാങ്ങാമെന്നു കരുതിയെങ്കിലും അങ്ങനെയുണ്ടായില്ല.

1989 ജനുവരി 1 – നമ്മുടെ വഴി കണ്ടെത്തുന്നു

കുടിലുകൾ ചേർത്തുകെട്ടി ഒരു തെരുവ് എങ്ങനെ നിർമ്മിക്കണമെന്ന് ഒരു ആശയവും കിട്ടുന്നില്ല. ഞങ്ങൾക്ക് സഫ്ദർ പറഞ്ഞ സി ഐ ടി യു ഓഫീസിൽ സമ്മേളിക്കണമായിരുന്നു.

ഞങ്ങൾ ഝണ്ഡാപ്പൂരിലേക്കുള്ള പ്രധാന തെരുവിലൂടെ നടക്കുമ്പോൾ ഒരാൾ വേഗം അവിടേക്കോടി വന്നു.

"നിങ്ങൾ അതു വഴി പോകരുത്. അവിടെ അവർ നിങ്ങൾക്കുവേണ്ടി കാത്തു നില്ക്കുന്നുണ്ട്."

ഞങ്ങളുടെ ശ്രമം പരാജയപ്പെടുകയാണെന്നു തോന്നുന്നു. മറ്റൊരു വഴി തേടി പ്രധാന വഴിയിലേക്കു തിരിച്ചു വന്നു. അവിടെ ഞങ്ങളുടെ വലതു വശത്തായി ചെറിയൊരു പാത കണ്ടു. അതുവഴി കടന്നു. അത് സി ഐ ടി യു ഓഫീസിലേക്കുള്ള പൊതുവഴിയാണെങ്കിലും ശരിക്കുള്ള വഴിയായിരുന്നില്ല.

"ഞാൻ നോക്കി വരാം. നിങ്ങളിവിടെ നില്ക്ക്" അതും പറഞ്ഞ് പോയ ബ്രിജേഷ് നിമിഷങ്ങൾക്കകം മടങ്ങി വന്നു. "ഇത് ശരിക്കുള്ള വഴിയാണ്. എന്നാൽ അവർ പറയുന്നത് സി ഐ ടി യു ഓഫീസ് ആക്രമിക്കപ്പെട്ടു എന്നാണ്."

"ശരി എന്തും വരട്ടെ. നമുക്കു പോയി നോക്കാം."

ഞങ്ങൾ സി ഐ ടി യു ഓഫീസിലെത്തുമ്പോഴേക്കും ക്രൂരമായി ആക്രമിക്കപ്പെട്ടതായി കണ്ടു. റിയാസിന്റെ സ്കൂട്ടർ മറിഞ്ഞു കിടക്കുന്നു. ഗേറ്റ് ഇളകി തൂങ്ങിക്കിടക്കുകയാണ്. അക്രമികൾ വലിച്ചെറിഞ്ഞ കല്ലുകൾ ചിതറിക്കിടപ്പുണ്ട്. നിലത്തു പാകിയ തറയോടിൽ രക്തക്കറയുടെ പാടുകൾ കാണപ്പെട്ടു. അതിലൂടെ ഉറുമ്പുകൾ വരി വെക്കുന്നു.

ഞങ്ങൾ ഓഫീസ് പരിസരത്തേക്ക് കയറുമ്പോൾത്തന്നെ അയൽ വീട്ടിൽ നിന്നൊരു സ്ത്രീ ഓടി വന്നു. "അതാ നിങ്ങളിലൊരാൾ തെരുവിൽ കിടന്ന് മരിക്കുകയാണ്." നാടകവേദിയുടെ ഭാഗത്തേക്ക് ചൂണ്ടിയാണ് അവർ പറഞ്ഞത്.

"ഇവിടെ ഇതിനോടകം അഞ്ചുപേർ കൊല്ലപ്പെട്ടു കഴിഞ്ഞു. അതാ കണ്ടില്ലേ ശവങ്ങൾ അങ്ങിങ്ങായി ചിതറിക്കിടക്കുന്നു."

ഞാനും ബ്രിജേഷും പരസ്പരം നോക്കി. അല്പം മുമ്പു കണ്ട ഭീകരത മായുന്നില്ല. ആളുകൾ കൊല്ലപ്പെട്ടു എന്നത് വിശ്വസിക്കാനാവുന്നില്ല. അഞ്ചു ശവങ്ങൾ. അതിശയോക്തിപരം തന്നെ.

ബ്രിജേഷിനൊപ്പം ഞാനും നടന്നു. വിശ്വജിത്ത് പിന്നാലെ വന്നു. ബ്രിജേഷ് പതുങ്ങി നിന്ന് നാടകവേദിയുടെ ഭാഗത്തേക്ക് നോക്കി. എന്നിട്ട് അമ്പുപോലെ പാഞ്ഞു.

ഞാനയാളുടെ പിന്നാലെ ഓടി. അടുത്ത മൂലയിൽ നിന്നയാൾ മറ്റൊരു ഭാഗത്തേക്കു തിരിഞ്ഞു. അവിടെയുണ്ടൊരു ശവശരീരം. ബ്രിജേഷ് അതിനരികിലേക്കോടി. ഞൊടിയിടയിൽ തിരിച്ചറിഞ്ഞു. പ്രധാന നടന്മാരിലൊരാളായ വിനോദ്! അവിടെ ഞാൻ സഫ്ദറിനെ കണ്ടു.

1989 ജനുവരി 1 – സഫ്ദറിനെ രക്ഷിക്കുന്നു

വിശ്വജിത്തിനോട് വേഗം വരൂ, എന്ന് പറഞ്ഞുകൊണ്ട് ഞാൻ സഫ്ദറിനരികിലേക്കോടി. സഫ്ദർ അബോധാവസ്ഥയിലാണ്. വലിയ ശബ്ദത്തിൽ വായിലൂടെ ശ്വാസമെടുക്കുന്നു. തലയാകെ ചോര

പുരണ്ടിരിക്കുന്നു. വരണ്ട മുടിയിഴകൾ ചോരവീണ് നനഞ്ഞൊട്ടി യിരിക്കുന്നു. മുഖം അപ്പോഴും പ്രസന്നമായി കാണപ്പെട്ടു.

ബ്രിജേഷ് എന്നെ നോക്കി. ഒന്നു മനസ്സിലായി സഫ്ദർ അതീവ ഗുരുതരാവസ്ഥയിലാണ്.

"എടുക്കാം" ബ്രിജേഷ് പറഞ്ഞു.

ഞാൻ സഫ്ദറിന്റെ കാലുകളിലും ബ്രിജേഷ് കൈകളിലും തൂക്കി ഉയർത്തി. കഴിയുന്നില്ല. കാരണം സഫ്ദർ അസാധാരണ വലുപ്പമുള്ള ആളാണ്.

"കൈത്തണ്ടയിൽ പിടിച്ച് പൊക്കാം." ഞാൻ പറഞ്ഞു. "താനീ വശത്ത് വരൂ. എടുക്കുമ്പോൾ ശ്വാസം മുട്ടുന്നില്ലെന്ന് ശ്രദ്ധിക്കണം."

അതിനിടയിൽ ആദ്യമായി ഞാൻ കളിസ്ഥലമൊന്നു സൂക്ഷിച്ചു നോക്കി. ഏകദേശം 2530 മീറ്റർ അകലെയായിരുന്നു ആ സ്ഥലം. രണ്ടുപേർ അവിടെ നില്ക്കുന്നുണ്ട്. ഒരാൾ കൈയിൽ ഇരുമ്പു വടിയും പിടിച്ച് ആരോടെന്നില്ലാതെ അലറുന്നു. രണ്ടാമൻ കൈയിലിരിക്കുന്ന തോക്കുകൊണ്ട് അന്തരീക്ഷത്തിൽ വെടി ഉതിർക്കുന്നുണ്ട്.

"വേഗം നീക്കൂ. വിശ്വജിത്ത് വേഗമാകട്ടെ." അയാൾ വല്ലാതെ തളർന്ന മട്ടിൽ കാണപ്പെട്ടു. കൊലയാളികളുടെ കണ്ണിൽ പെടാതെ ഞങ്ങൾ മൂന്നു പേർ ചേർന്ന് സഫ്ദറിനെ ഒരു ഭാഗത്തേക്ക് നീക്കി.

ഞങ്ങൾ സഫ്ദറിനെ ഒരുവിധം പിടിച്ചുയർത്തി. എന്റെ കൈക്കുട ന്നയിൽ ചാരി തല നെഞ്ചോട് ചേർത്ത് സുരക്ഷിതമാക്കി. ബ്രിജേഷ് കാലുകളുയർത്തി. ഉടൽ ഉയർത്താൻ വിശ്വജിത്തും സഹായിച്ചു. എന്നാൽ ബ്രിജേഷിന്റെ കൈകൾ അറിയാതെ വഴുതിപ്പോയി.

"ഷൂസും സോക്സും വേഗം ഊരിയെടുക്ക്" ഞാൻ പറഞ്ഞു. എടുക്കാൻ അത് സൗകര്യമാവും. ആദ്യം സഫ്ദറിന്റെ തിളങ്ങുന്ന ഷൂസ് ഊരിയെടുക്കാൻ ശ്രമിച്ചെങ്കിലും പിന്നീട് അവ അവിടെത്തന്നെ ഉപേക്ഷിച്ചു. ഏതെങ്കിലും തൊഴിലാളിയുടെ കാലുകളിൽ അവ കാണപ്പെട്ടാൽ തീർച്ചയായും സഫ്ദർ സന്തോഷിക്കും.

കാര്യങ്ങൾ ഗുരുതരമാവുകയാണ്. സഫ്ദറിന്റെ ശിരസ്സ് കൈയിൽ നിന്ന് വഴുതിപ്പോകാതിരിക്കാൻ പരമാവധി ശ്രമിച്ചു.

"നിങ്ങൾ കാത്തു നില്ക്കൂ. ഞാനേതെങ്കിലുമൊരു വാഹനം കിട്ടുമോ എന്ന് നോക്കട്ടെ." ബ്രിജേഷ് അതു പറയുന്നതോടൊപ്പം അതിനുള്ള ശ്രമവും തുടങ്ങി.

സഫ്ദറിന്റെ ശിരസ്സും ശരീരവും എന്റെ നെഞ്ചോടു ചേർത്തുവച്ച് ഞങ്ങൾ നിലത്തിരുന്നു. ഞാനയാളുടെ വായ്ക്കകം വൃത്തിയാക്കാൻ നട ത്തിയ ശ്രമം അത്ര എളുപ്പമായിരുന്നില്ല.

ഇതിനിടെ ഒരപരിചിതൻ ഞങ്ങളുടെ അടുക്കലെത്തി നിശ്ശബ്ദമായി ഞങ്ങൾക്കൊപ്പം കൂടി. ഉടനെ വിശ്വജിത്ത് സഫ്ദറിന്റെ കാലുകളുയർ ത്തുകയും അപരിചിതൻ ശരീരത്തെ പൊക്കിയെടുക്കുകയും ചെയ്തു. അയാളൊരു തൊഴിലാളിയായിരുന്നതിനാലാവും ബലിഷ്ഠമായ കരങ്ങൾ

കൊണ്ട് സഫ്ദറിനെ ഉയർത്താൻ കഴിഞ്ഞത്. പിന്നെ അനായാസം മുന്നോട്ടു നടന്നു.

പെട്ടെന്ന് ബ്രിജേഷ് അടുത്തേക്കു വന്നു. "പ്രധാന റോഡിൽ ഒരു കാറ് കാത്തു നില്പുണ്ട്. അവർ ആശുപത്രിയിലേക്കു കൊണ്ടുപോകും."

ഞങ്ങൾ മെയിൻ റോഡിലെത്തുമ്പോൾ തീർത്തും വിജനമായിരുന്നു. ബി ജെ പിയുടെ കൊടികെട്ടിയ കാറാണ് കാത്തു നില്ക്കുന്നതെന്ന് ബ്രിജേഷ് പറഞ്ഞുവെങ്കിലും അങ്ങനെ ഒരെണ്ണം അവിടെങ്ങും കണ്ടില്ല.

അപ്പോഴേക്കും ഒരു സൈക്കിൾറിക്ഷ പ്രത്യക്ഷമായി. സഫ്ദറിനെ ഒന്നു നോക്കി റിക്ഷാക്കാരൻ ആശുപത്രിയിൽ എത്തിക്കാൻ സമ്മതിച്ചു. "എന്നാൽ മോഹൻനഗർ ആശുപത്രി ഇവിടെ നിന്നും വളരെ ദൂരെയാണ്. അവിടെ എത്താൻ കുറച്ചധികം സമയമെടുക്കും." അയാൾ വ്യക്തമാക്കി.

റിക്ഷാക്കാരനടുത്തുതന്നെ ബ്രിജേഷ് സഫ്ദറുമായി ഇരുന്നു. അയാളുടെ വായിൽ നിന്ന് ചോരയും തുപ്പലും തുടച്ചു മാറ്റുകയാണ്. എന്തു ചെയ്യണമെന്നറിയാതെ വിശ്വജിത്തും ഞാനും റിക്ഷയുടെ പിന്നാലെ ഓടിക്കൊണ്ടിരുന്നു.

അപരിചിതൻ ഒരു വാക്കെങ്കിലും പറയാതെ ഒരു തെളിവെങ്കിലും ശേഷിപ്പിക്കാതെ വന്നതുപോലെ തിരിച്ചുപോയി. ആഴ്ചകൾക്കു ശേഷമാണ് അയാൾക്കൊരു നന്ദിവാക്കെങ്കിലും പറഞ്ഞില്ലെന്ന കാര്യം ഞാനും ബ്രിജേഷും ഓർത്തത്.

ഞങ്ങളുടെ പിന്നിൽനിന്നും ഒരു ബസ് വരികയാണ്. വിശ്വജിത്തും ഞാനും അതിനെ തടയാൻ പരമാവധി ശ്രമിച്ചു. സഫ്ദറിനെ കൊണ്ടുപോകുന്ന കാര്യം കണ്ടക്ടർ നിരസിച്ചു.

"മോഹൻ നഗറിൽ ചെന്ന് ഒരാംബുലൻസ് കൊണ്ടുവരാൻ നോക്കാം. നിങ്ങൾ ഈ ദിശയിൽത്തന്നെ വന്നുകൊള്ളൂ. ഞാൻ കണ്ടുപിടിച്ചു കൊള്ളാം." ഞാൻ ബ്രിജേഷിനോടു പറഞ്ഞു.

"എന്താണ് ചെയ്യേണ്ടത്?" ബസ് ഓടാൻ തുടങ്ങിയപ്പോൾ വിശ്വജിത്ത് ചോദിച്ചു.

"അയാൾക്കൊപ്പം പോകൂ." ബ്രിജേഷ് പറഞ്ഞു.

ആശുപത്രി റിസപ്ഷനിൽ ചെന്ന് ഞാനൊരു ആംബുലൻസ് ആവശ്യപ്പെട്ടു. പയ്യൻ എന്നെ നിർവ്വികാരനായി നോക്കി പറഞ്ഞു.

"ഇന്ന് ഞായറാഴ്ചയാണ്. ആംബുലൻസ് കിട്ടില്ല."

ഞാൻ പുറത്തേക്കോടി. വിശ്വജിത്ത് പിന്നാലെയും. റോഡിന്റെ മറുവശത്തുള്ള ടാക്സി സ്റ്റാന്റായിരുന്നു ലക്ഷ്യം. അവിടെ ഞങ്ങൾക്കൊപ്പം വരാമെന്ന് ഒരു ഡ്രൈവർ സമ്മതിച്ചു. അയാളൊരു സ്വകാര്യകാർ ടാക്സിയായി ഓടിക്കുന്നുണ്ട്.

ബ്രിജേഷ് സഫ്ദറുമായി സൈക്കിൾ റിക്ഷയിൽ എപ്പോൾ എത്തുമെന്ന് ഒരു ധാരണയും കിട്ടുന്നില്ല. എത്ര ദൂരം പിന്നിട്ടെന്നറിയാത്തതാ

ണതിനു കാരണം. എതിരെ വരുന്ന ഒരു സൈക്കിൾ റിക്ഷയ്ക്കുവേണ്ടി ഇമയനക്കാതെ ഞാൻ നോക്കുകയാണ്.

ഞങ്ങൾ മോഹൻനഗർ ഫ്ളൈഓവറിനടുത്തെത്തിയപ്പോൾ മറുവശത്തൊരു കാർ കണ്ടു. ഡ്രൈവർ പുറത്തിറങ്ങി നില്ക്കുകയാണ്. കാറിനുള്ളിൽ പിൻസീറ്റിലായി രണ്ടു രൂപങ്ങൾ.

ഞങ്ങൾ വേഗം തിരിഞ്ഞ് സഫ്ദറിനെ കാറിൽ കയറ്റി. ബ്രിജേഷ് അയാൾക്കൊപ്പം പിൻസീറ്റിലിരുന്നു. വിശ്വജിത്തും ഞാനും മുന്നിൽ ഡ്രൈവറുടെ അരികത്തേക്ക് നുഴഞ്ഞു കയറി.

ഞാനോ ബ്രിജേഷോ ഒന്നും ഉരിയാടിയില്ല. ഫ്ളൈ ഓവറിന് കീഴിൽ തകർന്നൊരു കാർ എങ്ങനെയാവും കണ്ടെത്തിയത്. ഞാൻ പിന്നിലേക്കു നോക്കി. ബ്രിജേഷിന്റെ കൈകളിൽ ഒരു കുഞ്ഞിനെപ്പോലെ സഫ്ദർ കാണപ്പെടുന്നു. കാറോട്ടത്തിനിടയിലെ കുലുക്കം കൊണ്ടാണോ എന്നറിയില്ല സഫ്ദറിന്റെ ശരീരം ഇടയ്ക്കിടെ കിടുങ്ങി വിറച്ചുകൊണ്ടിരുന്നു.

1989 ജനുവരി 1 – മോഹൻനഗർ ആശുപത്രി

ഒരു ഷീറ്റു പോലും വിരിക്കാത്ത ഇരുമ്പു കട്ടിലിൽ കിടക്കുകയാണ് സഫ്ദർ. ശ്വാസമെടുക്കാൻ വല്ലാതെ ബുദ്ധിമുട്ടുന്നുണ്ട്. അവിടെ എത്തിയ ഉടനെ ബ്രിജേഷ് സഫ്ദറിന്റെ വസ്ത്രങ്ങളെല്ലാം അഴിച്ചുമാറ്റി തലയിലല്ലാതെ മറ്റെവിടെയെങ്കിലും മുറിവുണ്ടോ എന്ന് പരിശോധിച്ചു. മറ്റു മുറിവുകളില്ല. സഫ്ദറിന്റെ ഉടുപ്പിന്റെ പോക്കറ്റുകൾ പരിശോധിച്ചു. അതിൽ ഒരു കവർ ചാർമിനാർ പ്ലെയിൻ സിഗററ്റ്, തീപ്പെട്ടി, ഫോൺ ഡയറക്ടറി, കുറച്ചു പണം എന്നിവയുണ്ടായിരുന്നു. എപ്പോഴെങ്കിലും മാലയെ കാണുമ്പോൾ കൊടുക്കുന്നതിനുവേണ്ടി ആ പണം എന്റെ പോക്കറ്റിൽ വച്ചു. എന്നാലത് കൊടുത്തോ എന്ന് ഉറപ്പിക്കാൻ കഴിയുന്നില്ല.

ബ്രിജേഷ് ഡോക്ടറെ കൂട്ടിക്കൊണ്ട് വരാൻ പോയി. ഒരു ഫോൺ ചെയ്തു വരുന്നതുവരെ സഫ്ദറിനൊപ്പം നില്ക്കാൻ ഞാൻ വിശ്വജിത്തിനോടു പറഞ്ഞു.

"താമസിക്കരുതേ."

"ഇല്ല" ഞാൻ പറഞ്ഞു.

ഭാഗ്യത്തിന് അവിടെ ഒരു പേഫോൺ ഉണ്ടായിരുന്നു. ഞാൻ വീട്ടിലേക്കു വിളിച്ച് അച്ഛനുമായി സംസാരിച്ചു. അമ്മ തിരുവനന്തപുരത്തായിരുന്നു. സി പി ഐ (എം) ന്റെ പാർട്ടി കോൺഗ്രസിലെത്തിയ ഫ്രഞ്ച് പ്രതിനിധികൾക്ക് തത്ത്വങ്ങൾ വ്യാഖ്യാനിച്ചു കൊടുക്കുകയാണ് അമ്മയുടെ ചുമതല. ഗായകസംഘത്തോടൊപ്പം സഹോദരിയും അവിടെയായിരുന്നു.

"ഞങ്ങൾ ഗാസിയാബാദിലെ മോഹൻനഗർ ആശുപത്രിയിലാണിപ്പോൾ. സഫ്ദറിന് മാരകമായി മുറിവേറ്റിട്ടുണ്ട്. ഞങ്ങൾ മൂവരും അവിടെയുണ്ട്. പാർട്ടി ഓഫീസിൽ വിളിച്ച് സഹായം അഭ്യർത്ഥിച്ചു."

ഞാൻ വീണ്ടും സഫ്ദറിനടുത്തേക്ക് മടങ്ങി. ഒരു പൊലീസുകാരൻ വന്ന് എന്നെ അന്വേഷിച്ചതായി വിശ്വജിത്ത് പറഞ്ഞു. അയാൾ സദാശിവ അമ്രപുക്കാറിനെപ്പോലെ ചോരക്കണ്ണുകൾ തിളങ്ങുന്ന ഒരു ക്രൂരൻ. ഹിന്ദി സിനിമകളിൽ നിരവധി വില്ലൻ വേഷം ചെയ്തിട്ടുള്ള നടനുമായി വിശ്വജിത്ത് താരതമ്യപ്പെടുത്തി. ഞാൻ പുറത്തേക്കിറങ്ങുമ്പോൾ അയാളവിടെ നില്പുണ്ട്.

"നിങ്ങൾ രക്ഷപ്പെട്ടു എന്നു കരുതുന്നുണ്ടോ. നിങ്ങൾ മൂന്നുപേരെ കൊന്നിരിക്കുന്നു. നിങ്ങളോരോരുത്തരും തൂക്കിലേറ്റപ്പെടും."

ഞാനയാളെ അവിശ്വസനീയമായി നോക്കി. "അവിടെ ഒരാൾ മുറിവേറ്റു കിടക്കുന്നുണ്ട്. അയാൾ മരിച്ചുകൊണ്ടിരിക്കുന്നു. ഞങ്ങളയാളെ ആശുപത്രിയിലെത്തിച്ചിട്ടുണ്ട്. നിങ്ങളെന്തു പറയുന്നു?"

എന്റെ പിന്നിലൊരു മുരടനക്കം കേട്ടു. വിശ്വജിത്തിനുവേണ്ടി ഞാൻ തിരിഞ്ഞു നോക്കുമ്പോൾ ആറടി മൂന്നിഞ്ചുള്ള അയാൾ ബെഞ്ചിൽ ചുരുണ്ടുകിടക്കുന്നു. ഈ പുസ്തകത്തിനുവേണ്ടി അന്ന് ഞാൻ ഇന്റർവ്യൂ ചെയ്യുമ്പോൾ വിശ്വജിത്ത് അയാളുടെ ഭീകരമായ രൂപം ഓർമ്മിപ്പിച്ചു. ഇന്റർവ്യൂവിൽ അതിശയിപ്പിക്കുന്ന ചില കാര്യങ്ങൾ അയാൾ പറഞ്ഞു. അയാൾ അന്ന് പകൽ ബ്രിജേഷിനൊപ്പമുണ്ടായിരുന്നത് ഓർത്തെങ്കിലും എന്നെക്കുറിച്ച് ഓർമ്മയേ ഉണ്ടായില്ല. പലതും ഞാൻ വീണ്ടും അയാളോടു ചോദിച്ചെങ്കിലും അയാൾക്ക് ഒന്നും ഓർമ്മയില്ലാത്തതുപോലെ തോന്നി.

"സർ എന്റെ സുഹൃത്തും തലയ്ക്കടിയേറ്റിവിടെയുണ്ട്."

അതൊരു കള്ളമായിരുന്നു.

"ദയവായി വേഗം തരപ്പെടുത്തിത്തരാമോ? അയാളെ വേഗം ഒരു ഡോക്ടറെ കാണിക്കണം."

"ഓടിപ്പോകാൻ ശ്രമിക്കില്ലല്ലോ. നമുക്കെവിടേയും ഒരു കണ്ണുണ്ടാവണം."

ബ്രിജേഷ് ഒരു ഡോക്ടറുമായി തിരിച്ചു വന്നു. അയാൾ വളരെ ചെറുപ്പമായ ഒരു ജൂനിയർ ഡോക്ടറാണ്. ഒറ്റനോട്ടത്തിൽത്തന്നെ അയാൾ സഫ്ദറിന്റെ അപകടാവസ്ഥ മനസ്സിലാക്കി. ബ്രിജേഷും താനൊരു സർക്കാർ ഡോക്ടറാണെന്ന തെളിവു കാണിച്ച് കൂടെ ചെന്നു.

"എത്രയും പെട്ടെന്ന് ഒരു സി റ്റി സ്കാൻ എടുക്കണം."

"താങ്കൾ പറഞ്ഞത് ശരിയാണ് സർ. എന്നാൽ ഇവിടത്തെ സ്കാൻ മെഷീൻ പ്രവർത്തിക്കുന്നില്ല."

"പക്ഷേ, സർ മെഡിക്കൽ ലീഗൽ കേസാണ്. പൊലീസ് ഇവിടെ നിശ്ചയമായും എഫ് ഐ ആർ എടുക്കും."

"ഞാനതു കാര്യമാക്കുന്നില്ല. ഇയാൾ അപകടാവസ്ഥയിലാണ്. ഞാനയാളെ ഡൽഹിക്കു കൊണ്ടുപോകുന്നു. സുദ്ദു വേഗം ഒരു വാടക വണ്ടി തരപ്പെടുത്തൂ."

ഞാൻ വേഗത്തിൽ വാടക വണ്ടി തരപ്പെടുത്തി. ഒരു അംബാസഡർ

കാർ. അതിന്റെ പിൻസീറ്റിലേക്ക് സഫ്ദറെ മാറ്റുമ്പോൾ സഖാവ് വേദഗുപ്ത ആശുപത്രിയിലേക്ക് കയറി വരുന്നതു ഞങ്ങൾ കണ്ടു. അദ്ദേഹം സി പി ഐ (എം) ഓഫീസിലുള്ളയാളാണ്. അയാൾ ഡൽഹി സക്കീർ ഹുസൈൻ കോളേജിലെ അദ്ധ്യാപകനായിരുന്നു. ഒരു മൃദുഭാഷി. എനിക്കയാളെ ചെറുതായറിയാം. എസ് എഫ് ഐയുടെ സ്റ്റഡി ക്ലാസുകളിൽ അദ്ദേഹം പലപ്പോഴും ക്ലാസെടുത്തിരുന്നു.

സഖാവ് വേദിനോട് സഫ്ദറിനെ ഡൽഹി ഇർവിൻ ഹോസ്പിറ്റലിലേക്ക് (പിന്നീട് ലോകനായക് ജയപ്രകാശ് ഹോസ്പിറ്റലായി പേരുമാറ്റി.) മാറ്റുന്നതിനെക്കുറിച്ച് ബ്രിജേഷ് ആരാഞ്ഞു.

"ശരി അങ്ങനെയാവട്ടെ ബ്രിജേഷ്. ഞാൻ ഝണ്ഡാപ്പൂരിൽ പോയി മറ്റുള്ളവരെ കാണാം."

മാല എവിടെയുണ്ടെന്നറിയാമോ? അറിയില്ലെന്നു മാത്രമല്ല, തന്റെ ഭർത്താവിന് എന്തു സംഭവിച്ചു എന്നത് സംബന്ധിച്ച് ഒരു ധാരണയും അവർക്കുണ്ടാകാനും വഴിയില്ല.

മറ്റുള്ളവർ എവിടെയാണെന്നതിനെപ്പറ്റി ഒരറിവുമില്ല. ബ്രിജേഷ് സഫ്ദറിനെയുംകൊണ്ട് യാത്ര തുടങ്ങി.

"സഖാവ് സുധർവാ, നിങ്ങള് രണ്ടാളും കൂടെ ഡൽഹിയിലേക്കു പോണം. പുറത്തു നിന്ന് നിങ്ങൾക്ക് ഷഹ്ദാരയിലേക്ക് ബസ് കിട്ടും. കൈയിൽ കാശുണ്ടോ?"

"പക്ഷേ, സഖാവേ ഒരു പൊലീസുകാരനും പുറത്തുപോകരുതെന്ന് ഉത്തരവിട്ടിരിക്കുകയാണ്."

"വിഷമിക്കണ്ട. നിങ്ങൾ പൊയ്ക്കൊള്ളൂ. പൊലീസിനെ ഞാൻ കൈകാര്യം ചെയ്തുകൊള്ളാം."

കുറച്ചു വർഷങ്ങൾക്കുശേഷം സഖാവ് വേദിന്റെ മരണത്തെ തുടർന്ന് രാത്രി ശവത്തിനു കാവൽ നില്ക്കാൻ ആളന്വേഷിച്ചപ്പോൾ ഞാനും ബ്രിജേഷും അതിന് സമ്മതിച്ചു. ഞങ്ങൾ പാർട്ടിയോഫീസിൽ ചെന്ന് ചെങ്കൊടി പുതപ്പിച്ച ശവം കണ്ടു. വേദയുടെ സഹധർമ്മിണി ബബ്ളിയും ബൃന്ദാകാരാട്ടും അവിടെയുണ്ടായിരുന്നു. ആ തണുത്ത രാത്രിയിൽ ഞാനും ബ്രിജേഷും ചെങ്കുപ്പായം ധരിച്ച് ശവത്തിനിരുവശവും നിന്നു. ഭർത്താവിനെക്കുറിച്ചു സംസാരിക്കുന്ന ബബ്ളിയെ ബൃന്ദ തന്നോടു ചേർത്തു പിടിച്ചു.

വേദിന് സഫ്ദറിനെ വല്ലാത്ത ഇഷ്ടമായിരുന്നു. ഈ ഹിന്ദി ടൈപ്പ് റൈറ്റർ കണ്ടോ? അയാൾ കൊല്ലപ്പെടുന്നതിന് ഏതാനും നാൾ മുമ്പ് ഈ ഓഫീസിനു വേണ്ടി സഫ്ദർ വാങ്ങിയതാണ്. ഓഫീസ് കാര്യങ്ങളൊന്നും വേദ് വീട്ടിൽ സംസാരിക്കാറില്ല. ഇതിനിടെ ഒരു ടെലിവിഷൻ പരിപാടിയിൽ നിന്ന് കുറച്ചു പണം വേദിന് ലഭിച്ചിരുന്നു. സഫ്ദറിനെക്കുറിച്ചും പാർട്ടി പ്രവർത്തനങ്ങളെക്കുറിച്ചും അന്നയാൾ സംസാരിച്ചതായി ഓർക്കുന്നു. വേദ് സഫ്ദറിനെ വിവരിച്ചതെങ്ങനെയാണെന്നറിയാമോ? "രംഗീൻ മിജാസ് ഫക്കീർ." അദ്ദേഹത്തെ കൊന്നതിൽ

അയാൾ ക്ഷുഭിതനായി. ഈ മാന്യനായ മനുഷ്യൻ ക്ഷുഭിതനാകുമെന്ന് നിങ്ങൾ കരുതുന്നുണ്ടോ? സഫ്ദറിനെ അവർ കൊന്നുകളഞ്ഞ ഒരേ ഒരു ദിവസം മാത്രമാണ് അദ്ദേഹം കോപിച്ചു കണ്ടത്.

1989 ജനുവരി 1 – ഡൽഹി ഹോസ്പിറ്റലിൽ

വിശ്വജിത്തും ഞാനും നേരിട്ട് ആശുപത്രിയിലെത്തി. ഞങ്ങളവിടെ എത്തുമ്പോൾ ബ്രിജേഷ് ആംബുലൻസിൽ പോകുന്നു. സഫ്ദറിനെ റാം മനോഹർ ലോഹ്യ ആശുപത്രിയിലേക്കു മാറ്റിയെന്നു മനസ്സിലായി.

ഞങ്ങൾ ആർ എം എൽ ആശുപത്രിയിൽ എത്തുമ്പോൾ ആദ്യമായി മാലയെ കണ്ടു. സഖാക്കളാൽ ചുറ്റപ്പെട്ട് അവർ നില്ക്കുകയാണ്. മാലയുടെ മാതാപിതാക്കളും സഫ്ദറിന്റെ മാതാവും അവിടെയുണ്ടായിരുന്നു. ഇത്രയധികം ആളുകളെ കണ്ടപ്പോൾ എനിക്ക് അതിശയം തോന്നി. ബ്രിജേന്ദർ ഒഴികെ മറ്റെല്ലാവരും സുരക്ഷിതരാണെന്നെനിക്കു മനസ്സിലായി. കൂട്ടത്തിൽ ഒരു തൊഴിലാളിയും കൊല്ലപ്പെട്ടിരുന്നു.

ബ്രിജേഷ് ഐ സി യുവിൽ നിന്നു വന്ന് മാലയോടും മറ്റുള്ളവരോടും സംസാരിക്കുന്നു. ഞാനും ലളിതും ജോഗിയും മറ്റു ചില ജനം പ്രവർത്തകരും കുറച്ചു ദൂരെയായി നില്ക്കുകയാണ്. ജനത്തിന്റെ പഴയ അംഗങ്ങളായ സുഭാഷ് ത്യാഗി, മനീഷ് മനോച്ച, വരുൺ ധർമ്മ തുടങ്ങിയവർ മറ്റൊരു സംഘമായി വേറൊരു ഭാഗത്ത് നില്ക്കുന്നുണ്ട്.

ബ്രിജേഷിനെ കണ്ട മാത്രയിൽ ഞങ്ങൾ അയാൾക്കു ചുറ്റും ഓടിക്കൂടി. "തലച്ചോറ് തകർന്നതായി സ്കാനിൽ കാണുന്നു. മൂക്കിലൂടെ ഏതോ ദ്രാവകം ഒഴുകുന്നുണ്ട്. രക്ഷപ്പെടുന്ന കാര്യം പ്രയാസമാണ്. രക്ഷപ്പെട്ടാൽത്തന്നെ എന്തവസ്ഥയിലാവുമെന്ന് പറയാൻ വയ്യ."

ആശുപത്രി ആളുകളെക്കൊണ്ടു നിറഞ്ഞിരിക്കുന്നു. സാധാരണക്കാരോളം തന്നെ സഖാക്കളും എത്തിയിട്ടുണ്ട്. എന്റെ അച്ഛൻ വരുമ്പോഴേക്കും നേരം ഇരുട്ടിയിരുന്നു. ഞാനദ്ദേഹത്തെ കെട്ടിപ്പുണർന്നു. ഒന്നും ഉരിയാടാനാവുന്നില്ല. അല്പം കഴിഞ്ഞപ്പോൾ തിയേറ്റർ ഡയറക്ടറായ ഹബീബ് തൻവീർ ഭാര്യ മോണിക്കയോടൊപ്പം വന്നു. അയാൾ നിശ്ശബ്ദനായി എന്നെ കെട്ടിപ്പിടിച്ചു പുണർന്നു.

മോണിക്ക എന്റെ മുഖത്തു നോക്കി പറഞ്ഞു: "ധൈര്യമായിരിക്കൂ ധൈര്യമായിരിക്കൂ."

സന്ധ്യയായപ്പോൾ വീണ്ടും ആൾക്കൂട്ടം കൂടി. എല്ലാവരും സ്തംഭനാവസ്ഥയിലാണ്. ആരും അധികം സംസാരിക്കുന്നില്ല. ഇരുട്ടിയപ്പോൾ ബ്രിജേന്ദർ സുരക്ഷിതനാണെന്ന വാർത്ത ഞങ്ങൾക്കു കിട്ടി. അല്പം കഴിഞ്ഞ് അയാൾ ആശുപത്രിയിലെത്തി. അയാൾ പൊലീസ് സഹായത്തിനായി ഝണ്ഡാപ്പൂർ സ്റ്റേഷനിൽ പോയ വിവരം വിശദീകരിച്ചു. സ്റ്റേഷനിൽ പിടിച്ചു വച്ച നടന്മാരെ രക്ഷിക്കുവോളം ഒരു കൂട്ടം പേർ സ്റ്റേഷനിൽ തന്നെ തുടർന്നു. ആശുപത്രിയിൽ നിന്ന് അയാൾ നേരെ പാർട്ടി ഓഫീസിലേക്കു പോയി.

മറ്റു കൊലപാതകങ്ങളെക്കുറിച്ച് കൂടുതൽ വിശദാംശങ്ങൾ കിട്ടി. വെടിയേറ്റു മരിച്ച റാം ബഹാദൂർ അടുത്തുള്ള ഫാഫ്റി പണിക്കായി നേപ്പാളിൽനിന്നും കുടിയേറിയ യുവാവായിരുന്നു. ഭീകരാന്തരീക്ഷം സൃഷ്ടിക്കുന്നതിനുള്ള അടർക്കളമായിരുന്നു ആ കൊല.

രാത്രി പത്തുമണിയായിട്ടുണ്ടാവും മാല ഞങ്ങളുടെ അരികിലേക്കു വന്നു. "ഇവിടെ ഇങ്ങനെ നിന്നിട്ടുകാര്യമില്ല. പോയി ഉറങ്ങാൻ നോക്കണം. നിങ്ങളെന്തെങ്കിലും കഴിച്ചോ? ഉണ്ടാവില്ല. എന്തെങ്കിലും പോയി കഴിക്ക് കാശുണ്ടോ രാവിലെ തിരിച്ചു വന്നാൽ മതി."

ഞാനും ലളിതും ജോഗിയും ബ്രിജേന്ദറും ആശുപത്രിയിൽ നിന്നിറങ്ങി. ആർക്കും വിശപ്പില്ലായിരുന്നെങ്കിലും എന്തെങ്കിലും കഴിക്കാൻ ലളിത് നിർബ്ബന്ധിച്ചു. അടുത്തൊരു കടയിൽ റൊട്ടിയും ദാലും കാണുന്നുണ്ട്.. രാവിലെ ഓരോ ബിസ്കറ്റ് കഴിച്ചതിനു ശേഷം ആദ്യമായാണ് ഞങ്ങൾ എന്തെങ്കിലും കഴിക്കുന്നത്.

ആ രാത്രി മുഴുവനും വിതൽഭായി പട്ടേൽ ഹൗസിലെ ഡി വൈ എഫ് ഐ ഓഫീസിൽ കഴിച്ചുകൂട്ടി. ജനം പ്രവർത്തകൻ സോമന്റെ അനുജൻ അവിടെ ഓഫീസ് ചുമതലയിലാണ്. അയാൾ രണ്ട് കോസടികൾ ഞങ്ങൾക്കു തന്നു. ഞാനും ജോഗിയും ബ്രിജേന്ദറും ആ രാത്രി അവിടെ കഴിച്ചു കൂട്ടി. ലളിത് സഖാവിനൊപ്പമായിരുന്നു.

എനിക്കുറങ്ങാൻ കഴിയുമെന്നു തോന്നുന്നില്ല. ആകെ ഒരസ്വസ്ഥത. എന്റെ തല എങ്ങനെയോ തലയിണയിൽ ശക്തമായിടിച്ചു.

1989 ജനുവരി 1 - രക്ഷപ്പെടുന്നു

മദ്രാസ് ഹോട്ടൽ ബസ് സ്റ്റോപ്പിനു സമീപം ഞാൻ രാവിലെ കണ്ട യുവാക്കളിൽ ഒരാളെ ആദ്യമായി കാണുകയായിരുന്നു. അയാൾ ഉയരം കുറഞ്ഞ് ഉത്സാഹവാനും മുദുമന്ദഹാസിയുമായിരുന്നു. അയാൾ ഞങ്ങൾക്കൊപ്പം ഝണ്ഡാപ്പൂരിൽ ദിവസങ്ങളോളം ഉണ്ടായിരുന്നു. എന്നിട്ടും ഞാനോർമ്മിച്ചില്ല.

അയാളുടെ പേര് മുരളീധരൻ. പൂർണ്ണ സമയ പാർട്ടി പ്രവർത്തകനായി അഹമ്മദാബാദിൽ നിന്ന് ഡൽഹിയിലെത്തി. സഫ്ദറുമൊന്നിച്ച് തിരുവനന്തപുരത്തു നടന്ന സി പി ഐ (എം) സമ്മേളനത്തിൽ പ്രതിനിധികളെ സ്വീകരിക്കുന്ന ചുമതലയിൽ മുഴുകിയിരുന്നു. കേരളത്തിൽ ഒരന്തർദ്ദേശീയ വിമാനത്താവളം അന്നില്ലാതിരുന്നതിനാൽ പ്രതിനിധികളുടെ യാത്ര ഡൽഹി വഴിയായിരുന്നു. പ്രതിനിധികളെല്ലാം തിരുവനന്തപുരത്തെത്തി സമ്മേളനത്തിൽ പങ്കെടുക്കുകയാണ്. സഫ്ദറിന്റെ നിർദ്ദേശപ്രകാരം മുരളി ഞങ്ങൾക്കൊപ്പം കൂടാൻ സമ്മതിച്ചു.

ആക്രമണം ആരംഭിച്ചപ്പോൾ മുരളി സഫ്ദറിനും മാലയ്ക്കുമൊപ്പം സി ഐ ടി യു ഓഫീസിലേക്കു മാറി. അക്രമികൾ അവിടെ എത്തുമ്പോൾ സഖാവ് രാമനാഥഝായും ബ്രിജേന്ദറും സഫ്ദറും ചേർന്ന് ആദ്യമേ തന്നെ കോമ്പൗണ്ട് കവാടം അടച്ചു. ഒരു അക്രമി മതിലിനു മുകളിലൂടെ

ഇഷ്ടിക എടുത്തെറിഞ്ഞു. അത് രാമനാഥിന്റെ തലയ്ക്കു കൊണ്ടു. നേരത്തെ അയാളുടെ ആവശ്യപ്രകാരം എല്ലാവരോടും രക്ഷപ്പെടാൻ സഫ്ദർ നിർദ്ദേശിച്ചു. രാമനാഥ് മതിലുചാടി ജീവരക്ഷാർത്ഥം ഓടി. പിന്നാലെ അക്രമികളും ഓടുന്നുണ്ടായിരുന്നു. ഒടുവിൽ ഒരു തൊഴിലാളി തന്റെ വീട്ടിൽ കയറ്റി അടച്ചിട്ടു. അദ്ദേഹത്തെ കണ്ടെത്താനാകാതെ വന്നപ്പോൾ അക്രമികൾ റാം ബഹദൂറിനെ അദ്ദേഹത്തിന്റെ മുറിയിൽ നിന്ന് പിടിച്ചിറക്കി സ്വന്തം ഭാര്യയായ പവിത്രയുടെ മുന്നിൽ വച്ചു വെടി വെച്ചു വീഴ്ത്തി.

മുരളി മതിലു ചാടി. അയാൾക്ക് താനെവിടെയാണെന്നോ എന്തെ ങ്കിലും പരിചയമുണ്ടോ എന്നോ അറിയില്ല. ചിലർ ജനലിലൂടെ പേടിച്ചു വിറച്ച് എത്തി നോക്കുന്നതയാൾ കണ്ടു. അയാൾ ബ്രിജേന്ദറോടു ചേർന്ന് രക്ഷപ്പെടാനുള്ള ശ്രമത്തിലാണ്. മുരളി ഒരിക്കലും ഷൂ ധരിച്ചിട്ടില്ല. ഡൽഹിയിലെ കൊടും തണുപ്പിൽ നിന്നു രക്ഷപ്പെടാൻ ആദ്യമായി ഒരു ഷൂ വാങ്ങി ധരിച്ചു. അതയാളെ വേഗത്തിലോടാൻ സഹായിച്ചു.

ബ്രിജേന്ദറും മുരളിയും ഓടി മെയിൻ റോഡിലിറങ്ങി. അവിടെ അവർ ഒരു ചെറിയ ചായക്കട കണ്ടു.

"ഞാൻ പൊലീസ് സ്റ്റേഷനിലേക്കു പോകുന്നു. നിങ്ങളിവിടെ നില്ക്കൂ." ബ്രിജേന്ദർ.

ചിലർ വടിയുമായി മുന്നോട്ടു വന്നു. അവർ അക്രമികളാണ്. ജനത്തിന്റെ യൂണിഫോമായ കറുത്ത കുർത്ത ധരിച്ചിട്ടില്ലാത്തതിനാൽ അവർക്ക് മുരളിയെ തിരിച്ചറിയാനായില്ല. അക്രമികൾ അവിടെയുള്ള തിനാൽ ബ്രിജേന്ദർ വരില്ലെന്ന ധാരണയിൽ മുരളി വളരെ നേരം അവിടെ കുത്തിയിരുന്നു. ബ്രിജേന്ദറിനെ കാണാത്തതിനാൽ അയാൾ ഡൽഹി യിലേക്ക് മടങ്ങി. ക്രമേണ അയാൾ വിസ്മരിക്കപ്പെടുകയാണ്.

ഓട്ടത്തിനിടയിൽ ബ്രിജേന്ദറിന് ഒരു സൈക്കിൾ യാത്രികൻ പൊലീസ് സ്റ്റേഷനിലേക്ക് ലിഫ്റ്റ് കൊടുത്തു. അവിടെ അയാൾ ഭഗ്സിങ് എന്ന പൊലീസുകാരനോടും മറ്റു രണ്ടു പേരോടുമായി ആക്രമണത്തെ ക്കുറിച്ചു പറഞ്ഞു.

"അതെ ഞങ്ങൾക്കറിയാം" ഭഗ്സിങ് പറഞ്ഞു. "അതിന്റെ റിപ്പോർട്ട് ഞങ്ങളുടെ കൈയിലുണ്ട്. നിങ്ങൾ ഇവിടെ വിശ്രമിക്കൂ. അല്ലെങ്കിൽ നിങ്ങൾക്ക് തിരിച്ചു പോകാം." പൊലീസുകാർ ഇതിനോടകം അങ്ങോട്ടു പോയിക്കഴിഞ്ഞു.

ബ്രിജേന്ദർ വിട്ടയയ്ക്കപ്പെട്ടിരിക്കുന്നു. അയാൾ ബെഞ്ചിലിരുന്ന് എന്തു ചെയ്യണമെന്നാലോചിക്കുകയാണ്. ഇവിടം വിട്ടാലോ എന്നാണ യാൾ ചിന്തിക്കുന്നത്. പൊലീസുകാർ ഝണ്ഡാപ്പൂരിൽ വന്നാൽ മറ്റുള്ള വർക്കു വേണ്ടി എന്തെങ്കിലും ചെയ്യണം. അപ്പോൾ മൂന്ന് നാല് കാറു കളിലായി കുറേ ഗുണ്ടകൾ വന്നിറങ്ങി. അവർ ബ്രിജേന്ദറിനെ ലക്ഷ്യ മിടുകയാണ്.

"ഈ പൊലയാടി മോൻ ലാത്തി കൊണ്ടെന്നെ തല്ലി." തലയിലെ ചെറിയ മുറിവുകാണിച്ചുകൊണ്ട് കൂട്ടത്തിലൊരാൾ അലറി. അയാൾ

ഞങ്ങളെ ആക്രമിച്ചവരിലൊരുവനാണ്. അവർ ഡൽഹിയിൽ നിന്ന് വന്നവർ. ഞങ്ങളുടെ നിരവധിയാൾക്കാർക്കും മാരകമായി മുറിവേറ്റു.

ബ്രിജേന്ദർ അതിനെ എതിർത്തു. ഒരു പൊലീസുകാരൻ അയാളുടെ കരണത്ത് തിരിച്ചും മറിച്ചും തല്ലി.

"നിലത്തിരിക്കെടാ തള്ളേക്കെട്ടി. ഇതു നിന്റെ വീടാണെന്ന് കരുതിയോ?"

അയാൾ പിന്നെ ബ്രിജേന്ദറിനെ ലോക്കപ്പിലടച്ചു. കുറച്ചു കഴിഞ്ഞ് വീണ്ടും അയാളെ ലോക്കപ്പിൽ നിന്നിറക്കി നിലത്തിരുത്തി.

പൊലീസുകാർ ബ്രിജേന്ദറിനെ പോകാനനുവദിച്ചില്ല. അക്രമികളിൽ ചിലർ കുറേ പണം നിറച്ച പൊതി പൊലീസുകാരന് കൊടുക്കുന്നത് കണ്ടു. വൈകുവോളം ബ്രിജേന്ദറിനെ അവിടെ തന്നെ ഇരുത്തി. മൂത്രം ഒഴിക്കാൻ പോകാൻ പോലും അനുവദിക്കാതെ. ഒടുവിൽ ഒരു പ്രൊവിൻഷ്യൽ സായുധസേന ജീപ്പിൽ വരുന്നതു കണ്ട് ബ്രിജേഷിനെ വിട്ടയച്ചു.

പ്രധാന റോഡിനു വെളിയിൽ ഒരൊഴിഞ്ഞ ഡി റ്റി സി ബസ് ഹസൻപൂർ ഡിപ്പോയിലേക്കു പോകുന്നതു കണ്ടു. അയാൾ കൈ കാണിച്ചു നിർത്തി. താൻ കൊള്ളയടിക്കപ്പെട്ടതിനാൽ ബസ് ചാർജിനു പണമില്ലെന്നു കണ്ടക്ടറോട് പറഞ്ഞു. ഈ തണുത്ത സന്ധ്യയിൽ വെറുമൊരു കുർത്തയും ജീൻസും മാത്രം ധരിച്ചിട്ടുള്ളതിനാൽ അയാൾ പറഞ്ഞ കഥ കണ്ടക്ടർ വിശ്വസിച്ചു. അയാൾക്ക് സൗജന്യയാത്ര കിട്ടുകയും അങ്ങനെ വി പി ഹൗസിലെ പാർട്ടിയാഫീസിൽ തിരിച്ചെത്താൻ കാരണമാവുകയും ചെയ്തു.

ആദ്യമായി കളി മുടങ്ങിയ ആ പ്രഭാതത്തിൽ ജോഗി അധികമായൊന്നും ചിന്തിച്ചില്ല. "സഫ്ദർ ഇവിടെയുണ്ട്. അയാളെല്ലാം കൈകാര്യം ചെയ്തുകൊള്ളും." അതായിരുന്നു ജോഗിയുടെ ചിന്ത. അതിനാൽ അക്രമം ആരംഭിച്ചപ്പോൾ അയാൾ അത്ഭുതപ്പെട്ടു. സ്ത്രീകളും പുരുഷന്മാരും കുട്ടികളും അടക്കമുള്ള പ്രേക്ഷകർ പ്രാണരക്ഷാർത്ഥം ചിതറി ഓടുന്നു. അയാൾ സഫ്ദറിനൊപ്പം സി ഐ ടി യു ഓഫീസിലേക്കു പോയി. ഒപ്പം ദിവാകർ, വിനോദ്, ബ്രിജേന്ദർ, മാല, ശിവ, പ്രാച്ചി തുടങ്ങിയവരുമുണ്ടായിരുന്നു. സി ഐ ടി യു ഓഫീസ് ആക്രമിക്കപ്പെട്ടപ്പോൾ പിൻചുവരു പൊളിച്ച് രക്ഷപ്പെടാൻ എല്ലാവരോടുമായി സഫ്ദർ ആവശ്യപ്പെട്ടു. കൈയിൽ ഒരു വടിയുമായി ജോഗി ഓടുമ്പോൾ അയാളുടെ ചോര കുടിക്കാനെന്നോണം ഒരു അക്രമി പിന്തുടരുന്നുണ്ട്. അയാൾ കൈയിലിരുന്ന വടി എടുത്തെറിഞ്ഞു. അത് അക്രമിയുടെ കാലുകളുടെ താളം തെറ്റിക്കുകയും നിലത്തുവീഴുകയും ചെയ്തു. ആ സമയം കൊണ്ട് ജോഗി രക്ഷപ്പെട്ടു. ആരോ അയാളെ ഒരു കുടുസുമുറിയിലേക്ക് തള്ളിക്കയറ്റി വാതിലടച്ചു. പുറത്തെങ്ങോ വെടിയുതിർക്കുന്ന ഒച്ച. ജോഗി ഞെട്ടി വിറച്ചു. അയാൾക്ക് സ്വന്തം ഹൃദയമിടിപ്പല്ലാതെ മറ്റൊന്നും കേൾക്കാനാവുന്നില്ല. അല്പസമയത്തിനുശേഷം ദിവാകറെയും വിനോദിനെയും ആരോ ആ മുറിയിലേക്ക് തള്ളിക്കയറ്റി.

നടന്മാരായ ജോഗിയും ദിവാകറും വിനോദും നിശ്ശബ്ദരായിരുന്നു. അവർ കറുത്ത കുർത്തകൾ മാറ്റി ഓഫീസിൽ നിന്ന് കിട്ടിയ സ്വന്തം

വസ്ത്രങ്ങൾ ധരിച്ചു. ഒരാൾ ഒരു ബക്കറ്റ് വെള്ളവും കോരിക്കുടിക്കാനുള്ള മഗ്ഗും മുറിക്കുള്ളിൽ കൊണ്ടു വന്നു. എത്രനേരം അവരവിടെ അങ്ങനെ അടച്ചിടപ്പെട്ടുവെന്ന് ആർക്കും അറിയില്ല. ഇരുപതു മിനിറ്റാവാം, രണ്ടു മണിക്കൂറാകാം. ഒടുവിൽ ആ മനുഷ്യൻ വാതിൽ തുറന്നു.

"സഖാക്കളെ അവർ പോയി. നിങ്ങൾക്കിപ്പോൾ രക്ഷപ്പെടാം. ആ ഇടവഴിയേ പൊയ്ക്കൊള്ളൂ വളരെ സൂക്ഷിക്കണം."

ആക്രമണം ആരംഭിക്കുമ്പോൾ ത്യാഗിക്കാണ് ആദ്യം അടികൊണ്ടത്. മുതുകിൽ രണ്ടടി കിട്ടി. നിമിഷങ്ങൾക്കുള്ളിൽ അവിടം ഒച്ചപ്പാടുകൊണ്ട് മുഖരിതമായി. ചില സഖാക്കൾ അക്രമികളെ എറിഞ്ഞോടിക്കാൻ ശ്രമിച്ചു. ത്യാഗി ഓടി. തന്റെ കുർത്ത എടുത്ത് അടുത്തു നിന്ന സ്ത്രീയുടെ കൈയിൽ കൊടുത്തു. എന്നാൽ ധരിച്ചിരുന്ന വെളുത്ത ബനിയൻ ഒരു തൊഴിലാളിയുടേതെന്നു കരുതാൻ പ്രയാസമാണ്. സ്ത്രീ അയാളെ തന്റെ വീട്ടിലേക്ക് തള്ളിക്കയറ്റി പുറത്തു നിന്നും പൂട്ടി. മറ്റൊരു ജനം അംഗം ത്യാഗിക്കൊപ്പമുണ്ടായിരുന്നു. അത് ദിവാകറാണെന്ന് പറഞ്ഞെങ്കിലും നിശ്ചയമില്ല. ഗുണ്ടകൾ വരുന്നതും അതാരുടെ വീടാണെന്ന് തിരക്കുന്നതും കതകിന്റെ വിടവിലൂടെ അവർ കണ്ടു. "ഇവിടെ ആരുമില്ല വീട്ടുടമ ഫാക്ടറിയിൽ പോയിരിക്കയാണ്." സ്ത്രീ വിവരിച്ചു. ഗുണ്ടകൾ പൊയ്ക്കഴിഞ്ഞപ്പോൾ സ്ത്രീ വാതിൽ തുറന്നു. പ്രധാന റോഡു വഴി പോയാൽ ഗുണ്ടകളെ നേരിടേണ്ടി വരുമെന്ന് ത്യാഗി മനസ്സിലാക്കി. അതുകൊണ്ട് അവർ ടെറസിനു മുകളിലേക്കു വലിഞ്ഞുകയറി അവസാനത്തെ വീടുവരെ ചാടിച്ചാടി സഞ്ചരിച്ചു.

അവസാനത്തെ ടെറസിനു മുകളിൽനിന്ന് ത്യാഗിയും മറ്റേ നടനും താഴേക്കു ചാടി. അത് ഗുണ്ടകളിലൊരാളുടെ വീടായിരുന്നു.

"അവരിവിടെയുണ്ട്. പിടിക്കവരെ." 47 കഴിഞ്ഞവനാണെങ്കിലും ത്യാഗിക്ക് അവരെ വെട്ടിക്കാൻ ബുദ്ധിമുട്ടായില്ല. മറ്റേ നടൻ ചെറുപ്പമാണ്. അവർ അക്രമികളെ വെട്ടിച്ച് എങ്ങനെയോ മെയിൻ റോഡിലെത്തി. അവിടെ വച്ച് മൂന്നു പേരുടെ മരണം അവർ അറിഞ്ഞു. ഇതു ശരിയാണെന്നുറപ്പിക്കാൻ മാർഗ്ഗമില്ല. ആണെങ്കിൽത്തന്നെ ആരായിരിക്കും ആ മൂന്നു പേർ. അതു വഴി വന്ന ആദ്യ ബസിൽ അവർ കയറി. അതിലവർ ഷഹ്ദാരയിലിറങ്ങി പാർട്ടി ഓഫീസിലേക്ക് പോയി. സഫ്ദർ മാരകമായി മുറിവേറ്റ് ഇർവിൻ ഹോസ്പിറ്റലിലാണെന്ന വിവരം അവിടെവെച്ചവർ അറിഞ്ഞു. അവർ ആശുപത്രിയിലെത്തുമ്പോൾ അവിടത്തെ സി.റ്റി സ്കാൻ മെഷീൻ പ്രവർത്തനക്ഷമമല്ലാത്തതിനാൽ സഫ്ദറിനെ ആർ.എം ഹോസ്പിറ്റലിലേക്ക് മാറ്റിയിരിക്കുന്നു. അപ്പോഴേക്കും ചില റിപ്പോർട്ടർമാർ അവിടെ എത്തി. ഫോട്ടോഗ്രാഫർമാർ സഫ്ദറിന്റെ ഫോട്ടോ പകർത്തുന്ന പക്ഷം അദ്ദേഹത്തെ അവിടെ തന്നെ നിലനിർത്തേണ്ടതായി വരുമെന്നു ഡോക്ടർമാർ പറഞ്ഞു. ഉടനെ മറ്റെങ്ങോട്ടും മാറ്റാൻ കഴിഞ്ഞെന്നു വരില്ല. ത്യാഗി മാധ്യമപ്രവർത്തകരുമായി സംസാരിച്ച് ഫോട്ടോ എടുക്കൽ ഒഴിവാക്കാൻ ശ്രമിച്ചു. അവരത് സമ്മതിച്ചു.

ലളിത് മറ്റുള്ളവർക്കൊപ്പം സി ഐ ടി യു ഓഫീസിലേക്കു പോയി. അക്രമികൾ അവരെപ്പിടിക്കുമെന്നു കണ്ടപ്പോൾ അയാൾ മാല, ശിഖ, പ്രാച്ചി എന്നിവർക്കൊപ്പം പിൻഭാഗത്തെ മതിലു ചാടി അടുത്തുള്ള വീട്ടിൽ അഭയം തേടി. അടുത്ത കുറേ മണിക്കൂറുകൾ അവരവിടെ ചെലവഴിച്ചു.

1989 ജനുവരി 1 - ഒളിവിൽ

1988 ഡിസംബർ 31 ന് സഫ്ദറും മാലയുമായി ഹല്ലാബോൽ കളിക്കുന്നതിനുവേണ്ടി ഓഖ് ല ഇൻഡസ്ട്രിയൽ ഏര്യയിലുള്ള തെഖണ്ട് മോഡിൽ (Thekhand Mode) പോയിരുന്നു. ആദ്യകളിക്കുശേഷം രണ്ടാം തീയതിയുള്ള കളിക്ക് താനുണ്ടാവില്ലെന്നും പത്രസമ്മേളനത്തിന് പോകണമെന്നും സംഘാംഗങ്ങളോട് പറഞ്ഞു. പുതുവർഷാഘോഷങ്ങളൊന്നും സഫ്ദറിനും മാലയ്ക്കും താല്പര്യമില്ലാതിരുന്നതിനാൽ അവർ വീട്ടിലേക്കുപോയി.

ജനുവരി ഒന്നായ പിറ്റേന്ന് അവർ ലക്ഷ്മിബായി നഗറിലെ വീട്ടിൽനിന്നും ഐ എൻ എ മാർക്കറ്റിലേക്കും അവിടെ നിന്നൊരു ബസിൽ ശിവജി സ്റ്റേഡിയത്തിലേക്കും പോയി. അന്ന് മിക്ക നടന്മാരും താമസിച്ചാണു വന്നത്. കൂട്ടത്തിൽ റിയാസിനെ കാണാൻ കഴിയാത്തതുമൂലം പകരം നടനെ സഫ്ദറും മാലയും അന്വേഷിക്കാൻ തുടങ്ങി. ഭാഗ്യവശാൽ ബസ് തിരിക്കുന്നതിനു മുമ്പായി റിയാസ് തന്റെ സ്കൂട്ടറിൽ വന്നിറങ്ങി. അയാൾ ഝണ്ഡാപ്പൂരിലേക്ക് സ്കൂട്ടറിൽത്തന്നെ പോകാനായിരുന്നു തീരുമാനം.

ബസ് സ്റ്റോപ്പിൽ നിന്നു സി ഐ ടി യു ഓഫീസ് വരെയുള്ള നീണ്ട കാൽനടയാത്രയെക്കുറിച്ച് മാല ഓർക്കുകയാണ്. സഫ്ദറിനു പുറമെ അവളും ഞാനും ബ്രിജേന്ദർ, ബ്രിജേഷ്, ദിവാകർ, ജോഗി, ലളിത്, മുരളി, പ്രാച്ചി, റിയാസ്, ശിഖ, ത്യാഗി, വിനോദ്, വിശ്വജിത്ത് ഉൾപ്പെടെ പതിനഞ്ചു പേരാണ് ഉണ്ടായിരുന്നത്. കളി തുടങ്ങുമ്പോൾ സഫ്ദറും മുരളിയും രാമനാഥ് ഝായും അടുത്തുള്ള ചായക്കടയിൽ നിന്നിരുന്നതായി മാല ഓർക്കുന്നു.

ആദ്യത്തെ തടസ്സമനുഭവപ്പെട്ടപ്പോൾ അതേതെങ്കിലും അപകടസൂചനയായി മാലയ്ക്കു തോന്നിയില്ല. കളി നിർത്തിവെച്ചപ്പോൾ സഫ്ദറും രാമനാഥും ചിലരുമായി സംസാരിച്ചു. നിമിഷങ്ങൾക്കകം സഫ്ദർ കളി തുടരാനുള്ള സൂചന നല്കിയതായി മാല കണ്ടു. ജോഗി ഡോൽ ശബ്ദമുണ്ടാക്കുകയും കളിക്കാർ നിർത്തിയിടത്തു നിന്ന് കളി തുടരുകയും ചെയ്തു. രണ്ടു മൂന്നു മിനിറ്റ് കളിച്ചുകാണും പെട്ടെന്നെന്തോ സംഭവിച്ചതായി മാലയ്ക്കു തോന്നി. പ്രേക്ഷകർ ഇളകി മറിഞ്ഞു. ഒരു കൂട്ടം പേർ ഇരുമ്പു കമ്പികളും ലാത്തികളുമായി അവിടം ഒരു യുദ്ധക്കളമാക്കി മാറ്റി. ആരോ ഒരാൾ ബെഞ്ചെടുത്ത് രാമനാഥിന്റെ കാലുകളിലടിച്ചു.

ആ ഭ്രാന്താലയത്തിൽ നില്ക്കുമ്പോൾ മാലയുടെ കണ്ണുകൾ നാടക

സാമഗ്രികളിലായിരുന്നു. അവളത് പെറുക്കിയെടുത്ത് വേദിക്കരികിലുള്ള ഇസ്തിരി കടക്കാരനെ ഏല്പിച്ചു. പ്രാച്ചിയും ശിഖയും തന്റൊപ്പമുണ്ടെന്നവൾ ഉറപ്പുവരുത്തി. അവിടേക്ക് വന്ന സഫ്ദറിന് എന്തോ സംഭവിച്ചിരിക്കുന്നതായി മാല ഉറപ്പിച്ചു. കാരണം അയാളുടെ കണ്ണട നിലത്തു വീണു കിടപ്പുണ്ട്. അവ എടുക്കാൻ കഴിയാത്തവിധം തകർന്നിരിക്കുന്നു.

മാല അപകടം മനസ്സിലാക്കി.

സി ഐ ടി യു ഓഫീസിലേക്ക് പോകാൻ സഫ്ദർ നിർദ്ദേശിച്ചു. ഓഫീസിൽ തലയ്ക്കു മുറിവു പറ്റി ജദുമണി ബഹ്റ ഇരിപ്പുണ്ട്. മുറിവ് അപകടമാണെന്നു മാല മനസ്സിലാക്കി. അവൾ ആ മുറിവിലൂടെയുള്ള രക്തച്ചൊരിച്ചിൽ ഒഴിവാക്കാൻ ശ്രമിക്കുകയാണ്.

അക്രമികൾ അടുത്തു വരുന്നതിന്റെ ബഹളം അവൾ കേട്ടു. ഇരുമ്പു കവാടം അകത്തു നിന്ന് പൂട്ടിയിട്ടില്ലായിരുന്നു. സഫ്ദർ മാലയുടെ നേർക്ക് തിരിഞ്ഞു.

“ഞാൻ ഗേറ്റ് അകത്തു നിന്ന് പൂട്ടി. നീ ഈ പെൺകുട്ടികളുമായി പിന്നിലൂടെ രക്ഷപ്പെട്ടുകൊള്ളൂ.”

മാലയും ശിഖയും പ്രാച്ചിയും മതിലുകൾ ചാടിക്കടന്നു. മറ്റുള്ളവർ പിന്നാലെ ചെന്നു. അവിടെ വച്ച് ആളുകൾ ചിതറുകയും പലവഴികളിലൂടെ ഓടുകയുമാണ്. ലളിത് മാലയോടൊപ്പം കൂടി. പ്രാച്ചിയും ശിഖയും അവർക്കൊപ്പമാണ്. അവിടത്തെ വീടുകളെല്ലാം ഒറ്റനിലയായിരുന്നു എന്നത് മാല ഓർത്തു. ചുവരുകൾ പൊക്കം കുറഞ്ഞവ. വീടുകൾക്കിടയിൽ ഒഴിഞ്ഞ പ്ലോട്ടുകൾ ധാരാളം കിടക്കുന്നു.

അവർ ഒരു ഒഴിഞ്ഞ പ്ലോട്ടു കടന്ന് ഒരു വീടു കണ്ടെത്താൻ ശ്രമിച്ചു. ആരും വാതിൽ തുറന്നില്ല. മാല രണ്ടു വീടുകളിൽക്കൂടെ ശ്രമം നടത്തിയെങ്കിലും തുറന്നു കിട്ടിയില്ല. അടുത്തായി വാതിലടയ്ക്കാത്തൊരു വീട് കണ്ടു. പെട്ടെന്നത് തള്ളിത്തുറന്ന് അകത്തു കയറുകയും മാല അകത്തു നിന്ന് പൂട്ടുകയും ചെയ്തു.

ഒരു സ്ത്രീ കൈക്കുഞ്ഞുമായി ഇരിക്കുന്നു. മറ്റൊരു മുറി പൂട്ടിയിട്ടിരിക്കുന്നു. ഇടതു വശത്തൊരടുക്കളയും വലതു വശത്തൊരു കക്കൂസുമുണ്ടെങ്കിലും പുറത്തിറങ്ങി മാത്രമേ അവയിൽ കയറാൻ കഴിയൂ.

“ഞങ്ങളെ ഗുണ്ടകൾ ആക്രമിക്കാൻ വരുന്നുണ്ട്. ദയവായി ഈ അടഞ്ഞു കിടക്കുന്ന മുറിയിൽ ഞങ്ങളെ ഒളിപ്പിക്കണം.” മാല ആ സ്ത്രീയോടപേക്ഷിച്ചു. “ഞങ്ങൾ നിശ്ശബ്ദരായിരുന്നുകൊള്ളാം.”

സ്ത്രീ വഴങ്ങി. അടഞ്ഞു കിടക്കുന്ന മുറി ഒരു കുടിയാന് വാടകയ്ക്ക് കൊടുത്തിരിക്കുകയാണ്. അയാൾ സ്വന്തം ഗ്രാമത്തിലേക്കു പോയിരിക്കുന്നു. ആ മുറിയിൽ ഒന്നുമില്ല. ഒരു പായ മാത്രം ചുരുട്ടി നിലത്തു വച്ചിട്ടുണ്ടാവും.

പുറത്തു നടക്കുന്നതെന്താണെന്നറിയാൻ അവർ നാലുപേരും ശ്രമം നടത്തിയെങ്കിലും ഫലമുണ്ടായില്ല. പുറത്ത് അട്ടഹാസങ്ങളും കൊലവിളികളും കേൾക്കാം.

അരമണിക്കൂർ കഴിഞ്ഞിട്ടുണ്ടാവും അവർ ഒരു വെടിയൊച്ച കേട്ടു. അതെന്താണെന്ന് മുകളിലേക്കു കയറി നോക്കാൻ ആ സ്ത്രീ ലളിതിനെ

സഹായിച്ചു. പക്ഷേ, ഫലമുണ്ടായില്ല. ആരോ ഒരാൾ വരുന്നതായി അവർക്ക് തോന്നി. ചിലപ്പോൾ അത് ആ സ്ത്രീയുടെ ഭർത്താവായിരിക്കും.

പുറത്തെ ഒച്ചകൾ അടുത്തടുത്തു വരുന്നതായി തോന്നി. പത്തു പന്ത്രണ്ടു പേർ വന്ന് കറുത്ത കുർത്ത ധരിച്ച സ്ത്രീകളെക്കുറിച്ചു തിരക്കുകയാണ്. രണ്ടു കളിക്കാർ മാത്രം കുർത്തകൾക്കടിയിൽ സ്വെറ്ററുകൾ ധരിച്ചിട്ടുണ്ട്. അവരതഴിച്ച് കുർത്തകൾക്ക് മേലിട്ട് മറയ്ക്കാനുള്ള വിഫല ശ്രമം നടത്തി നോക്കി.

അവരെ പോകാനനുവദിക്കില്ലെന്ന് സ്ത്രീ അവരുടെ മുറിയിലേക്ക് കയറി വന്നു പറഞ്ഞു. അപ്പോഴും എന്തുവേണമെന്നവർ തീരുമാനിച്ചിട്ടില്ലായിരുന്നു.

നാലുപേരും കൂടുതൽ സമയം ഇരിക്കുകയായിരുന്നു. ഒന്നര മണിക്കൂർ കഴിഞ്ഞിട്ടുണ്ടാവും വീണ്ടും ഒരു വെടിയൊച്ച കേട്ടു. പിന്നെ കുറേ നേരം ഒന്നും കേട്ടില്ല.

സ്ത്രീ പിന്നെയും വന്നു.

"നിങ്ങളുടെ കൂട്ടത്തിലെ ഒരു പുരുഷൻ കൊല്ലപ്പെട്ടു."

"അയാളെന്താണ് ധരിച്ചിട്ടുള്ളത്." കറുത്ത കുർത്തയാണോ? മാല ചോദിച്ചു.

"ഒരു സ്വെറ്റർ"

അല്പം കഴിഞ്ഞിട്ടുണ്ടാവും ഒരു സ്കൂട്ടറിന്റെ ശബ്ദം കേട്ടു. അത് റിയാസായിരുന്നു. മൂന്ന് മണിക്കൂറെങ്കിലും കഴിഞ്ഞിട്ടുണ്ടാവും, മാല ബാത്ത്റൂമിലേക്ക് പോയി. ജനൽവിടവിലൂടെ അവൾ പുറത്തേക്ക് നോക്കി. റിയാസും ദിവാകരനും ഒറ്റയ്ക്കൊറ്റയ്ക്ക് പോകുന്നതായി കണ്ടു.

പ്രശ്നങ്ങൾ കൂടുതൽ വഷളാവുകയാണ്. അന്തരീക്ഷമാകെ സംഘർഷപൂരിതമായിരിക്കുന്നു. മാലയ്ക്ക് ഭയം തോന്നിയില്ല എന്നാൽ മറ്റുള്ളവരുടെ കാര്യത്തിൽ ഉൽക്കണ്ഠയുണ്ട്. അവിടെയെവിടെയാണെന്നോ എത്ര സമയമുണ്ടാവുമെന്നോ നിശ്ചയമില്ല. ഇരുട്ടൊഴിഞ്ഞതിനുശേഷം പോകാമെന്ന് മാല അവരോട് പറഞ്ഞു.

അഭിനേതാക്കൾക്ക് ബാത്ത്റൂമിൽ പോകണം. സ്ത്രീകൾക്കൊരു ബക്കറ്റ് കിട്ടി. പിന്നെ ആ സ്ത്രീ അല്പം തിന്നാനെന്തോ കൊടുത്തു.

വേദ വരുമ്പോൾ ഇരുട്ടുവീണിട്ടില്ലാതിരുന്നതിനാൽ അഞ്ചുമണിയായിട്ടുണ്ടാവുമെന്ന് മാല ഓർക്കുന്നു. ഭീകരാവസ്ഥ ശാന്തമായിരിക്കുന്നു. ഗുണ്ടകൾ പോയിക്കഴിഞ്ഞു. ആരെങ്കിലും ഒളിച്ചിരിപ്പുണ്ടെങ്കിൽ അവർക്കു കേൾക്കാനാവും വിധം വേദ ഉറക്കെ സംസാരിക്കുന്നത് മാല കേട്ടു. അവർ വേഗം പുറത്തിറങ്ങി വേദയോടൊപ്പം കാറിൽ കയറി.

ഡൽഹിക്കുള്ള യാത്രയ്ക്കിടയിൽ മാല ഓരോരുത്തരെക്കുറിച്ചും ആരാഞ്ഞു. മിക്കവരും എവിടെയാണെന്നറിയാൻ കഴിഞ്ഞു.

"ബ്രിജേന്ദറിന്റെ കാര്യം എന്തായി."

"അയാളെവിടെയാണെന്നറിയാനാവുന്നില്ല."

"സഫ്ദറോ?"

"ഡൽഹിയിലെത്തിയിട്ട് നമുക്കിതേപ്പറ്റി സംസാരിക്കാം." മാല പിന്നെ നിർബ്ബന്ധിച്ചെങ്കിലും അയാൾക്ക് മുറിവേറ്റിരിക്കുമെന്നുറപ്പിച്ചു.

ആ സമയം അവൾ അധികമായി ബ്രിജേന്ദറിനെക്കുറിച്ചാണ് ചർച്ച ചെയ്തത്.

മാല ഇർവിൻ ഹോസ്പിറ്റലിലെത്തുമ്പോൾ ധാരാളംപേർ അവിടെയുണ്ടായിരുന്നു. സഫ്ദറിന്റെ മാതാവ് അമ്മാജിയും മാലയുടെ മാതാവ് അപർണാദിയും മറ്റുചില സഖാക്കളും അവിടെയുണ്ട്. സഫ്ദറിനെ ഒരു സ്ട്രെച്ചറിൽ കിടത്തി സ്കാനിങ്ങിനായി ആർ എം എൽ ആശുപത്രിയിലേക്കു കൊണ്ടുപോവുകയാണ്. ബ്രിജേഷും ഒപ്പമുണ്ട്. സഫ്ദറിന്റെ മുറിവ് അത്രയ്ക്കു ഗൗരവമുള്ളതാണെന്ന് മാല മനസ്സിലാക്കി.

നടപ്പുവ്യവസ്ഥിതികളെ ചോദ്യം ചെയ്യുന്നതാണ് അവരുടെ നാടകങ്ങൾ. സാമൂഹ്യ ഐക്യം ദേശീയോദ്ഗ്രഥനം. അതിലധികം ഒരു പൗരനിൽ നിന്നെന്താണ് പ്രതീക്ഷിക്കേണ്ടത്? സർവ്വകലാവല്ലഭനായ ഒരു കലാകാരനെ ഒരു ഗുണ്ട കൊല്ലുകയെന്നാൽ അതും ഡൽഹിക്ക് തൊട്ട് പുറത്ത്. സഫ്ദർ ഹാഷ്മിക്ക് അങ്ങനെ സംഭവിച്ചാൽ ഈ രാജ്യത്തുണ്ടാകുന്നതെന്തായിരിക്കും. ഞാനയാളുടെ തിളങ്ങുന്ന കണ്ണുകളെ ഓർക്കുന്നു.

ഹബീബ് തൻവീർ അധികമൊന്നും ഒച്ചവെക്കുന്നില്ല. എന്നാൽ അദ്ദേഹത്തിന്റെ വാക്കുകൾ കനൽപോലെ കുമിഞ്ഞു കത്തുകയാണ്. “അങ്ങനെയാണ് കാര്യങ്ങളെങ്കിൽ എല്ലാവരെയും കൊന്നുകളയും. നമ്മൾ സ്വയം പ്രതിരോധിക്കണം. എന്തുകൊണ്ടെന്നാൽ നൂറുകണക്കിന് ഗുണ്ടകൾ നിരായുധനായ ഒരാൾക്കുനേരെ വന്നാൽ എന്തു ചെയ്യാനാവും. നമുക്കും ആയുധങ്ങൾ വേണം. നമുക്ക് നമ്മുടെ തോക്കുകളുപയോഗിച്ച് എതിർക്കണം. കൊല്ലണം അല്ലെങ്കിൽ നമുക്ക് മരിക്കണം. നമ്മൾ ഇതിനൊരവസാനം കാണുക തന്നെ വേണം.”

പത്രസമ്മേളനത്തിനുശേഷം ആശുപത്രിയിൽ ഞങ്ങൾ തിരിച്ചെത്തി. തണുത്ത സന്ധ്യയായിരുന്നിട്ടും ധാരാളം പുതുമുഖങ്ങളുൾപ്പെടെ അവിടെ എത്തിയിട്ടുണ്ട്. ഞാൻ ജോഗിയും ബ്രിജേന്ദറും രണ്ട് ജനം സുഹൃത്തുക്കളുമായി ഒരു മൂലയിലേക്ക് മാറിയിരുന്നു. ഇതിനിടയിൽ ബ്രിജേഷ് ഐ സി യുവിൽ നിന്നിറങ്ങി മാലയോടും തിരുവനന്തപുരത്തു നിന്നെത്തിയ സഫ്ദറിന്റെ സഹോദരൻ സൊഹൈലുമായും സംസാരിക്കുന്നതു കണ്ടു. രാത്രി 10.30 കഴിഞ്ഞിട്ടുണ്ടാവാം ബ്രിജേഷ് ഐ സി യുവിൽനിന്നും വീണ്ടും പുറത്തു വന്നു. സഫ്ദർ മരിച്ചു.!!

നിശ്ശബ്ദമായ നിമിഷങ്ങൾ. ആരോ ഉച്ചത്തിൽ മുദ്രാവാക്യം വിളിച്ചു. “സഖാവ് സഫ്ദർ അനശ്വരനാണ്.” ആരും അതിനോട് പ്രതികരിച്ചില്ല. “ചോരയ്ക്കു പകരം ചോരകൊണ്ട് ഞങ്ങൾ പകരം വീട്ടും.“ മറ്റൊരാൾ വിളിച്ചു പറഞ്ഞു. അരുതെന്ന മട്ടിൽ മാല കൈയുയർത്തി അയാളെ ശാസിച്ചു. അയാൾ അവിടം വിട്ടു പോയി. ഒന്നും ചെയ്യാനില്ലാതെ ഞാൻ തരിച്ചിരുന്നു. അല്പം കഴിഞ്ഞ് മാല ഞങ്ങളുടെ അടുത്തേക്കു വന്നു. “പോയി ഉറങ്ങിക്കൊള്ളൂ. നാളെ രാവിലെ പാർട്ടി ഓഫീസിൽ വന്നാൽ മതി.”

ബ്രിജേന്ദർ നേരത്തെ തന്നെ വീട്ടിലേക്ക് പോയിരുന്നു. ഞാനും ലളിതും ഭജാഗിയും കൂടെ ഡി വൈ എഫ് ഐ ഓഫീസിലേക്ക് പോയി. ഞങ്ങൾ ആരും ഒന്നും മിണ്ടിയില്ല. ലളിത് പുക വലിച്ചുകൊണ്ടേയിരുന്നു. ഞങ്ങൾ മൂവർ ഒന്നും ചെയ്യാനില്ലാതെ ഇരിക്കയാണ്. ലളിത് ചില പരാതികളുമായി എഴുന്നേറ്റു പോയി. ഞാനൊരു മരക്കഷണം പോലെ കിടന്നുറങ്ങി.

1989 ജനുവരി 2 - മാല

ജനുവരി 2 ന് അതിരാവിലെ മാല വീട്ടിലേക്ക് പോയി. 9 മണിയായപ്പോൾ തിരിയെ ആശുപത്രിയിലെത്തി. സഫ്ദർ രക്ഷപ്പെടില്ലെന്നുറപ്പായപ്പോൾ ന്യൂറോളജി വകുപ്പിന്റെ മേധാവിയായ സീനിയർ ഡോക്ടർ അക്കാര്യം അവളോടു പറഞ്ഞിരിക്കുന്നു. അയാളൊരു ശാന്തനായ മനുഷ്യനാണെന്ന് മാലയ്ക്കു തോന്നി. രക്ഷപ്പെടാൻ തീരെ സാദ്ധ്യതയില്ലെങ്കിലും പരമാവധി ശ്രമിക്കുന്നതായി അദ്ദേഹം അറിയിച്ചു. മുറിവിന്റെ സ്വഭാവമനുസരിച്ച് സർജറിക്ക് സാദ്ധ്യതയില്ല. കുടുംബത്തിന് മറ്റെന്തെങ്കിലും ചികിത്സ നല്കണമെങ്കിൽ ആകുന്നതിൽ തെറ്റില്ലെന്നും പറഞ്ഞിരുന്നു. വേണ്ടെന്നായിരുന്നു മാലയുടെ തീരുമാനം.

അന്നു പകൽ മുഴുവൻ ധാരാളം ആളുകൾ ആശുപത്രിയിൽ എത്തുകയും പലരും മാലയുമായി ബന്ധപ്പെടുകയും ചെയ്തു. ബൂട്ടാസിങ് വിട്ടുപോയ വിവരം അവൾ ഓർമ്മിപ്പിച്ചു. ധാരാളം *ദൂരദർശൻ* ഉദ്യോഗസ്ഥന്മാരും വന്നുപോയി. കുറേ വർഷങ്ങൾക്കു മുമ്പ് സഫ്ദർ നിരവധി ഷോർട്ട് ഡോക്യുമെന്ററികൾ നിർമ്മിച്ചതാണ് *ദൂരദർശനു*മായുള്ള സൗഹൃദത്തിനു കാരണം. ആർട്ടിസ്റ്റുകൾ വന്നുകൊണ്ടിരുന്നു. ഭീഷ്മ സാഹ്നിയും ഇബ്രാഹിം അൽക്കാസിയും സന്ധ്യയ്ക്കു വന്നു പോയത് മാല ഓർത്തു. തിരുവനന്തപുരത്തു നിന്ന് സുഹൈലും സി പി ഐ (എം) ഡൽഹി സെക്രട്ടറി ജോഗേന്ദ്രശർമ്മയും വന്നു കഴിഞ്ഞു.

അതൊരു കാത്തിരിപ്പിന്റെ ദിവസമായിരുന്നു. സഫ്ദറുടെ സഹോദരിമാരായ ശബ്നയും ഷെഹ്‌ലയും ആഹാരത്തിനുള്ള സൗകര്യമൊരുക്കി. ഒരു സമയത്ത് അമ്മാജിക്കും മാലയ്ക്കും ഐ സി യുവിൽ പ്രവേശനം ലഭിച്ചു. അവർ അകലെ നിന്ന് സഫ്ദറെ കണ്ടു. ഇപ്പോൾ അയാൾ വെന്റിലേറ്ററിലാണ്.

സഫ്ദറിന്റെ മരണം സ്ഥിരീകരിച്ചതിനെ തുടർന്ന് അദ്ദേഹത്തിന്റെ കണ്ണുകൾ ദാനം ചെയ്യുന്നതിനുള്ള നടപടികൾ മാല പൂർത്തിയാക്കി. മറ്റവയവങ്ങൾ ദാനം ചെയ്യണമെന്നും ശരീരം മെഡിക്കൽ റിസർച്ചിന് നല്കണമെന്നും താല്പര്യപ്പെട്ടെങ്കിലും നിരവധി നിയമ തടസ്സങ്ങൾ തലയുയർത്തി.

പോസ്റ്റ്മോർട്ടം റിപ്പോർട്ടനുസരിച്ച് അദ്ദേഹത്തിന്റെ ചെവിയിലും മൂക്കിലും തൊണ്ടയിൽനിന്നും രക്തസ്രാവമുണ്ടായിട്ടുണ്ട്. "നെറ്റിയിലും തലയോട്ടിയിലും മാരകമായ മുറിവുണ്ടായതായും റിപ്പോർട്ട് പറയുന്നു.

കുറഞ്ഞത് ഇരുപതു തവണയെങ്കിലും ഇരുമ്പുവടികൊണ്ട് തലയ്ക്കടി കൊണ്ടിട്ടാവും മരിച്ചത്."

1989 ജനുവരി 3 – ശവമടക്ക് ചടങ്ങുകൾ

രാവിലെ ശവശരീരം കൊണ്ടുവരുന്നതിനു മുമ്പുതന്നെ വലിയൊരു ജനാവലി വി പി ഹൗസിലെ പാർട്ടി ഓഫീസിൽ എത്തിയിരുന്നു. അവർ ആയിരത്തിലധികം പേരുണ്ട്. ചെങ്കൊടിയിൽ പുറത്തൊരുക്കിയ പന്തലിൽ ശരീരം പ്രദർശനത്തിന് വച്ചിരിക്കുന്നു. എന്റെ ഓർമ്മയിൽ അപ്പോഴും രണ്ട് ശബ്ദങ്ങൾ മുഴങ്ങിക്കേൾക്കുന്നുണ്ട്. മുദ്രാവാക്യങ്ങളും നിലവിളികളും. ഞാനന്ന് ഒരു റെഡ് വളന്റിയർ ആയിരുന്നു. പാർട്ടി ഓഫീസിൽ വച്ച് ഞാൻ കൊടുത്ത ചെങ്കുപ്പായവുമിട്ട് വിജിൽ ബോഡി ക്കരികിൽത്തന്നെ നില്പുണ്ട്. നൂറുകണക്കിനാളുകൾ വന്നു പോകുന്നു. നിരവധി പ്രതിപക്ഷ പ്രമുഖർ പിന്നീട് പ്രധാനമന്ത്രിയായ വി പി സിങ് ഉൾപ്പെടെ ഉപചാരങ്ങൾ അർപ്പിക്കാൻ എത്തിയിരുന്നു. എന്നാൽ കോൺ ഗ്രസും ബി ജെ പിയും മാത്രം വിട്ടുനിന്നു.

അക്രമികൾക്ക് കോൺഗ്രസുമായി ബന്ധമില്ലെന്നവർ തീർത്തു പറഞ്ഞു. ഒരുകൂട്ടം ചെങ്കുപ്പായധാരികളായ വളന്റിയർമാരും വെളുപ്പിൽ ചുവന്ന ബോർഡറുള്ള സാരിയുടുത്ത വനിതകളും ചെങ്കൊടികളും വഹിച്ച് ശവമടക്കു ചടങ്ങിനെ അനുഗമിച്ചു. സഫ്ദറെ വഹിച്ചു കൊണ്ടുള്ള ടെമ്പോ മുന്നോട്ടു നീങ്ങുകയാണ്. സുഹൈൽ, എം കെ റെയ്ന, ഭീഷ്മസാഹ്നി, മാല, അവളുടെ അച്ഛനമ്മമാർ എന്നിവരും ടെമ്പോ യിലുണ്ട്. അവർക്കു പുറമെ പ്രകാശ് കാരാട്ട്, ജോഗേന്ദ്രശർമ്മ, പുഷ്പ ഗ്രിവാൾ തുടങ്ങിയ പഴയതും പുതിയതും വരാനിരിക്കുന്നതുമായ ഡൽഹി സി പി ഐ (എം) സെക്രട്ടറിമാരും ടെമ്പോയിൽ കയറിയിരി ക്കുന്നു. ജനനാട്യമഞ്ചിന്റെ കൊടിയും പിടിച്ച് ഞാനുൾപ്പെടെയുള്ള ജനം പ്രവർത്തകരും ടെമ്പോയുടെ പിന്നാലെ നടക്കുന്നു. ഞങ്ങൾക്കു പിന്നിലായി ഒരു ജനസമുദ്രം തന്നെ ആർത്തിരമ്പി വരുന്നുണ്ട്.

അന്നത്തെ ജാഥയിൽ ഏകദേശം 15000 പേരെങ്കിലും പങ്കെടുത്തു കാണും. അവരിലധികം പേരും ആരാണെന്നെനിക്കറിയില്ല. ഹിന്ദി, ഇംഗ്ലീഷ് ദിനപത്രങ്ങളുടെ മുൻപേജിൽ വന്ന വലിയ വാർത്ത കണ്ട് അന്വേഷിച്ചു വന്നവരാണധികം പേരും. സഫ്ദറിന്റെ കൊലപാതകം രാജ്യത്തെയാകെ ഇളക്കിയിരിക്കുന്നു. അത് ജനത്തിനും സഫ്ദറിനും ഇടതുപക്ഷത്തിനും അപ്പുറത്തേക്ക് പടരുകയാണ്. ഈ ക്ഷോഭവും അസംതൃപ്തിയും വരാനിരിക്കുന്ന തെരഞ്ഞെടുപ്പിൽ വേട്ടക്കാരുടെ കൂട്ടാ ളികളെ തൂത്തെറിയാതിരിക്കില്ല.

റാഫിമാർഗ്ഗിലെ വി പി ഹൗസിൽ നിന്നാരംഭിച്ച വിലാപയാത്ര സൻ സദ്മാർഗ്ഗ്, കോണാട്ട് പാലസ്, ബറാക്കംബാ റോഡ്, മൗണ്ടി ഹൗസ്, ബഹദൂർഷാ സഫർമാർഗ്ഗിലെ മുഴുവൻ പത്രം ഓഫീസുകൾ,

ഫിനെസ്ഷാ കൊട്ട്ല, രാജ്ഘട്ടിലെ ഗാന്ധി സമാധി എന്നിവ ചുറ്റി നിഗം ബോധ്ഘട്ടിലെ വൈദ്യുതി ശ്മശാനത്തിൽ അവസാനിച്ചിരിക്കുന്നു.

ബഹദുർഷാ റോഡിലൂടെ ഞങ്ങൾ നടക്കുമ്പോൾ ആരോ എന്റെ ചുമലിൽ കൈവച്ചതായി തോന്നി. ഞാൻ തിരിഞ്ഞു നോക്കി. ഒരപരിചിതൻ. അയാൾ കാഴ്ചയിൽ ഒരു ബാങ്ക് ഗുമസ്തനോ പത്രമോഫീസിലെ ഉദ്യോഗസ്ഥനോ ആയിരിക്കാമെന്നു തോന്നി.

"ക്ഷമിക്കണം. ഞാൻ നിങ്ങളോടൊരു കാര്യം ചോദിക്കട്ടെ?"

"ചോദിക്കൂ"

"കോണാട്ട് പാലസിനടുത്തുള്ള സെൻട്രൽ പാർക്കിൽ ഒരു മാസം മുമ്പ് നിങ്ങൾ വൈകുന്നേരം പാടിയിരുന്നില്ലേ?"

"അതെ."

"അന്ന് പാടിയ ഒരാൾ അയാളായിരുന്നു. അപരിചിതൻ ടെമ്പോയിലേക്ക് ചൂണ്ടി പറഞ്ഞു."

"അതെ."

ഞാനും അവിടെയുണ്ടായിരുന്നു. നിങ്ങളൊക്കെ ആരാണെന്നെനിക്ക് അറിയില്ലായിരുന്നു. എന്നാൽ ഹഷ്മി സാഹിബിന്റെ വ്യക്തിത്വം എന്നെ പിന്തുടർന്നു. ഞാൻ പലരോടും അദ്ദേഹത്തെക്കുറിച്ച് പറഞ്ഞു. അദ്ദേഹത്തെപ്പോലെ ഗാലിബ് (Ghalib) മറ്റാരെങ്കിലും പാടുന്നത് ഞാൻ കേട്ടിട്ടേയില്ല. അദ്ദേഹം ഒരു നല്ല മനുഷ്യനാണ്. ദയവായി നിങ്ങളുടെ പ്രവർത്തനങ്ങൾ ഉപേക്ഷിക്കരുത്. ഞങ്ങളുണ്ട് നിങ്ങൾക്കൊപ്പം. ഞാൻ നിങ്ങളെ ബഹുമാനിക്കുന്നു.

അയാൾ ജനക്കൂട്ടത്തിനിടയിലെവിടെയോ മറഞ്ഞു.

സഫ്ദറുടെ ജഡം വൈദ്യുത ശ്മശാനത്തിൽ കയറ്റിക്കഴിഞ്ഞപ്പോൾ മാല ജനം നടന്മാരുടെ അരികിലേക്കു ചെന്നു.

"നമ്മൾ ഹല്ലാ ബോൽ (Halla Bol) നാളെ ഝണ്ഡാപ്പൂരിൽ കളിക്കാൻ പോകുന്നു. എന്താണ് നിങ്ങളുടെ അഭിപ്രായം?"

ഞങ്ങൾ തലയാട്ടി സമ്മതിച്ചു എന്നു തോന്നുന്നു.

"ശരി. നാളെ രാവിലെ നമ്മൾ റിഹേഴ്സലിനായി ഒത്തുകൂടുന്നു."

അന്നു രാത്രി ഞാൻ വീട്ടിലേക്ക് പോയി. എന്റെ വസ്ത്രങ്ങളെടുക്കുമ്പോൾ സ്വെറ്ററിലും ജാക്കറ്റിലും സഫ്ദറിന്റെ ചോര വീണിരുന്നതായി കണ്ടു. മൂന്നു ദിവസത്തിനുശേഷം അന്നു രാത്രി ഞാൻ കുളിച്ചു. പിന്നെ കിടക്കയിൽ കിടന്നു കരഞ്ഞു.

1989 ജനുവരി 4 – പ്രകടനം

സഫ്ദറുടെ മരണം കഴിഞ്ഞ് 48 മണിക്കൂറിനകം നിർത്തി വച്ച നാടകം അതേ സ്ഥലത്തു ഞങ്ങൾ കളിച്ചു. ഇന്ത്യാ ചരിത്രത്തിലെ ഏറ്റവും വിശേഷപ്പെട്ടൊരു അവതരണമായിരുന്നു അത്.

ആറു മണിക്ക് ഞങ്ങൾ തൽക്കത്തോറ റോഡിലെ സി ഐ ടി യു കേന്ദ്ര ഓഫീസിനടുത്തുള്ള പുൽത്തകിടിയിൽ തെരുവു നാടക റിഹേ

ഴ്സൽ ആരംഭിച്ചു. തടസ്സപ്പെട്ട സമയത്തുണ്ടായിരുന്ന അഭിനേതാക്കൾ തന്നെയാണ് ഇപ്പോഴുമുള്ളത്. എന്നാൽ ഒരു മാറ്റമുണ്ടായി. വിനോദിന് അന്ന് ഒരു തൊഴിലഭിമുഖമുണ്ടായിരുന്നു. അയാളുടെ നിലപാട് മനസ്സിലാക്കിയ ഞാൻ അയാളെ മാറ്റാൻ തീരുമാനിച്ചു.

ജനുവരി 1 ന് ഞാൻ ഝണ്ഡാപ്പൂരിലുണ്ടായിരുന്നത് യാദൃച്ഛികമായിരുന്നു. വീണ്ടും ഞാനിതാ കളിക്കാനിറങ്ങുന്നു.

ഞങ്ങൾ വേഗം റിഹേഴ്സൽ പൂർത്തിയാക്കി. എല്ലാം ബിസിനസ് സ്വഭാവത്തോടെയായിരുന്നു. കളി തുടങ്ങുന്നതിനു മുമ്പ് ആമുഖ വാക്കുകൾ ഞാൻ തന്നെ പറയണമെന്നായി തീരുമാനം.

ഞങ്ങളൊരു വാടക വണ്ടിയിൽ കയറി. മാണ്ടി ഹൗസിലെത്തുമ്പോൾ മറ്റനേകം ബസുകളിൽ ആൾക്കാർ ഝണ്ഡാപ്പൂരിലേക്ക് വരുന്നതായറിഞ്ഞു. പതിനഞ്ചിലധികം ബസുകൾ ഞാൻ എണ്ണി. മിക്ക ബസുകളിലും നില്ക്കാൻ പോലും ആകാത്തവിധം ആൾക്കാരെ കുത്തി നിറച്ചിട്ടുണ്ട്. നൂറുകണക്കിന് തൊഴിലാളികൾ ഝണ്ഡാപ്പൂരിൽ എത്തിക്കഴിഞ്ഞു. അയ്യായിരത്തിലധികം പേർ ആ ഇടുങ്ങിയ തെരുവിലെത്തിയിരിക്കുന്നു. അവരിലധികം പേരും നടന്മാരും എഴുത്തുകാരും ആക്ടിവിസ്റ്റുകളും ഉദ്യോഗസ്ഥരുമൊക്കെയാണ്.

അവിടെയില്ലാതിരുന്ന ഒരാൾ സുഹൈൽ മാത്രം. പത്രപ്രവർത്തകരിൽനിന്നും മറ്റും വന്നുകൊണ്ടിരുന്ന ഫോണുകൾ എടുക്കുന്നതിനുവേണ്ടി പാർട്ടി ഓഫീസിൽ അയാളെ നിയോഗിച്ചിരുന്നു എന്ന് പിന്നീട് മനസ്സിലായി. എന്നാൽ പത്രപ്രവർത്തകരെല്ലാം വേദിക്കരികിലുണ്ടായിരുന്നതിനാൽ സുഹൈലിന് ഒരു കാൾ പോലും എടുക്കേണ്ടി വന്നില്ല.

ഞങ്ങൾ ആദ്യമായി ഒരു നിശ്ശബ്ദജാഥ അതിനുചുറ്റും നടത്തി. റാംബഹദൂറിന്റെ വീട് അദ്ദേഹത്തോടുള്ള ആദരസൂചകമായി സന്ദർശിച്ചു. ഒരു വർഷം മുമ്പ് വിവാഹിതനായ അദ്ദേഹത്തിന് ഏകദേശം രണ്ടു മാസത്തോളം പ്രായമുള്ളൊരു കുഞ്ഞുണ്ട്. മാല ആ യുവതിയെയും കുഞ്ഞിനെയും ആശ്വസിപ്പിച്ചുകൊണ്ടും ധൈര്യം പകർന്നുകൊണ്ടും കുറേ സമയം അവിടെ ഉണ്ടായിരുന്നു.

സഫ്ദറിന്റെ പഴയ സുഹൃത്ത് പർച്ചോം അവിടെ രണ്ട് പാട്ടുകൾ പാടി.

"ലാൽഝണ്ടാ" ബംഗ്ലായിൽ നിന്ന് ഹിന്ദിയിലേക്ക് സഫ്ദർ പരിഭാഷപ്പെടുത്തിയിട്ടുള്ളതാണെന്ന് എനിക്കറിയില്ലായിരുന്നു.

ആളുകളെക്കൊണ്ട് എല്ലാ മുക്കും മൂലയും മാത്രമല്ല മേൽക്കൂരകളും ചവറ്റുകൂനകൾക്കു മുകളിൽപോലും നിറഞ്ഞിരുന്നു. അതിനുമുമ്പെങ്ങും അത്രയും വലിയൊരു സദസ്സ് ഞാൻ കണ്ടിട്ടില്ല. "സഫ്ദർ ജീവിക്കുന്നു" "സഫ്ദറുടെ മരണം വൃഥാവാകില്ല." തുടങ്ങിയ മുദ്രാവാക്യമെഴുതിയ പ്ലക്കാർഡുകളും പിടിച്ചായിരുന്നു അധികം പേരും വന്നത്. എവിടെയും ചെങ്കൊടിമയം തന്നെ.

സംസാരിക്കാനെഴുന്നേറ്റപ്പോൾ എന്റെ മനസ്സ് ശൂന്യമായിരുന്നു. പിന്നെ എവിടെ നിന്ന് എങ്ങനെയാണ് വാക്കുകൾ കിട്ടിയതെന്ന് എനിക്കറിയില്ല.

"നമ്മളിവിടെ കൂടിയിരിക്കുന്നത് തടസ്സപ്പെട്ട നാടകം കളിക്കാനാണ്. നമുക്ക് നമ്മുടെ പ്രേക്ഷകരോടുള്ള പ്രതിബദ്ധത പൂർത്തിയാക്കണം. അവർക്ക് നമ്മളെ കൊല്ലാൻ കഴിയും എന്നാൽ നമ്മളെ തടയാനാവില്ല. നമ്മൾ റാംബഹദൂറിനെ ആദരിക്കാൻകൂടി വന്നിരിക്കുന്നു. നമ്മളിവിടെ കൂടിയിരിക്കുന്നത് സഫ്ദർ മരിച്ചിട്ടില്ല എന്ന വിശ്വാസത്തിലാണ്. അദ്ദേഹം ഇവിടെ നമുക്കിടയിൽ തന്നെയല്ല രാജ്യത്തിനുള്ളിലെ എണ്ണമറ്റ യുവതീയുവാക്കൾക്കിടയിൽ ജീവിക്കുന്നു."

ഇരുണ്ട മൂകതയിൽ നാടകം ആരംഭിച്ചു. നാടകാരംഭം പരമാവധി പ്രേക്ഷകനെ ചിരിക്കാൻ പ്രേരിപ്പിക്കുന്ന തമാശകൾ നിറഞ്ഞതായിരുന്നു. എന്നാൽ എല്ലാവരും ഭീതിയിലായിരുന്നു. പൊലീസ് കഥാപാത്രത്തെ തടയാൻ ശ്രമിച്ചപ്പോൾ എന്തുചെയ്യണമെന്നറിയാതെ ഞാൻ എതിർ വശത്തു നില്ക്കുകയാണ്. അവർ എല്ലാവരെയും തീക്ഷ്ണമായി നോക്കുന്നു.

"നിങ്ങൾക്കൊക്കെ എന്തു സംഭവിച്ചു. ആർത്തു ചിരിക്കൂ."

ഒരു തടസ്സം നീങ്ങിയ മട്ടിൽ ആളുകൾ ചിരിച്ചു. അത് ശരിക്കും ഒരു ഗ്ലൂക്കോസ് ഷോട്ടായിരുന്നു. സെക്കന്റുകൾക്കിടയിൽ നാടകം കത്തിക്കയറി.

അടുത്ത ദിവസം രാജ്യത്തുള്ള പ്രധാന പത്രങ്ങളുടെയെല്ലാം മുൻപേജിൽ നാടകത്തിന്റെയും മാലയുടെയും പ്രകടനത്തിന്റെ ചിത്രങ്ങളായിരുന്നു. സഫ്ദർ മരിച്ചു വീണ അതേ സ്ഥലത്ത് നാടകം നടത്തിയ മാലയുടെ പ്രവൃത്തി വലിയൊരു ഉത്തേജനമായി മാറി. തുടർന്നുള്ള ദിവസങ്ങളിൽ എവിടെയും എതിർപ്പുകളും പ്രതിഷേധങ്ങളും അരങ്ങേറി. മാല ബോംബെ, ത്രിപുര, കേരളം തുടങ്ങി സ്ഥലങ്ങൾ സന്ദർശിച്ച് വൻ ജനാവലിയെ അഭിസംബോധന ചെയ്തു. ജനുവരി അവസാനം അവൾ കൽക്കട്ടയിലേക്ക് പോയി. *ഹല്ലാബോലി*ന്റെ അവതരണവുമായി ബന്ധപ്പെട്ട് ഞങ്ങൾ ഒരുമിച്ചുണ്ടായിരുന്നു. കൽക്കട്ട യൂണിവേഴ്സിറ്റിയിൽ നാടകം നടക്കുമ്പോൾ സഫ്ദറിന് മരണാനന്തര ഓണററി ഡോക്ടറേറ്റ് ബിരുദം നല്കാൻ തീരുമാനിച്ചതായറിഞ്ഞു. ചടങ്ങിൽ വിദ്യാർത്ഥികളുടെ ഇരമ്പിക്കയറ്റം തന്നെയുണ്ടായി. അന്നാദ്യമായി ഓട്ടോഗ്രാഫ് ബുക്കുകളിൽ ഞാൻ ഒപ്പിട്ടു.

ആ യാത്രയ്ക്കിടയിൽ സാൾട്ട് ലേക്ക് സ്റ്റേഡിയത്തിലെ ബാസ്കറ്റ് കോർട്ടിൽ നടത്തിയ കളിയിൽ 2500 ലധികം പേർ ഐക്യദാർഢ്യം പ്രഖ്യാപിച്ചുകൊണ്ട് പങ്കെടുത്തു. മാലയെയും സഫ്ദറിനെയുംകുറിച്ച് കവിതകളും ഗാനങ്ങളും നാടകങ്ങളും എഴുതപ്പെട്ടു. ചിത്രകാരന്മാർ പെയിന്റിങ്ങുകളും പോസ്റ്ററുകളും ഒരുക്കി. ബുദ്ധിജീവികളും ആക്ടിവിസ്റ്റുകളും പ്രഭാഷണങ്ങൾ നടത്തി. ഈ കളികൾക്കിടയിൽ ജനുവരി 4 ന് സഫ്ദർ ഹഷ്മി സ്മാരക കമ്മിറ്റി നിലവിൽ വന്നു. സഫ്ദർ ഹഷ്മി ട്രസ്റ്റ് രൂപീകരണത്തിന്റെ (സഹമത്ത്) ആദ്യപടിയായിരുന്നു അത്. ജാതി ഭീകരതയ്ക്കും ഹിന്ദു അവകാശങ്ങൾക്കുമെതിരെ കലാകാരന്മാരെയും

ബുദ്ധിജീവികളെയും അണിനിരത്തുന്നതിന് അത് വളരെയേറെ സഹായകമായി.

സത്യജിത് റായ് മുതൽ രവി ശങ്കർ വരെയും അടൂർ ഗോപാലകൃഷ്ണൻ മുതൽ ഉൽപൽ ദത്ത് വരെയും ഉൾപ്പെടെ പ്രമുഖരും അല്ലാത്തവരുമായി നിരവധിപേരുടെ പിന്തുണ നിസീമമായി ലഭിച്ചുകൊണ്ടിരുന്നു. ജനുവരി 8 ന് ഡൽഹിയിൽ നടന്ന അന്തർദ്ദേശീയ ചലച്ചിത്ര വേദിയിൽ വച്ച് ശബ്ന ആദ്യമായി സഫ്ദർ വധത്തിനെതിരെ പരസ്യ പ്രതിഷേധത്തിന്റെ ഒരു ചെറുകുറിപ്പ് വായിച്ചു. തണുത്ത ആ ദിവസത്തിൽ ദിലീപ്കുമാർ സഫ്ദറിന്റെ ഫോട്ടോയുമായി പ്രതിഷേധ പ്രകടനം നടത്തി. പിറ്റേ ദിവസം രാജ്യമൊട്ടുക്ക് പ്രതിഷേധം അരങ്ങേറി. സഫ്ദറുടെ ജന്മദിനമായ ഏപ്രിൽ 12 യാദൃച്ഛികമായി "ദേശീയ തെരുവ് തിയേറ്റർ ദിന" മായി (National Street Theatre Day) അംഗീകരിക്കപ്പെടുകയും 30,000 ലധികം തെരുവു നാടകങ്ങൾ അവതരിപ്പിക്കപ്പെടുകയും ചെയ്തു.

സഹ്മത്തിന്റെ രൂപീകരണാനന്തരം മുഖ്യ സംഘാടകനായിരുന്ന രാജേന്ദ്രപ്രസാദ് പിന്നീട് പറഞ്ഞത് ആ ദിവസത്തെ മാലയുടെ പ്രവൃത്തികളില്ലായിരുന്നെങ്കിൽ സഹ്മത്ത് ഒരിക്കലും ഉണ്ടാകുമായിരുന്നില്ല എന്നാണ്.

ശരിയാണ്. മാല അന്ന് തികച്ചും വ്യത്യസ്തയായി കാണപ്പെട്ടു. അവളുടെ കണ്ണുകളിലെ ദൃഢനിശ്ചയം. അവൾ ശരിക്കും നിവർന്നു നിന്നു. അവളുടെ ചെറിയ രൂപം അവിശ്വസനീയമാം വിധം ഉയരമുള്ളതായി തോന്നി.

ആ ശബ്ദവും അങ്ങനെ തന്നെ. ജനങ്ങൾക്കിടയിൽ മാത്രമല്ല അവരുടെ ഉള്ളിലും അവൾ കടന്നു ചെന്നിരുന്നു.

1987 ലെ ഗ്രീഷ്മം - ജനവുമായി ഞാനാദ്യം

ഞാൻ എന്റെ രണ്ടാം പരീക്ഷ പൂർത്തിയാക്കിയതു കാരണം മുന്നിൽ ധാരാളം സമയമുണ്ട്. മറ്റൊന്നും ചെയ്യാനില്ലാത്തതിനാൽ എന്റെ സുഹൃത്ത് സഞ്ജയ് മഹർഷിയുമായി ചേർന്ന് ശാകുന്തളം തിയേറ്ററിലെ ഇന്റർനാഷണൽ ആർട്ട് ഹൗസ് മൂവികളും നഗരത്തിലെ കലാകേന്ദ്രങ്ങളും ആസ്വദിച്ചു നടക്കുകയാണ്.

ഒരു വൈകുന്നേരം എന്റെ ഫോൺ ശബ്ദിച്ചു. അത് സഫ്ദറായിരുന്നു.

നമുക്ക് കുറേ കളികൾ വന്നിട്ടുണ്ട്. അതിലേക്ക് രണ്ട് നടന്മാരുടെ കുറവുണ്ട്. വരുന്നുണ്ടോ. ജെ എൻ യുവിൽ താമസിക്കുമ്പോഴും ഡൽഹി യൂണിവേഴ്സിറ്റിയിൽ പഠിക്കുമ്പോഴും ജനത്തിന്റെ പല പരിപാടികളും കണ്ടിട്ടുണ്ട്. എസ് എഫ് ഐ പ്രവർത്തകയും ഗായികയുമായിരുന്നു എന്റെ സഹോദരി അശ്വിനി പാർച്ചം. അമ്മ കാളിന്ദി സ്ത്രീപക്ഷ കമ്യൂണിസ്റ്റുകാരിയും ആൾ ഇന്ത്യ ഡെമോക്രാറ്റിക് വിമൻസ് അസോസിയേഷൻ (AIDWA) ആക്ടിവിസ്റ്റുമായിരുന്നു. എ ഐ ഡി ഡബ്ല്യൂ എയ്ക്ക് തെരുവു നാടകങ്ങളുണ്ടാക്കുന്നതിന് വേണ്ടി ബുളണ്ടിൽ (Buland) ഒരു വിമൻസ് തിയേറ്ററുണ്ടാക്കാൻ എന്റെ അമ്മയെ സഹായിച്ചത് സഫ്ദറായിരുന്നു. നാലഞ്ചു വർഷങ്ങളായി എനിക്ക് സഫ്ദറിനെ അറിയാം. മാല നാടകാവതരണത്തിലും ഫിലിം സ്ക്രീനിങ്ങുകളിലും പങ്കെടുത്തു നടക്കുകയായിരുന്നു.

"ഏതു നാടകമാണ്" ഞാൻ കരുതി വിദ്യാഭ്യാസവുമായി ബന്ധപ്പെട്ട് ജനം കളിച്ചുകൊണ്ടിരിക്കുന്ന *രാജാ കാ ബജാ* (*Raja ka baja*) എന്ന നാടകത്തിലായിരിക്കുമെന്ന്. അതിലെ മുഖ്യ കഥാപാത്രമായ രാമേശ്വർ ദയാൽ എന്നെ ആകർഷിച്ച കഥാപാത്രമാണ്. അത് അവതരിപ്പിച്ചു കൊണ്ടിരിക്കുന്നത് നാല്പത് വയസ്സുകാരനായ സുഭാഷ് ത്യാഗിയായിരുന്നു.

"സമരത്ത് കോ നഹി ദോഷ് ഗോസയിൻ" അതിലൊരു ചെറിയ കഥാപാത്രം. നിനക്കത് ഒറ്റ റിഹേഴ്സലിൽത്തന്നെ ഉൾക്കൊള്ളാൻ കഴിയും.

എനിക്കാ നാടകമറിയാം. വിലക്കയറ്റവും പൊതുവിതരണ സമ്പ്രദായത്തിലെ അഴിമതിയുമാണ് അതിലെ പ്രതിപാദ്യം.

ചെറിയ കഥാപാത്രം. ശരിയാണ്. പൊലീസുകാരൻ. സഫ്ദർ പറഞ്ഞത് ശരിയായിരുന്നു. ഒരു പ്രശ്നവുമില്ലാതെ സംഭാഷണവും ചലനങ്ങളും ഒറ്റ റിഹേഴ്സൽ കൊണ്ടു തന്നെ പഠിച്ചു. ഞാൻ പഠിച്ചിരുന്ന റാംജാസ് കോളേജിലും ജെ എൻ യുവിലെ കുട്ടികൾക്കൊപ്പവും നാടകം കളിക്കുമ്പോൾ സഫ്ദർ കണ്ടിരുന്നു. ജനത്തിൽ ചേർന്നു പ്രവർത്തിക്കാൻ അദ്ദേഹം പലവട്ടം എന്നോടാവശ്യപ്പെട്ടെങ്കിലും വരട്ടെ താമസിയാതെ ചേരാമെന്നു പറയുമായിരുന്നു.

"നീ വാക്കു പാലിക്കണം. എപ്പോഴാണ് നിന്റെ തടസ്സങ്ങൾ നീങ്ങുന്നത്." അദ്ദേഹം കളിയാക്കി.

"പെട്ടെന്ന് സഫ്ദർ, വളരെ പെട്ടെന്ന് ഒരു ദിവസം."

"നിന്റെ ഒരു ദിവസം എന്നത് വിപ്ലവം പോലെയാണ്."

വൈകിട്ട് റിഹേഴ്സലിനായി ചെല്ലുമ്പോൾ സഫ്ദർ ഒരു കഷണം പേപ്പർ എന്നെ ഏല്പിച്ചു.

"വരൂ നീ പാടേണ്ട പാട്ട് നമുക്ക് പഠിക്കാം." "എന്താണ്? പാട്ടോ? ഞാനോ? എന്തുകൊണ്ട്? പൊലീസുകാരൻ ഒരിക്കലും പാട്ടു പാടില്ല."

"പൊലീസെന്നാരു പറഞ്ഞു. നീ എടുക്കേണ്ടത് ബോറ (Bora) എന്ന കഥാപാത്രമാണ്."

മദരി എന്ന തെരുവു മാന്ത്രികനും അയാളുടെ ശിങ്കിടിയായ ജമുറയും കാഴ്ചക്കാർക്കിടയിൽ കാണിക്കുന്ന കൺകെട്ടു വിദ്യകളാണ് നാടകം. ഇവിടെ എല്ലാവരും വിശന്നിരിക്കുന്നതിനാൽ മാജിക്കിന്റെ ഭാഗമായി ഒരു ചാക്ക് ധാന്യം (ബോറ) ഉണ്ടാക്കാൻ തീരുമാനിച്ചു. ബോറ ഒരു പാട്ട് പാടുകയാണ്. എങ്ങനെയാണ് കർഷകൻ തന്നെ ഉണ്ടാക്കിയതെന്നും എങ്ങനെയാണ് കച്ചവടക്കാരൻ (ലാലാ) ചാക്കിനുള്ളിൽ തടങ്കിലാക്കി വച്ചതെന്നുമാണ് ബോറയുടെ പാട്ട്. അവനിപ്പോൾ സ്വതന്ത്രനാണ്. ജനങ്ങൾക്കൊപ്പമാണ്. ഈ ദിവസങ്ങളിൽ അഭിനയിക്കാൻ മനീഷും ത്യാഗിയും ഉണ്ടാവില്ല. അവരുടെ അഭാവത്തിൽ സഫ്ദറാണ് ആ വേഷങ്ങൾ ചെയ്തിരിക്കുന്നത്. അതുകൊണ്ട് പാടാൻ കഴിവുള്ള ഒരാൾ ബോറയുടെ വേഷം അഭിനയിക്കാൻ ആവശ്യമാണ്.

ഞാൻ പഠിച്ചിരുന്ന സർദാർ പട്ടേൽ വിദ്യാലയത്തിൽ മാല പഠിപ്പി

ക്കുമ്പോൾ സ്കൂൾ ഗായക സംഘത്തിൽ ഞാൻ പാടുന്നത് അവർ കണ്ടിട്ടുണ്ട്. അശ്വിനി നന്നായി പാടുമെന്നും സഫ്ദറിനറിയാം. അതു കൊണ്ട് ഞാനും പാടുമെന്ന് ഊഹിച്ചിട്ടുണ്ടാവും. അത് ശരിയല്ല. ഒട്ടും ശരിയായിരുന്നില്ല.

"എനിക്കു പാടാൻ കഴിയില്ല സഫ്ദർ."

"നാണിക്കാതെ വരൂ. വന്ന് എന്നോടു ചേർന്നു പാടൂ."

ഞാൻ അങ്ങനെ ചെയ്തു.

"ഹാ കൊള്ളാം. വളരെ നന്നായിരിക്കുന്നു. നോക്കൂ ഇതാണ് നോട്ട്സ്."

ഞാൻ വീണ്ടും പാടി. വീണ്ടും വീണ്ടും പാടി. ഒരിക്കൽ പോലും ശരിക്കും നോട്ട് അനുസരിച്ച് പാടാനായില്ല.

"സാരമില്ല. നമുക്ക് വരിക്കൊത്ത് അഭിനയിച്ചാൽ മതി. കുറച്ച് കഴിഞ്ഞ് നമുക്ക് കാജലിനടുത്തേക്കു പോകാം. നിന്റെ താളം അയാൾ കണ്ടു പിടിക്കും. ഹാർമ്മോണിയത്തിനൊപ്പം നീ പാടുമ്പോൾ എല്ലാം ശരിയായിക്കൊള്ളും."

എന്നാൽ കാജൽ പലവട്ടം ശ്രമിച്ചിട്ടും നോട്ടിനൊത്തു പാടാൻ എനിക്ക് കഴിഞ്ഞില്ല. പിറ്റേ ദിവസം നാടകം കളിക്കണമായിരുന്നു.

"പോട്ടെ, കാര്യമാക്കണ്ട. ആദ്യത്തെ വരി പാടി തുടങ്ങിയാൽ മതി. അതിനൊപ്പം പുറത്തു നിന്ന് ഞാനും ഏറ്റുപാടാം."

ആദ്യാവതരണം ഒരമ്പലത്തിനരികിലായിരുന്നു. നാടകം തുടങ്ങി പത്തു മിനിറ്റുകഴിഞ്ഞിട്ടുണ്ടാവും. അമ്പലമണികൾ മുഴങ്ങാൻ തുടങ്ങി. അമ്പലമണികളെ കീഴ്പ്പെടുത്തിക്കൊണ്ട് സഫ്ദറും ത്യാഗിയും മറ്റു നടന്മാരും ചേർന്ന് അമ്പലമണിയുടെ അപസ്വരത്തെ കീഴടക്കാൻ ശ്രമിച്ചു.

ഞാൻ വേദിയിലേക്ക് കയറുന്നതിനു മുമ്പു തന്നെ എല്ലാം നിഷ് പ്രയാസം ചെയ്തുകൊള്ളാൻ സഫ്ദർ സൂചന നല്കി എന്നു മാത്രമല്ല അദ്ദേഹം കൂടെ ചേർന്നു കൊള്ളാമെന്ന് ആംഗ്യം കാണിക്കുകയും ചെയ്തു.

എന്റെ ആദ്യത്തെ തെരുവു പ്രകടനമായിരുന്നു അത്. ഞാൻ സ്വയം ഒരു നടനായി ചമഞ്ഞു. നിസ്സാരം അമ്പലമണിക്ക് എങ്ങനെയാണെന്റെ അരങ്ങേറ്റത്തെ ചെറുക്കാനാവുക. ഞാൻ രംഗത്തു പ്രവേശിച്ച് ഉച്ചത്തിൽ പാടിത്തുടങ്ങി.

അല്പം കൂടെ താഴ്ത്തിപ്പാടാൻ സഫ്ദർ സൂചന തന്നു. എങ്ങനെ യെന്നെനിക്ക് മനസ്സിലായില്ല. എന്തുകൊണ്ട് സഫ്ദർ എന്നോടൊപ്പം ചേരുന്നില്ലെന്ന് അതിശയത്തോടെ ഞാൻ നോക്കി.

അപ്പോൾ അത് സംഭവിച്ചു. എന്റെ ശബ്ദം ഇടറി. ഞാൻ കൂടുതൽ പ്രയാസപ്പെട്ടു. അപ്പോൾ കൂടുതൽ ഇടറി. സഫ്ദർ തന്റെ കൈകളിൽ ശിരസ്സ് താങ്ങി. അയാൾ എനിക്കൊപ്പം ചേർന്നതേയില്ല. ഞാൻ തനിയെ എന്റെ ശബ്ദം ശരിപ്പെടുത്താൻ വേണ്ട പരമാവധി ശ്രമം നടത്തി. ഒടുവിൽ എന്റെ ശബ്ദം മുറുമുറുക്കൽ പോലെയായി.

എന്റെ തെരുവുനാടക അരങ്ങേറ്റം അങ്ങനെ നികത്താനാകാത്ത ദുരന്തമായി മാറി.

1987 ലെ സമ്മർ - ഫരീദാബാദ്

ഹരിയാന സ്റ്റേറ്റ് അസംബ്ലിയിലേക്കു നടക്കുന്ന തെരഞ്ഞെടുപ്പിൽ സി പി ഐ (എം) സ്ഥാനാർത്ഥിയായ സഖാവ് മോഹൻലാലിന്റെ പ്രചരണാർത്ഥമാണ് ഇപ്പോൾ സമ്രാട്ട് കളിച്ചുകൊണ്ടിരിക്കുന്നത്. യു പി മിർസാപൂർകാരനായ അദ്ദേഹം മോഡി നഗർ ടെക്സ്റ്റൈൽ മില്ലിൽ വീവിങ് ഡിപ്പാർട്ടുമെന്റിലെ ഉദ്യോഗസ്ഥനാണ്. 1967 ലെ തൊഴിലാളി പ്രക്ഷോഭവും അവർക്കുനേരെയുണ്ടായ വെടിവെയ്പുമാണ് അദ്ദേഹത്തെ വിപ്ലവകാരിയും കമ്യൂണിസ്റ്റ് പ്രസ്ഥാനത്തിന്റെ പ്രവർത്തകനുമാക്കിയത്. അതിനാൽ അദ്ദേഹം ജോലിയിൽനിന്ന് പിരിച്ചുവിടപ്പെട്ടു. തുടർന്ന് അദ്ദേഹം കാൺപൂരിലേക്ക് പോയി 1969 ൽ ഫരീദാബാദിലെ ബംഗാൾ സ്യൂട്ടിങ്സിൽ ജോലിക്കു ചേർന്നു. 1984 ൽ മുഴുവൻ സമയ തൊഴിലാളിനേതാവായി. അയാൾ മാന്യനും സ്നേഹസമ്പന്നനും ദയാലുവുമൊക്കെയായിരുന്നു. ജനത്തിൽ വന്ന് തൊഴിലാളികൾ നേരിടുന്ന പ്രശ്നങ്ങളെയും വെല്ലുവിളികളെയുംകുറിച്ചും സംസാരിക്കാൻ പതിവായി വിളിച്ചിരുന്നു. അയാളുടെ കാഴ്ചപ്പാടുകളും നിലപാടുകളും ഞങ്ങളുടെ പല നാടകങ്ങൾക്കും വിഷയമായി. വർഷങ്ങൾക്കുശേഷം 2012 ഏപ്രിൽ 12 ന് ന്യൂഡൽഹിയിലെ ശാദിപൂരിൽ ഞങ്ങൾ സ്വന്തമായി പണിത സഫ്ദർ സ്റ്റുഡിയോയുടെ ഉദ്ഘാടനത്തിന് അദ്ദേഹത്തെയാണ് ക്ഷണിച്ചത്. ക്യാൻസർ പിടിപെട്ട് ഗുരുതരാവസ്ഥയിലായിരുന്നിട്ടും അദ്ദേഹം വരാമെന്നു സമ്മതിച്ചു.

“സഖാവ് സഫ്ദറിന്റെ കാര്യത്തിൽ എങ്ങനെ ഞാൻ പറ്റില്ലെന്നു പറയും?”

സ്റ്റുഡിയോ ഭംഗിയായി നടക്കുന്നുണ്ടെങ്കിലും അദ്ദേഹം പോയി. ഞാൻ രാഷ്ട്രീയത്തിൽ പുതിയതായിരുന്നതിനാൽ ഒരു സ്ഥാനാർത്ഥി എങ്ങനെയായിരിക്കണമെന്നോ മാന്യനും അഗതികളുടെ രക്ഷകനാകുന്നതെങ്ങനെയെന്നോ അറിയില്ലായിരുന്നു. സത്യത്തിൽ ഇപ്പോഴും എനിക്കതിൽ ധാരണയില്ല. അതുകൊണ്ട് ഞാനതുപേക്ഷിച്ചു.

വി പി ഹൗസിൽ നിന്ന് ആദ്യ പ്രകടനത്തിന് ഞാൻ പോയത് സഫ്ദറിനൊപ്പമായിരുന്നു. ഫരീദാബാദിൽ നിന്ന് ആശ്രം ചൗക്കിലേക്ക് ബസ് ലഭ്യമാണെന്നറിഞ്ഞിട്ടും ഞാൻ അതിൽ കയറാതെ സഫ്ദറുമായി സംസാരിക്കാൻ വേണ്ടി അദ്ദേഹത്തോടൊപ്പം കൂടി. നിങ്ങൾക്ക് സഫ്ദറുമായി ഏതു വിഷയത്തെക്കുറിച്ചും എത്രവേണമെങ്കിലും സംസാരിക്കാം.

ഒരു ദിവസം എങ്ങനെയോ ഞങ്ങളുടെ സംഭാഷണം റഷ്യൻ വിപ്ലവത്തിലേക്ക് തിരിഞ്ഞു. എന്റെ രണ്ടാം വർഷ പഠനത്തിൽ സോവിയറ്റ് യൂണിയന്റെ ചരിത്രം പഠിക്കാനുണ്ടായിരുന്നതിനാൽ വിശദമായി അത് വായിച്ചിരുന്നു. അലക്നോവ്, മൗറിസ് ഡോബ്, ട്രോട്സ്കി, ലെനിൻ

മയക്കോവ്സ്കി, ബ്ലോക്ക് ഉൾപ്പെടെയുള്ളവരും ഞാൻ വായിച്ചവരിൽ പെടുന്നു. ഞാൻ വായിച്ചവയൊക്കെ സഫ്ദറും വായിച്ചെന്നു മാത്രമല്ല, അവയെക്കുറിച്ച് വ്യക്തമായി ഓർമ്മിക്കുകയും ചെയ്യുന്നു. മറ്റൊരിക്കൽ ആധുനിക നാടകകൃത്തുക്കളെക്കുറിച്ചുള്ള ചർച്ചയ്ക്കിടയിൽ വിജയ് തെണ്ടുൽക്കറെപ്പറ്റി വിശദമായ വിവരങ്ങളാണ് നല്കിയത്. വേറൊരവസരത്തിൽ സത്യജിത്ത് റായിയുടെയും (എനിക്ക് വളരെ കുറച്ചു മാത്രം അറിയാം) ഋഥിക് ഘട്ടക്കിന്റെയും (എനിക്കു യാതൊന്നും അറിയില്ല) രചനകളെക്കുറിച്ചു താരതമ്യം ചെയ്യുകയായിരുന്നു.

എന്റെ സംഭാഷണങ്ങൾ ശ്രദ്ധിക്കുന്നതിൽ അദ്ദേഹം വളരെ തല്പരനായിരുന്നു. നാട്യങ്ങളില്ലാത്ത ശ്രദ്ധ. എന്റെ അഭിപ്രായങ്ങളുടെ ആധികാരികത അറിയാൻ അയാൾ വല്ലാതെ വ്യഗ്രത കാണിക്കുക മാത്രമല്ല എന്തു വായിക്കുന്നു എന്നതിലും ശ്രദ്ധാലുവായിരുന്നു. ലാറ്റിനമേരിക്കൻ മാജിക്കൽ റിയലിസ്റ്റുകളായ ഗാർസിയ മാർക്യുസ് (Garcia Marques) വർഗസ് ലോസ (Vargas Lossa) ഉൾപ്പെടെയുള്ളവരെക്കുറിച്ച് വായിക്കാൻ ഞാനദ്ദേഹത്തോട് നിർദ്ദേശിച്ചു.

ചുറ്റും കാണുന്നവയെ കൃത്യമായി നിരീക്ഷിക്കുന്ന ആളായിരുന്നു സഫ്ദർ. നേരിൽ കണ്ടതോ പങ്കെടുത്തതോ ആയ സംഭവങ്ങളെ ഉൾക്കൊള്ളുകയും ശബ്ദചലനാദികളെ സ്വാംശീകരിച്ച് നാടകത്തിൽ സന്നിവേശിപ്പിക്കുകയും ചെയ്യും. ബസിലോ മറ്റോ കാണുന്ന ഒരാളെ കഥാപാത്രമാക്കി അയാളുടെ പൂർവ്വ ചരിത്രം മെനഞ്ഞെടുക്കുക പതിവാണ്.

സാമ്രാട്ടിൽ ഞങ്ങൾ ആറുപേരാണുണ്ടായിരുന്നത്. സഫ്ദർ, മനീഷ് അഥവാ ത്യാഗി, അരുൺ, ശർമ്മ (ലാലയെ അവതരിപ്പിക്കുന്ന ഒരു സാധാരണ നടൻ), ലളിത് (രാഷ്ട്രീയകാരൻ), ജിതേന്ദർ ദാഗർ (പൊലീസ്), പിന്നെ ഞാനും. കൂട്ടത്തിൽ 19 കാരനായ ഞാനാണ് ഏറ്റവും ചെറുപ്പം. സഫ്ദറിന് എന്നെക്കാൾ 14 വയസ്സ് പ്രായം കൂടുതലുണ്ട്. അതിലും 12 വയസ്സ് കൂടുതലാണ് ത്യാഗിക്ക്. മനീഷും അരുണും സഫ്ദറിന്റെ സമപ്രായക്കാർ. ലളിതിന് എന്നെക്കാൾ 5 വയസ്സ് അധികമുണ്ട്. ജിതേന്ദർ ലളിതിനേക്കാൾ 2 വയസ്സ് കൂടുതലുള്ള ആളാണ്. പ്രായം ഇങ്ങനെയാണെങ്കിലും ഞാൻ എല്ലാവരുമായി ബന്ധപ്പെട്ടിരുന്നു. ഞാൻ ഒരു ഇടത്തരം കുടുംബാംഗമാണ്. ഞാൻ ഇംഗ്ലീഷ് പുസ്തകങ്ങൾ വായിച്ചിരുന്നതിനാൽ ബുദ്ധിജീവിയാണെന്ന ഭാവത്തിലും. എന്നാൽ സഫ്ദറൊഴികെ മറ്റാരുമായും സംസാരിക്കാൻ എനിക്ക് ബുദ്ധിമുട്ടായിരുന്നു.

ഒരു ദിവസം പ്രകടനം കഴിഞ്ഞ് ഫരീദാബാദിൽ തന്നെ താമസിക്കുന്നതിനെപ്പറ്റി എന്നോടു പറഞ്ഞു. ഞാനും കൂടെ കൂടിക്കോട്ടെ എന്ന് ചോദിച്ചത് അദ്ദേഹത്തെ അതിശയിപ്പിക്കുകയും അതിന് സമ്മതിക്കുകയും ചെയ്തു. അന്നത്തെ പ്രവർത്തനങ്ങളിൽ സഹായിയായി വിജയ് കാലിയായും (Vijay Kalia) വന്നുചേർന്നു. ജനത്തിന്റെ ചില നാടകങ്ങളിൽ അയാൾ അഭിനയിക്കുന്നതു കണ്ടിട്ടുണ്ടെങ്കിലും നേരിട്ട് പരിചയമില്ല.

ഞങ്ങൾ പോസ്റ്ററുകൾ ഒട്ടിച്ചുകൊണ്ടാണ് തുടങ്ങിയത്. കാലിയായും സഫ്ദറും മറ്റു ചില സഖാക്കളും രണ്ടായി തിരിഞ്ഞ് ഒരു മതിലിൽ ഒട്ടിക്കുകയായിരുന്നു. ഒരാൾ ചുവരിൽ പശ തേയ്ക്കുകയും മറ്റൊരാൾ പോസ്റ്റർ പതിക്കുകയുമാണ്. ഞാനും ഒരു തൊഴിലാളി സഖാവായി അവർക്കൊപ്പം കൂടി. അയാൾ പശ തേയ്ക്കുകയും ഞാൻ പോസ്റ്റർ ഒട്ടിക്കുകയും ചെയ്തു. എന്നാൽ എനിക്ക് പണി ഭംഗിയായി നിർവ്വഹിക്കാൻ കഴിയുന്നില്ല. അതുകൊണ്ട് കൂട്ടു സഖാവ് എന്നോട് പശ തേയ്ക്കാൻ പറഞ്ഞു. ഞാൻ തേയ്ക്കുമ്പോൾ കൂടുകയോ കുറഞ്ഞു പോവുകയോ ചെയ്യുന്നു. മാത്രമല്ല, എല്ലാ ഭാഗത്തും പശ പറ്റുന്നില്ല. കൂട്ടു സഖാവ് എന്നിട്ടും എന്നെ പ്രോത്സാഹിപ്പിച്ചുകൊണ്ടിരുന്നു. രണ്ടു മണിക്കൂറിനുള്ളിൽ ഞാനേകദേശം എല്ലാം പഠിച്ചു. എന്നിരുന്നാലും ഒട്ടിച്ചു പണി കഴിഞ്ഞതോടെ വല്ലാത്തൊരാശ്വാസം തോന്നി.

ഇതിനുശേഷം ചുവരെഴുത്തിനുള്ള സമയമായി. തൊഴിലാളി സഖാക്കൾ ചുവരിൽ വെള്ളയടിക്കുന്നതിനും പെയിന്റുകൾ കൂട്ടിയെടുക്കുന്നതിനുമായി ഒപ്പം കൂടി. ഒരു പേപ്പറിൽ എഴുതിയത് എന്റെ മുന്നിലുണ്ടായിരുന്നിട്ടും ചുവരെഴുത്തിൽ തെറ്റു വന്നു. ഞാനതിന് ബ്രഷിനെയാണ് കുറ്റം പറഞ്ഞത്. ഞാൻ ഒരു ചുവര് പൂർത്തിയാക്കിയപ്പോൾ അതിലും ഭംഗിയായി സഫ്ദർ രണ്ട് ചുവരുകൾ പൂർത്തിയാക്കിയിരിക്കുന്നു.

വെളുപ്പിന് നാലുമണിയായപ്പോൾ അടുത്തുള്ള ഒരു ചേരിക്കു ചുറ്റുമായി മൂന്നു നാല് വലിയ ബോർഡുകൾ ഉറപ്പിക്കാനുള്ള ശ്രമത്തിലേക്ക് തിരിഞ്ഞു. നാലടി നീളവും മൂന്നടി വീതിയുമുള്ള ബോർഡ് സൈൻ ബോർഡുപോലെ തോന്നി. ടിൻ ഷീറ്റിൽ കൈകൊണ്ടെഴുതി തടി ഫ്രെയിമിൽ ഉറപ്പിച്ച ബോർഡുകളുണ്ടായിരുന്നു. നിലത്ത് ആഴത്തിൽ കുഴിയെടുത്ത് അതിൽ രണ്ട് തൂണികൾ നാട്ടി നീണ്ട ആണികളടിച്ചാണ് ബോർഡുകൾ ഉറപ്പിച്ചത്. തൂണ് കുഴിച്ചിട്ട കുഴികളെ കല്ലും മണ്ണും ഇടിച്ചു കയറ്റി ഉറപ്പിച്ചു. പിറ്റേ ദിവസം പ്രവൃത്തി ദിവസമായിരുന്നതിനാൽ നേരം വെളുത്തു തുടങ്ങിയപ്പോൾ മറ്റു സഖാക്കളോട് പൊയ്ക്കൊള്ളാൻ സഫ്ദർ നിർദ്ദേശിച്ചു. ഒരു സഖാവ് എന്നിട്ടും ഞങ്ങൾക്കൊപ്പം നിന്നു.

ഒരു വിദഗ്ദ്ധ തൊഴിലാളിയുടെ സൃഷ്ടികളൊന്നും കാണുന്നത്ര എളുപ്പമല്ല എന്ന് എനിക്കിപ്പോൾ മനസ്സിലായി. എത്ര ഭംഗിയായിട്ടാണ് കാലിയായും ഒരു സഖാവും ചേർന്ന് തൂണു നാട്ടാനുള്ള കുഴി എടുത്തത്.

ഞാൻ സഫ്ദറിനെ നോക്കി. "താങ്കളെന്തുകൊണ്ടിതു ചെയ്യുന്നില്ല."

"താൻ ശ്രമിച്ചു നോക്കൂ." സഫ്ദർ പുഞ്ചിരിച്ചു. ഞാൻ അത് ചെയ്തു. ഒരു കാര്യം എനിക്ക് മനസ്സിലായി. അന്ന് രാത്രി മുഴുവൻ ചെയ്ത പണികളിൽ വച്ച് ഏറ്റവും പ്രയാസമേറിയത് ഒരു കൂടം കൊണ്ട് ഭംഗിയായി അടിക്കുക എന്നതു തന്നെ. ഞാൻ പൂർണ്ണ ശക്തി ഉപയോഗിച്ചിരുന്നെങ്കിൽ എന്റെ ഉന്നം പിഴയ്ക്കുകയോ അവിടെ നേരെ കയറുന്നതിനു പകരം ചരിഞ്ഞു കയറുകയോ ചെയ്യുമായിരുന്നു. സഫ്ദർ ചിരിച്ചു.

പണി കഴിയുമ്പോഴേക്കും കുറച്ചകലെയായി തെരുവു ചായവില്

പനക്കാരനെ കണ്ടു. ഒരു സൈക്കിൾ റിക്ഷാവാലയും അവിടെയുണ്ടായിരുന്നു. ചായ റെഡിയാകുന്നതുവരെ സഫ്ദർ അയാളുമായി സംസാരിച്ചു. പിന്നെ എന്റെ നേരെ തിരിഞ്ഞു.

"നീ സ്കൂളിലേക്ക് സൈക്കിളിൽ പോയിരുന്നതായി മാല പറഞ്ഞു. ശരിയാണോ?"

"ശരിയാണ്." എനിക്കഭിമാനം തോന്നി. "എപ്പോഴെങ്കിലും ഒരു സൈക്കിൾ റിക്ഷ ഉപയോഗിച്ചിട്ടുണ്ടോ?"

"ഇല്ല."

"ഒന്നു ശ്രമിച്ചു നോക്കുന്നോ."

"അതെ തീർച്ചയായും."

റിക്ഷാവാലയോട് ചോദിച്ചിട്ട് അതിൽ കയറി സർവ്വശക്തിയുപയോഗിച്ച് പെടലിൽ ചവിട്ടി. റിക്ഷ ഇടത്തേക്ക് തിരിഞ്ഞു. വീണ്ടും നേരെയാക്കി ചവിട്ടി നോക്കുന്നു. എത്ര തവണ ശ്രമിച്ചെന്നറിയില്ല. റിക്ഷ ഇടത്തേക്കുതന്നെ തിരിച്ചുകൊണ്ടേയിരുന്നു.

പിന്നെ ഞാൻ കാലിയയുടെ നേരെ തിരിഞ്ഞു. 'റിക്ഷ ഒരു വശത്തേക്കു മാത്രം തിരിയുന്നു. താങ്കളതിനെ നേരെ നിർത്താൻ ശരീരത്തിന്റെ മുഴുവൻ ഭാരവും അതിൽ ചെലുത്തുന്നു.'

ഈ റിക്ഷാ കമ്യൂണിസ്റ്റായിരിക്കും. അതു സാമ്രാട്ടിലുള്ള ഒരു തമാശയാണ്. സഫ്ദർ അതാസ്വദിച്ചു. ബാലിശമായ എന്റെ തമാശയിൽ ഞാനും ചിരിച്ചു.

എഴുത്തിൽ മാത്രമല്ല അന്നു രാത്രി ചെയ്ത എല്ലാ പ്രവൃത്തികളിലും കാലിയ പ്രഗത്ഭനായിരുന്ന കാര്യം ഞാൻ ശ്രദ്ധിച്ചു. മടങ്ങിവരുമ്പോൾ അക്കാര്യം ബസിൽ വച്ച് ഞാൻ സഫ്ദറിനോടു പറഞ്ഞു.

"ജീവിതത്തിൽ എന്തൊക്കെ കാര്യങ്ങൾ ചെയ്തിട്ടുണ്ടെന്ന് അയാളോടു തന്നെ ചോദിച്ചു നോക്കൂ."

ഞാൻ ചോദിച്ചു. ലോട്ടറി ടിക്കറ്റ് വിറ്റിട്ടുണ്ട്. തീപ്പെട്ടിയിൽ കോൽ നിറച്ചിട്ടുണ്ട്. ചെരുപ്പിന്റെ അധികഭാഗം വെട്ടിയിട്ടുണ്ട്. ബിസ്ക്കറ്റ് ഫാക്ടറിയിലെ ട്രേകൾ വൃത്തിയാക്കി വീണ്ടും നിറയ്ക്കുന്നതിന് തയ്യാറാക്കിയിട്ടുണ്ട്. മരപ്പണിക്കാരന്റെ സഹായിയായും വീട്ടിലുണ്ടാക്കിയ ഐസ്ക്രീം വില്പനക്കാരനായുമൊക്കെ പ്രവർത്തിച്ചിട്ടുണ്ട്. പതിനാറാം വയസ്സിൽ പിതാവ് മരിക്കുകയും കുടുംബത്തിന്റെ ധനസ്ഥിതി മോശമാവുകയും ചെയ്തതിനാൽ ഈവക പണികൾക്കൊടുവിൽ ഇന്ത്യൻ റെയിൽവേയിൽ ക്ലാസ് IV ജീവനക്കാരനായി ജോലി സമ്പാദിക്കുകയും ചെയ്തു. ഒൻപതാം ക്ലാസിൽ പഠിക്കുമ്പോഴാണ് അതുണ്ടായത്. ഒരു ടീച്ചർ വീണ്ടും പഠിക്കാൻ അയാളെ നിർബ്ബന്ധിച്ചു. എന്നാൽ പഠനവും തൊഴിലും ഒന്നിച്ചുകൊണ്ട് പോവുകയാണുണ്ടായത്. സ്കൂൾ വിദ്യാഭ്യാസവും കഴിഞ്ഞ് ഡൽഹി യൂണിവേഴ്സിറ്റിയിൽനിന്നും ബി.കോം ഡിഗ്രിയും എടുത്തു. അതു കാരണം റെയിൽവേയിൽ ഡിപ്പാർട്ട്മെന്റൽ എക്സാമിനേഷന് ചേരുകയും ക്ലാർക്കായി ജോലി ലഭിക്കുന്നതിന് ഇടയാവുകയും ചെയ്തു. എന്നാൽ 1974 ൽ നടന്ന റെയിൽവേ പണിമുടക്കിൽ പങ്കെടുത്തതു കാരണം ജോലിയിൽ തരം താഴ്ത്തിക്കളഞ്ഞു.

ഞാനതേപ്പറ്റി ചോദിക്കുന്ന സമയത്ത് കേസ് കോടതിയിൽ നടക്കുന്നു ണ്ടായിരുന്നു. 1990 ൽ കേസ് വിജയിക്കുകയും ത്രിബിൾ പ്രൊമോഷൻ ലഭിക്കുകയും ചെയ്തു.

1987 സമ്മർ – 'ജന'ത്തിന്റെ അവസ്ഥ

ഹരീദാബാദിൽ എന്റെ ആദ്യ നാടകാവതരണം കഴിഞ്ഞപ്പോൾ ഒരു കാര്യം മനസ്സിലായി എന്റെ വേഷം 'ജന'ത്തിന്റെ അടയാള വസ്ത്രമായ കറുത്ത കുർത്തയ്ക്കു പകരം ചാക്കാണ്. എന്നാൽ ഞാൻ പ്രതീക്ഷിച്ചത് മറ്റുള്ളവരുടെ വേഷം കറുത്ത കുർത്തയും നീല ജീൻസോ ട്രൗസേഴ്സോ ആയിരിക്കുമെന്നാണ്.

"നിങ്ങൾ കറുത്ത വസ്ത്രം ധരിക്കുന്നതെന്തിനാണ്." കളിക്കുശേഷം സഫ്ദറിനോടു ചോദിച്ചു.

"ഞാ നന്നായി, നിനക്കറിയാമോ, ഇവർ വരുന്നത് പണിസ്ഥലത്തു നിന്നാണ്" അയാൾ വിഷയം മാറ്റി.

എന്നാൽ 'ജനം' വല്ലാത്തൊരു പ്രതിസന്ധിയിലാണ് പോകുന്നത്. കഴിഞ്ഞ രണ്ടു വർഷമായി കളിക്കാരെപ്പോലും സംഘടിപ്പിച്ചുകൊണ്ടു പോകാൻ കഴിയുന്നില്ല. ആദ്യകാല നടന്മാരിൽ പലരും മറ്റു തൊഴിലുകൾ തേടി പോയി. മാറിയ ജീവിത സാഹചര്യങ്ങളിൽ ചിലരെങ്കിലും നിർജ്ജീവാവസ്ഥയിലായിരുന്നു. അവരൊക്കെ മുപ്പതു വയസ്സോളം എത്തിക്കഴിഞ്ഞു. എല്ലാവരും വിവാഹിതരായി കുഞ്ഞുങ്ങളുമുണ്ടായി. അവരുടെ മാതാപിതാക്കൾ വാർദ്ധക്യത്തിലേക്ക് കടന്നുകഴിഞ്ഞു. ഒരു ദശാബ്ദം മുമ്പുണ്ടായിരുന്ന പ്രോത്സാഹനമൊന്നും കിട്ടാതായി.

മിക്കവാറും എല്ലാവർക്കും വ്യക്തിപരമായ പ്രശ്നങ്ങൾ വർദ്ധിച്ചു കൊണ്ടിരുന്നു. തുടങ്ങുമ്പോൾ അവർ ആദർശവാദികളായിരുന്നു. ഇപ്പോൾ തുല്യരായ ഏതാനും പേർ മാത്രം അവശേഷിച്ചിരിക്കുന്നു. ഗ്രൂപ്പു രജിസ്റ്റർ ചെയ്യപ്പെട്ടെങ്കിലും കൃത്യമായൊരു സംഘടനാസമ്പ്രദായമില്ല. വളരെ പെട്ടെന്ന് ചിലർ ആർട്ടിസ്റ്റുകളും ആക്ടിവിസ്റ്റുകളുമായി വികസിച്ചു. പലർക്കും പല കാരണങ്ങളാൽ അതിനു കഴിഞ്ഞില്ല. ഇത് അവർക്കിടയിൽ നീരസത്തിനിടയാക്കി.

ജനത്തിന് പ്രഗത്ഭരായ മൂന്ന് എഴുത്തുകാരും മൂന്നു സംവിധായകരുമാണുള്ളത്. ഒന്നാമൻ രാകേഷ് സക്സേന. ജനത്തിന്റെ ആദ്യകാല ക്ലാസിക് നാടകങ്ങളായ *മെഷീനും ഔരത്തു*മുൾപ്പെടെയുള്ള രചനയിൽ സഫ്ദറിന്റെ സഹ എഴുത്തുകാരനായിരുന്നു അദ്ദേഹം. അദ്ദേഹം സഫ്ദറിനോടൊപ്പം ഒരു ടീമായി പ്രവർത്തിച്ചിരുന്നു. മൂന്നാമൻ എൻ കെ ശർമ്മ. ശക്തമായ ദൃശ്യബോധവും നാടകീയതയുംകൊണ്ട് മികവുകാട്ടിയ കലാകാരൻ. തന്റെ ജോലിയുടെ ഭാഗമായി രാകേഷ് സക്സേന, 1980 കളിൽ രാജ്യം വിട്ടു. 1980 കളുടെ മദ്ധ്യത്തിലാണ് ഞാൻ ജനവുമായി ബന്ധപ്പെടുന്നത്. അന്ന് "എൻ കെ സഫ്ദർ ഗ്രൂപ്പ്" എന്നാണ് ഡൽഹി നാടകലോകത്തിൽ ഇവർ അറിയപ്പെട്ടിരുന്നത്. സിനിമയോട് താല്പര്യമുള്ളതിനാൽ അവിടെ ഭാഗ്യം പരീക്ഷിക്കാൻ

അദ്ദേഹം അങ്ങോട്ടു തിരിഞ്ഞു. ആ സമയത്ത് ഞാനവിടെ ചെല്ലുമ്പോൾ എഴുതാനും സംവിധാനം ചെയ്യാനുമായി സഫ്ദർ മാത്രമേ ഉണ്ടായിരുന്നുള്ളൂ.

മാല ജനത്തിൽ പ്രധാന പങ്ക് വഹിച്ചിരുന്നെങ്കിലും അക്കാലത്ത് അതംഗീകരിച്ചില്ല. അവൾ ഒരു സാധാരണ നടിയായിരുന്നു. വളരെക്കാലം ജനത്തിലുണ്ടായിരുന്ന ഏക നടിയും അവളാണ്. ആടയാഭരണങ്ങളും സ്റ്റേജ് പ്രോപ്പർട്ടീസും ഉണ്ടാക്കുകയും അവ കാത്തു സൂക്ഷിക്കുകയും ചെയ്യുന്നതിൽ മികവുറ്റ സംഭാവനയാണ് മാല നല്കിയിട്ടുള്ളത്. ഇത്തരം പ്രവർത്തനങ്ങളൊക്കെ മിക്കപ്പോഴും വീട്ടിലിരുന്ന് രാത്രികാലങ്ങളിലാണ് നിർവ്വഹിച്ചിരുന്നത്. താൻ പ്രാഥമികമായി ഒരു ടീച്ചറും രണ്ടാമതായി മാത്രം ഒരു തിയേറ്റർ പ്രവർത്തക എന്നതുമായിരുന്നു മാലയുടെ സ്വന്തം വിലയിരുത്തൽ. ജനത്തിനുവേണ്ടി അവൾ എന്തൊക്കെ ചെയ്യുന്നു ണ്ടെന്ന് സഫ്ദറിനല്ലാതെ ആർക്കും നിശ്ചയമില്ലായിരുന്നു.

ഈ പുസ്തകത്തിനുവേണ്ടിയുള്ള അഭിമുഖത്തിനിടയിൽ ഒരു പഴയ കാല ജനം നടൻ പറഞ്ഞത് സഫ്ദർ ടെലിവിഷൻ രംഗത്തേക്കും ബോംബെ സിനിമയിൽ തിരക്കഥാകൃത്തായും പ്രവേശിച്ചിരിക്കുന്ന തിനാൽ അദ്ദേഹം ഉയരങ്ങളിലേക്ക് വളരുന്നതായി അവർ മനസ്സിലാക്കി എന്നാണ്. അയാൾ പറഞ്ഞു, "തൊഴിലാളികൾക്കിടയിൽ ഒരു സാംസ് കാരിക കേന്ദ്രം ഉണ്ടാക്കാനാവശ്യമായ പണം ശേഖരിക്കുകയാണയാൾ. എന്നാൽ അദ്ദേഹത്തിന്റെ സഖാക്കൾക്ക് അതിൽ താല്പര്യമുള്ളതായി കണ്ടില്ല. ഞങ്ങൾക്കയാളെ ഒറ്റപ്പെടുത്തണം." അയാൾ പറയുകയാണ്. എന്നാൽ ഒരിക്കലും അങ്ങനെ സംഭവിച്ചില്ല.

1987 ലെ വേനൽക്കാലത്ത് ഞാൻ ജനത്തിൽ ചേരുമ്പോൾ ചില പ്രധാന നാടകങ്ങൾ പുറത്തു വന്നിരുന്നു. മറ്റൊരു നടൻ സീനിയർ എന്നു പറഞ്ഞ് പലരേയും സംഘടിപ്പിച്ചു. സഫ്ദറുടെ മരണം കഴിഞ്ഞ് ഒരു വർഷമായപ്പോഴേക്കും മിക്കവാറും എല്ലാവരും ജനം ഉപേക്ഷിച്ചു പോയി. അവരുടെ നീരസം മാലയോടായിരുന്നു. ഒരു സ്ത്രീയുടെ നേതൃത്വ ത്തിലുള്ള പ്രസ്താവനയുമായി യോജിച്ചുപോകാൻ അവർ തയ്യാറ ല്ലായിരുന്നു എന്നാണ് ഞാൻ ഊഹിക്കുന്നത്. അവർ എന്താണ് ചെയ്യു ന്നതെന്നും എങ്ങനെയാണ് പെരുമാറുന്നതെന്നും ഓർത്ത് ഞാൻ ദുഃഖിച്ചു.

ജനം അവസാനിക്കാറായി എന്ന് സഫ്ദറിനു മനസ്സിലായപ്പോൾ, അതു പുനരുജ്ജീവിപ്പിക്കുവാൻ മഹത്തായ ചില പദ്ധതികൾ അദ്ദേഹ ത്തിന്റെ മനസ്സിൽ രൂപപ്പെടുത്തുകയായിരുന്നു.

രണ്ടാം ഭാഗം

ആദ്യ വർഷങ്ങൾ

ആയിരത്തി തൊള്ളായിരത്തി നാല്പത്തി എട്ടിലായിരുന്നു സഫ്ദറിന്റെ മാതാപിതാക്കളായ ഹനീഫ ഹാഷ്മിയുടെയും (1924–1976) ഖമർ ആസാദ് ഹാഷ്മിയുടെയും (1927–2013) വിവാഹം. 1949 ൽ അവരുടെ ആദ്യ കുഞ്ഞ് സബിഹയും 1950 ൽ സുഹെയ് ലും 1952 ൽ ഷെഹ് ലയും ജനിച്ചു. 1954 ലായിരുന്നു സഫ്ദറിന്റെ ജനനം. ആദ്യ നാലു കുട്ടികളും ഡൽഹിയിൽ വച്ചായിരുന്നു പിറന്നത്. തുടർന്ന് 1952 ൽ അബ്ബുജി (ഹനീഫയുടെ വിളിപ്പേര്) അലിഗറിലേക്ക് താമസം മാറി. 1954–55 ലെ ശീതകാലത്ത് കുടുംബം മുഴുവനും അങ്ങോട്ടേക്ക് ചേക്കേറി. സഫ്ദറിന് അന്ന് പത്തു മാസം പ്രായം. 1957 ൽ കടശിക്കുട്ടിയായ ശബ്നയും ജനിച്ചു.

വിവിധ തുറകളിൽ പ്രഗത്ഭനായിരുന്നു അബ്ബുജി. കമ്യൂണിസ്റ്റ് പ്രവർത്തകൻ, പുരാവസ്തു നിരീക്ഷകൻ, ഒടുവിൽ അലിഗറിൽ ഫർണിച്ചർ കട. അമ്മാജി സ്കൂൾ അദ്ധ്യാപികയായിരുന്നു. പത്തു വയസ്സുവരെ അലിഗറിൽ കടുത്ത ദാരിദ്ര്യവും ബുദ്ധിമുട്ടും നിമിത്തം ഏറെ കഷ്ടപ്പാടുകൾ അനുഭവിച്ചാണ് ജീവിച്ചത്. അദ്ധ്യാപികയായ അമ്മാജി കുടുംബത്തെ ഏറെ സ്വാധീനിച്ചിരുന്നു. അവർക്ക് സാഹിത്യത്തിലും കലയിലുമുണ്ടായിരുന്ന താല്പര്യം കുട്ടികളെ സ്വാധീനിച്ചു. സഫ്ദറിന്റെ കുട്ടിക്കാലം അമ്മാജിക്കും പുസ്തകങ്ങൾക്കും ഇടയിലായിരുന്നു. അമ്മ മിക്കപ്പോഴും കഥകൾ പറഞ്ഞു കൊടുത്തു. കഴിയുന്നത്ര മക്കൾക്കൊപ്പം കഴിഞ്ഞു കൂടുകയും പരസ്പര ബഹുമാനം നല്കുകയും ചെയ്തു. കഷ്ടപ്പാടുകളുടെ ദിവസങ്ങളിൽ അവർ കുടുംബത്തെ നയിച്ചു. എന്നാൽ കുട്ടികൾ എവിടെയെങ്കിലും സൃഷ്ടിപരമായ കാര്യങ്ങൾക്കവസരം കിട്ടിയാൽ അത് പരമാവധി പ്രയോജനപ്പെടുത്തി. സഹോദരങ്ങൾ തമ്മിൽ വല്ലാത്ത അടുപ്പ

ത്തിലും സന്തോഷത്തിലുമായിരുന്നു. സഫ്ദറിനെ സ്നേഹപൂർവ്വം രാജു എന്നായിരുന്നു ഷെഹ് ല വിളിച്ചിരുന്നത്. അവർ തിഥച്ചും ദാരിദ്ര്യത്തിലായിരുന്നിട്ടും പരമാവധി ആനന്ദകരമായ അന്തരീക്ഷത്തിൽ വളർന്നു.

സബിഹയ്ക്കും സുഹൈലിനും ഉർദ്ദു അറിയാമായിരുന്നതിനാൽ പ്രേംചന്ദിന്റെയും കമൽ ചന്ദ്രയുടെയും പുരോഗമന സാഹിത്യകാരുടെയും മൂലകൃതികൾ വായിച്ചു. നാലോ അഞ്ചോ ക്ലാസിൽ പഠിക്കുമ്പോഴാണ് സുഹൈൽ മാക്സിം ഗോർക്കിയുടെ *അമ്മ* ഉർദ്ദുവിൽ വായിച്ചത്. ടോൾസ്റ്റോയിയുടെ പല കൃതികളുടെയും വിവർത്തനങ്ങളും വായിക്കാൻ കഴിഞ്ഞു. *Shahra* (*ദ് ഹൈവേ*), *Kitaab* (*ബുക്ക്*), *Shafkhoon* (*നൈറ്റ് അറ്റാക്ക്*), *Savera* (*മോണിങ്*), *Khiloma* (*ടോയ്*) തുടങ്ങിയ മാഗസിനുകൾ അബ്ബുജി കുട്ടികൾക്ക് വരുത്തിക്കൊടുത്തിരുന്നു. പുസ്തകങ്ങളിൽ മുഴുകുന്ന സ്വഭാവക്കാരനായിരുന്നു സഫ്ദർ. കോളേജിൽ പഠിക്കുമ്പോൾ മറ്റു കുട്ടികളാരും കണ്ടിട്ടില്ലാത്ത പുസ്തകങ്ങൾ വായിക്കാൻ സഫ്ദറിന് കഴിഞ്ഞു. 1970 കളിൽ അമേരിക്കൻ സാഹിത്യം, വിമർശനങ്ങൾ തുടങ്ങി കോളേജ് പഠനത്തിനു പുറത്തുള്ള ഗ്രന്ഥങ്ങൾ വായിക്കാൻ അവസരമുണ്ടായി.

സിനിമയെക്കാൾ സാഹിത്യത്തിനു പ്രാധാന്യം കൊടുത്തെങ്കിലും ഇടയ്ക്കിടെ സിനിമയുമായും ഇടപെടാതിരുന്നില്ല. കുടുംബം കടുത്ത ദാരിദ്ര്യത്തിലായിരുന്നു. ഡൽഹിയിൽ *ബെൻഹർ* റിലീസായപ്പോൾ അബ്ബുജി കുടുംബത്തെ മുഴുവനും അതു കാണാനായി അലിഹറിൽ നിന്ന് ഡൽഹിയിലേക്കയച്ചു. ഡൽഹിയിൽ നിന്നു തന്നെ *പത്തു കല്പന*കളും അലിഹർ തസ് വീർ മഹലിൽ നിന്ന് *ഝനക് ഝനക് പായൽ ബജേ*യും (Jhanak Jhanak Payal baje) കാണാൻ കഴിഞ്ഞു. പതിനാലാം വയസ്സിൽ സുഹൈൽ ഡൽഹിയിൽ വരുമ്പോൾ ആകെ അഞ്ചു സിനിമകൾ മാത്രമാണ് കണ്ടിരുന്നത്. റഷ്യൻ ന്യൂസ് ഏജൻസിയായ ടി എ എസ് എസിൽ നിന്ന് ആദ്യ ശമ്പളം ലഭിക്കുമ്പോൾ അബ്ബുജി അതിനൊരു റേഡിയോ വാങ്ങി. രണ്ടാം ശമ്പളത്തിൽ ഒരു റെക്കോർഡ് പ്ലേയറും മൂന്ന് എൽ പികളും - ഒന്ന് കെ എൽ സൈഗാൾ മറ്റൊന്ന് പങ്കജ് മല്ലിക് മൂന്നാമത്തേത് രവി ശങ്കറുടേത് - വാങ്ങുകയാണുണ്ടായത്. ഖാലിബ്, മിർ മറ്റ് ചില പേർഷ്യൻ കവികൾ തുടങ്ങിയവരുടെ കൃതികൾ അബ്ബുജി പതിവായി വായിച്ചിരുന്നതിനാൽ കുട്ടികൾ വളരെ വേഗം അവയെ ഹൃദിസ്ഥമാക്കി.

1964 ൽ കുടുംബം ഡൽഹിയിലേക്ക് മടങ്ങി വന്നു. തുടർന്ന് സഫ്ദർ ന്യൂഡൽഹി മുനിസിപ്പൽ കോർപ്പറേഷൻ സ്കൂൾ (സരോജിനി നഗർ); ദയാനന്ദ് ആംഗ്ലോ വേദിക് സ്കൂൾ, ബെയ്ഡ് റോഡ്, ലോദി റോഡിലുള്ള ഡൽഹി കന്നഡ സീനിയർ സെക്കന്ററി സ്കൂൾ എന്നിവിടങ്ങളിൽ നിന്നായി 1970 ൽ ഹയർ സെക്കന്ററി വരെയുള്ള വിദ്യാഭ്യാസം പൂർത്തിയാക്കി. പഠിത്തത്തിൽ മിടുക്കനായിരുന്നതിനാൽ ഒന്നാം ക്ലാസിൽ നിന്ന് മൂന്നാം ക്ലാസിലേക്ക് ഇരട്ട പ്രൊമോഷൻ ലഭിച്ചു. അഞ്ചാം ക്ലാസു വരെ എല്ലാവരും

ന്യൂഡൽഹി മുനിസിപ്പൽ കോർപ്പറേഷൻ (NDMC) സ്കൂളിലാണ് പഠിച്ചത്. തുടർന്ന് ആൺകുട്ടികളും പെൺകുട്ടികളും വേറെ സ്കൂളുകളിലേക്ക് മാറി. അഞ്ചാം ക്ലാസ് കഴിഞ്ഞപ്പോൾ സുഹൈൽ മറ്റൊരു സ്കൂൾ തേടി. ശബ്നം ദയാനന്ദ് ആംഗ്ലോവേദിക് സ്കൂളിൽ (DAV) നഴ്സറി വിഭാഗത്തിൽ ചേർന്നു. പഴയ സ്കൂളിൽ സഫ്ദർ മാത്രമായി. അയാളും പിന്നീട് ഡി എ വിയിൽ ചേർന്നു. അങ്ങനെ മൂവരും ഒരു റിക്ഷായിൽ പോയതുമൂലം സാമ്പത്തിക ലാഭമുണ്ടായി. പുതിയ സ്കൂളിൽ സഫ്ദർ ചേർന്ന് കുറച്ചു ദിവസത്തിനകം സഫ്ദറിന്റെ ചില സുഹൃത്തുക്കൾക്ക് മൂന്നാം ക്ലാസിൽ നിന്ന് നാലാം ക്ലാസിലേക്ക് പ്രൊമോഷൻ കിട്ടിയപ്പോൾ പ്രിൻസിപ്പലിനോട് തനിക്കും വേണമെന്ന് വാദിക്കുകയും അത് ലഭിക്കുകയും ചെയ്തു. അങ്ങനെ സഫ്ദറിനെക്കാൾ നാല് വയസ്സ് മൂപ്പുള്ള സുഹൈൽ സ്കൂളിൽ രണ്ടു വർഷം മാത്രം സീനിയറായി. പത്താം ക്ലാസിൽ സുഹൈൽ തോല്ക്കുകയും സഫ്ദറിനെക്കാൾ ഒരു വർഷം സീനിയറായിത്തീരുകയും ചെയ്തു. പ്രേംചന്ദിന്റെ Bade Bhai Sahab (മൂത്ത സഹോദരൻ) എന്ന ചെറുകഥയിൽ കഠിനാദ്ധ്വാനിയായ ജ്യേഷ്ഠൻ തോല്ക്കുകയും അലസനായ അനുജൻ ജയിക്കുകയും ചെയ്യുന്നതു പോലെയായിരുന്നു ഇവിടെയും. അഞ്ചു വർഷം കഴിഞ്ഞപ്പോൾ ഇരുവരും ഒരേ ക്ലാസിലായി എന്നതാണ് വാസ്തവം.

1969 ൽ സുഹൈൽ കിരോരി മാൾ കോളേജിൽ (Kirori Mal College) ചേർന്നു. 1970 ൽ സഫ്ദറും. അബ്ബുജിയും സുഹൈലും അയാളെ ഹിന്ദു കോളേജിൽ ചേരാൻ നിർബ്ബന്ധിച്ചെങ്കിലും സെന്റ് സ്റ്റീഫൻസ് കോളേജിൽ ഇംഗ്ലീഷ് ഓണേഴ്സിനാണ് ചേർന്നത്. ഇംഗ്ലീഷ് വായിക്കാനറിയാമായിരുന്നെങ്കിലും സംസാരിക്കാനറിയാതിരുന്നതിനാൽ ഹിന്ദിയിലാണ് ഇന്റർവ്യൂവിൽ സംസാരിച്ചത്. അന്നത്തെ ഇന്റർവ്യൂ ബോർഡിലുണ്ടായിരുന്ന ഒരാൾ സഫ്ദറിന്റെ കുർത്ത പൈജാമ വേഷം കണ്ട് തിരിച്ചറിഞ്ഞാണ് ഹിന്ദി അനുവദിച്ചത്. ഇന്റർവ്യൂവിൽ അയാൾ ഭംഗിയായി പങ്കെടുക്കുകയും അഡ്മിഷൻ ലഭിക്കുകയും ചെയ്തു. എന്നാൽ കോളേജിലെ ഇംഗ്ലീഷ് മാത്രം സംസാരിക്കുന്ന അന്തരീക്ഷവും കാന്റീനിലെ ഭക്ഷണ ഇനങ്ങളും അയാൾക്ക് തീരെ ഇഷ്ടപ്പെട്ടില്ല.

സുഹൈൽ തികഞ്ഞ ഒരു എസ് എഫ് ഐ പ്രവർത്തകനായി മാറി. മദൻ ഗോപാൽ സിങ്ങും എം കെ റെയ്നയുമായുള്ള അഭിമുഖത്തിൽ ഉയരമുള്ള മെലിഞ്ഞ നാണം കുണുങ്ങിയും വായനാശീലക്കാരനുമായിട്ടാണ് സഫ്ദറെ അവർ ഓർമ്മിക്കുന്നത്. റെയ്ന അതു പറയുമ്പോൾ തന്റെ അനുജനെക്കുറിച്ച് സുഹൈലിന് അഭിമാനം തോന്നി. സെന്റ് സ്റ്റീഫൻസ് കോളേജിൽ വച്ച് സഫ്ദർ ചില നക്സലൈറ്റ് വിദ്യാർത്ഥികളുമായി ബന്ധം സ്ഥാപിച്ചിരുന്നു. കാരണം തന്നെപ്പോലെ തന്നെ കാന്റീനിൽനിന്നും എന്തെങ്കിലും വാങ്ങാൻ അവർക്കും പണമില്ലായിരുന്നു. പരസ്പരം സംസാരിക്കാത്ത വിധം സുഹൈലിനിന് അനുജനോട് ദേഷ്യമുണ്ടായി. ഏകദേശം പത്തു ദിവസത്തിനുള്ളിൽ നക്സലൈറ്റ് ബന്ധം ഉപേക്ഷിച്ച് എസ് എഫ് ഐയിലേക്ക് മടങ്ങി വന്നു.

ഒരു ദശാബ്ദക്കാലത്തിനുശേഷം സഫ്ദർ ശ്രീനഗറിലെ തന്റെ പ്രിയ സുഹൃത്തായ പ്രഭാത് ഉപ്രതിയ്ക്ക് ഇങ്ങനെ എഴുതി.

> ഒരു തോക്ക് എടുത്ത് കുറച്ച് തെമ്മാടികളെ കൊല്ലുന്നതിൽ എനിക്ക് താല്പര്യമില്ല. അങ്ങനെ ചിന്തിക്കുന്നവരോടും പ്രവർത്തിക്കുന്നവരോടും ദയയാണ് തോന്നുന്നത്. അങ്ങനെയുള്ളവരുടെ കണ്ണു തുറക്കാൻ മാത്രം കാര്യങ്ങൾ വിശദീകരിച്ചു കൊടുത്താലോ എന്നു ചിന്തിക്കുന്നു. വിപ്ലവ വീഥികളിൽ അവർ കപട ധീരതയും മഹത്വവുംകൊണ്ട് വേലിക്കെട്ടുകൾ തീർക്കും. അവരിൽ നിന്നാണ് നിങ്ങൾ പ്രചോദനം ഉൾക്കൊള്ളുന്നതെങ്കിൽ തീർച്ചയായും നിങ്ങൾ നശിച്ചുപോകും.

ഇതുൾപ്പെടെ ഉപ്രതിയ്ക്കെഴുതിയ എല്ലാ കത്തുകളും ഹിന്ദിയിലായിരുന്നു. അബ്ബുജിക്കും അമ്മാജിക്കും ഇംഗ്ലീഷ് തീരെ വഴങ്ങിയില്ല. രണ്ടുപേരും മനോഹരമായി ഹിന്ദുസ്ഥാനി സംസാരിക്കും. തമാശ ആസ്വദിക്കാനുള്ള പ്രത്യേക കഴിവ് അബ്ബുജിക്കുണ്ടായിരുന്നു. ഒരിക്കൽ സഫ്ദറിന്റെ ഒരു സുഹൃത്തും അബ്ബുജിയും ഡൽഹി ട്രാൻസ്പോർട്ട് കോർപ്പറേഷൻ (DTC) ബസിൽ സഞ്ചരിക്കുകയായിരുന്നു. വല്ലാത്ത തിരക്കുള്ള ബസ്. യുവാവും അബ്ബുജിയും കുറച്ചു നേരം സംസാരിച്ചതിനുശേഷം അബ്ബുജി ബസിൽ നിന്നിറങ്ങാൻ തുടങ്ങി.

“ഇവിടെ ഇറങ്ങാൻ താങ്കളെന്നെ അനുവദിക്കണം.” അബ്ബുജി പറഞ്ഞു.

മാന്യമായ ഈ ചോദ്യം കേട്ട് ഏറെ ബഹുമാനത്തോടെ കൈ വീശി സുഹൃത്ത് യാത്രയാക്കി. എന്നാൽ അബ്ബുജിക്ക് ഇറങ്ങാൻ കഴിയുന്നില്ല.

“താങ്കളുടെ അനുവാദത്തോടൊപ്പം താങ്കളുടെ കാലുകളുടെ അനുവാദവും വേണം.”

ഇത്രയും സമയം ആ ചെറുപ്പക്കാരൻ തിരക്കു കാരണം ചവിട്ടി നിന്നത് അബ്ബുജിയുടെ പാദങ്ങളിലായിരുന്നു.

1970 കളുടെ തുടക്കം – ഡൽഹി യൂണിവേഴ്സിറ്റി

ഡൽഹി യൂണിവേഴ്സിറ്റി 1960 കളുടെ മദ്ധ്യത്തിൽ ഇന്നത്തേതിൽ നിന്ന് തികച്ചും വ്യത്യസ്തമായിരുന്നു. ഇപ്പോൾ സ്റ്റുഡൻസ് യൂണിയൻ ഓഫീസ് കെട്ടിടം സ്ഥിതി ചെയ്യുന്ന ഈ സ്ഥലം ഒരിക്കൽ *പടപ്പാളയ*മായിരുന്നു (Barracks). അവിടെ വെങ്കർ ബേക്കറിക്കും മധുരപലഹാര കടയ്ക്കുമൊപ്പം ഒരു ചായക്കടയും നടത്തിയിരുന്നു. നാല് കപ്പോളം വരുന്ന ഒരു പാത്രം ചായയ്ക്ക് വില 84 പൈസ. 16 പൈസ ടിപ്പ് കൊടുക്കുകയാണെങ്കിൽ വില 1 രൂപയാകും. നാല്പേർ ഒരുമിച്ച് പോയാൽ ഒരു കപ്പ് ചായയ്ക്ക് 25 പൈസയിലധികമാവില്ല. എന്നാൽ നാണയപ്പെരുപ്പം കണക്കിലെടുത്ത് വെങ്കർ ഒരു പാത്രം ചായയുടെ വില ഇരട്ടിയാക്കാൻ തീരുമാനിച്ചു.

പഞ്ചവത്സര പദ്ധതിയുടെ വരവുമൂലം 1950 കളുടെ മദ്ധ്യത്തിൽ ഇന്ത്യയിൽ കുറഞ്ഞ തോതിലായിരുന്നു നാണയപ്പെരുപ്പം. ക്രമേണ 1960 ആയപ്പോഴേക്കും നാണപ്പെരുപ്പം രൂക്ഷമാകാൻ തുടങ്ങി. 1960 ജൂണിനും 1964 ജൂണിനുമിടയിൽ ഭക്ഷണ സാധനങ്ങളുടെ വില 13.4% വർദ്ധിച്ചു. 1964 ആഗസ്തിൽ സോഷ്യലിസ്റ്റ് നേതാവ് റാം മനോഹർ ലോഹ്യ ബി ജെ പിയുടെ ആദ്യകാല രൂപമായ ജനസംഘത്തോടും കമ്യൂണിസ്റ്റ് പാർട്ടിയിലെ ഇടതു വലതു വിഭാഗങ്ങളോടും വില വർദ്ധന നിയന്ത്രണ പ്രസ്ഥാനത്തോട് (Price Rise Resistance Movement) (PRRM) ചേർന്നു പോകാൻ ആഹ്വാനം ചെയ്തു. അന്ന് ജനസംഘത്തോട് യോജിച്ചു കൊണ്ട് കമ്യൂണിസ്റ്റ് ഇടതു വിഭാഗം സമരത്തിനിറങ്ങി. സമരം കോണാട്ട് പ്ലെയ്സിലെ ഇന്ത്യൻ കോഫി ഹൗസ് പരിസരത്തായിരുന്നു തുടക്കം. ഐ സി എച്ച് ആറിനു സമീപം അവർ താല്ക്കാലിക ഷെഡ്ഡുണ്ടാക്കി കുറഞ്ഞ വിലയ്ക്ക് കോഫി വില്പന നടത്തി. എഴുത്തുകാരുടെയും പത്ര പ്രവർത്തകരുടെയും രാഷ്ട്രീയക്കാരുടെയും കലാകാരന്മാരുടെയും സാധാരണക്കാരുടെയും പിന്തുണയോടെ പ്രതിഷേധം വിജയം കണ്ടു. രണ്ടു മാസത്തിനുശേഷം വില കുറയ്ക്കുന്നതിനുള്ള നടപടികൾ ഐ സി എച്ച് കൈക്കൊണ്ടു. കോഫിയോടൊപ്പം മറ്റത്യാവശ്യ സാധനങ്ങളുടെ വിലയും കുറച്ചു എന്നതാണ് വാസ്തവം.

പി ആർ ആർ എം ന്റെ വിജയത്തിൽനിന്ന് പ്രചോദനമുൾക്കൊണ്ടു കൊണ്ട് വെങ്കറുടെ ചായയ്ക്ക് വില കൂട്ടാനുള്ള തീരുമാനത്തിനെതിരെ വിദ്യാർത്ഥികൾ ഡൽഹി യൂണിവേഴ്സിറ്റി വൈസ് ചാൻസലർ സി ഡി ദേശ് മുഖിന് 1966 ൽ ഒരു പ്രതിഷേധ കത്ത് നല്കി. ബ്രിട്ടീഷുകാർ റിസർവ്വ് ബാങ്ക് ഗവർണറായി നിശ്ചയിച്ച ആദ്യ ഇന്ത്യക്കാരനും നെഹ്റു മന്ത്രി സഭയിൽ ധനകാര്യമന്ത്രിയായി 1950-1956 കാലഘട്ടത്തിൽ പ്രവർത്തിച്ച വ്യക്തിയുമാണ് ദേശ് മുഖ്. കോളേജ് കാമ്പസിൽ ഒരു പ്രക്ഷോഭ മുണ്ടാക്കാൻ അദ്ദേഹത്തിന് താല്പര്യമില്ല. തന്നെ നേരിൽ കാണാൻ അഞ്ച് വിദ്യാർത്ഥികളെ അദ്ദേഹം ക്ഷണിച്ചു. അവരിലൊരാൾ ഫിലോ സഫി പി എച്ച് ഡി വിദ്യാർത്ഥി രാജേന്ദ്ര പ്രസാദ്. തങ്ങളുടെ ആവശ്യ മെന്താണെന്ന് അദ്ദേഹം അവരോട് ആരാഞ്ഞു. കാമ്പസിൽ ഒരു സഹ കരണ കാന്റീൻ നടത്തണം. അദ്ദേഹം സമ്മതിക്കുകയും ചെയ്തു. രാജേന്ദ്ര പ്രസാദും കൂട്ടരും ചേർന്ന് ഒരു കാന്റീൻ തുടങ്ങുകയും ഒന്നോ രണ്ടോ രൂപയ്ക്ക് ഊണ് കൊടുക്കുകയും ചെയ്തു. നൂറുകണക്കിന് കുട്ടികൾ ഊണ് കഴിക്കാനെത്തി. താമസിയാതെ സഹകരണ കാന്റീൻ വിദ്യാർത്ഥി സംഘാടനത്തിന്റെ കേന്ദ്രമായി മാറി.

സി പി ഐയുടെ വിദ്യാർത്ഥി വിഭാഗമായ എ ഐ എസ് എഫ് (ആൾ ഇന്ത്യ സ്റ്റുഡൻസ് ഫെഡറേഷൻ ഓഫ് ഇന്ത്യ) അന്ന് കാമ്പസിൽ സജീവമായിരുന്നില്ല. പ്രതിപക്ഷത്ത് സോഷ്യലിസ്റ്റ് സ്വാധീനമുള്ള സമാജ്വാദി യുവജനസഭ (SYS) യ്ക്കായിരുന്നു പ്രാധാന്യം. 1964 ൽ സി പി ഐ പിളർന്ന് സി പി ഐ (എം) ന്റെ പിറവിക്കു കാരണമായെങ്കിലും

അത് പൂർണ്ണതയിലെത്തിയത് 1970-71 ലായിരുന്നു. 1960 കളുടെ അന്ത്യത്തിൽ കാമ്പസുകളിൽ സി പി ഐ (എം) സ്ഥാപിച്ചെടുക്കുന്നതിനു നേതൃത്വം നല്കിയത് മൂന്ന് അദ്ധ്യാപകരായിരുന്നു. കുമരേഷ് ചക്രവർത്തി, സഹൂർ സിദ്ദിഖ് (ഇരുവരും ഡൽഹി യൂണിവേഴ്സിറ്റി ടീച്ചേഴ്സ് അസോസിയേഷൻ മുൻ പ്രസിഡന്റുമാർ), ക്രിറ്റി മേനോൻ.

യൂണിവേഴ്സിറ്റിയെ ജനകീയവല്ക്കരിക്കുന്നതിന് മുഖ്യപങ്കുവഹിച്ച ആളാണ് കുമരേഷ് ചക്രവർത്തി. അദ്ദേഹം 1967 ആഗസ്തിൽ ഡൽഹി യൂണിവേഴ്സിറ്റി ടീച്ചേഴ്സ് അസോസിയേഷൻ (DUTA) ജനറൽ ബോഡി മീറ്റിങ് നടക്കുമ്പോൾ അദ്ധ്യാപകരെ സംഘടിപ്പിച്ച് പ്രതിഷേധം നടത്തി. അതുവരെ ദത്ത എന്നത് ഒരുപിടി പ്രമുഖ അദ്ധ്യാപകരുടെയും പ്രിൻസിപ്പൽമാരുടെയും കൈപ്പിടിയിലൊതുങ്ങിയ പോക്കറ്റ് സംഘടന മാത്രമായിരുന്നു. മിക്കവാറും എല്ലാ ഭാരവാഹികളും സ്ഥിരമായിരുന്നു. ചക്രവർത്തിയുടെ തീപ്പൊരി പ്രസംഗത്തിൽ ആകൃഷ്ടരായ അദ്ധ്യാപകരുടെ മനോഭാവം മനസ്സിലാക്കി ഒരു പൊതു തിരഞ്ഞെടുപ്പിന് നിലവിലുള്ള ഭാരവാഹികൾ സമ്മതിച്ചു. 1971 ൽ ചക്രവർത്തി ദത്തയുടെ പ്രസിഡന്റായി തിരഞ്ഞെടുക്കപ്പെട്ടു. ജനസംഘത്തിന്റെ പിന്തുണയുള്ള സ്ഥാനാർത്ഥിയെയാണ് തോല്പിച്ചത്. അദ്ദേഹത്തിന്റെ നേതൃത്വത്തിൽ ദത്ത നിരവധി ആവശ്യങ്ങൾ നേടിയെടുത്തതോടൊപ്പം തൊട്ടടുത്ത ഹരിയാനയിലെ സ്കൂൾ അദ്ധ്യാപകരുടെ സമരത്തെ ഏറ്റെടുക്കുകയും ചെയ്തു. ഡിപ്പാർട്ട്മെന്റ് തലവന്മാരുടെ തിരഞ്ഞെടുപ്പിലും കാലാവധിയിലും നിലവിലുള്ള മാനദണ്ഡങ്ങൾ മാറ്റിയെടുക്കാൻ കഴിഞ്ഞതും കേന്ദ്ര സർക്കാർ പാർലമെന്റിൽ കൊണ്ടുവന്ന ഒരു ബില്ലിനെ പിൻവലിപ്പിച്ച് ടീച്ചേഴ്സ് യൂണിയനും കോളേജ് കൗൺസിലുകളും അവിടെ കൊണ്ടു വന്നതും സംഘടനയുടെ പ്രധാന നേട്ടങ്ങളാണ്. ഈ പോരാട്ടങ്ങൾ ഉണ്ടാകുന്നതു വരെ ഇംഗ്ലീഷ് സംസാരിക്കുന്ന വരേണ്യ വർഗ്ഗക്കാരായ പ്രൊഫസർമാർക്കും പ്രിൻസിപ്പൽമാർക്കുമായിരുന്നു യൂണിവേഴ്സിറ്റിയിൽ പ്രാധാന്യം. ഇപ്പോൾ ഏറ്റവും താഴ്ന്ന പശ്ചാത്തലമുള്ള പലരും ദത്തയുടെ ഭാരവാഹികളായി വന്നു. ഇത് കോൺഗ്രസ്, ജനസംഘം, ആം ആദ്മി പാർട്ടി തുടങ്ങിയ പ്രസ്ഥാനങ്ങളെ നിഷ്പ്രഭമാക്കുകയും ഇടതു സ്വാധീനം വർദ്ധിപ്പിക്കുകയും ചെയ്തു.

1970 ൽ എസ് എഫ് ഐ ഉണ്ടാകുന്നതുവരെ സാംസ്കാരിക പ്രവർത്തനങ്ങളുടെ ചുക്കാൻ പിടിച്ചത് ഇടതു വിദ്യാർത്ഥികളായിരുന്നു. അതിലൊന്നാണ് *ദി എക്സെപ്ഷൻ ആൻ ദി റൂൾ* (*The Exception and the Rule*) എന്ന നാടകത്തിന്റെ നിർമ്മാണം. ഒരു കാലത്ത് കാമു, സാർത്ര് തുടങ്ങിയവരുടെ രചനകൾക്കൊപ്പം മാർക്സിസ്റ്റ് നാടകങ്ങളടങ്ങിയ ഒരു പുസ്തകവും രാജേന്ദ്രപ്രസാദിനെ വല്ലാതെ സ്വാധീനിച്ചു. അയാൾ മൻസൂർ സായിദിനോട് അത് വിവർത്തനം ചെയ്യാൻ ആവശ്യപ്പെട്ടു. സഫ്ദറിന്റെയും സുഹൈലിന്റെയും കസിനായിരുന്ന മൻസൂർ ഭായി പില്ക്കാലത്ത് പാകിസ്ഥാനിലേക്ക് കുടിയേറുകയും കറാച്ചിയിൽ *ദസ്തക്*

എന്ന തിയേറ്റർ ഗ്രൂപ്പ് ഉണ്ടാക്കുകയും ചെയ്തു. അദ്ദേഹത്തിന്റെ മകൾ സാനിയ അവിടത്തെ ഒരു പേരെടുത്ത നടിയാണ്. പുതിയ നാടകത്തിൽ പില്ക്കാല ഫിലിം മേക്കറായ കേതൻ മേത്തയും ഉൾപ്പെടുന്നു. ഹിന്ദു കോളേജിന്റെ ഇടനാഴിയിൽ ബ്രെഹ്ത്തിനെ പ്പറ്റിയൊരു എക്സിബിഷൻ ഒരുക്കിയിരുന്നു. സുഹൈലിനെ എസ് എഫ് ഐയിലേക്ക് കൊണ്ടുവരാൻ രാജേന്ദ്ര പ്രസാദ് വളരെ പരിശ്രമിച്ചു. പാബ്ലോ നെരുദയുടെ *ദി ഹെയിറ്റ്സ് ഓഫ് മുച്ചു ആന്റ് പിച്ച* (*The Heights of Mucchu and Piccha*) എന്ന രചനയെ ആസ്പദമാക്കി വിവാൻ സുന്ദരം സൃഷ്ടിച്ച പെൻസിൽ സ്കെച്ചുകളുടെ പ്രദർശനം കിരോരി മാൾ കോളേജിൽ സംഘടിപ്പിച്ചതും അദ്ദേഹമായിരുന്നു. ശ്രീരാമ കോളേജ് ഓഫ് കോമേഴ്സ് ലൈബ്രറിക്കു സമീപമുള്ള ട്യൂട്ടോറിയൽ ബിൽഡിങ്ങിൽ ക്യൂബൻ വിപ്ലവം സംബന്ധിച്ച് ഒരു പരിപാടി നടത്തിയിരുന്നു.

കാർഷിക പ്രതിസന്ധിയെക്കുറിച്ച് പ്രഭാഷണം നടത്തുന്നതിന് എസ് എഫ് ഐയുടെ കരുത്തനായ കമ്യൂണിസ്റ്റ് നേതാവ് ഹരേകൃഷ്ണ കോനാരെയെ കിരോരി മാൾ കോളേജിലേക്ക് ക്ഷണിച്ചത് സുഹൈൽ ഓർക്കുകയാണ്. കോളനി വിരുദ്ധ സമരത്തിൽ പങ്കെടുക്കുന്നതിന് 1933ൽ ആന്തമാൻ ദ്വീപിലെ കുപ്രസിദ്ധമായ സെല്ലുലാർ ജയിലിൽ ആറു വർഷം ശിക്ഷ അനുഭവിച്ചയാളാണ് ഹരേകൃഷ്ണ. പശ്ചിമ ബംഗാളിൽ ഇടതു പക്ഷത്തിന്റെ ഭൂപരിഷ്കരണ ശില്പിയും അദ്ദേഹം തന്നെ. ചില പ്രതിസന്ധികൾക്ക് ഒരിക്കലും അവസാനമില്ലെന്നോർത്ത് അതിശയിക്കുകയാണ്. നോം ചോംസ്കിയെ ഒരു പ്രസംഗത്തിനു ക്ഷണിച്ചാൽ ഒരു വർഷത്തിനു ശേഷമുള്ള തീയതിയാണ് തരുന്നതെങ്കിലും അദ്ദേഹം തരുന്ന വിഷയം മിഡിൽ ഈസ്റ്റിൽ നിലനില്ക്കുന്ന വർത്തമാനകാല പ്രതിസന്ധി എന്നതായിരിക്കും. കാരണം അങ്ങനെ ഒരവസ്ഥയാണ് ഇസ്രായേലും അമേരിക്കയും അവരുടെ ശിങ്കിടികളും ചേർന്ന് സൃഷ്ടിച്ചിരിക്കുന്നത്. അതു തുടർന്നുകൊണ്ടേയിരിക്കും. ഇന്ത്യയോടും അങ്ങനെ തന്നെയാണ്. കോനാർ ഇംഗ്ലീഷിനു പകരം ഹിന്ദിയിലാണ് പ്രസംഗിക്കുന്നത്. പ്രസംഗത്തിനിടയിൽ വൈദ്യുതി തകരാറുമൂലം മൈക്കും ഫാനും പ്രവർത്തിച്ചെന്നു വരില്ല. നൂറ്റൻപതുപേർക്കിരിക്കാവുന്ന ഹാളിൽ 300 പേർ ഇടിച്ചു കയറിയിരിക്കും. അതിൽ ധനതത്ത്വശാസ്ത്ര വിദ്യാർത്ഥികളും മറ്റുള്ളവരുമുണ്ടാവും. മൂന്നു മണിക്കൂറിലധികം അദ്ദേഹം കാർഷിക പ്രതിസന്ധിയേയും ഇടതു വലതുപക്ഷ സംവാദങ്ങളേയും തലനാരിഴകീറി വിശകലനം ചെയ്താലും ഒരാൾ പോലും ഹാളു വിട്ടു പോകാതെ ശ്രദ്ധയോടെ കേട്ടിരിക്കും. സുഹൈൽ ഓർക്കുകയാണ്.

ഡൽഹി യൂണിവേഴ്സിറ്റി ലക്ചർ ഹാളിൽ ഡൽഹി യൂണിവേഴ്സിറ്റി ഡിസ്കഷൻ സൊസൈറ്റി (DUDS) സ്ഥിരമായി ചർച്ചകൾ സംഘടിപ്പിക്കുക പതിവാണ്. പണ്ഡിതന്മാരും ആക്ടിവിസ്റ്റുകളുമായ ക്രിറ്റി മേനോൻ, ബിപൻ ചന്ദ്ര, ഹർബാൻസ് മുഖിയാ, റൊമില ഥാപ്പർ തുടങ്ങിയവരാണ് പ്രഭാഷകരായി എത്താറുള്ളത്. സ്ഥിരമായി ആഴ്ചയ്ക്കൊരിക്കൽ കൂടി

വരുന്ന പരിപാടി വേറെയുമുണ്ട്. ഇതിൽ കമ്യൂണിസ്റ്റ്, സോഷ്യലിസ്റ്റ്, രണ്ടുമല്ലാത്തവർ ഉൾപ്പെടെയുള്ള വിദ്യാർത്ഥികൾ പങ്കെടുക്കുന്നു. നൂറുൽ ഹസനും സതീഷ് ചന്ദ്രയുമൊക്കെയായിരിക്കും അതിഥികൾ. *ഇന്ത്യ ടുഡേ*യുടെ സ്ഥാപക പ്രസാധകനായ അരുൺ പുരി ഈ സർക്കിളിന്റെ ഭാഗമാണ്. ചില മീറ്റിങ്ങുകൾ അദ്ദേഹത്തിന്റെ കോണാട്ട് പ്ലെയിസിലുള്ള ഓഫീസിലും സംഘടിപ്പിക്കാറുണ്ട്.

ഈ കാലയളവിൽ ധാരാളം വനിതകൾ ഇടതുപക്ഷത്തേക്കു ചായുകയും എസ് എഫ് ഐ പ്രവർത്തകരാവുകയും ചെയ്തു. ഇംഗ്ലണ്ടിൽ നിന്ന് മടങ്ങി വന്ന് ഡൽഹി യൂണിവേഴ്സിറ്റിയിൽ ചേർന്ന മധു പ്രസാദ്, പ്രശസ്ത നടൻ വിനോദ് നാഗ്പാലിന്റെ സഹോദരി ബബ്ളി ഗുപ്ത, വനിതാ പ്രസ്ഥാനങ്ങൾക്കു വേണ്ടി ജീവിതം ഉഴിഞ്ഞുവച്ച് പില്ക്കാലത്ത് ട്രേഡ് യൂണിയൻ പ്രവർത്തകയായി മാറിയ രഞ്ജന നരുല, ഇപ്പോൾ മോദി സർക്കാരിൽ ശക്തമായി നില്ക്കുന്ന അഡ്വക്കേറ്റ് ഇന്ദിര ജയ് സിങ്, പീപ്പിൾസ് യൂണിയൻ ഫോർ സിവിൽ ലിബർട്ടീസ് പ്രവർത്തക ദർശന ഭോഗിലാൽ *മനുഷി*, വനിതാ മാസിക സ്ഥാപക മധു കിഷ്വാർ തുടങ്ങിയവർ അക്കൂട്ടത്തിൽപ്പെടുന്നു.

യുവ ആക്ടിവിസ്റ്റുകൾ ഇന്ത്യയുടെ ഭരണ വർഗ്ഗത്തിന്റെ സ്വഭാവ വിശേഷങ്ങളെക്കുറിച്ചുള്ള ചർച്ചകളിൽ സജീവമായിരുന്നു. നാഷണൽ ബൂർഷ്വാസിയാണോ, വൻ ഭൂവുടമകളും കുത്തക മുതലാളിമാരും തമ്മിലുള്ള സഖ്യമാണോ കോംപ്രാഡർ ബൂർഷ്വാസിയാണോ ഇന്ത്യ ഭരിക്കേണ്ടത്? നാഷണൽ ബൂർഷ്വാ വിഭാഗക്കാർ ഇന്ത്യയിൽ ദേശീയ ജനാധിപത്യ വിപ്ലവം ആഗ്രഹിക്കുന്നു. കുത്തകമുതലാളി ഭൂഉടമ സഖ്യം ജനങ്ങളുടെ ജനാധിപത്യ വിപ്ലവം വിഭാവനം ചെയ്യുന്നു. കോംപ്രാഡർ ബൂർഷ്വാമാർ സോഷ്യലിസ്റ്റ് വിപ്ലവമാണ് വേണ്ടതെന്ന നിലപാടിലാണ്. ഇക്കാര്യത്തിൽ സി പി ഐ - സി പി ഐ (എം), സി പി ഐ (മാർക്സിസ്റ്റ് - ലെനിനിസ്റ്റ്) അഭിപ്രായങ്ങൾ വിഭിന്നമാണ്. ആർ എസ് എസിന്റെ വിദ്യാർത്ഥി വിഭാഗമായ എ ബി വി പി ഡൽഹി യൂണിവേഴ്സിറ്റിയിൽ ശക്തമാവുകയും (ഉദാഹരണത്തിന് 1947 ൽ നടന്ന ഡൽഹി യൂണിവേഴ്സിറ്റി തിരഞ്ഞെടുപ്പിൽ എ ബി വി പിയുടെ പ്രസിഡന്റായി തിരഞ്ഞെടുക്കപ്പെട്ടത് പില്ക്കാലത്ത് ബി ജെ പി യൂണിയൻ മിനിസ്റ്ററായ അരുൺ ജെയ്റ്റിലിയായിരുന്നു.) ഡൽഹിയിൽ ജനസംഘിന് അടിത്തറ ബലപ്പെടുകയും ചെയ്തതിനാൽ ഇന്ത്യൻ രാഷ്ട്രീയത്തിലാകെ ഹിന്ദു സ്വാധീനമുണ്ടായി. ഒരു വശത്ത് 1970 കളിൽ സോഷ്യലിസ്റ്റ് നേതാവ് ജയപ്രകാശ് നാരായണിന്റെ സമ്പൂർണ്ണ വിപ്ലവം എന്ന മുദ്രാവാക്യവും മറുവശത്ത് വിവിധ കമ്യൂണിസ്റ്റ് വിഭാഗങ്ങളും യുവജനങ്ങളെ ആകർഷിക്കാൻ തുടങ്ങി. ഭരണ വർഗ്ഗത്തിന്റെ സവിശേഷതകൾ സംബന്ധിച്ച് ഇടതു വിഭാഗങ്ങൾക്കിടയിൽ അഭിപ്രായ ഭിന്നതകളുണ്ടായിട്ടും വിപ്ലവകാലഘട്ടത്തിൽ വിയറ്റ്നാംയുദ്ധ പശ്ചാത്തലത്തിൽ അമേരിക്കൻ സാമ്രാജ്യത്വ വിരുദ്ധ വികാരം പൊതു വികാരമായി മാറി. അമേരിക്കൻ

സംസ്കാരത്തിനെതിരെ പുതിയൊരു സംസ്കാരം എന്ന ആശയം ഉയർന്നു വന്നു.

1970 ൽ എസ് എഫ് ഐ കാമ്പസുകളിൽ ശക്തി പ്രാപിച്ചു. കോളേജ് അവധിയായ ആ സമ്മറിൽ സുഹൈലും രാജേന്ദ്ര പ്രസാദും ഡൽഹി, ഹരിയാന, വെസ്റ്റേൺ യു പി എന്നിവിടങ്ങളെ പ്രതിനിധീകരിച്ച യുവതീ യുവാക്കൾക്കൊപ്പം ഹരിയാനയിലെ റോഹ്‌റ്റാക്കിൽ ഒരു പരിശീലന ക്യാമ്പ് സംഘടിപ്പിച്ചു. അതിന് നേതൃത്വം വഹിച്ചത് വേദ ഗുപ്ത, മഹേന്ദർ സിങ്, എം എ ജാവേദ് എന്നിവർ. മൂവരും ഡൽഹി യൂണിവേഴ്സിറ്റി കോളേജുകളിൽ അദ്ധ്യാപകരായിരുന്നു. പഴയ ഡൽഹി നിവാസികളായ അവരിൽ മഹേന്ദർ സിങ്ങും വേദ ഗുപ്തയും യുവാക്കൾക്കിടയിൽ കമ്യൂണിസം പ്രചരിപ്പിക്കുന്ന മുൻ നിര പ്രവർത്തകർ. ദേശീയ രാഷ്ട്രീയത്തിലെ അതികായനും പ്രമുഖ കമ്യൂണിസ്റ്റ് കർഷക നേതാവുമായ ഹർകിഷൻ സിങ് സൂർജിത്ത് ക്യാമ്പ് സന്ദർശിക്കുകയും പൊലീസ് നരനായാട്ട് സംബന്ധിച്ച് ക്ലാസെടുക്കുകയും ചെയ്തു.

സാമ്രാജ്യത്വ വിരുദ്ധതയിൽ വിശ്വസിച്ചിരുന്ന പുതുതലമുറ വിദ്യാർത്ഥി ആക്ടിവിസ്റ്റുകൾ ഇന്ത്യയിലെ ജനാധിപത്യ ധ്വംസനത്തിന്റെയും ദാരിദ്ര്യത്തിന്റെയും മൂലകാരണങ്ങൾ പഠിക്കാനുള്ള ശ്രമത്തിലായിരുന്നു. ഇതിനു തുടക്കംകുറിച്ചത് ജെ എൻ യുവിലെ ഇടതു വിദ്യാർത്ഥി സംഘടനകളായിരുന്നു.

ഈ അവസ്ഥയിലാണ് ഡബിൾ പ്രൊമോഷൻ കിട്ടിയതുമൂലം 1970 ൽ പതിനാറാം വയസ്സിൽ സഫ്ദർ സെന്റ് സ്റ്റീഫൻസ് കോളേജിൽ ചേർന്നത്.

1970 കളുടെ ആരംഭം - ഇപ്റ്റ പുനഃജ്ജനിക്കുന്നു

ഡൽഹി ഗോൾമാർക്കറ്റ് പ്രദേശത്ത് താമസക്കാരനും ഡൽഹി ഇലക്ട്രിക് സപ്ലൈ അണ്ടർടേക്കിങ്ങിൽ (DESU) ജോലിക്കാരനുമായ യുവാവാണ് സുഭാഷ് ത്യാഗി. 1968 ലാണ് DESU യിൽ അയാൾ ജോലിക്കു ചേർന്നത്. 1970 ൽ ഒരു ദിവസം ബിർലാമന്ദിരത്തിന് സമീപത്തിരുന്ന് സുഹൃത്തുക്കളുമൊത്ത് ചീട്ടുകളിക്കുന്നതിനിടയിലാണ് ശങ്കർ മാർക്കറ്റിന് പുറത്ത് ഒരു തിയേറ്റർ ഗ്രൂപ്പ് പ്രവർത്തിക്കുന്നതു സംബന്ധിച്ച അറിവ് ലഭിക്കുന്നത്. ആകാംക്ഷയോടെ ഒരു ദിവസം അവിടെ ചെല്ലുമ്പോൾ മുറി തൂത്തുവാരാൻ അയാളോട് ആവശ്യപ്പെട്ടു. തന്നെ അപമാനിക്കുകയാണെന്ന് ഓർത്ത് അതീവ കോപത്തോടെ ഇനി ഒരിക്കലും മടങ്ങി വരില്ലെന്നു തീരുമാനിച്ച് ഇറങ്ങിപ്പോന്നു. നിലം അടിച്ചുവാരുക എന്നത് അഭിനയ പരിശീലനത്തിന് അവശ്യം വേണ്ടുന്ന കാര്യമാണെന്നും എല്ലാവരും അത് ചെയ്യണമെന്നും ചീട്ടുകളി സംഘത്തിലെ മറ്റൊരംഗം പറഞ്ഞു കൊടുത്തു. ആയതിനാൽ ത്യാഗി *ഇപ്റ്റ*യുടെ ഡൽഹി ചാപ്റ്ററിൽ പോയി ചേർന്നു.

ഇപ്റ്റ ഒരു അഖിലേന്ത്യാ തിയേറ്റർ പ്രസ്ഥാനമാണ്. 1940 കളിൽ നിരവധി കോളനി വിരുദ്ധ, ഫാസിസ്റ്റു വിരുദ്ധ പ്രവർത്തനങ്ങളിൽ ഇട

പെട്ടിരുന്ന പ്രസ്ഥാനം. 1950 നു ശേഷമുള്ള ഒരു ദശാബ്ദക്കാലം ഇപ്റ്റ ഡൽഹിയിൽ പ്രവർത്തനരഹിതമായിരുന്നു. അതിനെ പുനഃജ്ജീവിപ്പിക്കുന്നതിനു വേണ്ടി സഫ്ദറുൾപ്പെടെയുള്ള ഒരു കൂട്ടം ചെറുപ്പക്കാരെ സംഘടിപ്പിച്ചുകൊണ്ട് കൽക്കട്ടക്കാരനായ ശ്യാമൾ മുഖർജി എന്ന യുവ കമ്യൂണിസ്റ്റുകാരൻ 1971 ജൂലൈയിൽ രംഗത്തു വന്ന് റാഫി മാർഗിലെ വി പി ഹൗസിൽ അവരുടെ പ്രവർത്തനമാരംഭിച്ചു. നിരവധി ഇടത് എം പിമാരും ഇടതു സംഘടനകളും അവിടെ മുറി എടുത്തിരുന്നു. 1971 സെപ്തംബറിൽ അവരുടെ സംഘം പഞ്ചാബിലെ റൂർകലാനിൽ നടന്ന ആൾ ഇന്ത്യ കിസാൻ സഭ സമ്മേളനത്തിൽ കലാപരിപാടികൾ അവതരിപ്പിച്ചു.

കോണാട്ട് പ്ലെയിസിനോട് ചേർന്നുള്ള ശങ്കർ മാർക്കറ്റിലെ മുപ്പത്തിമൂന്നാം നമ്പർ ഫ്ളാറ്റിലായിരുന്നു ഇപ്റ്റയുടെ ഓഫീസ്. ചില സ്വകാര്യ ഇടപാടുകൾക്കായി ഇപ്റ്റയുടെ സെക്രട്ടറി അവിടെ താമസിക്കുകയാണ്. യുവ ആക്ടിവിസ്റ്റുകൾ റിഹേഴ്സലിനും മറ്റുമായി ഓഫീസിന്റെ ഒരു ഭാഗം ഉപയോഗിക്കുന്നു. യുവനേതൃത്വത്തിലായപ്പോൾ വിദ്യാർത്ഥികളല്ലാത്തവരും മുൻകാലപ്രവർത്തകരും ഉൾപ്പെടെ നിരവധിപ്പേർ സന്ദർശകരായെത്തി.

പഴയ ഓഫീസ് സെക്രട്ടറിയും നടിയുമാണ് അപർണ്ണ റോയ്. അവരുടെ പുത്രി മാല മോളോയശ്രീ (Moloyashree) 33 ശങ്കർ മാർക്കറ്റിൽ പോയതും പല തവണ നിയാസ് ഹൈദറെ കണ്ടതും ഓർക്കുന്നു. എട്ടു ഭാഷകൾ അറിയുന്നവനും കവിയും മാർക്സിസ്റ്റ് അനുഭാവിയുമൊക്കെ ആയിരുന്നു ഡൽഹിവാസിയായ നിയാസ് ഹൈദർ. അയാളുടെ ഇഷ്ടങ്ങളിൽ പ്രധാനം കഞ്ചാവ് ചെടിയിൽ നിന്നുണ്ടാക്കുന്ന ഭംഗ് (Bhang) ആയിരുന്നു. കല, രാഷ്ട്രീയം, ജീവിതം എന്നിവയെക്കുറിച്ച് വഴക്കാളിയായൊരു ക്രിട്ടിക്. "ബാബ" എന്ന് വിളിപ്പേര്. ഫൈസ് അഹമ്മദ് ഫൈസ്, കൈഫി അസ്മി, സർദാർ ജാഫ്രി എന്നിവരുടെ സമകാലികനായിരുന്ന ഹൈദർ നിരവധി നാടകങ്ങൾ വിവർത്തനം ചെയ്തിട്ടുണ്ട്. അയാൾക്കൊരു ഇളയ സഹോദരിയുണ്ട്; Mustazai. അവളെ കമ്യൂണിസ്റ്റാകാൻ നിരന്തരം പ്രേരിപ്പിച്ചു. മര്യാദകെട്ട നിരീശ്വരവാദി, അലഞ്ഞു തിരിയുന്ന കവി, സന്ന്യാസ വിരുദ്ധൻ, ധിക്കാരിയായ പണ്ഡിതൻ, വിപ്ലവ തീർത്ഥാടകൻ ഒക്കെയായി ഒരിക്കൽ ഒരാൾ അദ്ദേഹത്തെക്കുറിച്ചൊരു പുസ്തകമെഴുതി.

1970 ഒടുവിലോ 1971 ആദ്യമോ ആണെന്നു തോന്നുന്നു മാല 33 ശങ്കർ മാർക്കറ്റിലെ മിറാൻഡാഹൗസിൽ സുവോളജി ഓണേഴ്സ് പഠനം കഴിഞ്ഞ് അമ്മയെ കാണാൻ പോയി. അവിടമൊക്കെ യുവചേതനയാൽ മുഖരിതമായിരുന്നു. പഴയ പ്രവർത്തകരിൽ പലരും വല്ലപ്പോഴും ഓഫീസിൽ വന്ന് പിന്തുണയും പ്രോത്സാഹനവും നല്കുന്നുണ്ടെങ്കിലും ഇപ്റ്റയുടെ അധികാരം ഇപ്പോൾ പൂർണ്ണമായും യുവതയുടെ കൈകളിലാണ്. അവർ തീരുമാനങ്ങളെടുക്കുന്നു. നടപ്പിലാക്കുന്നു.

ഒരു കൂട്ടം ചെറുപ്പക്കാരുടെ ശ്രമഫലമായി ഇപ്റ്റ വീണ്ടും പ്രവർത്തന

ക്ഷമമായിരിക്കുന്നു. മാലയുടെ വാക്കുകളിൽ ശ്യാമൾ മുഖർജി കാര്യങ്ങളെല്ലാം ഏകോപിപ്പിച്ചു കൊണ്ടുപോകുന്നു. 1972 ലുണ്ടായ റോഡപകടത്തിൽ അദ്ദേഹം മരിച്ചു. അതൊരു വലിയ നഷ്ടമാണെന്ന് സഫ്ദർ നിരന്തരം പറയുമായിരുന്നു. ഡൽഹിയിൽ വളർന്ന ബംഗാളി ഉദയ് ചാറ്റർജിയാണ് മറ്റൊരു പ്രധാന സംഘാടകൻ. അയാൾ മികച്ചൊരു തമാശക്കാരൻ. ഉദയ്യുടെ സംഘാടക പാടവത്തിൽ നിന്ന് സഫ്ദർ പലതും പഠിച്ചെടുത്തു. ദാമോദർ വാലി കോർപ്പറേഷനിൽ ജോലി കിട്ടിയതോടെ അയാളും പോയി. ഒരു കമ്യൂണിസ്റ്റ് പ്രവർത്തകന്റെ പുത്രനായിരുന്ന ബിജോയ് സമാജ്ദാർ അഭിനയിക്കാനും പാടാനും തല്പരനാണ്. “ഒരു മഹാനായ പ്രഭാഷകൻ” എന്നാണ് മാല അയാളെക്കുറിച്ച് പറഞ്ഞത്. മറ്റൊരു മികച്ച പ്രതിഭയാണ് കാജൽ ദാസ്. അദ്ദേഹം പിന്നീട് ഇന്ത്യൻ ഇൻഫർമേഷൻ സർവ്വീസിൽ പ്രവേശിച്ചു. അദ്ദേഹമാണ് സഫ്ദറേയും ഋഥ്വിക് ഘട്ടക്കിന്റെ സിനിമയിൽ പരിചയപ്പെടുത്തിയത്. കൂട്ടത്തിൽ മുതിർന്ന സുഭാഷ് ത്യാഗി മികച്ച നടനായി മാറിക്കഴിഞ്ഞു. ന്യൂഡൽഹി മുനിസിപ്പൽ കോർപ്പറേഷനിൽ ജോലിയായിരിക്കുമ്പോൾ തന്നെ പാർട്ടൈമായി പഠിക്കുകയും ചെയ്യുന്നതിനിടയിലാണ് ജോഗേന്ദ്ര ശർമ്മ ഇപ്റ്റയിലേക്ക് പ്രവേശിച്ചത്. കൂർമ്മബുദ്ധിക്കാരനായ രാകേഷ് ഭംഗിയായി ഹിന്ദി സംസാരിക്കും. പെട്ടെന്നു തന്നെ സഫ്ദറും അയാളും ഉറ്റ സുഹൃത്തുക്കളായി. പശ്ചിമ ബംഗാൾ, നദിയ ജില്ലയിലുള്ള ബാട്കുള സ്കൂളിൽ പഠനം പൂർത്തിയാക്കിയ ശേഷമാണ് കാജൽഘോഷ് ഡൽഹിയിൽ വന്നത്. മികച്ച ഹാർമ്മോണിസ്റ്റായിരുന്നു അദ്ദേഹം. ബംഗാളിലെ ദളിത് ജാതിയായ നമശുദ്ര വിഭാഗത്തിലെ ഒരു സാധാരണ കുടുംബാംഗം. അയാളുടെ മാതാപിതാക്കൾ കമ്യൂണിസ്റ്റുകാർ. പിന്നീട് അയാളുടെ അമ്മ ലോക്സഭയിലെ പാർലമെന്റംഗമായി തിരഞ്ഞെടുക്കപ്പെട്ടു.

1980 കളിൽ കാജൽ പർച്ചം (Parcham) ഗായകസംഘത്തിലെ മുഖ്യ പ്രവർത്തകനായി. സംഗീത നാടക അക്കാദമി അവാർഡ് ജേതാവും ഇന്ത്യയിലെ മുൻനിര തിയേറ്റർ മ്യൂസിക് കമ്പോസറുമായ അദ്ദേഹം ജനവുമായി അടുത്ത ബന്ധം പുലർത്തി. ഇപ്റ്റയിലെ മറ്റൊരു പ്രമുഖ സംഗീത പ്രതിഭയാണ് ഗൗരി ശങ്കർ. നക്സലൈറ്റ് അനുഭാവിയായ അദ്ദേഹം സ്വയം അമിത് സെൻ ഗുപ്ത എന്നു വിളിക്കാനാഗ്രഹിച്ചു. മറ്റനേകം സംഗീതജ്ഞന്മാരുണ്ടായിരുന്നെങ്കിലും അവരുടെ പേരുകളൊന്നും ഓർമ്മയിൽ വരുന്നില്ല. അതേസമയം തന്നെ ധാരാളം യുവ എഴുത്തുകാരും വന്നു ചേർന്നു. പില്ക്കാലത്ത് പ്രശസ്തരായ അശോക് ചക്രധർ, രമേഷ് ഉപാദ്ധ്യായ്, കാന്തി മോഹൻ, ചഞ്ചൽ ചൗഹാൻ തുടങ്ങിയവർ അവരിൽപെടുന്നു.

1972 ജനുവരിയിൽ ഇപ്റ്റ ഡൽഹി ജനറൽ ബോഡി മീറ്റിങ് വിളിച്ചു. സി പി ഐയും സി പി ഐ (എം) മായും അടുത്ത ബന്ധമുള്ളവരെ ഉൾപ്പെടുത്തി പതിനൊന്നംഗ സ്റ്റിയറിങ് കമ്മിറ്റി ഉണ്ടാക്കി. ശ്യാമൾ മുഖർജിയുടെ മരണമുണ്ടായെങ്കിലും ഡൽഹി ഇപ്റ്റ സജീവമായി നിലനിന്നു. എ ഐ ടി യു സിയുടെയും സി ഐ ടി യുവിന്റെയും സമ്മേളനങ്ങളിൽ

സാംസ്കാരിക പരിപാടികൾ അവതരിപ്പിച്ചു. കൂടാതെ ഇൻഡോ സോവിയറ്റ് ഫ്രണ്ട്ഷിപ്പ് സൊസൈറ്റികൾക്കുവേണ്ടിയും പ്രകടനങ്ങൾ നടത്തി. 1972 ജൂണിൽ ഇപ്റ്റ സി ഐ ടി യുവും എസ് എഫ് ഐയുമായി ചേർന്ന് യുണൈറ്റഡ് സ്റ്റേറ്റ്സ് ഇൻഫർമേഷൻ സർവ്വീസും (USIS) ഓഫീസിനു പുറത്ത് ഒരു പരിപാടി സംഘടിപ്പിച്ചു. ഇന്നത്തെ നാഷണൽ സ്കൂൾ ഓഫ് ഡ്രാമ (NSD) യും കഥക് കേന്ദ്രവും സ്ഥിതി ചെയ്യുന്ന ഭഗവാൻ ദാസ് റോഡിലുള്ള ഭഹവൽപ്പൂർ ഹൗസായിരുന്നു USIS ഓഫീസ്. എം കെ റെയ്ന ഉൾപ്പെടെ നിരവധി കലാകാരന്മാർ ഈ അവതരണത്തിൽ പങ്കെടുത്തു. ഇപ്റ്റ അവതരിപ്പിച്ച "നിക്സൺ കിസിംജർ ഡയലോഗ്" ആയിരുന്നു സഫ്ദറിന്റെ ആദ്യ സ്കിറ്റ്. അതിൽ നിക്സനെ അവതരിപ്പിച്ചതും സഫ്ദർ തന്നെ.

കിംലിഷ്, കാന്തിമോഹന്റെ *ദർബാർ, ബ്രഹ്തിന്റെ ക്യാനൂൻ കെ അകാ [Qanoon Ke Aqa]* തുടങ്ങിയ വലിയ നാടകങ്ങൾ പിന്നീട് അവതരിപ്പിച്ചു. അവ കാണാൻ ഓരോ സദസ്സിലും നൂറു മുതൽ ആയിരം വരെ പ്രേക്ഷകരുണ്ടായിരുന്നു. ഫത്തേപ്പൂരിക്കു സമീപം ചാന്ദ്നിചൗക്കിൽ റോഡ് ബ്ലോക്ക് ചെയ്തു നിർമ്മിച്ച വേദിയിൽ രാത്രി വൈകി അവതരിപ്പിച്ച കിംലിഷ്നെ പറ്റി മാല ഓർക്കുന്നു. കിരോരിമാൾ (Kirori Mal) കോളേജിൽ *Qanoon Ka Aqa* അവതരിപ്പിച്ചതിനെക്കുറിച്ച് അതിശയത്തോടെയാണ് സഫ്ദർ പറയാറുള്ളത്. ജഡ്ജിയുടെ വേഷമെടുത്ത ത്യാഗിയുടെ അവസാന വിധി രംഗം മനോഹരമായിരുന്നു. അതിലെ സംഭാഷണം ഓർക്കുക മാത്രമല്ല അവ രേഖപ്പെടുത്തിയ ഒരു ഫയൽ തന്നെ സഫ്ദർ റഫറൻസിനായി മേശപ്പുറത്തു വച്ചിരുന്നു. ഈ കളിയിൽ തനിക്കു നഷ്ടപ്പെട്ടുപോയ പേപ്പർ കണ്ടെത്തുന്നതിനായി സ്റ്റേജിൽത്തന്നെ ഫയൽ തുറന്നു വച്ചു. ഒരു സംശയവും തോന്നാത്ത വിധം കോടതിക്ക് ചിന്തിക്കാൻ സമയം വേണമെന്ന് അദ്ദേഹം അറിയിക്കുകയും സൈഡിൽനിന്നും പറഞ്ഞുകൊടുത്തുകൊണ്ടിരുന്ന മാലയുടെ കൈയിൽ നിന്ന് സ്ക്രിപ്റ്റ് തട്ടിപ്പറിച്ചുകൊണ്ട് അക്ഷോഭ്യനായി വീണ്ടും രംഗത്തു വന്നു.

ഒരു നാടകത്തിനും കൂടുതൽ വേദി ലഭിച്ചില്ല. ഏറ്റവും പ്രസിദ്ധമായ *കിംലിഷ്*നു പോലും പത്തോ പന്ത്രണ്ടോ വേദികൾ മാത്രമേ ലഭിച്ചുള്ളൂ. മിയ കി ജൂട്ടി, മിയ കാ സാർ എന്നൊരു നാടകം വായിച്ചെങ്കിലും എവിടെയും അവതരിപ്പിച്ചില്ല. ഹബീബ് തൻവീറിനെപ്പോലുള്ള ഇപ്റ്റയുടെ പ്രമുഖ ആർട്ടിസ്റ്റുകൾ ചിലപ്പോൾ സന്ദർശിച്ചിരുന്നു. 33 ശങ്കർ മാർക്കറ്റിലെ ടെറസിൽ ഒരു വർക്ക്ഷോപ്പ് അദ്ദേഹം സംഘടിപ്പിച്ചത് മാല ഓർക്കുന്നു.

മാല ഇപ്റ്റ വിട്ട് *മുക്തി* എന്ന തിയേറ്റർ ഗ്രൂപ്പിൽ ചേർന്നു. നക്സലിസത്തിനുവേണ്ടി സമയം കളഞ്ഞത് അവിടെ മാത്രമാണ്. പില്ക്കാലത്ത് നിഷാന്ത് നാട്യമഞ്ച് നയിച്ച ഷംസുൽ ഇസ്ലാം, ഗൗരി ശങ്കർ, ബിനോയ് സമാജ് ദാറുടെ സഹോദരനായ സപൻ തുടങ്ങിയവരും മുക്തിയുമായി

സഹകരിച്ചിരുന്നു. എൻ എസ് ഡി ബിരുദധാരിയായ ശ്രീലത സ്വാമിനാഥൻ, (പില്ക്കാലത്ത് സി പി ഐ (എം എൽ) നേതാവായി) ആവശ്യമായ സഹായം ചെയ്തു.

വിദ്യാർത്ഥികൾക്കിടയിലും ട്രേഡ് യൂണിയനിലും ഇൻഡോ സോവിയറ്റ് ഫ്രണ്ട്ഷിപ്പ് സൊസൈറ്റി വേദികളിലും ഇപ്റ്റ ഇടവിട്ടിടവിട്ട് പരിപാടികൾ അവതരിപ്പിച്ചുകൊണ്ടിരുന്നു. 1972 ലെ ദുർഗ്ഗാ പൂജാ വേദിയിലും സാംസ്കാരിക പരിപാടികൾ കൊണ്ടുവന്നു. എന്നാൽ സംഘടനയുടെ അസ്തിത്വത്തെയും അവതരിപ്പിക്കുന്ന പരിപാടികളെയും സംബന്ധിച്ച് സി പി ഐ - സി പി ഐ (എം) അനുഭാവികൾ തമ്മിൽ അഭിപ്രായ വ്യത്യാസമുണ്ടായി. തൊഴിലാളികൾക്കും കർഷകർക്കും വേണ്ടിയുള്ള പരിപാടികൾക്ക് പ്രാധാന്യം കൊടുക്കണമെന്ന് സി പി ഐ (എം) ശഠിച്ചപ്പോൾ ആക്ടിവിസ്റ്റാകാതെ കൂടുതൽ ആർട്ടിസ്റ്റിക്കും പ്രൊഫഷണലുമാകണമെന്നായിരുന്നു സി പി ഐയുടെ വാദം. ഈ സാഹചര്യത്തിൽ സഫ്ദർ ഇങ്ങനെ എഴുതി: "നമ്മൾ എത്രയും വേഗം ഈ സംഘടന വിട്ടുപോകണം. പാർട്ടി രഹിതരായ പരമാവധി പേരെ ഉൾപ്പെടുത്തി ഒരു പുതിയ സംഘടനയ്ക്കു രൂപംകൊടുക്കണം."

മേൽ സാഹചര്യത്തിൽ ചെറുപ്പക്കാരായ ആക്ടിവിസ്റ്റുകൾ ചേർന്ന് 1973 ഏപ്രിലിൽ ജനനാട്യമഞ്ചിന് രൂപംനല്കി. ഡൽഹി ഇപ്റ്റ വീണ്ടും പ്രവർത്തനരഹിതമായി. അതിന്റെ ചുറ്റുപാടും സ്വകാര്യ ഇടപാടുകളുടെ വേദിയായി മാറി. അങ്ങനെ 19 കാരനായ സഫ്ദർ, സുഭാഷ് ത്യാഗി, കാജൽ ദാസ്, രാകേഷ് സക്സേന, ഉദയ് ചാറ്റർജി, രതിൻ ദാസ്, കാജൽ ഘോഷ്, ഹെഹ് ലാ ഹഷ്മി തുടങ്ങിയവർക്കൊപ്പം ജനനാട്യമഞ്ചിന്റെ സ്ഥാപകാംഗമായി.

1973 – ജനം രൂപപ്പെടുന്നു

സഫ്ദറിന്റെ മരണാനന്തരം ധൃതിപ്പെട്ട് തയ്യാറാക്കിയ പത്രക്കുറിപ്പിൽ അദ്ദേഹം 1976 ൽ സി പി ഐ (എം) ൽ ചേർന്നതായി രേഖപ്പെടുത്തിയിരുന്നു. ആ സമയം സഫ്ദർ ഡൽഹിക്കു പുറത്ത് പഠിപ്പിച്ചുകൊണ്ടിരുന്നതിനാലും രാഷ്ട്രീയത്തിൽ സജീവമല്ലാതിരുന്നതിനാലും ഈ തീയതിയിൽ എനിക്കു വിശ്വാസമില്ല. അദ്ദേഹം തന്നെ എഴുതിയ ഒരു കുറിപ്പിന്റെ അടിസ്ഥാനത്തിൽ 1972 അവസാനമോ 73 ആദ്യമോ ആയിരുന്നിരിക്കണം പാർട്ടിയിൽ ചേർന്നത്. അങ്ങനെയെങ്കിൽ ജനം രൂപപ്പെട്ടുവരുമ്പോൾ തന്നെ പാർട്ടി മെമ്പർ ആയിരിക്കണം. വ്യക്തമായ തെളിവുകളുടെ അഭാവത്തിൽ ആർക്കും ഉറപ്പിച്ചൊരഭിപ്രായം ഇക്കാര്യത്തിൽ പറയാനാവില്ല.

ആദ്യമൊക്കെ ജനത്തിന്റെ റിഹേഴ്സലുകൾ പല സ്ഥലങ്ങളിൽ വച്ചായിരുന്നു. അതിലൊന്നാണ് കവിതാ നാഗ്പാലിന്റെ വീട്. കവിതയും വിനോദ് നാഗ്പാലും സ്വന്തം കഴിവുകളാൽ തികഞ്ഞ നാടക പ്രവർത്തകരെന്ന് പേരെടുത്തിരുന്നു. 1964 ലാണ് തിയേറ്റർ പ്രവർത്തനങ്ങളിൽ

കവിതയുടെ തുടക്കം. ആദ്യം കാൺപൂരിൽ. പിന്നെ സത്യദേവ് ദുബേ എന്ന, നടപ്പു തിയേറ്റർ രൂപങ്ങളെ എതിർക്കുന്ന തിയേറ്റർ പ്രവർത്ത കനൊപ്പം. പിന്നീട് കവിത മികച്ച തിയേറ്റർ റിവ്യൂകൾ തയ്യാറാക്കുന്ന പ്രവൃത്തിയിലേക്ക് തിരിഞ്ഞു. ഡൽഹി സ്റ്റേജിലെ മികച്ച നടനും ഗായകനുമായിരുന്നു വിനോദ്. രജീന്ദർ നാഥ് നിർമ്മിച്ച വിജയ് തെണ്ടുൽ ക്കറുടെ ഖാഷിറാം കോട്വാൾ എന്ന നാടകത്തിൽ സൂത്രധാരന്റെ വേഷം ഹൃദയഹാരിയാം വണ്ണം പാടി അഭിനയിക്കുന്നത് ഞാൻ കണ്ടിട്ടുണ്ട്. എനിക്കന്ന് നാലോ അഞ്ചോ വയസ്സ് മാത്രമേ ഉണ്ടായിരുന്നുള്ളു എങ്കിലും അതെന്നെ വല്ലാതെ സ്വാധീനിച്ചു. എന്റെ അച്ഛൻ അഭിനയിച്ചിരുന്നതും എന്നെയും എന്റെ സഹോദരിയെയും റിഹേഴ്സൽ കാണാൻ അമ്മ കൊണ്ടുപോയിരുന്നതുമാണ് കാരണം. പിന്നീട് അതിലെ പല ഭാഗങ്ങളും ഞങ്ങൾ ഉരുവിട്ടു നടന്നു. ടെലിവിഷൻ ഹിന്ദി സിനിമാ രംഗങ്ങളിൽ പ്രസിദ്ധനായിരുന്ന പിതാവിന്റെ മകനായിരുന്നതിനാൽ 1980 കളുടെ മദ്ധ്യത്തിൽ തന്നെ വിനോദ് ദേശീയ തലത്തിൽ പ്രശസ്തനായി.

ലോധി കോളനിയിൽ അമ്മാജി പഠിപ്പിക്കുന്ന സ്കൂളിലും, വി പി ഹൗസിനു പരിസരത്തും, ഡൽഹി സി പി ഐ (എം) ഓഫീസിലും കാജൽ ഘോഷിന്റെ ടെറസ്സിലുമൊക്കെയാണ് ജനം റിഹേഴ്സൽ സംഘ ടിപ്പിച്ചത്. സഖാവ് മേജർ എന്ന് സ്നേഹപൂർവ്വം വിളിച്ചിരുന്ന ജയ്പാൽ സിങ്ങാണ് അന്നത്തെ ഡൽഹി പാർട്ടി സെക്രട്ടറി. സഖാവ് മേജർ വ്യത്യ സ്തമായൊരു ജീവിതമാണ് നയിച്ചത്. ബ്രിട്ടീഷ് ഇന്ത്യൻ ആർമിയിലെ ഉദ്യോഗസ്ഥനായിരുന്നതിനാൽ സ്വാതന്ത്ര്യസമരത്തിൽ ആകൃഷ്ടനായി. 1942 ൽ ക്വിറ്റ് ഇന്ത്യാ മൂവ്മെന്റിനെക്കുറിച്ച് പട്ടാളക്കാർക്കിടയിൽ വ്യാപ കമായ പ്രചാരണം കൊടുത്തു. 1946 ൽ ആസാമിൽ നിയമിക്കപ്പെട്ടപ്പോൾ നെഹ്റുവിനെതിരെയുള്ള ബ്രിട്ടീഷ് ഗൂഢാലോചന വെളിപ്പെടുത്തുകയു ണ്ടായി. ഇവയുടെ പേരിൽ കോടതി നടപടികൾ വരുന്നതിനു മുമ്പ് ഒളിവിൽ പോയി. അവിടെ വച്ച് ആസാമിലെയും പോണ്ടിച്ചേരിയിലെയും വിപ്ലവകാരികളെ പരിശീലിപ്പിച്ചു. 1940 കളുടെ മദ്ധ്യത്തിൽ ഫ്യൂഡൽ പ്രഭുക്കൾക്കും കോളനി വാഴ്ചയ്ക്കുമെതിരെ നടന്ന ചരിത്ര പ്രസിദ്ധ മായ തെലുങ്കാന കർഷക സായുധ വിപ്ലവത്തിന്റെ പ്രധാന പട്ടാള കമാൻ ഡറായിരുന്നു അദ്ദേഹം. സ്വാതന്ത്ര്യാനന്തരം സൈന്യാധിപന്മാർക്ക് മുന്നിൽ കീഴടങ്ങിയെങ്കിലും ഹീറോ ആയി പ്രഖ്യാപിക്കുന്നതിനു പകരം അറസ്റ്റ് ചെയ്ത് കൽക്കട്ടയിലെ ഫോർട്ട് വില്യമിൽ തടങ്കലിലാക്കുകയാണ് ചെയ്തത്. വീണ്ടും അടിയന്തരാവസ്ഥ പ്രഖ്യാപിച്ചപ്പോൾ അദ്ദേഹത്തെ തടങ്കലിലടച്ചു. അപ്രതീക്ഷിതമായി 1982 ൽ വിജയവാഡ ജയിലിൽ വച്ചു മരിക്കുമ്പോൾ തെലങ്കാനയിലെ ആയിരക്കണക്കിന് കർഷക തൊഴിലാ ളികൾ പ്രണാമമർപ്പിക്കാൻ എത്തിയിരുന്നു.

എല്ലാ അർത്ഥത്തിലും സഖാവ് മേജർ താനുമായി ബന്ധപ്പെടുന്ന വർക്കു മുന്നിൽ എളിമയും ലാളിത്യവും മാന്യതയുമുള്ള വ്യക്തിയാ യിരുന്നു. കലാ സാംസ്കാരിക വിഷയങ്ങളിൽ സത്യസന്ധമായി ഇടപെട്ടു.

ഇക്കാര്യത്തിൽ ബംഗാൾ ഇപ്റ്റയിലെ നടിയും നർത്തകിയുമായ ഉഷയുടെയും മാർക്സിസത്തിന്റെയും സ്വാധീനം വലുതായിരുന്നു. ഇപ്റ്റ വിട്ടുപോന്ന ജനം പ്രവർത്തകർക്ക് അദ്ദേഹം റിഹേഴ്സൽ സ്ഥലം, ഉപദേശം, പ്രോത്സാഹനം, നിയമപിന്തുണ എന്നിവ നിരന്തരം നല്കി. ജനം പ്രവർത്തകർ രാഷ്ട്രീയത്തെക്കാൾ കലാപരമായ കാര്യങ്ങൾക്കാണ് പ്രാഥമിക പ്രചോദനം കൊടുത്തത്. കവിത നാഗ്പാൽ അദ്ദേഹത്തെക്കുറിച്ച് പറഞ്ഞതിങ്ങനെ: "നമ്മുടെ പ്രവർത്തനങ്ങൾക്കെല്ലാം മേജർ സഖാവ് ആത്മാർത്ഥമായ സഹകരണവും അനുഭാവവുമാണ് കാണിച്ചിരുന്നത്. നമ്മുടെ മിക്ക പ്രകടനങ്ങളും സംഘടിപ്പിച്ചു തന്ന് നമ്മുടെ പ്രവൃത്തികൾക്ക് പ്രചോദനം നല്കിയതല്ലാതെ ഒരിക്കലും ഒന്നിലും ഇടപെട്ടിട്ടില്ല."

ജനം പ്രവർത്തനക്ഷമമാകാൻ ഏതാനും മാസങ്ങളെടുത്തു. ഒരു നാടകാവതരണത്തിനുവേണ്ടി ഗോൾമാർക്കറ്റിനടുത്തുള്ള മാർക്കറ്റ് സ്ക്വയറിലെ കാജൽ ദാസിന്റെ വീട്ടിൽ കൂടിയ മീറ്റിങ്ങിനെക്കുറിച്ച് രതിൻ ദാസ് ഓർക്കുകയാണ്. 1973 സെപ്തംബർ മദ്ധ്യത്തിലായിരുന്നു മീറ്റിങ്. ഇപ്റ്റയുടെ ഭാഗമായിരുന്നപ്പോൾ പോയവർഷത്തെ ദുർഗ്ഗാ പൂജയിൽ ഒന്നോ രണ്ടോ പരിപാടികൾ അവതരിപ്പിച്ചിരുന്നു. വരാൻപോകുന്ന ദുർഗ്ഗാ പൂജയ്ക്ക് ഒരു ബംഗാളി നാടകമവതരിപ്പിക്കാൻ അവർ തീരുമാനിച്ചു. അത് ഇർവീൻ ഷായുടെ ബ്യൂറി ദി ഡെഡിനെ ആസ്പദമാക്കി എഴുതിയ *മരണത്തിനപ്പുറം* (*Beyond Death*) എന്ന നാടകമായിരുന്നു. ബംഗാളി സംസാരിക്കാനറിയാത്ത അനേകം പേർ ഗ്രൂപ്പിലുണ്ടായിരുന്നു. അവരെയൊക്കെ ഉൾപ്പെടുത്താൻ നാടകത്തിന്റെ ഭാഷ ബുദ്ധിമുട്ടുണ്ടാക്കി. ത്യാഗി ഇടയ്ക്കിടെ ബംഗാളി പറയുന്ന ഹിന്ദിക്കാരനായ ഒരു താഴ്ന്ന ജാതിക്കാരന്റെ വേഷമാണെടുത്തത്. മെഡിക്കൽ ടേംസ് ഉപയോഗിക്കുന്ന ഡോക്ടറുടെ വേഷമായതിനാൽ സഫ്ദറിന് ഇംഗ്ലീഷിൽ സംസാരിക്കാനായി. രാകേഷാകട്ടെ ഹിന്ദിക്കാരനായ ഒരു പൊലീസ് വേഷവും എടുത്തു. ആ നാടകം സാമ്പത്തികലാഭമുണ്ടാക്കിയില്ലെങ്കിലും ഇപ്റ്റയുടെ ചരിത്രത്തിലെ പ്രധാന സംഭവമായി മാറി.

അടുത്ത നാടകം *ഭാരത ഭാഗ്യ വിധാതാ* എഴുതിയത് യുവ ഹിന്ദി നാടകകൃത്ത് രമേഷ് ഉപാദ്ധ്യായ. അത് കോൺഗ്രസിനും ഇന്ദിരാഗാന്ധിക്കും എതിരെയുള്ള ഒരു സംഗീത ആക്ഷേപഹാസ്യ നാടകമായിരുന്നു. പ്രശസ്ത സംഗീതജ്ഞൻ മോഹൻ ഉപ്രതി ആയിരുന്നു സംഗീതം നല്കിയത്. അനേകം കഥാപാത്രങ്ങളുണ്ടായിരുന്നതിനാൽ ബസിലായിരുന്നു നാടകയാത്ര. അപ്പോഴേക്ക് കവിതയും വിനോദ് നാഗ്പാലും ജനത്തിൽ ചേർന്നിരുന്നു. നാടക സംവിധാനം കവിത. വിനോദ് നരേറ്ററായും സഫ്ദർ കൗണ്ടർ നരേറ്ററായും വേഷമിട്ടു. നാടകത്തിൽ ഒരു ജന്മി ഒരു മുതലാളിക്കെതിരെ തിരഞ്ഞെടുപ്പിൽ മത്സരിക്കുകയാണ്. അവരിലൊരാളെ തെരഞ്ഞെടുക്കുന്നതിൽ എതിർപ്പുള്ള സാധാരണക്കാർ ഒരു ചെരുപ്പുകുത്തിയെ അവരുടെ സ്ഥാനാർത്ഥിയായി കൊണ്ടുവന്നു. മത്സരത്തിൽ

ദളിതനായ ചെരുപ്പുകുത്തി ജയിച്ചതിനാൽ മറ്റു രണ്ടുപേരും ചേർന്ന് അയാളെ വധിച്ചു. നാടകാന്ത്യത്തിൽ, അയാൾ മരിച്ചെങ്കിലും അയാളുയർത്തിയ പോരാട്ടം മരിക്കാതെ നില്ക്കും എന്നർത്ഥം വരുന്ന ഒരു പാട്ട് നരേറ്ററും കൗണ്ടർ നരേറ്ററും ചേർന്ന് പാടുകയാണ്.

1974 ൽ ഉത്തർ പ്രദേശ് അസംബ്ലി തിരഞ്ഞെടുപ്പിന്റെ ഭാഗമായി സി പി ഐ, സി പി ഐ (എം) പ്രചാരണ വേദികളിൽ ജനം നാടകം അവതരിപ്പിച്ചു. ജലാൽപൂറിലും മെയ്ൻപുരിയിലും സി പി ഐ (എം) വിജയിച്ചപ്പോൾ സി പി ഐ 16 സീറ്റുകൾ നേടി. കോൺഗ്രസിനും ചരൺ സിങ്ങിന്റെ ഭാരതീയ ക്രാന്തി ദളിനും ഭാരതീയ ജനസംഘിനും പിന്നിലായി സി പി ഐ നാലാം സ്ഥാനത്തെത്തി. കമ്യൂണിസ്റ്റുകാർ ജയിച്ച മണ്ഡലങ്ങളിലെങ്ങും ജനം പ്രചാരണം നടത്തിയെന്നു തോന്നുന്നില്ല. ആ സമയം അറോഹ ടൗണിൽ പ്രചരിച്ച ഒരു വാർത്ത ഇതാണ്. ആള് കൂട്ടുന്നതിനു വേണ്ടി ഡൽഹിയിൽ നിന്ന് ഒരു സംഘത്തെ കൊണ്ടു വന്ന് "വേശ്യാനൃത്തം" (Prostitute Dance) പ്രദർശിപ്പിക്കുന്നു. യുവകലാകാരന്മാർ ഇതുകേട്ട് ചിരിക്കുകയും തങ്ങൾക്ക് വലിയൊരു ജനക്കൂട്ടത്തെ ആകർഷിക്കാൻ കഴിഞ്ഞു എന്ന് മനസ്സിലാവുകയും ചെയ്തു. എന്നാൽ നാടകത്തിലെ ഒരു യുവതി അതേത്തുടർന്ന് നാടകം കളിക്കാൻ കൂട്ടാക്കിയില്ല. കവിത ഇടപെട്ട് ഒത്തുതീർപ്പുണ്ടാക്കി. വീണ്ടും നാടകം അവതരിപ്പിച്ചപ്പോൾ ആയിരക്കണക്കിനാളുകൾ തടിച്ചുകൂടി ബഹളമുണ്ടാക്കി. പെട്ടെന്ന് വിനോദ് സ്റ്റേജിൽ കയറി ഫെയ്സ് അഹമ്മദ് ഫെയ്സിന്റെ ഗാനം പാടാൻ തുടങ്ങി. അതിശയിപ്പിച്ചുകൊണ്ട് ബഹളമടങ്ങി. പല സ്ഥലങ്ങളിലും പലവിധ അവതരണ ബുദ്ധിമുട്ടുകൾ നേരിടേണ്ടി വന്നു. വീടിന്റെ ബാൽക്കണിയിൽ കയറിയും വെളിച്ചക്കുറവുള്ളയിടങ്ങളിൽ ബസിന്റെ ഹെഡ് ലൈറ്റിലും പെട്രോമാക്സ് ലൈറ്റിന്റെ മങ്ങിയ വെളിച്ചത്തിലും പരിപാടി അവതരിപ്പിച്ചു.

അടുത്ത നാടകം *ബക്രി*യായിരുന്നു. സർവ്വേശ്വർ ദയാൽ സക്സേനയുടെ രചനയും കവിതയുടെ സംവിധാനവും. സർവ്വേശ്വർ മികച്ച കവിയും നക്സൽ പ്രസ്ഥാനത്തോടടുത്തു നില്ക്കുന്ന കമ്യൂണിസ്റ്റുകാരനുമാണ്. നാട്യപ്രാധാന്യമുള്ള (Nautanki Style) ഒരു നാടകമെഴുതാൻ അദ്ദേഹത്തോട് കവിതയാണു പറഞ്ഞത്. എൻ എസ് ഡിക്കു വേണ്ടി എഴുതിയ ഒരു ലഘു നാടകം വികസിപ്പിച്ച് ജനത്തിനു കൊടുത്തു. നാടകം ഒരു വൻവിജയമായിരുന്നു. ഇതിലും സൂത്രധാരന്റെ വേഷമായിരുന്നു വിനോദിന്. അദ്ദേഹം തന്റെ മുഴങ്ങുന്ന ശബ്ദത്തിലുള്ള ഗാനാലാപനത്തിലൂടെ കാണികളെ കൈയിലെടുത്തു. എൻ എസ് ഡിയിലെ കോഴ്സ് പൂർത്തിയാക്കി സിനിമ ടി വി മോഹവുമായി പുറത്തിറങ്ങിയ പങ്കജ് കപൂർ അതിലൊരു പ്രധാന വേഷം ചെയ്തു. തുടർന്ന് *ബക്രി* പല ക്ഷണിക്കപ്പെട്ട സദസ്സുകൾക്കു മുന്നിലും അരങ്ങേറി. ചണ്ഡിഗഢിലെ ടാഗോർ തിയേറ്ററിൽ നാടകം കളിച്ചത് രതിൻ ദാസ് ഓർക്കുന്നു. അമ്പതിലേറെ വേദികളിലാണ് *ബക്രി* കളിച്ചത്. മികച്ച കലാചിന്തയും ഉറച്ച രാഷ്ട്രീയ പ്രതിബദ്ധതയുമു

ള്ളൊരു നാടക സംഘമായി ഡൽഹിയിൽ ജനം ഉയരാൻ പോകുന്നതിന്റെ പ്രഖ്യാപനമായിരുന്നു ബക്രി.

1975 – അടിയന്തരാവസ്ഥ

1974 ൽ ഏകദേശം 74 ലക്ഷം വരുന്ന റെയിൽവേ തൊഴിലാളികൾ സമരമാരംഭിച്ചു. അന്നും ഇന്നും ഇന്ത്യയിലെ ഏറ്റവും വലിയ തൊഴിൽ ദാദാവാണ് റെയിൽവേ. ഈ സമരം രാജ്യത്തെ മുഴുവൻ ബാധിച്ചു എന്നതാണ് പ്രത്യേകത. ഇന്ദിരാഗാന്ധി സർക്കാർ സമരത്തെ ക്രൂരമായി അടിച്ചമർത്തി. ആയിരക്കണക്കിനാളുകൾ ജയിലിലടയ്ക്കപ്പെട്ടു. അതിലധികം പേർക്കും തൊഴിൽ നഷ്ടപ്പെട്ടു.

തൊഴിലാളികൾക്കിടയിൽ വളർന്നു വരുന്ന സമരാസക്തിയും കോൺഗ്രസിതര ബൂർഷ്വാപാർട്ടികളുടെ ധ്രുവീകരണവും 1975 ജൂണിൽ അടിയന്തരാവസ്ഥ പ്രഖ്യാപിക്കാൻ ഇന്ദിരാഗാന്ധിയെ പ്രേരിപ്പിച്ചു. എന്നാൽ യഥാർത്ഥ കാരണം തിരഞ്ഞെടുപ്പു ജയത്തിനുവേണ്ടി നടത്തിയ അനീതിപരമായ പ്രവർത്തനങ്ങളുടെ പേരിലുണ്ടായ അലഹബാദ് ഹൈക്കോടതി വിധിയായിരുന്നു. 1977 മാർച്ച് വരെ നീണ്ടു നിന്ന അടിയന്തരാവസ്ഥ കാലത്ത് സർക്കാർ തിരഞ്ഞെടുപ്പുകൾ അസാധുവാക്കി. പൊതു സ്വാതന്ത്ര്യത്തിനു കടിഞ്ഞാണിട്ടു. മാധ്യമങ്ങളെ സെൻസർ ചെയ്തു. ആയിരക്കണക്കിന് പ്രതിപക്ഷ നേതാക്കളേയും ആക്ടിവിസ്റ്റുകളേയും തടവിലാക്കി.

ഹൈക്കോടതി വിധി മാനിച്ച് ഇന്ദിരാഗാന്ധി രാജിവയ്ക്കാത്തതിനെ പ്രമേയമാക്കി ജനം ഒരുക്കിയ നാടകമാണ് *കസേര കസേര കസേര*. തെരഞ്ഞെടുക്കപ്പെട്ടൊരു ഭരണാധികാരി കസേരയിലിരിക്കുന്നു. എന്നാൽ തിരഞ്ഞെടുപ്പ് അസാധുവാകുന്നു. ഭരണാധിപൻ എഴുന്നേല്ക്കാൻ ശ്രമിച്ചിട്ടും കസേര അനുവദിക്കുന്നില്ല. തെരുവു നാടകത്തിലൂടെ ജനത്തിന്റെ രണ്ടാമത്തെ കടന്നാക്രമണമായിരുന്നു ഈ ലഘു നാടകം. കേന്ദ്ര സർക്കാർ ഉദ്യോഗസ്ഥർ സമയം പോകാൻ ഒത്തുകൂടുന്ന ബോട്ട് ക്ലബ്ബിലായിരുന്നു നാടകാവതരണം. കുറേനാളുകൾ അവതരിപ്പിച്ചതിനു ശേഷം പുതിയ തമാശകളും മറ്റും ചേർത്ത് നാടകം പുനഃസൃഷ്ടിക്കുകയായിരുന്നു.

കവിത സൂചിപ്പിക്കുന്ന മറ്റൊരു നാടകമാണ് *പൊതുജനത്തിന് ഭ്രാന്ത് പിടിക്കുന്നു* (Janatha Pagal Ho Gai Hai) കവിതയും വിനോദുമായിരുന്നു അഭിനേതാക്കൾ. കവിത ഇന്ദിരാഗാന്ധിയുടെ വേഷമാണെടുത്തത്. 1975 ജൂൺ 21 ന് ആദ്യ അവതരണം. അന്നു രാത്രിയിലുണ്ടായ കവിതയുടെ അമ്മയുടെ മരണവും നാലു ദിവസം കഴിഞ്ഞുണ്ടായ അടിയന്തരാവസ്ഥയും കാരണം പിന്നീട് കളിക്കാനായില്ല. എന്നാൽ 1980 ൽ സഫ്ദർ എഴുതിയ ഒരു ആർട്ടിക്കിളിൽ 20 തവണയെങ്കിലും ഡൽഹിയുടെ വിവിധ ഭാഗങ്ങളിൽ കളിച്ചിട്ടുണ്ടെന്നാണ് കാണുന്നത്.

തിയേറ്റർ അടിസ്ഥാനത്തിൽ നോക്കിയാൽ ഇത്തരം നാടകങ്ങളിൽ ഏതുവിധ പരിണാമം വേണമെങ്കിലും നടത്താം. എന്നാൽ അടിയന്തരാവസ്ഥയ്ക്കുശേഷം തെരുവുനാടകത്തെ ജനം ഗൗരവത്തോടെയാണ് സമീപിച്ചത്.

ഹല്ലാ ബോൽ

ജനത്തെ സംബന്ധിച്ചിടത്തോളം അടിയന്തരാവസ്ഥക്കാലം വെറുതേ ദുരുപയോഗം ചെയ്യുകയായിരുന്നു. 1988 ൽ ഡച്ച് നാടക പ്രവർത്തകനായ യൂജിൻ വാൻ എർവന് കൊടുത്ത അഭിമുഖത്തിൽ നഷ്ടപ്പെട്ട വർഷങ്ങളെക്കുറിച്ച് സഫ്ദർ തുറന്നു പറഞ്ഞതിങ്ങനെ:

> 1975 ജൂൺ 25 ന് അടിയന്തരാവസ്ഥ പ്രഖ്യാപിച്ചതോടെ ഞങ്ങളുടെ നിരവധി സുഹൃത്തുക്കൾ അറസ്റ്റിലായി. ഒരു തരം നരകാവസ്ഥ. ഇന്ത്യയ്ക്ക് ഞങ്ങളൊരു ഭീഷണിയാണെന്നു തോന്നി. ഞങ്ങൾ നേരിട്ട വെല്ലിവിളിയെ അതിശയോക്തികലർത്തി കാണുകയും അറസ്റ്റ് ചെയ്തു പീഡിപ്പിക്കുമെന്നും ചിന്തിച്ചു. അതുകൊണ്ട് ഞങ്ങൾ മറഞ്ഞു നിന്നു. ഞങ്ങൾ നാടകം കളിച്ചില്ലെന്നു മാത്രമല്ല പാർട്ടി ഓഫീസിലോ ട്രേഡ് യൂണിയൻ ഓഫീസിലോ പിന്നെ പോയതുമില്ല... ഒരർത്ഥത്തിൽ അതൊരു നാട്യമായിരുന്നു. ഞങ്ങൾക്ക് 'പലതരത്തിൽ' പ്രവർത്തിക്കാനുള്ള അവസരമുണ്ടായിരുന്നു.

എന്താണ് ആ 'പലതരം വഴികൾ?' തീയതി വയ്ക്കാത്ത ഒരു കത്തിൽ സഫ്ദർ ഇങ്ങനെ കുറിച്ചിരിക്കുന്നു.

1. വളരെ താമസിച്ചിരിക്കുന്നു. എത്രയും വേഗം തുടങ്ങണം.
2. തൊഴിൽ സാഹചര്യങ്ങൾ പരിമിതപ്പെട്ടിരിക്കുന്നു. (ഗായക സംഘത്തിനോ നാടക സംഘത്തിനോ ചലിക്കാനാവുന്നില്ല.)
3. പഴയ ആശയവുമായി നാടകം ഇനി സാദ്ധ്യമല്ല. ഇനി ഒരു പക്ഷേ, അവ അനുവദിച്ചാലും അധികാരി വർഗ്ഗത്തിന്റെ ശ്രദ്ധ പിടിച്ചുപറ്റാനാവില്ല.
4. സ്വയം പരിവർത്തനത്തിനു വിധേയമാകേണ്ട സമയമാണിത്. ശക്തി സംഭരിച്ച് വീറോടെ പ്രവർത്തിച്ചുതുടങ്ങണം. കലാപരമായ മികവ് നിലനിർത്തുന്നതിന് ഗായകസംഘം തീർത്തും സംഗീത ക്ലാസുകൾ തുടങ്ങണം. നാടക സംഘം കഴിയുന്നത്ര പുരോഗമനാശയമുള്ള ക്ലാസിക് നാടകങ്ങളെടുത്ത് പരമാവധി കളിക്കണം. ജനനാട്യമഞ്ചിന് ഒരു പുതിയ മുഖം കൊടുക്കണം. പ്രൊഫഷണൽ സ്റ്റാൻഡേർഡ് വർദ്ധിപ്പിച്ച് ജനത്തെ കൂടുതൽ ആകർഷകമാക്കുക. തികഞ്ഞൊരു തിയേറ്റർ സംഘമായി പ്രവർത്തിപ്പിക്കുകയും വേണം.
5. പ്രൊഫഷണൽ പ്രതിച്ഛായയുള്ള സംഘടനകൾക്ക് പുരോഗമനാത്മക നാടകങ്ങൾക്കുള്ള അവസരമുണ്ടാക്കണം. നമുക്ക് അങ്ങനെയൊരു പ്രതിച്ഛായയില്ല.
6. ഭവഭൂതിയുടെ *ഉത്തര രാമചരിതം*, ശൂദ്രകന്റെ *മൃച്ഛകടികം*, ടോൾസ്റ്റോയിയുടെ *ഇരുട്ടിന്റെ ശക്തി*, ജിറാണ്ടസിന്റെ *ചെയ്ലോട്ടിലെ ഭ്രാന്തി* (*Mad Women of Chaillot*) *ശകുന്തള*,

രാമലീല, ഈഡിപ്പസ്, ഷേക്സ്പിയർ നാടകങ്ങൾ തുടങ്ങിയവയൊക്കെ അവതരിപ്പിക്കണം.

7. സാംസ്കാരികമായി പിന്നോക്കം നില്ക്കുന്ന തൊഴിലാളി വർഗ്ഗത്തിനും കർഷകർക്കുംവേണ്ടി പ്രവർത്തിക്കാനുള്ള ഏറ്റവും പറ്റിയ അവസരമാണിത്.
8. *Hari-Lekshmi Narayan Lal* (പ്രേംചന്ദ്) + ഭവദേന്തു (വിഷ്ണു പ്രഭാകർ - ഗോഡൻ)
9. അംഗീകാരത്തിനായി കഴിയുന്നത്ര സ്ക്രിപ്റ്റുകൾ സമർപ്പിക്കണം.
10. കുറേ ഗാനങ്ങൾ സെൻസർമാർക്ക് സമർപ്പിക്കണം.

ഇതൊന്നും തന്നെ നടപ്പിലായില്ല. അടിയന്തരാവസ്ഥക്കാലമത്രയും ജനം നിർജ്ജീവമായിത്തന്നെ തുടർന്നു.

1979 ജൂൺ - സഫ്ദർ റോയിയും മൊളൊയശ്രീ ഹഷ്മിയും

എം എ ഇംഗ്ലീഷ് സാഹിത്യ പഠനം പൂർത്തിയാക്കി ഡൽഹി യൂണിവേഴ്സിറ്റിയിൽ അദ്ധ്യാപക ജോലിയിൽ പ്രവേശിച്ചെങ്കിലും ഡൽഹിയിലെ ജീവിതം മടുപ്പിക്കുന്നതായി സഫ്ദറിന് അനുഭവപ്പെട്ടു. പുതുതായി രൂപീകരിച്ചതും പിന്നീട് ഹേമവതി നന്ദൻ ബഹുഗുണയുടെ പേരിൽ അറിയപ്പെട്ടതുമായ ശ്രീ നഗറിലെ ഗർവാൾ (Garwal) യൂണിവേഴ്സിറ്റിയിൽ അദ്ദേഹം പ്രവേശിച്ചു. അടിയന്തരാവസ്ഥക്കാലം മുഴുവനും അവിടെയാണ് കഴിച്ചുകൂട്ടിയത്. പർവ്വതങ്ങളോട് താല്പര്യം തോന്നിയത് ഇവിടെ വച്ചായിരുന്നു. സുഹൃത്ത് പ്രഭാത് ഉപ്രതിയോടൊപ്പം പല തവണ പർവ്വതാരോഹണത്തിന് പോയിട്ടുണ്ട്. 1977 വരെ സഫ്ദർ അവിടെയാണ് ചെലവിട്ടത്. കാശ്മീരിലെ ശ്രീനഗർ യൂണിവേഴ്സിറ്റിയിൽ ജോലി കിട്ടിയതോടെ അങ്ങോട്ടു സ്ഥലം മാറി. യൂണിവേഴ്സിറ്റിയിൽ ഒരു നാടക സൊസൈറ്റിക്കു രൂപംകൊടുക്കുകയും ബുച്ച്മറിന്റെ വോയ്സക്ക്, ബ്രെഹ്തിന്റെ ദി എക്സപ്ഷൻ ആന്റ് ദി റൂൾ, പഴയ ചൈനീസ് നാടകമായ ഓർഫൻ ഓഫ് ദി ചൗ എന്നീ നാടകങ്ങൾ അവതരിപ്പിച്ചു. പലതും 40 വേദികളിലധികം കളിച്ചിട്ടുണ്ട്.

ഇതിനിടെ 1976 ൽ അബ്ബുജി അന്തരിച്ചു. ഒരു സന്ന്യാസിയെപ്പോലെ ജ്ഞാനിയും അതിശയിപ്പിക്കുന്ന ഹൃദയവിശാലതയും സഹനശക്തിയും ഉള്ള ആളുമായിരുന്നു അദ്ദേഹം.

ബാംഗ്ളൂരിൽ നിന്ന് 100 കിലോമീറ്റർ അകലെയുള്ള കോളാർ ജില്ലയിലെ നീൽബാഗിൽ അദ്ധ്യാപക പരിശീലനത്തിന് ചേരേണ്ടതുള്ളതിനാൽ 1975 ൽ മാല ഡൽഹി വിട്ടു. ബ്രിട്ടീഷ് വംശജനും വിദ്യാഭ്യാസ പ്രവർത്തകനുമായ ഡേവിഡ് ഹോഴ്സ് ബർഗായിരുന്നു ആ സ്ഥാപനത്തിന്റെ സ്ഥാപകൻ. 1943 ൽ റോയൽ എയർഫോഴ്സിനൊപ്പമായിരുന്നു അദ്ദേഹം ആദ്യം ഇന്ത്യയിലെത്തിയത്. ജനായത്ത രീതിയിലുള്ള പഠനതിയറി പരീക്ഷിച്ചുകൊണ്ട് ഡേവിഡും ഭാര്യ ഡോറീനും (Doreen) ചേർന്ന്

ഒരു ഗ്രാമീണ സ്കൂൾ ആരംഭിച്ചു. പ്രാദേശികമായി ലഭിക്കുന്ന മരക്കട്ടകളും സിഗററ്റ് കൂടുകളുമൊക്കെ ഉപയോഗിച്ച് നൂതനമായ പല പഠനോപകരണങ്ങളും അവർ നിർമ്മിച്ചു. സർദാർ പട്ടേൽ വിദ്യാലയത്തിൽ മാല പഠിപ്പിച്ച നിരവധി കുട്ടികളെ ഞാൻ കണ്ടു. "മൊളൊയ ശ്രീ ആന്റി" അവരുടെ പ്രിയപ്പെട്ട ടീച്ചറായിരുന്നു. ഇതിന്റെ ക്രെഡിറ്റിന്റെ ഒരു ഭാഗം ഡേവിഡ് ഹോഴ്സ് ബർഗിനും നീൽ ബാഗ് സ്കൂളിനുമായിരുന്നു. അവിടെ രണ്ടു വർഷക്കാലം കുട്ടികളെ എങ്ങനെ പഠിപ്പിക്കണമെന്ന് പഠിക്കുകയായിരുന്നു മാല.

നീൽ ബാഗിനുശേഷം ഡേവിഡ് മാലയെ കാശ്മീർ വിദ്യാഭ്യാസ വകുപ്പിനുവേണ്ടി താൻ നടത്തിയിരുന്ന പ്രോജക്ടിലേക്ക് ഇംഗ്ലീഷ് പാഠപുസ്തകമെഴുതാനുള്ള ചുമതല ഏല്പിച്ചു. 1977 ൽ മാല ഒരു സഹായിയുമായി ശ്രീനഗറിൽ വർക്ക്ഷോപ്പ് സംഘടിപ്പിക്കുന്നതിനു പോയി. സഫ്ദർ ശ്രീനഗറിലുള്ള വിവരം അമ്മയിൽ നിന്നാവും മാല അറിഞ്ഞത്. എന്നാൽ ഗർവോളിൽ ഒരു ശ്രീനഗർ ഉള്ള വിവരം മാലയ്ക്കറിയില്ലായിരുന്നു. ഒടുവിൽ അന്വേഷിച്ചു പിടിച്ച് അവിടെ എത്തുമ്പോഴേക്കും സഫ്ദർ ഗർവാൾ ശ്രീനഗറിൽനിന്നും കാശ്മീർ ശ്രീനഗറിലേക്കു പൊയ്ക്കഴിഞ്ഞിരുന്നു.

യൂണിവേഴ്സിറ്റിയിൽ ഇംഗ്ലീഷ് ഡിപ്പാർട്ട്മെന്റ് തലവനായിരുന്ന ടി ജയരാമനൊപ്പമായിരുന്നു തുടക്കത്തിൽ സഫ്ദറിന്റെ താമസം. വിദ്യാഭ്യാസ വകുപ്പിലെ തന്റെ സുഹൃത്തിനോട് മാല സഫ്ദറിന്റെ പേര് പറഞ്ഞപ്പോൾ ഡൽഹിയിൽ അദ്ദേഹം എവിടെയുണ്ടാകുമെന്ന സൂചന നല്കി. മാല അദ്ദേഹത്തെ സന്ദർശിക്കുകയും പ്രൊഫസർ ജയരാമനുമായി സൗഹൃദത്തിലാവുകയും ചെയ്തു. അദ്ദേഹത്തിന്റെ മൂർച്ചയേറിയ വാക്കുകളും കൂർമ്മബുദ്ധിയും അവളെ ആകർഷിച്ചു. പില്ക്കാലത്ത് സർദാർ പട്ടേൽ വിദ്യാലയത്തിൽ തന്റെ സഹപാഠിയായി മാറിയ ഗാർഗി റൂട്ടിന്റെ (ജയരാമിന്റെ അനന്തരവൾ) കാര്യം അവൾ അദ്ദേഹത്തെ ഓർമ്മിപ്പിച്ചു. ആരെ പരിചയപ്പെട്ടാലും അവരോട് ഇഴുകിച്ചേരുന്ന ഗാർഗി ചെറുപ്പത്തിൽത്തന്നെ ക്യാൻസർ വന്നു മരിച്ചു. അഞ്ചു മാസം ശ്രീനഗറിൽ കഴിഞ്ഞതിനുശേഷം ഡൽഹിയിലേക്ക് മടങ്ങി വന്നു. വീണ്ടും ശ്രീനഗറിലെത്തി ഒരു മാസത്തെ താമസത്തിനിടയിൽ ജമ്മുവിലേക്ക് പോകുന്നതിന്റെ മുന്നോടിയായി ഉൾനാടൻ ഗ്രാമങ്ങളിൽ പോയി അദ്ധ്യാപകരെ കാണുകയുണ്ടായി. ഇന്ത്യയിൽ നിന്നു വന്ന അദ്ധ്യാപിക എന്ന നിലയിൽ സ്നേഹബഹുമാനാദികളോടെയാണ് അവരെ സ്വീകരിച്ചത്. 1977 ഡിസംബറിൽ സഫ്ദർ പ്രഭാത് ഉപ്രതിയ്ക്ക് ഇങ്ങനെ എഴുതി.

"താങ്കളുടെ കത്ത് കൈപ്പറ്റുന്നതിൽ എനിക്ക് അതിയായ സന്തോഷമുണ്ട്. എന്റെ ചുമലുകൾക്ക് മുകളിലേക്ക് ഞാൻ മൊളോയശ്രീയെ എടുത്തുയർത്തി. ഡസൻ കണക്കിന് ചുംബനംകൊണ്ട് ഞാനവളെ പൊതിഞ്ഞു. നവംബർ 13 വരെ അവൾ ഇവിടെയായിരുന്നു. ഒരു കൊടുങ്കാറ്റു പോലെയായിരുന്നു കാലം പോയത്. മൊളൊയശ്രീയോടുള്ള സ്നേഹം

എന്നെ അസ്വസ്ഥമായൊരവസ്ഥയിലേക്കു നയിച്ചു. ആ സമയം ഞാൻ നിഷ്ക്രിയനായിരുന്നു. മൊളൊയശ്രീ!! ഞാനെങ്ങനെയാണ് അവളെക്കുറിച്ചു നിന്നോടു വിശദീകരിക്കേണ്ടത്? അന്നവൾ പാറക്കെട്ടുകൾ താണ്ടിയുള്ള (ദേഷ്യത്തിലല്ല അവൾക്ക് കോപിക്കാനറിയാമോ എന്നറിയില്ല) അളകനന്ദയുടെ (Alakhananda) ഒഴുക്കുപോലെ, പൈപ്പൽ മരങ്ങൾക്കിടയിലൂടെ അരിച്ചിറങ്ങുന്ന അന്തിവെളിച്ചം പോലെ, കേദാരനാഥ താഴ്വരയിലെ നിശ്ശബ്ദതപോലെ, തുംഗനാഥ കൊടുമുടിയുടെ ഔന്നത്യം പോലെ, ഡ്യൂഗൽബിറ്റയുടെ സാന്ദ്രത പോലെ, ആകാശത്തിന്റെ അഗാധതപോലെ. ചിലപ്പോൾ അടുത്തും ചിലപ്പോൾ അകന്നും, ചിലപ്പോൾ സന്തോഷത്തോടും, ചിലപ്പോൾ ദുഃഖത്തോടും, ചിലപ്പോൾ വന്യമായും, ചിലപ്പോൾ ശാന്തമായും, ചിലവേള കുസൃതിക്കാരിയായും, ചിലവേള ഗൗരവമായും എന്നാൽ ചിലവേള സ്നേഹസമ്പന്നയും ചിലവേള മനോജ്ഞയുമായിരുന്നു. പാറപോലെ ഉറച്ചവളായിട്ടും ലോകത്തിന്റെ നൊമ്പരം കണ്ട് വിലപിച്ചു. അവൾക്ക് നായ്ക്കളെ ഭയമായിരുന്നു. വെളുത്താലിരുട്ടുവോളം ഡസൻ കണക്കിന് ചാർമിനാർ പുകച്ചിരുന്നു. കുട്ടികളെക്കുറിച്ചു പറയുമ്പോൾ ആകാംക്ഷഭരിത. അവളുടെ കണ്ണുകൾ ഇരുണ്ടതും, രാവിനേക്കാൾ ആഴമേറിയതുമായിരുന്നു. എന്നാൽ സർവ്വപ്രധാനമായത് അവളെന്നെ സർവ്വാത്മനാ സ്നേഹിച്ചിരുന്നു, എന്റെ പ്രിയപ്പെട്ട കൂട്ടുകാരി."

1978 ൽ മാല സഫ്ദറുമൊരുമിച്ച് വീണ്ടും ശ്രീനഗറിലേക്ക് വ്യക്തിപരമായൊരു സന്ദർശനം നടത്തി. അവർ വിവാഹിതരാകാൻ തീരുമാനിച്ചിരുന്നു. ഡൽഹിയിലേക്കു മടങ്ങി വന്ന് തിയേറ്റർ പ്രവർത്തനങ്ങളിലും രാഷ്ട്രീയത്തിലും ഇടപെടാൻ സഫ്ദർ അക്ഷമ കാണിച്ചു. കാശ്മീരിൽ തന്റെ വിദ്യാർത്ഥികളുമായി നാടക പ്രവർത്തനം നടത്തുന്നുണ്ടെങ്കിലും, മാല പറയുന്നു, "ജനം അദ്ദേഹത്തിൽ ഏറെ സ്വാധീനിച്ചിരുന്നു." എന്തു ചെയ്യണമെന്നറിയില്ലെന്ന് അയാൾ നിരന്തരം പറയുമായിരുന്നു. സത്യത്തിൽ അയാൾക്കു രാഷ്ട്രീയമായിരുന്നു താല്പര്യം. അതയാളെ സംബന്ധിച്ച് വളരെ പ്രധാനപ്പെട്ടതാണ്. സി പി ഐ (എം) നോടാണ് അചഞ്ചലമായ കടപ്പാട്. അതിലൊരു വിട്ടുവീഴ്ചയുമില്ലെന്ന് പലപ്പോഴും പറഞ്ഞിട്ടുണ്ട്. എന്നാലും ഒരു തീരുമാനത്തിലെത്തുന്നില്ല. എന്തു ചെയ്യണമെന്നറിയില്ല. കുറേ നാളുകളായി അയാൾ ചിന്തിക്കുന്നതും മറ്റുള്ളവർ നിർബ്ബന്ധിക്കുന്നതും ഡൽഹിയിലേക്കു മടങ്ങിവന്ന് ജനത്തിന്റെ ചാർജെടുക്കണമെന്നതാണ്. പക്ഷേ, ഒരു തൊഴിലില്ലാതെ എങ്ങനെ ഡൽഹിയിലേക്ക് മടങ്ങും? ശരിക്കും അയാൾക്ക് മടങ്ങിപ്പോകണമെന്നു തന്നെയാണ്. വിവാഹം കഴിച്ച് കാശ്മീരിൽ താമസിക്കാമെന്നത് ഒരു നല്ല കാര്യമായി അയാൾക്ക് തോന്നിയില്ല. കാരണം ഒരാൾ ഹിന്ദുവും മറ്റൊരാൾ മുസ്ലീമും, വ്യത്യസ്തമായ രണ്ടു വ്യക്തിത്വങ്ങൾ. എന്തുകൊണ്ടായിക്കൂടാ? അത് നല്ലൊരാശയം തന്നെയാണ്. ഞാൻ പറഞ്ഞു. ചിലപ്പോൾ അതൊരു ഉദാഹരണമായി മാറിയേക്കാം. 1978 ജൂലൈയിൽ അദ്ദേഹം മടങ്ങി വന്നു.

തനിക്കൊരു തൊഴിലില്ലാത്തതിനെക്കുറിച്ചും ജീവിതവൃത്തിക്ക് വക കണ്ടെത്തുന്നതിനെപ്പറ്റിയും ഉള്ള ആശങ്കകളെപ്പറ്റി പ്രഭാത് ഉപ്രതിയ്ക്കെഴുതിയ കത്തുകളിൽ സൂചിപ്പിച്ചിരുന്നു. ഒടുവിൽ വിട്ടു പോകാൻ തീരുമാനിച്ചു. അയാൾ ജോലി രാജി വച്ചു. നേരത്തെ കാശ്മീരിൽ ജോലി ആയിരിക്കുമ്പോൾ തന്നെ സഫ്ദറും മാലയും ഗുജറാത്തിൽ ആനന്ദിനെ കാണാൻ പോയി. അവിടെ National Dairy Development Board ന്റെ (NDDB) മാഗസിനിൽ എഡിറ്റർ ജോലിക്കായി അപേക്ഷിച്ചിരുന്നു. അദ്ദേഹത്തിനു ജോലി ലഭിച്ചെങ്കിലും സ്വീകരിച്ചില്ല. കാരണം, അദ്ദേഹം മാലയോടു പറഞ്ഞു: “കാമ്പസ് നല്ലതാണ്” പക്ഷേ, എനിക്കവിടെ ഒന്നും ചെയ്യാനില്ല. രാഷ്ട്രീയ പ്രവർത്തനത്തെപ്പറ്റിയാണ് അയാൾ സൂചിപ്പിച്ചത്. കാശ്മീരിൽ നിന്ന് ഡൽഹിയിൽ മടങ്ങി വന്ന സഫ്ദറിന് പ്രസ് ഇൻസ്റ്റിറ്റ്യൂട്ട് ഓഫ് ഇന്ത്യയുടെ വിദുര എന്ന മാഗസിനിൽ ജോലി ലഭിച്ചു. അവിടെ രതിൻ ദാസ് ജോലി ചെയ്യുന്നുണ്ടായിരുന്നു.

മാലയും സഫ്ദറും ഇപ്റ്റയിൽ പ്രവർത്തിക്കുമ്പോൾ, പരസ്പരം അടുത്തു പരിചയപ്പെട്ടിരുന്നില്ലെങ്കിലും സംഘാംഗങ്ങളുമായി ഒരു ദിവസം ഭക്ഷണം കഴിക്കാനായി മാല സഫ്ദറിന്റെ വീട്ടിൽ പോയി. അന്ന് അബ്ബുജി മാലയെ ചൂണ്ടി ഇവളെയാവണം വിവാഹം കഴിക്കേണ്ടതെന്ന് പറഞ്ഞതായി കാലങ്ങൾക്കുശേഷം സഫ്ദർ മാലയോടു പറഞ്ഞു. മാല ഈ കഥ വിശ്വസിച്ചില്ല. സഫ്ദർ കെട്ടിച്ചമച്ചു പറയുന്ന കഥകളിലൊന്നായി മാത്രമേ അവൾ കരുതിയുള്ളൂ. കാശ്മീരിൽ മാലയും സഫ്ദറും കണ്ടുമുട്ടുന്നതിനു മുമ്പുതന്നെ 1976 ൽ അബ്ബുജി അന്തരിച്ചു. 1979 ജൂൺ 18 ന് അവർ വിവാഹിതരായി. സഫ്ദറിന് 25 വയസും രണ്ട് മാസവും പ്രായമായിരുന്നു. മാലയ്ക്ക് നാല് മാസ പ്രായക്കൂടുതലും. അവരുടെ വിവാഹം ബാബയുടെയും (മാലയുടെ പിതാവ്, റിസർവ്വ് ബാങ്ക് ഉദ്യോഗസ്ഥനും ട്രേഡ് യൂണിയൻ പ്രവർത്തകനും) അമ്മാജിയുടെയും സാന്നിദ്ധ്യത്തിൽ സുഹൈലിനെയും അപർണാദിയേയും സാക്ഷി നിർത്തി നടന്നു. ഒരു സ്വീകരണ പരിപാടിയെക്കുറിച്ച് ബാബ ചോദിച്ചെങ്കിലും സമ്മതിച്ചില്ല. എന്നാലും അമ്മാജിയും സുഹൈലും അവരുടെ സുഹൃത്തുക്കൾക്കായി ചെറിയൊരു പാർട്ടി സംഘടിപ്പിച്ചു. വിവാഹത്തിനു മുമ്പു തന്നെ കുറഞ്ഞ ചെലവിൽ ഒരു ഫ്ളാറ്റ് പടിഞ്ഞാറെ ഡൽഹി ജനകപുരിക്കു സമീപം പൊസാൻഗിപൂരിൽ കണ്ടെത്തിയിരുന്നു. മാസങ്ങൾക്കകം എലിശല്യം കാരണം അതുപേക്ഷിക്കുകയും മാലയുടെ അമ്മാവനും അമ്മായിയും താമസിക്കുന്ന പട്ടേൽ നഗറിൽ എതിർവശത്തായി ഒരു അപ്പാർട്ടുമെന്റിന്റെ മുകളിലേക്ക് മാറുകയും ചെയ്തു. ഏകദേശം രണ്ടു വർഷത്തിലധികം അവരവിടെ താമസിച്ചു.

സഫ്ദറിന്റെ പേര് സഫ്ദർ റോയ് എന്നും മാലയുടേത് മൊളൊയശ്രീ ഹാഷ്മി എന്നും മാറ്റുന്നതിനെക്കുറിച്ച് അയാൾ ആലോചിച്ചു. പേര് മാറ്റുന്നതിനുള്ള അപേക്ഷയും വിവാഹ സർട്ടിഫിക്കറ്റിന്റെ പകർപ്പും തിരിച്ചറിയൽ വിലാസത്തിന്റെ തെളിവുകളും ഫോട്ടോയുമായി അവർ തങ്ങളുടെ

ബാങ്കുകളിലേക്ക് പോയി. മാലയുടെ ബാങ്ക് ഓഫീസർ വിവാഹ സർട്ടിഫിക്കറ്റ് സൂക്ഷ്മ പരിശോധന നടത്തി പേരുമാറ്റ അപേക്ഷയിൽ ഒപ്പിട്ടു. അങ്ങനെ പേരുമാറി.

സഫ്ദറുടെ ബാങ്ക് അധികാരി അപേക്ഷ കൂലംകുഷമായി പരിശോധിക്കുകയും രജിസ്റ്ററുകൾ തിരയുകയും സഹപ്രവർത്തകന്റെ അഭിപ്രായം ആരായുകയും ചെയ്തശേഷം തന്റെ ബാങ്കിന് പേരുമാറ്റാനുള്ള അധികാരമില്ലെന്നു പ്രഖ്യാപിച്ചു. ശരി. അതിനുവേണ്ടി ഞാൻ എന്താണ് ചെയ്യേണ്ടത്? സഫ്ദർ ആരാഞ്ഞു. ങ്ഹും. അയാൾ കുറച്ചു സമയം പെൻസിൽ കടിച്ചുകൊണ്ടിരുന്നു. നിങ്ങൾ ഔദ്യോഗിക മുദ്രപ്പത്രത്തിൽ ഒരു സത്യവാങ്മൂലം എഴുതിത്തരണം. നിങ്ങളുടെ ഇപ്പോഴത്തെ പേരും, വിലാസവും, പുതിയ പേരും വിലാസവും. പേരുമാറ്റുന്നതിനുള്ള കാരണം, ആസ്ട്രോളജി, ന്യൂമറോളജി, വിവാഹം മുതലായ കാര്യങ്ങൾ അതിലുണ്ടാവണം. എന്നാൽ നിങ്ങളൊരു സ്ത്രീ അല്ലാത്തതിനാൽ പേരുമാറ്റുന്നതിനുള്ള കാരണമായി "വിവാഹം" അംഗീകരിക്കുമെന്നു തോന്നുന്നില്ല. എന്തായാലും സത്യവാങ്മൂലം തന്നതിനുശേഷം രണ്ട് പത്രങ്ങളിൽ പരസ്യം കൊടുക്കണം. ഒന്ന് ഇംഗ്ലീഷ് പത്രവും മറ്റൊന്ന് പ്രാദേശിക ഭാഷയിലും. നിങ്ങളെ സംബന്ധിച്ച് ഹിന്ദി ആയിരിക്കണം. അതിനുശേഷം പത്രപരസ്യവും സാക്ഷ്യപ്പെടുത്തിയ രണ്ട് പാസ്പോർട്ട് സൈസ് ഫോട്ടോയും ഐഡന്റിറ്റി, വിലാസം തെളിവുകളുടെ കോപ്പികളും പേരുമാറ്റം ഗസറ്റിൽ പ്രസിദ്ധീകരിക്കുന്നതിനുള്ള അപേക്ഷയുമായി കൺട്രോളർ ഓഫ് പബ്ലിക്കേഷൻ ഓഫീസിൽ സമർപ്പിക്കണം. ഒരിക്കൽ ഗസറ്റിൽ പേരുമാറ്റി വന്നാൽ പിന്നെ ദൈവം തമ്പുരാൻ വിചാരിച്ചാൽ പോലും മാറ്റാനാവില്ല.

അതു കാരണം മൊളൊയശ്രീ ഹാഷ്മി മൊളൊയശ്രീ റോയിയായി മാറുകയും സഫ്ദർ ഹാഷ്മി, സഫ്ദർ ഹാഷ്മിയായി നിലനില്ക്കുകയും ചെയ്തു.

1978 ഒക്ടോബർ – തെരുവു നാടകത്തിലേക്ക് തിരിയുന്നു

1977 ൽ അടിയന്തരാവസ്ഥ പിൻവലിച്ചു. 1977-78 ലെ വേനലവധിക്ക് സഫ്ദർ ശ്രീനഗർ യൂണിവേഴ്സിറ്റിയിൽ നിന്ന് ഡൽഹിയിലെത്തി ജനത്തിന്റെ പുനഃസംഘടനയ്ക്കായി എൻ കെ ശർമ്മയെ കാണുകയും ചെയ്തു. പഴയ ഡൽഹിയിൽ ആദ്യം എൻ ഡി എം സിയിലും തുടർന്ന് ഡി എ വി സ്കൂളിലും പഠനാനന്തരം ഡൽഹി യൂണിവേഴ്സിറ്റിയിലെ ഹിന്ദു കോളേജിലും ചേർന്നിരിക്കുകയാണ് എൻ കെ. എന്നാൽ ഒരു തൊഴിലിനുവേണ്ടി ഡൽഹി അഡ്മിനിസ്ട്രേഷനിൽ അപേക്ഷിക്കുകയും മാനുഷിക പരിഗണന വച്ച് ലഭിക്കുകയും ചെയ്തതിനാൽ സർക്കാർ സൗകര്യങ്ങളിൽ താമസിക്കാൻ അനുവാദം ലഭിക്കുകയും ചെയ്തു. അന്ന് അദ്ദേഹത്തിന് കഷ്ടിച്ച് പതിനെട്ട് വയസ്സ് ആയിരുന്നു. ജോലി കിട്ടിയതിനാൽ ഹിന്ദു കോളേജിൽ നിന്ന് പിരിഞ്ഞ് ബിരുദ വിദ്യാഭ്യാസ

ത്തിന് ചേർന്ന് ഡിഗ്രി പൂർത്തിയാക്കി. 1975 ൽ ജനവുമായി എൻ കെ ബന്ധപ്പെട്ടെങ്കിലും അടിയന്തരാവസ്ഥ കാരണം തുടർന്ന് പ്രവർത്തിക്കാൻ കഴിഞ്ഞില്ല. അടിയന്തരാവസ്ഥയ്ക്കുശേഷം വീണ്ടും പ്രവർത്തനമാരംഭിച്ചപ്പോൾ എൻ കെ യും ചേർന്നു. മീററ്റുകാരനായ അരുൺ ശർമ്മയും അവർക്കൊപ്പം കൂടി.

ഈ സമയം പ്രശസ്ത ഹിന്ദികവി കാന്തി മോഹൻ ജനവുമായി ബന്ധപ്പെട്ടു. പഴയ ഡൽഹിയിലെ ന്യായബസാറിലെ അദ്ദേഹത്തിന്റെ വീട്ടിൽ സഫ്ദറും, ത്യാഗിയും, മനീഷും, അരുണും, താനും പങ്കെടുത്ത ഒരു മീറ്റിങ്ങിനെക്കുറിച്ച് എൻ കെ ഓർക്കുന്നു. കാന്തി മോഹന്റെ വീട്ടിൽ നടന്ന മറ്റൊരു മീറ്റിങ്ങിനെക്കുറിച്ച് കവിത നാഗ്പാൽ പറയുന്നുണ്ടെങ്കിലും എൻ കെ അത് സ്ഥിരീകരിക്കുന്നില്ല. എന്തായാലും ഉറച്ച തീരുമാനങ്ങളൊന്നും അവിടെ ഉണ്ടായില്ല. രാകേഷ് സക്സേന മീറ്റിങ്ങിന്റെ ഭാഗമായിരുന്നില്ലെങ്കിലും കുറച്ചു ദിവസങ്ങൾക്കുശേഷം അവർ സാപ്രു ഹൗസിന്റെ മൈതാനത്ത് കണ്ടുമുട്ടി. മികച്ച ലൈബ്രറി ഉണ്ടായിരുന്ന ആ സ്ഥലം ബുദ്ധിജീവികളുടെയും സാംസ്കാരിക പ്രവർത്തകരുടെയും കേന്ദ്രമായിരുന്നു. ഈ കൂടിക്കാഴ്ചയിൽ രതിൻ ദാസും ഉണ്ടായിരുന്നു. ജനത്തിന്റെ പ്രവർത്തനങ്ങളിൽ ഒരു പ്രധാന പങ്കുവഹിച്ച ആളാണ് രാകേഷ് സക്സേന.

അസ്ഗർ വാജാട്ട് രചിച്ച് കവിത നാഗ്പാൽ സംവിധാനം ചെയ്ത ദി കൊളോണൈസർ റിട്ടേൺസ് എന്ന നാടകത്തിലൂടെ ജനം വീണ്ടും സംഘടിപ്പിക്കപ്പെട്ടു. തുടർന്ന് അടിയന്തരാവസ്ഥയെ വിമർശിച്ചുകൊണ്ട് ഉത്പൽ ദത്ത് രചിച്ച ഇബ്ബാർ രാജാർ പാല എന്ന നാടകം അബ് രാജാ കി ബാരി ഹായ് (ഇനി രാജാവിന്റെ ഊഴം)" എന്ന പേരിൽ ഉത്പൽ ബാനർജി സംവിധാനം ചെയ്ത് അവതരിപ്പിച്ചു. അപർണാദി (Aparnadi) ബംഗാളിയിൽനിന്ന് ഹിന്ദിയിലേക്ക് തർജ്ജമ ചെയ്തതാണ് പ്രസ്തുത നാടകം. ഇവയൊക്കെ പഴയ സമ്പ്രദായത്തിൽ അസംഖ്യം കഥാപാത്രങ്ങൾ നിറഞ്ഞവയാണ്. സഫ്ദർ കാശ്മീരിലേക്ക് മടങ്ങിപ്പോയതിനാൽ പ്രസ്തുത നാടകങ്ങളിൽ അഭിനയിച്ചില്ല. അവയുടെ അവതരണ ബുദ്ധിമുട്ട് വലുതായിരുന്നു. ട്രേഡ് യൂണിയനുകളും കിസാൻ സഭകളും വിദ്യാർത്ഥി സംഘടനകളും രഹസ്യ പ്രവർത്തനങ്ങളിലായതിനാൽ സാമ്പത്തിക ബുദ്ധിമുട്ടുകൾ ഉണ്ടായിരുന്നു. അവരുടെ പ്രവർത്തകർക്കുണ്ടായ കേസുകൾ കൈകാര്യം ചെയ്യുന്നതിന് പണം ആവശ്യമായി വന്നു. അവരുടെ പ്രവർത്തനങ്ങൾ ഏകോപിപ്പിക്കുന്നതിന് ജനം തിയേറ്റർ ആവശ്യമായിരുന്നെങ്കിലും താങ്ങാനാവുന്നതായിരുന്നില്ല.

1978 സമ്മറിൽ സഫ്ദർ തന്റെ ജോലി ഉപേക്ഷിച്ച് ഡൽഹിയിൽ തിരിച്ചു വന്നു. എന്തു ചെയ്യണം എങ്ങനെ മുന്നോട്ടു പോകണമെന്ന കാര്യത്തിൽ ഗ്രൂപ്പിന് ഒരു പിടിയുമില്ല. വലിയ നാടകങ്ങൾ പ്രായോഗികമല്ലെങ്കിൽ ചെലവുകുറഞ്ഞ, കൊണ്ടുപോകാൻ സൗകര്യമുള്ള, അവതരണത്തിന് ബുദ്ധിമുട്ടില്ലാത്ത ചെറിയ നാടകങ്ങൾ തയ്യാറാക്കാമെന്ന് സഫ്ദർ

പറഞ്ഞു. തെരുവു നാടകങ്ങളെ വലുതാക്കി പുനഃരാവിഷ്കരിച്ച പരിചയം ജനത്തിനുണ്ട്. പഴയ ഡൽഹിയിലെ തെരുവു കച്ചവടക്കാർ ചില സൂത്രപ്പണിയിലൂടെ നൂറുകണക്കിനാളുകളെ ആകർഷിച്ചു കൊണ്ടു വരുന്നതും തങ്ങളുടെ സാധനങ്ങൾ വിറ്റഴിക്കുന്നതും എൻ കെ കണ്ടിട്ടുണ്ട്. അങ്ങനെ നമ്മളും ചിലതു പ്രയോഗിച്ചാലെന്താ അയാൾ അഭിപ്രായപ്പെട്ടു.

ഒരു ദശാബ്ദക്കാലത്തിനു ശേഷം സഫ്ദർ യൂജിൻ വാൻ എർവിനോട് പറഞ്ഞു. ചിലരുടെ അഭിപ്രായത്തിൽ നമ്മൾ തന്നെ നമുക്കുള്ള നാടകം എഴുതിയാൽ നിർമ്മിക്കാൻ എളുപ്പമായിരിക്കും. എന്നാൽ നമുക്ക് അക്കാര്യത്തിൽ ആത്മവിശ്വാസമില്ല. ഒരിക്കൽ ഒരു പഴയകാല കമ്യൂണിസ്റ്റ് നേതാവ് എന്നെ വിളിച്ചിട്ടു ഗാസിയാബാദിലെ ഹെറിഗ് ഇന്ത്യ എന്ന കെമിക്കൽ ഫാക്ടറിയിൽ നടന്ന ഒരു സംഭവം വിശദീകരിച്ചു. അവിടെ തൊഴിലാളികൾക്ക് യൂണിയൻ ഇല്ലായിരുന്നു. അവർക്ക് വളരെ സാധാരണമായ രണ്ട് ആവശ്യങ്ങളാണുണ്ടായിരുന്നത്. അവരുടെ സൈക്കിളുകൾ പാർക്ക് ചെയ്യാൻ ഒരിടവും ഫാക്ടറിയിൽ ഒരു കാന്റീനും ഉണ്ടാവണം. ഈ രണ്ട് നിസ്സാര ആവശ്യങ്ങൾക്കുമായി അവർ സമരമാരംഭിച്ചു. കാവൽക്കാർ ആറുപേരെ അഗ്നിക്കിരയാക്കി. ഇതിന്റെ വെളിച്ചത്തിൽ ഒരു നാടകമെഴുതാൻ ഞങ്ങൾ തീരുമാനിച്ചു.

സാമ്പത്തികമാവശ്യപ്പെടലിന്റെ പേരിലല്ല ആറു തൊഴിലാളികൾക്ക് ജീവൻ നഷ്ടപ്പെട്ടത്. പൊലീസുകാർക്ക് പകരം സ്വകാര്യ ഗാർഡുകളാണ് കൊന്നത്. എന്തുകൊണ്ട്?

അടിയന്തരാവസ്ഥയ്ക്കുശേഷം തൊഴിലാളി സമരങ്ങളുടെ ഒരു ഇരച്ചുകയറ്റം തന്നെ ഉണ്ടായിട്ടുണ്ട്. പൊലീസും ഭരണകൂടവും മുതലാളിമാർക്കൊപ്പമാണ്. മുതലാളിമാർ സ്വന്തം ഗുണ്ടകളെ നിയമിച്ചിട്ടുണ്ട്. ഗാസിയാബാദിൽ ഗുണ്ടകളുടെയും കുറ്റവാളികളുടെയും സ്വാധീനം പരമ്പരാഗതമായിത്തന്നെ വലുതാക്കിയിരുന്നു. ചിലപ്പോൾ മുതലാളിമാർ തന്നെ ഗുണ്ടകളോ, കുറ്റവാളികളോ ആയ സന്ദർഭങ്ങളുമുണ്ട്. പല മുതലാളിമാരും ഭൂമാഫിയയുടെ ഭാഗമായിരുന്നു. ഹെറിഗ് ഇന്ത്യ പോലെ തൊഴിലാളി ദ്രോഹനയമുള്ള വേറെയും ഫാക്ടറികൾ ധാരാളമുണ്ട്. അതേസമയത്തു തന്നെ തൊഴിലാളി പ്രശ്നങ്ങളിൽ മുതലാളിമാർ ഇടപെടാത്തതിന്റെ പേരിൽ ഒരു ഡസനോളം ഫാക്ടറികളിൽ സമരം നടക്കുന്നുണ്ടായിരുന്നു.

അടിയന്തരാവസ്ഥയ്ക്കുശേഷം അധികാരത്തിലേറിയ ജനതാ പാർട്ടി യൂണിയനുകൾക്കിടയിൽ വളരുന്ന അക്രമ പ്രവണതയ്ക്ക് തടയിടാനായി പുതിയ ഇൻഡസ്ട്രിയിൽ റിലേഷൻസ് ബിൽ കൊണ്ടുവരാനുള്ള ശ്രമത്തിലായിരുന്നു.

മേല്പറഞ്ഞ സംഗതികളെല്ലാം സ്പർശിച്ചുകൊണ്ട് ഒരു നാടകമുണ്ടാക്കാൻ തീരുമാനിച്ചിരിക്കുന്നു. ആ നാടകം (a) അവതരണത്തിന് എളുപ്പമുണ്ടായിരിക്കണം (b) ഏതെങ്കിലും ഒരു തൊഴിൽശാലയിലെ തൊഴിലാളികളെന്നതിലുപരി സകല തൊഴിലാളികളേയും സ്പർശിക്കുന്നതാ

യിരിക്കണം (c) മുതലാളിത്തം ഒരു വ്യവസ്ഥിതിയാണെന്നും അത് വ്യക്തിഗത മുതലാളിമാരുടെ ക്രൂരതയല്ലെന്നും പറയണം. (d) മുതലാളി വർഗ്ഗത്തിന്റെ മനുഷ്യത്വമില്ലായ്മ പുറത്തു കൊണ്ടുവരണം (e) മുതലാളിമാർ ഭീകരരോ ഭയാലുക്കളോ ആയാലും അവരെ ഒഴിവാക്കാൻ മുതലാളിത്തം അവസാനിപ്പിക്കണം. വലിയ തോതിലും ചെറിയ തോതിലും താഴെത്തട്ടിലുള്ള പ്രശ്നങ്ങൾ പഠിക്കുവാൻ സഫ്ദറും രണ്ടു മൂന്നു പേരും നിരവധി തൊഴിലാളി സംഘടനാ നേതാക്കളെക്കണ്ടു. ഇപ്പോഴത്തെ സി പി ഐ (എം) ന്റെ ഡൽഹി സെക്രട്ടറിയും അന്നത്തെ സി ഐ ടി യു ആക്ടിവിസ്റ്റും തൊഴിലാളിയുമായ കെ എം തിവാരി ഇങ്ങനെ ഓർക്കുന്നു:

> സഫ്ദറും സംഘവും ഉന്നയിച്ച ചോദ്യങ്ങൾ മിക്കവയും സമഗ്രമായിരുന്നു. ഗാസിയാബാദിലെ വ്യവസായ സാഹചര്യങ്ങളെക്കുറിച്ച് സഫ്ദറും സംഘവുമായി ചർച്ച ചെയ്ത കാര്യം മറ്റൊരു സി ഐ ടി യു ആക്ടിവിസ്റ്റായ ജോഗേന്ദ്ര ശർമ്മയും ഓർക്കുന്നു. വിശദമായ പശ്ചാത്തലഗവേഷണ ഫലങ്ങളുമായി ജനം പ്രവർത്തകർ നാടകത്തിന്റെ ഉള്ളടക്കവും രീതിയും ചർച്ച ചെയ്തു. തുടർന്ന് സഫ്ദറും രാകേഷ് സക്സേനയും എഴുതാനായി ഒരു ദിവസം ഒത്തുകൂടി. പ്രായോഗികമായി *എന്തോ ഒന്ന് ഉയർന്നുവരാൻ* തുടങ്ങിയതായി സഫ്ദർ വാൻ എർവിനോട് പറഞ്ഞു.

അതിന്റെ ഫലമായിരുന്നു *മെഷീൻ* അഥവാ യന്ത്രം എന്ന നാടകം. 13 മിനിറ്റ് ദൈർഘ്യമുള്ള ഒരു ചെറിയ നാടകമായിരുന്നു അത്. അഞ്ച് നടന്മാർ കടന്നു വന്ന് അവരുടെ ശരീരംകൊണ്ട് ഒരു മെഷീൻ രൂപപ്പെടുത്തുന്നു. മെഷീനിൽ മൂന്ന് ഘടകങ്ങളുണ്ട്. തൊഴിലാളികൾ, മുതലാളി, കാവല്ക്കാരൻ. അവരോരുത്തരും മെഷീനിൽനിന്നും പുറത്തു വന്ന് ഉല്പാദന പ്രക്രിയയിലുള്ള തങ്ങളുടെ പങ്കിനെപ്പറ്റി പറയുന്നു. തൊഴിലാളി ഉല്പാദിപ്പിക്കുന്നു, തൊഴിലാളികളുടെ അദ്ധ്വാനഫലമായ സമ്പത്ത് മുതലാളി അനുഭവിക്കുന്നു. കാവല്ക്കാരൻ ഉരുക്കുമുഷ്ടി ഉപയോഗിച്ച് അച്ചടക്കവും കീഴടങ്ങലും അടിച്ചേല്പിക്കുന്നു. വിവിധ ഘടകങ്ങളെ തമ്മിൽ യോജിപ്പിക്കുന്നത് നരേറ്ററാണ്. ആരാണുത്തരവാദി എന്ന് ചോദിക്കുന്നു. തൊഴിലാളികൾ മുന്നേറാൻ തുടങ്ങി. ഞങ്ങളിപ്പോൾ ഒരു വശത്ത് മുതലാളിയുടെ കൽച്ചുവരുകൾക്ക് ഇടയിലാണ്. ഇവിടെ സമരം ചെയ്യുകയല്ല, മറ്റൊരു വഴിയില്ല. ഒടുവിൽ മുതലാളിയുടെ പീഡനത്തെ അതിജീവിച്ച് തൊഴിലാളികൾ വിജയിച്ചു.

പുതിയ രീതിയിലുള്ള രംഗഭാഷ നാടകത്തിന്റെ ശക്തിയും സൗന്ദര്യവും അല്പം പോലും ഹനിച്ചില്ല. മനുഷ്യ യന്ത്രം ലളിതമാണെങ്കിലും മുതലാളിത്തത്തിന്റെ ശക്തമായ പ്രതീകമായിരുന്നു. കവിതയും, ഗാനങ്ങളും ചേർന്ന ഭാഷാപ്രാസം, ശബ്ദാവർത്തനം, ഒപ്പം ദുഃഖവും ഹാസ്യവും. ഞാൻ ജനത്തിൽ ചേരുന്നതിനു മുമ്പ് 1980 കളിൽ പ്രഗതി

മൈതാനത്തു നടന്ന തെരുവു നാടകോത്സവത്തിലായിരുന്നു *മെഷീൻ* ആദ്യമായി കണ്ടത്.

ബാദൽ സർക്കാരിന്റെ നാടക ശൈലി ആദ്യമായി ഞാൻ കാണുകയായിരുന്നു. കൂടുതലും ശരീര ഭാഷയാണ് ബാദൽ സർക്കാരിന്റെ ശൈലി. ഞാനതിനെ അങ്ങേയറ്റം അംഗീകരിച്ചെങ്കിലും ചില സ്ഥലങ്ങൾ എന്നെ കുഴച്ചുകളഞ്ഞു. നാടകങ്ങൾ പറയാൻ ശ്രമിക്കുന്നതെന്താണെന്ന് എനിക്ക് മനസ്സിലായില്ല. ബംഗാളി നാടകത്തിലെ രംഗ ശില്പ രീതിയോടായിരുന്നു എനിക്കു പരിചയം. സഫ്ദറിന്റെ അഭിപ്രായവും ഏകദേശം അതുതന്നെയാണ്. അടുത്ത ദിവസം ഞാൻ *മെഷീൻ* കണ്ടു. അത് ബാദൽ സർക്കാരിന്റ നാടകങ്ങളോട് എത്രമാത്രം സാമ്യമുള്ളതാണോ അത്രയും തന്നെ വ്യത്യസ്തവുമായിരുന്നു. ശരീര ഭാഷാ പ്രാധാന്യമായിരുന്നെങ്കിലും അർത്ഥത്തിന് യാതൊരു വ്യക്തതയുമില്ലായിരുന്നു.

1978 ഒക്ടോബർ 15 ന് സത്യവതി കോളേജിൽ നടന്ന ഒരു സാഹിത്യ ക്യാമ്പിലായിരുന്നു ആദ്യം അവതരിപ്പിച്ചത്. ചുറ്റും കാഴ്ചക്കാർക്കിരിക്കാവുന്ന വട്ടത്തിലുള്ള വേദിയാണ് വിഭാവനം ചെയ്തിട്ടുള്ളത്. ആദ്യാവതരണം ഒരു വശത്തുമാത്രം കാണികൾക്കിരിക്കാവുന്ന കോൺഫറൻസ് സ്റ്റേജിലായിരുന്നു. അഭിനേതാക്കൾക്ക് അതിനൊത്തു മാറാൻ പ്രയാസമുണ്ടായില്ല. അത് കാണാൻ വന്നിരുന്ന ഹിന്ദി കവി മൻമോഹൻ പറഞ്ഞത് അന്നത്തെ ദിവസം താൻ അസ്വസ്ഥനായിരുന്നു എന്നാണ്. കാൾ മാർക്സിന്റെ *മൂലധനം* എന്ന ഗ്രന്ഥത്തിന്റെ ഉള്ളടക്കം മുഴുവനും 12 മിനിറ്റിനുള്ളിൽ ഉൾപ്പെടുത്തിയിരുന്നു. മുതിർന്ന എഴുത്തുകാരായ ഡോ. മഹാദേവ സഹയും ചന്ദ്രബാലിസിങ്ങും പ്രകീർത്തിച്ച കാര്യം എൻ കെ സ്മരിക്കുന്നു.

1978 നവംബർ 19 ന് നിർദ്ദിഷ്ട ഇൻഡസ്ട്രിയൽ റിലേഷൻസ് ബിൽ ചർച്ച ചെയ്യുന്ന തൽകതോറ ഇൻഡോർ സ്റ്റേഡിയത്തിൽ നടന്ന അഖിലേന്ത്യാ ട്രേയ്ഡ് യൂണിയൻ സമ്മേളനത്തിന്റെ ഭാഗമായി *മെഷീൻ* അതിന്റെ അഞ്ചാമത്തെ അവതരണം നിറവേറ്റി. അതോടെ ആ നാടകം ഒരു പ്രതിഭാസമായി മാറി. 10 വർഷങ്ങൾക്കു ശേഷം സഫ്ദർ ഓർക്കുന്നു:

> അന്നേ ദിവസം അതിരാവിലെ ഞങ്ങൾ സ്റ്റേഡിയത്തിലെത്തി സംഘാടകരെ കണ്ട് പലവട്ടം നാടകാവതരണാനുമതിക്കു വേണ്ടി അപേക്ഷിച്ചു. ഇത്തരം വലിയൊരു സമ്മേളനത്തിനിടയിൽ ഒരു നാടകം കൊണ്ടെന്ത് കാര്യമെന്നാണ് സംഘാടകരുടെ മനോഭാവം. ഞങ്ങൾ ശല്യപ്പെടുത്തിക്കൊണ്ടിരുന്നു. എന്നിട്ടും അവർക്കു ഞങ്ങളെ മനസ്സിലാക്കാൻ കഴിഞ്ഞില്ല. വൈകുവോളം ഞങ്ങളവിടെ കാത്തുനിന്നു. ഒടുവിൽ നോക്കാമെന്നു സമ്മതിച്ചു. അതു സംബന്ധിച്ച് ഒരു അനൗൺസ്മെന്റ് പോലും നടന്നില്ല. നിങ്ങൾക്കു ചെയ്യാനുള്ളത് ചെയ്യാം. അവർ സമ്മതിച്ചു. അരീന മാതൃകയിൽ നിർമ്മിച്ചതായിരുന്നു സ്റ്റേഡിയം. ചുറ്റും ആൾക്കാർക്കി

> രിക്കാവുന്ന വലിയൊരു ബാസ്കറ്റ് ബാൾ ഗ്രൗണ്ട് മദ്ധ്യത്തിലുണ്ടായിരുന്നു. അവസാന മുദ്രാവാക്യവും വിളിച്ച് സമ്മേളനക്കാർ ഇറങ്ങുന്നതിനിടയിൽ ഞങ്ങളിൽ ആറ് കറുത്ത വേഷക്കാർ ഓടി വന്ന് യന്ത്രമായി മാറി താളാത്മക ശബ്ദത്തിൽ പ്രവർത്തിക്കാൻ തുടങ്ങി. എന്ത് നരകമാണവിടെ എന്നറിയാൻ ആളുകൾ ഒരു നിമിഷം ശ്രദ്ധിച്ചു. സാധാരണ 20 സെക്കന്റിൽ യന്ത്രത്തിന്റെ പ്രവർത്തനം അവസാനിപ്പിക്കേണ്ടതാണ്. എന്നാൽ ശബ്ദ കോലാഹലങ്ങൾ നിമിത്തം 2 മിനിറ്റ് യന്ത്രം പ്രവർത്തിപ്പിച്ചു. വലിയ ശബ്ദത്തിലാണ് യന്ത്രത്തിന്റെ പ്രവർത്തനം എന്നത് ഞങ്ങളെക്കുറച്ചൊന്നു ബുദ്ധിമുട്ടിച്ചു. ഞങ്ങളോട് ഏറ്റവും അടുത്തുള്ള കാഴ്ചക്കാരൻ തന്നെ കുറഞ്ഞത് 60 അടി അകലെയായിരുന്നു. ക്രമേണ അവർ നിശ്ശബ്ദരായി. അവിശ്വസനീയമായ വിജയം. മെഷീൻ നിർത്തി സംസാരിച്ചു തുടങ്ങാൻ ഞാൻ നിർദ്ദേശം കൊടുത്തു. അവസാനം നാടകം കഴിഞ്ഞപ്പോഴേക്കും യൂണിയൻ പ്രതിനിധികൾ വേലിക്കെട്ടുകൾ ചാടി അകത്തു കടന്നു. അവർ കുട്ടികളായി മാറുകയും ഞങ്ങളെ ചുമലിലേറ്റുകയും ചെയ്തു. ഞങ്ങൾ ഹീറോകളായി മാറി. സിഗററ്റു പായ്ക്കറ്റുകളിൽ ഞങ്ങൾ ഞങ്ങളിൽ നിന്ന് ഓട്ടോഗ്രാഫ് വാങ്ങി. പിറ്റേ ദിവസം നടക്കുന്ന റാലിയിൽ നാടകം അവതരിപ്പിക്കാൻ അവർ ഞങ്ങളെ ക്ഷണിച്ചു.

ബോട്ട് ക്ലബ് റാലിയിൽ അടുത്ത ദിവസം നാടകമവതരിപ്പിക്കുമ്പോൾ ആയിരക്കണക്കിനാളുകൾ കാണാനുണ്ടായിരുന്നു. അവതരണം ഉയർന്ന സ്റ്റേജിലായിരുന്നതിനാൽ കാണുന്നതിനേക്കാൾ കേൾക്കാനാണ് കഴിഞ്ഞത്. വൈദ്യുതി തരംഗം പോലെ ആളുകളിൽ ചലനമുണ്ടാക്കിയ നാടകം കളിക്കാൻ നാനാദേശങ്ങളിൽനിന്നും ക്ഷണമുണ്ടായി. തൊഴിലാളികൾ തിങ്ങിപ്പാർക്കുന്ന കോളനികളിലും വ്യവസായ മേഖലകളിലും അവതരണം നടന്നു. തൊഴിലാളികൾ ഈ നാടകത്തെ ആത്മാർത്ഥമായി സ്നേഹിച്ചു. എന്തുകൊണ്ടെന്നറിയില്ല. ലളിതമായിരുന്നതു കൊണ്ടാവും. രസകരമായ സംഭാഷണമല്ലാതെ അതിൽ മറ്റൊന്നുമുണ്ടായിരുന്നില്ല. എനിക്കു തോന്നുന്നു അതിലെ ഉദാത്തതയും സംഗ്രഹ സ്വഭാവവുമാകാം ആകർഷണീയമായത്.

ഫരീദാബാദിലെ സഖാവ് മോഹൻലാൽ യന്ത്രത്തെക്കുറിച്ച് പറഞ്ഞത് ഇങ്ങനെയാണ് "തൊഴിലാളി സമരത്തെക്കുറിച്ച് സഫ്ദർ അനേകരുമായി സംസാരിച്ചു. 1967 ൽ മോണ്ടി നഗറിൽ നടന്ന ലഹളയെക്കുറിച്ച് ഞാനയാളോട് പറഞ്ഞു. പൊലീസ് ആക്രമണത്തിന്റെയും വെടിവെയ്പിന്റെയും രീതികൾ. യന്ത്രം കാണുമ്പോൾ എനിക്കോർമ്മ വന്നത് 1967 ൽ മോഡിമിൽ കവാടത്തിൽ സംഭവിച്ചതാണ്. നിങ്ങൾ അവിടെ നടന്നത് ഒട്ടും കുറയാതെ അതേപടി കാണിച്ചു. സത്യത്തിൽ അത് വലിയൊരു വിഷയം തന്നെയായിരുന്നു. അതൊരു ലഘു നാടകമാണ്. ഫാക്ടറി പടിക്കൽ

നാടകം അവതരിപ്പിക്കുമ്പോൾ അവരുടെ പ്രസ്ഥാനവുമായി സാമ്യമുണ്ടായിരുന്നതിനാൽ അവർ പൂർണ്ണമായും സ്വീകരിച്ചു. തൊഴിലാളികൾ സംഘടിക്കുന്നതിനും അത് ഊർജ്ജം പകർന്നു. എനിക്ക് നാടകം നന്നായി ഇഷ്ടപ്പെട്ടു. ഒരു ട്രേഡ് യൂണിയൻ നേതാവ് എന്ന നിലയിൽ ഞാനുമായി ബന്ധപ്പെട്ട കാര്യങ്ങളാണ് അവർ കാണിച്ചതെന്ന് തോന്നി. ഓരോ തൊഴിലാളിയും ഓരോ സംഘാടകരും അത് തങ്ങളെക്കുറിച്ചാണെന്ന് വിശ്വസിച്ചു."

യന്ത്രം അവതരിപ്പിച്ചതിനെ തുടർന്നുള്ള പത്തു വർഷത്തിനുള്ളിൽ അതേ സ്വഭാവത്തിലുള്ള 22 തെരുവു നാടകങ്ങൾ അവതരിപ്പിച്ചു. ഈ കാലയളവിൽ ജനം നാലായിരത്തിലധികം വേദികളിൽ നാടകം അവതരിപ്പിച്ചതായി സഫ്ദർ. എന്നാൽ ഇതൊരു അതിശയോക്തിയായാണ് മാല കാണുന്നത്. 2500 വേദികളിൽ കളിച്ചിട്ടുണ്ടാവുമെന്നാണ് അവർ പറയുന്നത്.

തെരുവു നാടകത്തിലേക്കുള്ള പോക്ക് മനഃപൂർവ്വമായിട്ടുള്ള തീരുമാനമായിരുന്നില്ല. പരീക്ഷണത്തിനു വേണ്ടിയുള്ള ശ്രമവുമല്ല. സാമ്പത്തിക ബുദ്ധിമുട്ടുകളിൽ നിന്ന് യാദൃച്ഛികമായുണ്ടായതാണത്. ജനത്തിന് വലിയ നാടകങ്ങൾ അവതരിപ്പിക്കാൻ കഴിഞ്ഞത് ട്രേഡ് യൂണിയനുകളും കർഷക സംഘടനകളും വിദ്യാർത്ഥി സംഘങ്ങളും നല്കിയ സാമ്പത്തിക പിന്തുണകൊണ്ടാണ്. അടിയന്തരാവസ്ഥമൂലമുണ്ടായ സാമ്പത്തിക ബുദ്ധിമുട്ട് അത്തരം സഹായം തുടർന്നുപോകാൻ അനുവദിച്ചില്ല. ജനം പ്രതിസന്ധിയിലായി. ഒന്നുകിൽ പ്രേക്ഷകരെ കൂട്ടാൻ എന്തെങ്കിലും പുതിയ വഴി കണ്ടെത്തണം അല്ലെങ്കിൽ അവരുടെ തൊഴിലാളി വർഗ്ഗ പ്രേക്ഷകർക്കനുയോജ്യമാംവിധം ഉടച്ചു വാർക്കണം. ദൗത്യത്തിനനുയോജ്യമാംവിധം കാഴ്ചപ്പാട് മാറ്റുകയോ കാഴ്ചപ്പാടുകൾക്കൊത്ത് ദൗത്യം കൊണ്ടുവരുകയോ ചെയ്യാം. അതിലേതു വേണമെങ്കിലും സ്വീകരിക്കാം. അനേക കലാകാരന്മാരും അനേക എൻ ജി ഒമാരും അനേകം അടിസ്ഥാന ആക്ടിവിസ്റ്റുകളും ആദ്യരീതി സ്വീകരിക്കുകയും അവർ ധനം സ്വരൂപിക്കുകയും അതിനായി പ്രവർത്തിക്കുകയും ചെയ്തു. ജനം എതിർത്തില്ല. അവർ രാഷ്ട്രീയാധിഷ്ഠിതമായി നിന്നു.

1980 കൾ – തെരുവുനാടകത്തിന്റെ സിദ്ധാന്തം

1978 നവംബറിൽ തൽകതോറ സ്റ്റേഡിയത്തിൽ യന്ത്രം അവതരിപ്പിച്ചു കഴിഞ്ഞ് വി പി ഹൗസിലെത്തിയപ്പോൾ അനേകം പേർ അവരുടെ കോണ്ടാക്റ്റ് വിശദാംശങ്ങൾക്കായി സമീപിച്ചു. അവരോട് സഫ്ദർ പറഞ്ഞത് മാല ഓർക്കുന്നു. 'ഞങ്ങൾ ഒരു പുതിയ രീതി കൊണ്ടുവന്നിരിക്കുന്നു. അത് ശരിയായോ? ഞങ്ങൾക്കതും കണ്ടുപിടിക്കണം. ഈ രീതിയിൽ പ്രവർത്തിക്കണം. ഇതിനെ വികസിപ്പിക്കണം.' യന്ത്രത്തിന്റെ വിജയത്തിൽ ജനത്തിനുള്ള ആകാംക്ഷ മനസ്സിലാക്കാം. സഫ്ദറുടെ ആകാംക്ഷ തീർത്തും അസാധാരണമാണ്. അവതരണാനന്തരമുള്ള

അവസ്ഥയാണിത്. എന്നാലിതിൽ അസാധാരണത്വമൊന്നുമില്ലെന്നാണ് മാല പറയുന്നത്. “എന്തെങ്കിലും പുതുതായി സംഭവിക്കുമ്പോൾ ആദ്യമത് ശ്രദ്ധിക്കുന്നത് സഫ്ദറാണ്. ഇവിടെയും അതും സംഭവിച്ചു. ഓരോ അവതരണത്തിലും അത് സംഭവിക്കുന്നു.”

ഈ പുതിയ രീതി ചൂഷണം ചെയ്യാൻ താല്പര്യമുള്ള നടന്മാർ, സംവിധായകർ, നാടകകൃത്തുക്കൾ, സംഗീതജ്ഞർ, കലാകാരന്മാരുൾപ്പെടെയുള്ളവരുമായി ചർച്ച ചെയ്യുവാൻ വളരെ പെട്ടെന്നു തന്നെ സഫ്ദർ “നേച്ചർ ആന്റ് നീഡ് ഫോർ സ്ട്രീറ്റ് തിയേറ്റർ“ സംബന്ധിച്ച് ഒരു ഡ്രാഫ്റ്റ് പേപ്പർ എഴുതി. നാലു മാസമായി ജനം തെരുവു നാടകം അവതരിപ്പിക്കുന്നു. തെരുവു നാടകത്തെക്കുറിച്ച് സഫ്ദർ എഴുതി. “തെരുവു നാടകമെന്നാൽ ഡോക്യുമെന്ററിയും സംക്ഷിപ്തവും ഞെട്ടിക്കുന്നതുമാണെങ്കിലും സുപരിചിതവും വികാരപരവും യുക്തിപൂർവ്വകവുമാണ്. ആയതിനാൽ അത് നിലനില്ക്കും.” നിഗൂഢമോ “തലനാരിഴകീറി വിശകലനം ചെയ്യുന്നതോ” ആയ രീതിയല്ല അത് “ശബ്ദ മുഖരിതവും വർണ്ണ ശബളവും തമാശ നിറഞ്ഞതുമാണ്.” എന്നാൽ വലിയ ശബ്ദവും വിദൂഷകനുമൊക്കെ ശരിക്കും പഴമയുടെ ആവർത്തനമല്ല മറിച്ച് അംഗവിക്ഷേപവും ദേഹഭാവവുമൊക്കെ സമൃദ്ധമായി പ്രയോജനപ്പെടുത്തി ഒരു സന്ദർഭത്തെയോ ഭാവനിലയെയോ വ്യക്തമാക്കുകയാണ് ചെയ്യുന്നത്. വാർത്താപത്രം പ്രവൃത്തിയിലെത്തുന്ന ഒന്നായാണദ്ദേഹം കണ്ടത്. റഷ്യൻ കമ്യൂണിസത്തിന്റെ പ്രചാരണ പാത്രത്തിനുപരി തെരുവു നാടകത്തിന് വലിയൊരു ചുമതലയുണ്ട്. ദൈനംദിന സമകാലീന സംഭവങ്ങളിൽ നമ്മുടെ നിലപാട് വ്യക്തമാക്കൽ. തെരുവു നാടകം ചെയ്യുന്ന ഒരാൾ കലാപരമായി സ്വയം വളരുക മാത്രമല്ല രാഷ്ട്രീയമായി തീവ്രതയോടും വ്യക്തമായും വിശകലനാത്മകമായും ചിന്തിക്കാനും വികസിക്കാനും നിർബ്ബന്ധിതമാകുന്നു. ഈ ലേഖനം പ്രസിദ്ധീകരിച്ചില്ലെങ്കിലും കൃത്യമായി വിതരണം ചെയ്യപ്പെട്ടു. അതേപ്പറ്റി മനോഹരമായ കൈയക്ഷരത്തിൽ 1979 ഫെബ്രുവരി 28 ന് കുമരേഷ് ചക്രവർത്തി എഴുതിയ കത്തിൽ സഫ്ദറുടെ ഉൾക്കാഴ്ചയെ പ്രകീർത്തിച്ചിരുന്നു

തെരുവു നാടകത്തെക്കുറിച്ച് അതിന്റെ സ്വഭാവം, രീതി, രാഷ്ട്രീയം എന്നിവ സംബന്ധിച്ച് ജനം ഗ്രൂപ്പിൽ നിരന്തര ചർച്ചകൾ നടത്തിവരുന്നെങ്കിലും സഫ്ദർ മാത്രമാണതിനെ ലിഖിത രൂപത്തിലാക്കാൻ ശ്രമിച്ചതെന്ന് ഞാൻ കണ്ടിട്ടുണ്ട്. *വിദുര* (*Vidura*) മാസികയിൽ രതിൻ ദാസിന്റെ തെരുവു നാടക സംബന്ധമായ ലേഖനം ഞാൻ വായിച്ചിട്ടുണ്ടെങ്കിലും അത്ര മികച്ചതായിരുന്നില്ല. തെരുവു നാടകത്തിന് അടിത്തറ ഉറപ്പിക്കാനുതകുന്ന പ്രകാശിത ഗ്രന്ഥങ്ങളാണ് സഫ്ദറിന്റെ *കൺസപ്റ്റ് ഓഫ് പീപ്പിൾ തിയറ്റർ* (*ജനകീയ നാടകവേദി സങ്കല്പം* - 1980), *ദി എൻഹാൻറ്റഡ് ആർച്ച്* (*അലങ്കൃത കമാനം* - 1983), *ദി ട്രെഡിഷൻ ഓഫ് സ്ട്രീറ്റ് തിയറ്റർ* (*തെരുവ് നാടകവേദിയുടെ പാരമ്പര്യം* - 1986), *ദി ഫസ്റ്റ് ടെൻ ഇയേഴ്സ്*

ഓഫ് സ്ട്രീറ്റ് തിയറ്റർ (തെരുവരങ്ങിന്റെ ആദ്യ ദശവർഷങ്ങൾ - 1988) എന്നിവ.

ഒരു ദശാബ്ദക്കാലത്തെ അദ്ദേഹത്തിന്റെ ചിന്തകൾക്ക് വ്യക്തമായ തുടർച്ചയുണ്ടായിരുന്നു. ഒന്നാമതായി, സഫ്ദർ തെരുവു നാടകത്തിന്റെ ചരിത്രം കണ്ടെത്തി കൃത്യമായി രേഖപ്പെടുത്തി. ആധുനിക രാഷ്ട്രീയ തെരുവു നാടകം തുടങ്ങുന്നത് റഷ്യയിലെ ബോൾഷെവിക് വിപ്ലവത്തോടനുബന്ധിച്ചാണ്. സമാന്തരമായി ചൈനീസ് വിപ്ലവം, സ്പെയിനിലെ ആഭ്യന്തരയുദ്ധം, വിയറ്റ്നാമിലെ കോളനി വിരുദ്ധ സമരം, ലാറ്റിനമേരിക്കയിലെയും ആഫ്രിക്കയിലെയും വിപ്ലവങ്ങൾ, മെക്സിക്കോയിലെ ഫാം തൊഴിലാളികളുടെയും യു എസിലെ പൗരസ്വാതന്ത്ര്യ പ്രസ്ഥാനങ്ങളുടെയും ഉൾപ്പെടെയുള്ള സമരങ്ങളും തെരുവരങ്ങുകളുടെ സജീവതയ്ക്ക് കാരണമായി. തുറസ്സായ വേദിയിലും കൃഷിയിടങ്ങളിലും അരങ്ങല്ലാത്ത സ്ഥലങ്ങളിലും അവതരിപ്പിച്ച പരമ്പരാഗത രീതികൾക്ക് ഒരു പുതുഭാവം നല്കി. തുറന്ന വേദിയിൽ നടക്കുന്ന ഏതു തെരുവു നാടകത്തിലും അവസാനം നായകൻ കൊല്ലപ്പെട്ട് ദുഃഖപര്യവസായിയായി മാറുന്നു എന്നതാണ് സഫ്ദറുടെ വാദം. മുതലാളിത്തത്തിനെതിരെയുള്ള തൊഴിലാളി പ്രസ്ഥാനങ്ങളുടെ ഫലമാണ് തെരുവരങ്ങ്. ഇന്ത്യയുൾപ്പെടെ ലോകമെമ്പാടുമുള്ള രാഷ്ട്രീയ ലഘുലേഖകളും പോസ്റ്ററുകളും ചുവരെഴുത്തുകളും ഇളക്കി മറിക്കുന്ന പ്രസംഗങ്ങളുമെല്ലാം ചെന്നെത്തുന്നത് തെരുവരങ്ങിന്റെ സൃഷ്ടിയിലേക്കാണ്. പത്തൊൻപതാം നൂറ്റാണ്ടിന്റെ മദ്ധ്യകാലത്ത് തൊഴിലാളികൾ സംഘടിച്ചു തുടങ്ങിയപ്പോൾ തെരുവരങ്ങ് അനിവാര്യമായി വന്നു. പത്തൊൻപതാം നൂറ്റാണ്ടിന്റെ അന്ത്യത്തിലും ഇരുപതാം നൂറ്റാണ്ടിന്റെ ആരംഭത്തിലും രാഷ്ട്രീയ പ്രകടനങ്ങൾ അപകടകരമാക്കാൻ ഇതിന്റെ വരവിനു കഴിഞ്ഞു.

രണ്ടാമതായി, തെരുവരങ്ങെന്നാൽ ഇടതു പ്രസ്ഥാനങ്ങളുടെ ഭാഗമാണെന്നും അതിൽ നിന്നുണ്ടായി അതിലേക്കുതന്നെ കൊടുക്കുന്നതാണെന്നതുമാണ് അദ്ദേഹത്തിന്റെ കാഴ്ചപ്പാട്. ഇതൊരു ഇരുപതാം നൂറ്റാണ്ടിന്റെ പ്രതിഭാസമാണ്. അടിസ്ഥാനപരമായി ഇത് പ്രതിരോധത്തിന്റെ രാഷ്ട്രീയരങ്ങാണ്. ജനങ്ങളെ ഇളക്കിവിട്ട് ഫൈറ്റിങ് സംഘടനകൾക്കു പിന്നിൽ അണിനിരത്തുകയാണതിന്റെ ലക്ഷ്യം. ജനത്തിന്റെ നാടകങ്ങളായ *യന്ത്രം, ഔരത്ത്, ചക്കജാം/ഹല്ലാബോൽ* എന്നിവ ഇതിന്റെ മറ്റുദാഹരണങ്ങളാണ്.

മൂന്നാമതായി, തെരുവരങ്ങിന്റെ കലാമേന്മയിലും അദ്ദേഹത്തിന് അഭിപ്രായമുണ്ട്. ഒരു പോസ്റ്ററിന്റേയോ ലഘുലേഖയുടെയോ അവസ്ഥയിലാണ് തുടരുന്നതെങ്കിൽ അത് വെറും പഴകിയ, ചളിച്ച, പ്രവചനപരമായ ഒന്നായി മാറും. ഒരു സമ്പൂർണ്ണ കലാരൂപമായുള്ള തെരുവരങ്ങിന്റെ വളർച്ചയും ഫലപ്രാപ്തിയും അദ്ദേഹം വീക്ഷിച്ചു കൊണ്ടിരുന്നു. തെരുവരങ്ങ് പ്രൊസീനിയം തിയേറ്ററിനെതിരെയുള്ള വിപ്ലവമായി അദ്ദേഹം കണ്ടില്ല. കാരണം രണ്ടും തുല്യമായി ജനങ്ങൾക്കുവേണ്ടി നിലകൊള്ളുന്നു.

നാല്, തെരുവരങ്ങായാലും പ്രൊസീനിയം തിയേറ്ററായാലും അവ നസർക്കാർ കൈയടക്കി വയ്ക്കുന്നതിനോട് അദ്ദേഹത്തിനെതിരായിരുന്നു. എസ്കേപ്പിസ്റ്ററുകളും അരാജകത്വവാദികളും നവോത്ഥാന നായകരു മൊക്കെ അന്ന് പ്രൊസീനിയം തിയേറ്ററിനെ കൈയടക്കി വച്ചിരുന്നു. ഇത് പിന്നീടൊരു പകർച്ചവ്യാധിപോലെ പടരുമെന്നതിനാൽ അദ്ദേഹം സർക്കാർ ഏജൻസികൾക്കും എൻ ജി ഒകൾക്കും ബൂർഷ്വാ രാഷ്ട്രീയ പാർട്ടികൾക്കും തങ്ങളുടെ ആശയ പ്രചാരണത്തിനു വേണ്ടി തെരുവു നാടകത്തെ ഉപയോഗിച്ച കോർപ്പറേറ്റുകൾക്കും അദ്ദേഹം എഴുതി. വിരോധാഭാസമെന്തെന്നാൽ, സഫ്ദറുടെ ആകസ്മിക മരണവും തുടർന്നുണ്ടായ തെരുവരങ്ങിന്റെ കുതിച്ചുചാട്ടവും മേൽപ്പറഞ്ഞ ഏജൻസികളെ ഈ രീതിയിലേക്കാകർഷിച്ചു.

കലാപ്രകടനത്തിനുവേണ്ടി ഉപയോഗിച്ചിരുന്ന ഉപകരണങ്ങൾക്കും ഉപായങ്ങൾക്കും സഫ്ദർ ഒരിക്കലും അടിമയായിരുന്നില്ല. ഏതൊഴിഞ്ഞ സ്ഥലത്തും, ചതുരമോ ദീർഘചതുരമോ വൃത്തമോ ആകാം നാടകം രൂപമെടുക്കാം. പ്രേക്ഷകൻ ഒരു വശത്തോ ചുറ്റുമോ ഇരുളിലോ വെളിച്ചത്തിലോ ആയാലും നാടകമുണ്ടാവും.

1978 – സമുദായയും ബെൽചിയും

വടക്ക് ജനവും തെക്ക് സമുദായയുമാണ് തെരുവരങ്ങിന്റെ സ്ഥാപകർ.

1975 ൽ ഇടതുപക്ഷ തിയേറ്റർ ആക്ടിവിസ്റ്റുകൾ ബാംഗ്ലൂരിൽ സ്ഥാപിച്ച സമുദായ ഗ്രൂപ്പ് വളരെ പെട്ടെന്നുതന്നെ സമുദായ പ്രസ്ഥാനമായി വളർന്നു. അത്ഭുതകരമായ വേഗത്തിലായിരുന്നു അതിന്റെ വളർച്ച. 1982 ൽ കർണ്ണാടകത്തിലാകെ 18 യൂണിറ്റുകൾ പ്രവർത്തനമാരംഭിച്ചു. സമുദായയുടെ ആദ്യ നാടകം സംസയുടെ (Samsa) *വിഗദ വിക്രമരായ*യെ അധികരിച്ച് കെ വി നാരായണൻ എഴുതിയ *ഹുട്ടവാ ബാധിധാരൈ* ആയിരുന്നു. സംവിധാനം പ്രസന്നയും സംഗീതം ബി വി കാരന്തും നിർവ്വഹിച്ചു. തുടർന്ന് *പാഠഒൺടു (പാഠം ഒന്ന്)*, *പാഠയരണ്ടു (പാഠം രണ്ട്)* എന്നീ ലഘു നാടകങ്ങൾ അവതരിപ്പിച്ചു. രണ്ടാമത്തേതിലെ നടീനടന്മാർ ബാംഗ്ലൂർ ചേരിവാസികളാണ്. ബ്രഹ്ത്തിന്റെ (Brecht) രണ്ടു നാടകങ്ങൾ *മദർ*, *ഗലീലിയോ* പ്രസന്ന സംവിധാനം ചെയ്തു. ആദ്യത്തേതിന്റെ അവതരണത്തിനാവശ്യമായി ടിക്കറ്റ് വില്പനയിൽ സി പി ഐയും സി പി ഐ (എ) ഉം സഹായിച്ചു. രണ്ടാമത്തേത് കൂടുതൽ ഓപ്പൺ സ്റ്റേജുകളിലേക്കവതരിപ്പിക്കുവാനാവശ്യമായ ഒരു പോർട്ടബിൾ സ്റ്റേജാണ് സമുദായ നിർമ്മിച്ചു സഹായിച്ചത്.

അതേസമയം സമുദായ വിപ്ലവഗാനങ്ങളും കവിതകളുമടങ്ങിയ ലഘുഗ്രന്ഥങ്ങളും ലഘുലേഖകളും പ്രസിദ്ധീകരിക്കുന്നതിനു പുറമേ ഫിലിം സൊസൈറ്റികളും ലൈബ്രറികളും സ്ഥാപിച്ചു. *ബൽചി* (Belchi) ആയിരുന്നു സമുദായയുടെ ആദ്യ നാടകം. 1977 മേയിൽ ബീഹാറിൽ ദളിത് കർഷക തൊഴിലാളികളെ ദാരുണമായി ചുട്ടുകൊന്നതിന്റെ

നാടകീയാവിഷ്ക്കാരം. 1978 ൽ ആദ്യാവതരണം നടന്ന *ബൽചി* തുടർന്ന് 2500 ലധികം വേദികളിൽ കളിച്ചു. സമാന്തരമായി തന്നെ യന്ത്രവും അവതരിപ്പിക്കുന്നുണ്ടായിരുന്നു. രണ്ടും ഒരേ വർഷമാണ് തയ്യാറാക്കിയത്. രണ്ടും യഥാർത്ഥ കൊലയെ അടിസ്ഥാനമാക്കിയത്. വിപ്ലവ വർഗ്ഗത്തിനു വേണ്ടിയുള്ളത്. രണ്ടും ശൈലീവൽകൃതവും പുതിയ രീതിയിലുള്ളതും അടിയന്തരാവസ്ഥയുടെ അനന്തരഫലം. രണ്ടും മൊഴി മാറ്റി രാജ്യത്തുട നീളം കളിച്ചത് എന്നിങ്ങനെ സാമ്യതകൾ അനവധി. *ബൽചി* എഴുതിയത് സി ജി കൃഷ്ണ സ്വാമി. പാട്ടുകൾ ദളിത് കവി സിദ്ധലിംഗയ്യ. അത് അവ തരിപ്പിച്ചതിലധികവും ചേരികളിൽ. നടീനടന്മാർ ചേരിവാസികളും. രണ്ട് നാടകങ്ങൾ കൂടി സമുദായയുടേതായി വന്നു. *മേയ് ദിനം* (May Day) *പോരാട്ടം* (Struggle). മേയ് ദിനം എഴുതിയത് കൃഷ്ണസ്വാമി. പോരാട്ടം ഒരു ഡോക്യു ഡ്രാമയായിരുന്നു. ബാംഗ്ലൂരിലെ ഒരു ഫാക്ടറി സമരത്തെ അടിസ്ഥാനമാക്കി ലക്ഷ്മി ചന്ദ്രശേഖറും എം സി ആനന്ദും ചേർന്ന് സംവിധാനം ചെയ്ത നാടകത്തിലെ മുഴുവൻ അഭിനേതാക്കളും അവി ടത്തെ തൊഴിലാളികൾ ആയിരുന്നു.

പിന്നീട് പല നാടകങ്ങളും അവർ നിർമ്മിച്ചു. ഷിമോഗ ജില്ലയിൽ ദളിത് അടിമ തൊഴിലാളികളെ അവരുടെ യജമാനൻ അതിക്രൂരമായി കൊന്ന സംഭവത്തിന്റെ നാടകീയാവിഷ്കാരമായ പിറ്റെയർ സങ്കപ്പന കൊലെ (The Killing of Ptare Sangappa), 1975 ൽ ബീഹാറിലുണ്ടായ ഖനി അപകടത്തിൽ മരിച്ച 380 കൽക്കരി തൊഴിലാളികളുമായി ബന്ധപ്പെട്ട ചാസ്നാല, അന്ധവിശ്വാസങ്ങൾ ചിത്രീകരിച്ച *ബെലെദെവാരു*, ആന്ധ്രാ പ്രദേശിലെ പൊലീസ് കൊലപാതകങ്ങളുടെ *താർകുണ്ടെ കമ്മീഷൻ റിപ്പോർട്ടു*മായി ബന്ധപ്പെട്ട *ഭാരതദർശനം*, അടിമത്തൊഴിലാളിയുമായി ബന്ധപ്പെട്ട *ജിതാദാഹട്ടി രംഗ്*. ബാംഗ്ലൂർ യൂണിറ്റ് തനിച്ചാണോ ഇവ നിർമ്മിച്ചതെന്ന് എനിക്ക് നിശ്ചയമില്ല. രണ്ടായാലും തെരുവരങ്ങിന്റെ ആദ്യ വർഷം 1979 ഒക്ടോബറോടെ സമുദായയുടെ നാടക ശേഖരത്തിൽ എട്ട് നാടകങ്ങളുണ്ടായി.

സമുദായ ഒരു ജനകീയ പ്രസ്ഥാനമായി മാറിയതോടെ അവർ ഇട യ്ക്കിടെ നാടകയാത്രകൾ സംഘടിപ്പിക്കാൻ തുടങ്ങി. ഇത്തരത്തിലുള്ള ആദ്യയാത്ര 1979 ഒക്ടോബർ 15 നും നവംബർ 15 നും ഇടയിലാണ് നടന്നത്. രതി ബർത്തൊലോമി ഇങ്ങനെ എഴുതുന്നു. “ഇതിന് രണ്ടുദ്ദേശ്യങ്ങളാ യിരുന്നു, അടിത്തട്ടിലെ ജനങ്ങളെ അറിയുക, പഠിക്കുക, തുടക്കത്തിൽ തന്നെ അനുഭവിക്കുക വിലയിരുത്തുക, എന്നിട്ട് തിയേറ്ററിനെ പഠനോ പകരണമാക്കുക, ഫ്യൂഡൽ, സെമി ഫ്യൂഡൽ വ്യവസ്ഥിതികളെ ആക്ര മിക്കുക.” സംഘത്തിലെ കലാകാരന്മാരുണ്ടാക്കിയ 20000 ഗ്രീറ്റിങ് കാർ ഡുകൾ വിറ്റും വ്യക്തികളുടെ സംഭാവനകൾ സ്വീകരിച്ചുമാണ് ചെല വിനുള്ള ഫണ്ട് രൂപീകരിച്ചത്. കർണ്ണാടകയിലെ 19 ൽ 17 ജില്ലകളിലും നാടകയാത്രാ സംഘം എത്തി. 450 പ്രദർശനങ്ങൾ നടത്തി, എണ്ണമറ്റ ഗാന ങ്ങൾ ആലപിച്ചു, ആതിഥ്യമര്യാദ കാണിച്ച പ്രേക്ഷകരുമായി ചർച്ചകൾ

നടത്തി. രണ്ടാമത്തെ നാടകയാത്ര 1981 ജനുവരി 15 നും 30 നും ഇട യ്ക്കായിരുന്നു. ചെറിയ കാലയളവായിരുന്നെങ്കിലും കൂടുതൽ തീവ്രവും വികേന്ദ്രീകൃതവും ആയിരുന്നു. ഈ സമയം 20 സംഘങ്ങളുണ്ടായിരുന്നു. 20 മുതൽ 25 വരെ സ്ഥിര അംഗങ്ങൾ. 10 പട്ടണങ്ങളിൽ തുടങ്ങി മറ്റു 10 പട്ടണങ്ങളിൽ സമാപനം. ആദ്യ യാത്രയിൽ വാനും രണ്ടാമത്തെ യാത്ര യിൽ സൈക്കിളുമാണ് ഉപയോഗിച്ചത്.

സമുദായയുടേത് സ്പഷ്ടമായ പ്രവർത്തനങ്ങളായിരുന്നു. ഇപ്റ്റ യ്ക്കു ശേഷമുള്ള ആദ്യത്തെ ബൃഹത്തായ, വൻവിജയകരമായ, ജനങ്ങ ളുടേതായ, ജനകീയ മതേതര സാംസ്കാരിക പ്രസ്ഥാനമാണ് സമുദായ. അത് പുരോഗമന വിപ്ലവ സംസ്കാരം ജനങ്ങൾക്കു നല്കുകയും അതിന്റെ പരിപോഷണത്തിന് അവരെ പ്രേരിപ്പിക്കുകയും ചെയ്ത് ഒറ്റ യൂണിറ്റിൽ നിന്ന് വളരെ വേഗം ഒരു സംസ്ഥാന വ്യാപക സംഘടനയായി. തുടക്കത്തിൽ പ്രൊസീനിയം സമ്പ്രദായത്തിൽ നാടകങ്ങൾ ചെയ്തു. ജനകീയ സാംസ്കാരിക പ്രസ്ഥാനങ്ങളുടെ യഥാർത്ഥ ഹീറോകൾ ജന ങ്ങൾ തന്നെ ആയതിനാൽ അവരുമായി ചേർന്ന കലാജാഥകൾ സംഘടി പ്പിച്ചു. തുടർന്നുള്ള വർഷങ്ങളിൽ തമിഴ്നാട്ടിൽ (ചെന്നൈ കലൈ കുഴു) തെലുങ്കിൽ (പ്രജനാട്യമണ്ഡലി) തുടങ്ങിയ തിയേറ്റർ പ്രസ്ഥാനങ്ങൾ രൂപം കൊണ്ടു. പാവപ്പെട്ടവരും പാർശ്വവല്ക്കരിക്കപ്പെട്ടവരുമായ ആയിര ക്കണക്കിനു കലാകാരന്മാരെ ഈ സംഘങ്ങളിലൂടെ രൂപപ്പെടുത്തിയെടു ക്കാൻ കഴിഞ്ഞു.

1980 കൾ – അഭിനേതാക്കൾ

1981 ജൂലൈയിൽ, ഗുജറാത്ത് എഡ്യൂക്കേഷൻ സൊസൈറ്റി നട ത്തുന്ന മികച്ച സ്കൂളായ സർദാർ പട്ടേൽ വിദ്യാലയത്തിൽ മാല ചേർന്നു. സഫ്ദർ പഠിച്ച ഡൽഹി കന്നഡ സ്കൂളിന്റെ വലതു കവാടത്തിനെതിരെ ലോധി എസ്റ്റേറ്റിലാണ് സർദാർ പട്ടേൽ വിദ്യാലയം. ഈ സമയം സഫ്ദറും മാലയും പടിഞ്ഞാറെ പട്ടേൽ നഗറിലാണ് താമസം. കമ്യൂണിസ്റ്റ് നടൻ ബാൽരാജ് ഷെയ്ലയുടെ സഹോദരനും കമ്യൂണിസ്റ്റ് നോവലിസ്റ്റായ ഭീഷാംസാഹ്നി മിസിഷൈലയുമൊത്ത് കിഴക്കേ പട്ടേൽ നഗറിൽ താമസിക്കുന്നു. സഫ്ദറും ഭിഷംജി (Bhishamji) യും ഡൽഹി കോളേ ജിൽ പിൽക്കാലത്ത് സക്കീർ ഹുസൈൻ കോളേജിൽ ഒരുമിച്ചുണ്ടാ യിരുന്നു. അവർ മിക്കപ്പോഴും സാഹിത്യം, കല, രാഷ്ട്രീയം എന്നിവയെ ക്കുറിച്ച് ചർച്ച ചെയ്യുന്നത് മാല ഓർക്കുന്നു. അതേ സ്ഥലത്തു തന്നെ യാണ് വേദഗുപ്തയുടെയും താമസം. ഒരിക്കൽ സാധാരണ സഖാവ് ബന്ധം മാത്രമുണ്ടായിരുന്ന അവരിപ്പോൾ അടുത്ത സുഹൃത്തുക്കളാണ്.

ഈ സമയം കവിതയും വിനോദ് നാഗ്പാലും ജനം വിട്ടുപോയി. ജനം പ്രൊസീനിയം തിയേറ്റർ തുടരണമെന്നും തിയേറ്റർ പ്രസ്ഥാന ത്തിന്റെ മുന്നണി പോരാളികളാകണമെന്നുമാണ് കവിതയുടെ അഭിപ്രായം, എന്നാൽ ചെറുപ്പക്കാരായ സഫ്ദർ, എൻ കെ, രാകേഷ്

സക്സേന, മാല തുടങ്ങിയവർ അവരുടെ പ്രധാന പ്രേക്ഷകരായ സാധാരണക്കാരായ ഗ്രാമീണർക്കിടയിലേക്കിറങ്ങിച്ചെല്ലാനാണ് ആഗ്രഹിച്ചത്. സഫ്ദറിന്റെ ആദ്യകാല നാടകങ്ങളുടെ സഹരചയിതാവായ രാകേഷ് 1982 ൽ തൊഴിൽ തേടി എത്യോപ്യയിലേക്ക് പോയി. 1980 ൽ അൻപത്തിയൊന്നാമത്തെ വയസ്സിൽ അദ്ദേഹം അന്തരിച്ചു.

പുതിയ അംഗങ്ങൾ ചേർന്നു. റയിൽവേ ജോലിക്കാരനായ വിജയ് കാലിയ (Vijay Kaliya) ജനത്തിന്റെ നാടകം ലോക്കോവർക്കേഴ്സ് കോൺഫറൻസിൽ വച്ചു കാണുകയും റിഹേഴ്സൽ കാണുന്നതിനുള്ള അനുവാദം സഫ്ദറോട് ചോദിക്കുകയും ചെയ്തു. കോറൽബാഗ് ഏര്യയിലെ ഒരു കച്ചവടക്കാരന്റെ പുത്രനായ ലളിത് ദത്തൻ ഗിരിധർ (Lalith Ratan Girdhar) ഒരു കലാമേളയിൽ വച്ചാണ് ജനത്തിന്റെ നാടകം കണ്ടത്. കഷ്ടപ്പെട്ടു കഴിയുന്ന കലാകാരന്മാർക്ക് അവരുടെ കലാരൂപങ്ങൾ വിറ്റഴിക്കുന്നതിനായി എല്ലാ ശനിയാഴ്ചയും കോണാട്ട് പ്ലെയിസിലെ സെൻട്രൽ പാർക്കിൽ സംഘടിപ്പിക്കുന്നതാണ് ഈ കലാമേള. തുടർന്ന് ജനത്തിൽ ചേർന്നു. ജനത്തിന്റെ അംഗങ്ങളുമായി മുൻപരിചയമുണ്ടായിരുന്നു. ബാങ്ക് ജീവനക്കാരൻ കൻവർ ദീപക് ഗുലാത്തി (Kanwar Deepak Gulati) യും സംഘടനയിൽ അംഗമായി. ഡൽഹി യൂണിവേഴ്സിറ്റിയിൽ എസ് എഫ് ഐ പ്രവർത്തകനായിരിക്കുമ്പോൾ തന്നെ ദിവാകർ പാണ്ഡെ (Divakar Pande) ജനത്തിൽ ചേർന്നു. അദ്ദേഹം രാംജാസ് കോളേജിൽ (Ramjas College) എന്റെ രണ്ടുവർഷം സീനിയറായിരുന്നതിനാൽ സഫ്ദർ സംഘത്തെക്കാൾ ഒരു ദശാബ്ദമെങ്കിലും ജൂനിയറായിരുന്നു.

1980 കളിൽ ജനത്തിലെ ഏക സ്ഥിര വനിതാംഗം മാലയായിരുന്നു. മറ്റുള്ളവർ വന്നു പോകുന്നവർ ആയിരുന്നു. ജെ എൻ യുവിൽ സ്പാനിഷ് സ്റ്റുഡന്റായിരുന്ന സോണിയ സുരഭി ഗുപ്ത 1980 ൽ ജനത്തിൽ ചേർന്നു. എസ് എഫ് ഐ പ്രവർത്തകയായിരുന്ന സോണിയ സമുദായയുടെ *ബൽചി* നാടകം ഹിന്ദിയിലേക്കു മൊഴിമാറ്റി അവതരിപ്പിച്ചു. നല്ലൊരു ഗായികയായിരുന്ന അവർ രണ്ടുവർഷം സംഘത്തിലുണ്ടായിരുന്നു. പിന്നീട് ഹൈദ്രാബാദിലെ സെൻട്രൽ ഇൻസ്റ്റിറ്റ്യൂട്ട് ഓഫ് ഇംഗ്ലീഷ് ആന്റ് ഫോറിൻ ലാംഗ്വേജിലും (CIEFL) അവിടെ നിന്നും ന്യൂഡൽഹിയിലെ ജാമിയ മിലിയ ഇസ്ലാമിയയിലേക്കും സ്ഥലം മാറി പോയി. ഇപ്പോൾ ഡൽഹി സ്കൂൾ ഓഫ് ഇക്കണോമിക്സിൽ സോഷ്യോളജി പ്രൊഫസറായിരിക്കുന്ന രജനി പാൽറിവാല അന്ന് ഡൽഹി യൂണിവേഴ്സിറ്റിയിൽ വിദ്യാർത്ഥിയായിരുന്നു. ഒരു വർഷത്തോളം അവരും ജനത്തിലെ അംഗമായിരുന്നു. രണ്ടു വർഷക്കാലം ജനത്തിൽ നടിയായിരുന്ന ആഭാ ഡായൽ 1981 ൽ സംഘത്തിനൊപ്പം അസമിൽ പോയിരുന്നു. 1978 ൽ ജനത്തിന്റെ അബ് രാജാ കി ബാരി ഹായ് നാടകത്തിലഭിനയിച്ച പത്രപ്രവർത്തകനായ ജാവേദ് നഖ്വി, ഇപ്പോൾ എയർ ഹോസ്റ്റസായിരിക്കുന്ന, ഒപ്പം അഭിനയിച്ച നിമ്മിയുമൊത്തുള്ള ഒരു ചാൻസ്

ഇന്റർവ്യൂവിന്റെ കാര്യം ഓർക്കുകയാണ്. അദ്ദേഹം ചോദിച്ചു. ഒരു പൊളിറ്റിക്കൽ തിയേറ്റർ ഗ്രൂപ്പുമായി ബന്ധപ്പെട്ട് പ്രവർത്തിക്കുന്നത് തന്റെയും തന്റെ കുടുംബത്തിന്റെയും സദ്പേര് നഷ്ടമാവില്ലേ? അതിനുള്ള മറുപടി, നമ്മുടെ സമൂഹത്തിൽ ഒരു സ്ത്രീയായി ജീവിക്കാനാണോ കമ്യൂണിസ്റ്റായിരിക്കാനാണോ പ്രയാസമെന്നറിയില്ല എന്നായിരുന്നു.

കളിയാക്കലും കാലുവാരലും വികടത്തവുമൊക്കെ ജനം സംസ്കാരത്തിന്റെ ഭാഗമായിരുന്നു. ത്യാഗിയും മനീഷും എൻ കെയും സഫ്ദറുമൊക്കെ ഇക്കാര്യത്തിൽ മിടുക്കന്മാരായിരുന്നു. അവരുടെ കാലുവാരലിന്റെ ഭാഗമാകാൻ നിങ്ങൾ ഇട നല്കരുത്. ഒരു കൊമേഴ്സ്യൽ പദ്യശീലുണ്ടാക്കുന്നതിന് കാജൽഘോഷിന് 200 രൂപ ലഭിച്ചിരുന്നതായി അദ്ദേഹം ഓർക്കുന്നു. മാസത്തിൽ ഒരാഴ്ച വർക്ക് ചെയ്താൽ 800 രൂപ സമ്പാദിക്കാം. ഒരു ദിവസം അയാൾ ഒരു അണ്ടർ വെയർ ജിംഗിൾ ഉണ്ടാക്കി. ഒരു ദിവസം വി പി ഹൗസിലെ എസ് എഫ് ഐ ഓഫീസിലിരുന്നു സംസാരിക്കുന്നതിനിടയിൽ സഫ്ദർ കാജലിനെ പരിഹസിക്കാൻ തുടങ്ങി. വിപ്ലവവഴികളിലൂടെ മുന്നേറേണ്ടവർ ഇപ്പോഴിതാ അണ്ടർ വെയർ വിറ്റു നടക്കുന്നു. ലജ്ജിതനായ കാജൽ ജിംഗിൾ ഉണ്ടാക്കുന്നതു തന്നെ നിർത്തി. തുടർന്ന് അയാൾ ആൾ ഇന്ത്യ റേഡിയോയിൽ വച്ച് സഫ്ദറോട് തട്ടിക്കയറി. അവിടെ എന്തു ചെയ്യുന്നു എന്ന അയാളുടെ ചോദ്യത്തിന് ഒരു റേഡിയോ സ്പോട്ടിന് ശബ്ദം കൊടുക്കാൻ വന്നതാണെന്ന് സഫ്ദറുടെ മറുപടി.

“പിന്നെ എന്തിനാണ് നിങ്ങൾ ഇത്രയേറെ പരിഹസിച്ചത്. അതുമൂലം ഞാൻ ജിംഗിൾ ഉണ്ടാക്കൽ നിർത്തി.”

സഫ്ദർ പരുഷമായി പറഞ്ഞു. “നീയൊരു മണ്ടനാണ്. ഞാനൊരു തമാശ പറഞ്ഞപ്പോൾ നീ നിന്റെ വരുമാന മാർഗ്ഗം ഉപേക്ഷിച്ചു.”

കാജൽ വീണ്ടും ജിംഗിൾസ് ഉണ്ടാക്കി തുടങ്ങി.

ഞാൻ ഫാൻസി ഷൂ ധരിച്ച് റിഹേഴ്സലിനു ചെന്ന ദിവസം അതിലേക്കു നോക്കിയ സഫ്ദറിന്റെ കണ്ണുകൾ മിന്നിത്തിളങ്ങി.

“എനിക്കു വയ്യ. നിങ്ങൾ സ്റ്റൈലിഷായിരിക്കുന്നു. ങേ?”

“അല്ലല്ല. ആരോ ഒരാൾ എന്റെ അമ്മാവനു കൊടുത്തതാണ്. എന്നാൽ അമ്മാവന് ചേരാത്തതു കാരണം അദ്ദേഹം എനിക്കു തന്നു.”

എന്റെ അമ്മാവൻ ഒരു ദന്തഡോക്ടറാണ്. അവിടെ കൺസൾട്ടിങ്ങിന് ചെന്നിട്ടുള്ളതു കാരണം സഫ്ദറിനെയും മാലയേയും അദ്ദേഹത്തിനറിയാം. ഒരു അലമാര നിറയെ ഷൂ അടുക്കിവച്ചിട്ടുള്ള ഒരു മനുഷ്യനെ അയാളുടെ ശേഷകാരൻ എന്നെ പരിചയപ്പെടുത്തി. എനിക്കവിടെ നിന്ന് ധാരാളം ഷൂകൾ കിട്ടി. അവയെ വേണ്ടെന്നു വയ്ക്കാൻ എനിക്ക് കഴിഞ്ഞില്ല.

1980 കളുടെ തുടക്കം - ഋഥിക് ഘട്ടക്ക്

യു പി നന്ദിപൂർ ഗ്രാമത്തിലെ ബക്കീരബസാറിൽ (UP. Bakhira

Bazzar, Nandipur Village) പൊലീസ് ഒരു തെരുവുനാടകം നിരോധിച്ച് അതിലെ നടിമാരെ ലൈംഗീക പീഡനത്തിനിരയാക്കിയതിനെതിരെ 1981 മേയിൽ ജനം ഒരു പ്രതിഷേധ ജാഥ സംഘടിപ്പിച്ചു. ആ വർഷാവസാനം തന്നെ ജനം തുടർ സമരങ്ങൾ സംഘടിപ്പിച്ചു. നാടകം, നൃത്തം, സംഗീതം ഉൾപ്പെടെയുള്ള കലാപരിപാടികളുടെ സ്ക്രിപ്റ്റിന് പൊലീസിന്റെ മുൻകൂർ അനുമതി വാങ്ങണമെന്ന ഉത്തരവിനെതിരേയായിരുന്നു സമരം. ജനത്തിന്റെ രാത്തിനെ പ്രധാനിയാക്കിക്കൊണ്ട് കലാകാരന്മാർ ആദ്യം ഒരു അഡ്ഹോക്ക് കമ്മിറ്റിയും പിന്നീട് സ്റ്റിയറിങ് കമ്മിറ്റിയും രൂപീകരിച്ചു. ബാബാ കാർക്ക് സിങ്ങ് മാർഗ്ഗിലെ സ്റ്റേറ്റ് എംപോറിയ കോംപ്ലക്സിലുള്ള വെസ്റ്റ് ബംഗാൾ ഇൻഫർമേഷൻ ബ്യൂറോ (WBIB) യിലാണ് ഇത് നടന്നത്. 1980–83 കാലഘട്ടത്തിൽ സഫ്ദർ ഇൻഫർമേഷൻ ഓഫീസറായി ജോലി ചെയ്യുന്ന സമയത്തു മാത്രമായിരുന്നു ഡബ്ല്യു ബി ഐ ബി സജീവമായിരുന്നത്.

1980 കളിൽ, പ്രശസ്ത ഡോക്യുമെന്ററി ഫിലിം മേക്കറും പണ്ഡിത യുമായ ഷോഹിനി ഘോഷ് ലേഡി ശ്രീറാം കോളേജിലെ വിദ്യാർത്ഥിയാ യിരുന്നു. കൽക്കട്ടയിലെ സൗകര്യങ്ങൾ വിട്ട് ഡൽഹിയിലേക്കുള്ള വരവ് അവർക്ക് തീരെ ഇഷ്ടപ്പെട്ടില്ല. സിനിമയോടു താല്പര്യം തോന്നിയതു കാരണം കോളേജിലെ ഫിലിം സൊസൈറ്റിയിൽ അംഗമായി. ഡിജിറ്റൽ, വി എച്ച് എസ് സൗകര്യങ്ങൾ വരുന്നതിനുമുമ്പായിരുന്നതിനാൽ വലിയ കാനുകളിൽ ഫിലിം റീലുകൾ വച്ച് പ്രൊജക്ടറും വാടകയ്ക്കെടുത്താണ് സിനിമാ പ്രദർശനം നടത്തിയത്. ഡൽഹിയിലെ കലാകേന്ദ്രങ്ങളോടോ വിവിധ രാജ്യങ്ങളുടെ എംബസികളോടോ അതുമല്ലെങ്കിൽ പൂനയിലെ നാഷണൽ ഫിലിം ആർക്കൈവ് ഓഫ് ഇന്ത്യ (National Film Archive of India) യോടോ ആവശ്യപ്പെട്ടാണ് ഫിലിം സംഘടിപ്പിച്ചിരുന്നത്. അതു കൊണ്ട് ഫിലിം സൊസൈറ്റികൾ സദാ ഫിലിം കിട്ടാനുള്ള മാർഗ്ഗങ്ങൾ നോക്കിക്കൊണ്ടിരുന്നു.

"അച്ഛന്റെ സ്വാധീനത്തിൽ ഡബ്ല്യു ബി ഐ ബിയിൽ സിനിമകൾ കണ്ടിരുന്നു. ഞാനവിടെ പോയപ്പോൾ ഈ സുന്ദരനായ മനുഷ്യൻ ഒരു ഡസ്ക്കിനരികിൽ ഇരിക്കുന്നുണ്ട്. അദ്ദേഹത്തിന്റെ പുറകിൽ ഋത്വിക് ഘട്ട ക്കിന്റെയും സത്യജിത് റേയുടെ *തീൻ കന്യ* (Teen Kanya) യിലെ അപർണ്ണ സെന്നിന്റെയും രണ്ടു വലിയ പോസ്റ്ററുകൾ പതിച്ചിരുന്നു. അദ്ദേഹം എന്നോടു ബംഗാളിയിലാണ് സംസാരിച്ചത്. ഭാഷാ പ്രയോ ഗരീതി കണ്ടിട്ട് അയാളൊരു ബംഗാളിയാണോ അല്ലയോ എന്ന് നിശ്ചയി ക്കാനായില്ല. അയാളെന്നോടു സംസാരിക്കുകയും ഒരു കൂട്ടം ഫിലിംസ് പ്രദർശിപ്പിക്കുന്നതിനുവേണ്ടി തരുകയും ചെയ്തു. ആ കാനുകളുമായി ഞാൻ സന്തോഷത്തോടെ മടങ്ങി. അതിലൊന്ന് അൻവർ ഹുസൈനും ഉൽപൽ ദത്തും അഭിനയിച്ച് രാജൻ തരഫ്ദാർ (Rajen Tarafdar) സംവി ധാനം ചെയ്ത അപൂർവ്വ രത്നമായ *പാലങ്ക* (The Bedstead, 1975) ഒരു ഇൻഡോബംഗ്ലാ സംയുക്ത നിർമ്മാണം ആയിരുന്നു. അതിന്റെ പേരിൽ

വല്ലാത്ത കുഴപ്പത്തിലായി എന്ന് പിന്നീടറിഞ്ഞു. കാരണം അദ്ദേഹത്തിന്റെ ബോസുമാർ കുറ്റപ്പെടുത്തിയത് ഒരു അറിയപ്പെടാത്ത കോളേജ് വിദ്യാർത്ഥിക്ക് കാനുകൾ കൈ മാറിയതിന്റെ പേരിലാണ്. എന്നാലയാളത് കാര്യമാക്കിയില്ല. ഞാനൊരു ഗ്രാജുവേറ്റല്ലാതിരുന്നിട്ടും അദ്ദേഹം എന്നെ വളരെയധികം പരിഗണിച്ചു." സഫ്ദറിനെ കാണുന്നതിനും സംസാരിക്കുന്നതിനുമായി അവൾ ഡബ്ല്യു ബി ഐ ബിയിൽ പലപ്പോഴും വന്നുപോയി.

അവൾ മാത്രമായിരുന്നില്ല. മൗലാന ആസാദ് മെഡിക്കൽ കോളേജിലെ (MAMC) ഒരു കൂട്ടം യുവഡോക്ടർമാരും ഫിലിം സൊസൈറ്റി ഉണ്ടാക്കി ഫെഡറേഷൻ ഓഫ് ഫിലിം സൊസൈറ്റി ഓഫ് ഇന്ത്യ (FFSI) യിൽ അഫിലിയേഷനുവേണ്ടി സഹായിക്കണമെന്ന് സഫ്ദറിനെ കണ്ട് അപേക്ഷിച്ചു. സഫ്ദർ "ബോസ് ഹെൽപ്പ് ദെം" എഴുതിയൊരു കത്തുമായി തനിക്ക് എഫ് എഫ് എസ് ഐയിൽ പരിചയമുള്ള റെയ്നയുടെ അടുത്തേക്കയച്ചു. സഫ്ദറിന്റെയും മാലയുടെയും സുഹൃത്തായിരുന്ന ബ്രിജേഷുമുണ്ടായിരുന്നു ഈ ഡോക്ടർ സംഘത്തിൽ. പിന്നീട് തന്റെ സഖാക്കളടക്കം നിരാലംബരായ രോഗികൾക്കും വൈദ്യസഹായത്തിനായി ഇവരുടെ സേവനം പ്രയോജനപ്പെടുത്തി. സിനിമയിലും മറ്റു കലകളിലും പാണ്ഡിത്യമുള്ള സൂഫി കവിതയിലും സംഗീതത്തിലും നിപുണനായിരുന്ന പഞ്ചാബുകാരൻ ഗായകൻ മദൻ ഗോപാൽ സിങ് ഡൽഹി യൂണിവേഴ്സിറ്റിയിൽ സുഹൈലിന്റെ സുഹൃത്തായിരുന്നു. അവരുടെ സൗഹൃദം ജെ എൻ യുവിലും തുടർന്നു. അതേസമയം മദൻ സഫ്ദറുമായും സൗഹൃദത്തിലായി. ഡബ്ല്യു ബി ഐ ബിയിൽ സഫ്ദറുണ്ടായിരുന്ന കാര്യം അയാളോർക്കുന്നു. "ഫിലിം നിർമ്മാതാക്കളുടെയും, നാടകക്കാരുടെയും സംഗീതജ്ഞരുടെയും, നാടൻ കലാകാരന്മാരുടെയുമൊക്കെ പ്രധാന സംഗമ സ്ഥലമായിരുന്നു അത്." സഫ്ദറിനവിടെ യാതൊരു വിധ സൗകര്യവുമില്ലായിരുന്നു. "ദി അൺപാരലെൽഡ് ഫിലിം ജീനിയസ്" എന്നോ മറ്റോ അടിക്കുറിപ്പുള്ള റിഥ്വിക് ഘട്ടക്കിന്റെ വലിയൊരു ഫോട്ടോയ്ക്കുമുന്നിലെ ചെറിയൊരു മേശയിലായിരുന്നു അദ്ദേഹത്തിന്റെ ഇരുപ്പ്. അതിനടുത്തായി സത്യജിത്ത് റേ സിനിമയുടെ പോസ്റ്ററുമുണ്ടായിരുന്നു. നിങ്ങളുടെ പ്രിയ നാടകകൃത്ത് ബ്രഹ്ത്ത് ആണെങ്കിൽ ബക്കറ്റിനോട് അവജ്ഞയായിരിക്കും. നിങ്ങൾ ഘട്ടക്കിന്റെ ആരാധകൻ ആണെങ്കിൽ റേയെ അംഗീകരിക്കാനാവില്ല. ആ ദിവസങ്ങളിൽ ഞങ്ങൾക്ക് ഉറച്ച നിലപാടായിരുന്നു. എന്നാൽ ഈ കെണിയിൽ സഫ്ദർ വീണില്ല. സിനിമാക്കാരൻ മണി കൗൾ ഡൽഹിയിൽ വരുമ്പോൾ ഡബ്ല്യു ബി ഐ ബി യാണ് അദ്ദേഹത്തിന്റെ താല്ക്കാലിക ഓഫീസ്. മറ്റു പലർക്കും അങ്ങനെ തന്നെ. അവർക്ക് ചായയും ഉച്ചഭക്ഷണവുമൊക്കെ മാറി മാറി ആവശ്യമായിരുന്നു. സഫ്ദറവിടെ ഫിലിം സ്ക്രീനിങ്ങുകളും പത്രസമ്മേളനങ്ങളും സംഘടിപ്പിച്ചു. അതൊരു പ്രധാന സ്ഥലമായി മാറി. ഞാനവിടെ ഒരു ദിവസം പോലും പോകാതിരുന്നില്ല. ജെ എൻ യുയിൽ

നിന്ന് വീട്ടിലേക്ക് പോകും വഴി എന്നും സഫ്ദറിന്റെ ഓഫീസിലെത്തും. ഞാനവിടെ സിനിമ, അരങ്ങ്, കലാകാരന്മാരുടെ പങ്ക് തുടങ്ങിയവയെക്കുറിച്ച് നിരവധി ചർച്ചകളിൽ പങ്കെടുത്തു. ഈയിടെയാണ് ഞാൻ സാർത്രനേയും അദ്ദേഹത്തിന്റെ ആശയങ്ങളേയും കുറിച്ച് വായിച്ചത്. ഇടതുപക്ഷക്കാരല്ലാത്ത കലാകാരന്മാരും അവിടെ വരുമായിരുന്നു. അവർക്കെല്ലാം സഫ്ദറിനെ അറിയാം. അദ്ദേഹമവിടെ പ്രഭാഷണങ്ങൾ നടത്തി. പ്രശസ്ത ആർക്കിടെക്റ്റ് റോമി കോസ്ല അവിടം സന്ദർശിച്ചിരുന്നതായും കേട്ടിട്ടുണ്ട്.

ഡബ്ല്യു ബി ഐ ബിയിലായിരിക്കുമ്പോൾ സഫ്ദർ ഡൽഹിയിൽ മൂന്ന് ബംഗാളി നാടകോത്സവങ്ങൾ സംഘടിപ്പിച്ചു. അദ്ദേഹം “ഡാറൂൺ” അവതരിപ്പിക്കുന്നതിനുവേണ്ടി ഉത്പൽ ദത്തിനെ ക്ഷണിച്ചു. ഉത്പൽ ദത്ത് ബംഗാളിൽ നാടകത്തിലെ അതികായനും ഹിന്ദി വ്യാപാര സിനിമയിലെ താരവും തമാശക്കാരനുമായിരുന്നു. എന്തിലും അദ്ദേഹമൊരു തമാശ കണ്ടെത്തും. പുറമേ ഒരു കോമാളിയായിരുന്നെങ്കിലും അഗാധ ചിന്തകനും, ഉത്തരവാദിത്വമുള്ള കമ്യൂണിസ്റ്റ് വിപ്ലവകാരിയും തന്റെ കലാപ്രവർത്തനങ്ങൾ കൊണ്ട് ലോകത്ത് മാറ്റമുണ്ടാകണമെന്ന് ആഗ്രഹിച്ച വ്യക്തിയുമായിരുന്നു. ഉത്പൽ ദത്ത് ഫെസ്റ്റിവലിനു വന്നപ്പോൾ അത് സഫ്ദറുമായി തിയേറ്ററും രാഷ്ട്രീയവും ഉൾപ്പെടെയുള്ള ചർച്ചാ വേദിയായി മാറ്റി. സഫ്ദർ പോപ്പുലർ റവല്യൂഷണറി തിയേറ്ററിനെ പ്രയോജനപ്പെടുന്ന രീതി അദ്ദേഹത്തിന് വളരെയധികം ബോധിച്ചു. ഹെന്റി ഡിറോസിയോയേയും മിഖേൽ മധുസൂതൻ ദത്തിനേയും സംബന്ധിച്ച ഉത്പൽ ദത്തിന്റെ സിനിമകൾ സഫ്ദർ ഡബ്ല്യു ബി ഐ ബി ഓഫീസിൽ പ്രദർശിപ്പിച്ചു.

സഫ്ദറും മാലയും 1982 ൽ ബോംബെ സന്ദർശിച്ചപ്പോൾ 10 ദിവസത്തോളം മണി കൗളിനൊപ്പമായിരുന്നു താമസം. മണി കൗളും സഫ്ദറും തമ്മിൽ അസാധാരണ സൗഹൃദത്തിലായിരുന്നു. 9 വയസ്സ് പ്രായക്കുറവായിരുന്നു സഫ്ദറിന്. മണി കൗൾ ഈശ്വരവിശ്വാസിയാണെങ്കിലും നിരീശ്വരവാദിയും ഭൗതീകവാദിയുമായ സഫ്ദറിനെ ഇഷ്ടപ്പെട്ടു. അവർ തമ്മിലുള്ള അഭിപ്രായൈക്യം രണ്ടുപേരും റിഥിക് ഘട്ടക്കിന്റെ സിനിമകളെ ഇഷ്ടപ്പെട്ടതാണ്. 1981 ൽ റിഥിക് ഘട്ടക്കിന്റെ സിനിമകളുടെ സ്മരണാ ഫെസ്റ്റിവലും അവയെക്കുറിച്ചുള്ള സെമിനാറും ഡൽഹിയിലെ പ്യരേലാൽ ഭവനിൽ ആദ്യമായി സംഘടിപ്പിച്ചത് സഫ്ദറിന്റെ ജീവിതത്തിലെ പ്രധാന സംഭവമാണ്. എന്നാൽ അദ്ദേഹം അതിലുമധികം ചെയ്തു. അതു സംബന്ധിച്ച് മദൻ ഗോപാൽ സിങ് പറഞ്ഞ കഥ ഇങ്ങനെയായിരുന്നു:

> റോട്ടർ ദാം ചലച്ചിത്രോത്സവത്തിൽ സംവിധായകനായി തെരഞ്ഞെടുക്കപ്പെട്ട Hubert Bals ന് സഫ്ദർ റിഥിക് ഘട്ടക്കിന്റെ സിനിമകൾ പരിചയപ്പെടുത്തി. ഘട്ടക്കിന്റെ ഫിലിമുകളുടെ സംരക്ഷണത്തിന് കുറച്ചു പണം ചെലവാക്കണമെന്ന് Bals ന് തോന്നി. അയാൾ സാമാന്യം സമ്പന്നനായിരുന്നു. മിനിസ്ട്രി ഓഫ് ഇൻ

ഫർമേഷൻ ആന്റ് ബ്രോഡ്കാസ്റ്റിങ്ങിൽനിന്നും ധനസഹായമുണ്ടായി. ഫിലിം ഫെസ്റ്റിവൽ ഡയറക്ടറേറ്റിന്റെ ഡയറക്ടറെ സഫ്ദറിന് പരിചയമുണ്ടായിരുന്നതിനാൽ ഡബ്ല്യു ബി ഐ ബിയിലേക്ക് അദ്ദേഹത്തെയും കൊണ്ടുവന്നു. ഐ & ബി മിനിസ്ട്രിയിൽ നിന്ന് ഒരു സെക്രട്ടറിയും പങ്കെടുത്തു. അദ്ദേഹത്തിന്റെ പേര് ചക്രവർത്തി എന്നായിരുന്നു എന്നാണ് ഓർമ്മ. മണി കൗളും സഫ്ദറെ സമീപിച്ചു. അന്നുവരെ സത്യജിത്ത് റേയും മൃന്നാ സെന്നും മാത്രമാണ് അന്താരാഷ്ട്രതലത്തിൽ അറിയപ്പെടുന്ന രണ്ട് ബംഗാളി സിനിമാക്കാർ. ഘട്ടക്കിനെയാകട്ടെ അംഗീകരിക്കാൻ ആരും തയ്യാറായില്ല. അന്താരാഷ്ട്ര തലത്തിൽ ഫെസ്റ്റിവലിൽ കാണിക്കാനുള്ള ഗുണനിലവാരം ഫിലിമിനില്ലായിരുന്നതാണ് കാരണം. സഫ്ദർ ഫിലിം ഫെസ്റ്റിവൽ ഡയറക്ടർക്കു കത്തെഴുതിയെങ്കിലും ഫലമുണ്ടായില്ല. സഫ്ദർ ഐ & ബി മിനിസ്റ്ററായ വസന്ത് സത്തെയെ സമീപിച്ചെങ്കിലും അദ്ദേഹവും ഡയറക്ടറുടെ തീരുമാനം തന്നെ അംഗീകരിച്ചു. ഞങ്ങൾ ആകെ വിഷമത്തിലായി. ഞങ്ങൾക്ക് ഘട്ടക്കിനെ ഒരു അന്തർദ്ദേശീയ വ്യക്തിത്വമാക്കണം. ഫ്രഞ്ച് മാർക്സിസ്റ്റ് നിരൂപകൻ ജോർജ്ജ് സാഡോൾ അദ്ദേഹത്തിന്റെ സിനിമകൾ കാണുകയും അവ അദ്ദേഹത്തെ വല്ലാതെ സ്വാധീനിക്കുകയും ചെയ്തു. അതുകൊണ്ടും ഒന്നും സംഭവിച്ചില്ല. പെട്ടെന്ന് സഫ്ദറിന് ഒരാശയം തോന്നി. അദ്ദേഹം ഒരു കൂടിക്കാഴ്ചയ്ക്കുവേണ്ടി മുൻ ഐ ആന്റ് ബി മിനിസ്റ്റർ ഇന്ദർ കുമാർ ഗുജറാളിന് ഒരു കത്തെഴുതി. ഘട്ടക്കിന്റെ സുഹൃത്തായിരുന്നു ഗുജറാൾ. അദ്ദേഹം പെട്ടെന്നു തന്നെ സാത്തെയ്ക്ക് കത്തെഴുതുകയും വിളിക്കുകയും ചെയ്തു. "ചെയ്യാം സർ." സാത്തെ പറഞ്ഞു. കൊച്ചു കുഞ്ഞിനെപ്പോലെ സഫ്ദർ സന്തോഷിച്ചു. "മാദി" "അതു സാധിച്ചു." അദ്ദേഹം പ്രതികരിച്ചു.

1980 കളുടെ ആരംഭം - പ്രേക്ഷക സാക്ഷ്യം

ഇന്ന് ഇന്ത്യയിലങ്ങോളമിങ്ങോളം നിരവധി തെരുവരങ്ങുകൾ സംഘടിപ്പിക്കുന്നുണ്ടെങ്കിലും ആദ്യകാല പ്രേക്ഷക പ്രതികരണം എന്തായിരുന്നു എന്ന് ഓർക്കാൻ കഴിയുന്നില്ല. ഇതാ ഒരു പ്രേക്ഷക സാക്ഷ്യം:

> ഞാൻ ആദ്യമായി തെരുവു നാടകം കണ്ടത് 1970 കളിലാണ്. ചെറുപ്പം മുതലേ നാടകത്തിൽ എനിക്ക് താല്പര്യമുണ്ട്. ഞാൻ അനേകം നാടകങ്ങൾ കാണുകയും ചിലതിൽ അഭിനയിക്കുകയും ചെയ്തിട്ടുണ്ട്. എന്നാൽ അവയെല്ലാം പരമ്പരാഗതമായ പ്രൊസീനിയം നാടകങ്ങളാണ്. പുരാണമോ ചരിത്രമോ സാമൂഹ്യ മോചന ശാസ്ത്രമോ അടിസ്ഥാനമാക്കിയുള്ള ആ നാടകങ്ങൾക്ക് രണ്ടോ മൂന്നോ മണിക്കൂറായിരുന്നു ആയുസ്സ്. ഇവയ്ക്കെല്ലാം തന്നെ സ്റ്റേജ്, അനുയോജ്യമായ സെറ്റ്, അഭിനേതാക്കൾക്ക് വസ്ത്രം, ശബ്ദവും

വെളിച്ചവും, കഥാതന്തു ഉൾക്കൊള്ളാൻ പാകമായ സദസ്സ് തുടങ്ങി അരങ്ങിന് ഒഴിച്ചു കൂട്ടാനാകാത്ത എല്ലാ സൗകര്യങ്ങളും ഉണ്ടാവണം. എന്റെ അഭിപ്രായത്തിൽ ഇതെല്ലാം നാടകത്തിനാവശ്യമാണ്.

ഒരു ദിവസം ജെ എൻ യു സ്കൂൾ ഓഫ് ലാംഗ്വേജസിന്റെ നോട്ടീസ് ബോർഡിൽ *ഔരത്ത്* എന്ന നാടകത്തിന്റെ നോട്ടീസ് കണ്ടപ്പോൾ എന്റെ ആകാംക്ഷ വർദ്ധിച്ചു. നാടകത്തിന്റെ പേര് ആകർഷകമായിരുന്നെങ്കിലും അതൊരു "തെരുവ്" നാടകമാണെന്നും സ്കൂളിനടുത്തുള്ള പുൽത്തകിടിയിലാണവതരിപ്പിക്കുന്നതെന്നും മനസ്സിലായി. അന്ന് നാടകം കാണാൻ തീരുമാനിച്ചു. എന്നാൽ നാടകത്തിന്റെ സമയം എനിക്ക് സൗകര്യപ്രദമായിരുന്നില്ല. എന്തുകൊണ്ടെന്നാൽ എന്റെ കുട്ടികൾ സ്കൂളിൽ നിന്ന് വിശന്നും ദാഹിച്ചും കലിപൂണ്ട് വരുന്ന സമയമാണത്. നാടകം കാണണോ വീട്ടിൽ പോകണോ? ഞാൻ പലവട്ടം ആലോചിച്ചു. ഒരു വീട്ടമ്മയുടെ ചുമതലയോ ഒരു സ്ത്രീയുടെ തീവ്രാഭിലാഷമോ? കുട്ടികളെ അവഗണിച്ചു പോകുന്നത് വീട്ടിലെ മുതിർന്നവർ എങ്ങനെ ചിന്തിക്കും? ഇന്നു ഞാൻ നോക്കുമ്പോൾ, ഞാനനുഭവിച്ച സമ്മർദ്ദം സാധാരണക്കാർക്ക് താങ്ങാവുന്നതല്ല, എന്നാലന്ന് എനിക്ക് കിട്ടിയത് ഒരു സാധാരണ കുടുംബക്കാരന്റെ കർത്തവ്യം മറികടക്കാനുള്ള അവസരമാണ്. അതൊരു വലിയ യുദ്ധം തന്നെയായിരുന്നു. അവസാനം ഞാൻ വിപ്ലവത്തിനു തന്നെ തീരുമാനിച്ചു. അന്നെന്റെ കുട്ടികൾക്കുവേണ്ടി എന്ത് ക്രമീകരണങ്ങളാണ് ചെയ്തെന്നോർമ്മയില്ലെങ്കിലും നാടകത്തിന്റെ ഓർമ്മ ഇന്നും മനസ്സിൽ പച്ച പിടിച്ചു നില്ക്കുന്നു.

നാടകത്തിന് വളരെ മുമ്പേ തന്നെ ഞാൻ സ്ഥലത്തെത്തി. ഒരു സ്റ്റേജുണ്ടാക്കുന്നതും പ്രതീക്ഷിച്ചിരുന്നു. സൗകര്യപ്രദമായൊരു സ്ഥലം ഇരിക്കാനായി കണ്ടുപിടിക്കണം. എന്നാൽ അതിനുള്ള യാതൊരു നടപടിയും കണ്ടില്ല. നോട്ടീസ് തെറ്റിച്ചു വായിച്ചതാണോ എന്നു ഞാൻ ചിന്തിച്ചു. വീണ്ടും ഞാൻ നോട്ടീസ് വായിച്ചു ഇല്ല തെറ്റിയിട്ടില്ല. ഞാൻ കാത്തിരുന്നു. അഞ്ചാറു നിമിഷങ്ങൾക്കകം വിദ്യാർത്ഥികൾ വന്നു കൂടാൻ തുടങ്ങി. ഞാൻ ദീർഘശ്വാസം വിട്ടു. കുട്ടികളെ മറന്നു വരികയും നാടകം കാണാൻ കഴിയാതിരിക്കുകയും ചെയ്താലോ! ആളുകൾ കൂടി വന്ന് വൃത്താകൃതിയിലിരുന്നു. കൊള്ളാം പ്രേക്ഷകരായി, അഭിനേതാക്കളെവിടെ? കുറച്ചു ചെറുപ്പക്കാർ ചെറിയ വേഷങ്ങളിട്ട് വൃത്തത്തിനുള്ളിൽ പ്രവേശിച്ചു. എന്റെ ആകാംക്ഷ വർദ്ധിച്ചു. എന്താണിവിടെ നടക്കുന്നത്? അപ്പോൾ ഒരു മെലിഞ്ഞ് ഇരുണ്ട പെൺകുട്ടി വൃത്തത്തിന്റെ നടുവിലേക്കു വന്നു. അവൾക്ക് ചമയമോ പ്രത്യേക വേഷവിതാനമോ

ഇല്ല. ഒരു ഇരുണ്ട ഖാദികൂർത്തയും കറുത്ത സാൽവാറുമാണവൾ ധരിച്ചിരുന്നത്. ഈ സാധാരണ വേഷത്തിൽ വൃത്തത്തിനു നടുവിൽ കൈയുയർത്തി അവൾ ഉച്ചത്തിൽ വിളിച്ചു പറഞ്ഞു. "ഞാനൊരു സ്ത്രീയാണ്..." ആ ചലനവും വാക്കുകളും എന്റെ ഹൃദയമിടിപ്പ് നിർത്തി കളഞ്ഞു. ഞാൻ കോരിത്തരിച്ചുപോയി.

ഞാൻ നിശ്ചലയായി നോക്കിയിരുന്നു. കേന്ദ്ര കഥാപാത്രമായ "സ്ത്രീ"ക്ക് പേരോ മതമോ നാടോ കൃത്യമായ വയസ്സോ ഇല്ല. അനായാസമായി അവളൊരു ചെറിയ കുട്ടിയായി, കോളേജ് വിദ്യാർത്ഥിയായി, നവ വധുവായി, വയസ്സിയായ ഫാക്ടറി തൊഴിലാളിയായി. ഇവയായിട്ടൊന്നും എനിക്ക് ബന്ധമില്ലെങ്കിലും ഞാനും അതിന്റെ ഭാഗമായി മാറി. പരമ്പരാഗതമായി എന്റെ മനസ്സിൽ "നായിക"യ്ക്കുണ്ടായിരുന്ന ചിത്രം മനസ്സിൽ കടന്നു കൂടുന്ന ഒരു സാധാരണ കഥാപാത്രത്തിന്റെ രൂപത്തെ 30-35 മിനിറ്റു കൊണ്ട് സംക്ഷിപ്തമായ ഇതിലെ കഥാപാത്രം തച്ചുടച്ച് ഉള്ളിൽ കടന്നിരുന്നു. അത് സാർവ്വത്രികമാണെങ്കിലും സമയസ്ഥല സന്ദർ ഭങ്ങൾ നിശ്ചിതമാണ്. അത് കണ്ടപ്പോൾ എന്റെ ഹൃദയമിടിപ്പ് വർ ദ്ധിക്കുകയും ഏതോ അജ്ഞാതമായൊരു ആത്മവിശ്വാസം എന്നിൽ നിറയുകയും ചെയ്തു. എന്റെ ഉള്ളം ആനന്ദം കൊണ്ടു ത്രസിച്ചു. അന്ത്യത്തിൽ വൃദ്ധ അഭിമാനത്തോടെ ഉയർത്തിപ്പിടിച്ച ചെങ്കൊടി ദൃശ്യം നയനങ്ങളിൽ നിന്ന് നൃത്തമാടി. പെട്ടെന്നു തന്നെ ഒരു യുവാവായ നടൻ സംഭാവനയ്ക്കായി അടുത്തുവന്നു. അന്നെന്റെ കൈയിൽ എത്ര പണമുണ്ടായിരുന്നെന്ന് ഓർക്കുന്നില്ല. എന്നാൽ ഒന്നോർമ്മയുണ്ട് ജനത്തിനുവേണ്ടി അന്ന് എന്റെ പേഴ്സ് ശൂന്യമാക്കി.

ഇവിടെ കാഴ്ചക്കാരി എന്റെ അമ്മ കാളിന്ദി ദേശ് പാണ്ഡെയാണ്. ജനവാദി മഹിളാ സമിതി (JMS) പ്രവർത്തക, സി പി ഐ (എം) അംഗം, ബുളന്ദിലെ (Buland) ജെ എം എസ് തെരുവരങ്ങ് സംഘത്തിന്റെ സ്ഥാപക, അതിന്റെ എല്ലാ നാടകങ്ങളുടെയും എഴുത്തുകാരിയും സംവി ധായകയുമൊക്കെയായിരുന്നു അമ്മ. ഞാനവരുടെ ക്ഷുഭിതനായ മകനാ യിരുന്നെങ്കിലും എന്റെ സഹോദരി നേരെ മറിച്ചായിരുന്നു.

1980 കളുടെ ആരംഭം – തെരുവരങ്ങിന്റെ വ്യാപനം

1970 കളിൽ വർക്ക്ഷോപ്പ് തിയേറ്റർ എന്ന പേരിൽ ഒരു സംഘം ഡൽഹിയിൽ പ്രവർത്തിച്ചിരുന്നു. പില്ക്കാലത്ത് ബോംബെ സിനിമ ടെലിവിഷൻ രംഗങ്ങളിലേക്ക് ചേക്കേറിയ സുധൻഷ മിശ്ര, സുധീർ മിശ്ര, സുസ്മിത മുഖർജി, ബീനാപോൾ, അനിൽ മേത്ത തുടങ്ങിയവർ അതിൽനിന്നു വിട്ടുനിന്ന അനാമിക ഹക്സർ, മനോഹർ കുഷ്ലാനി എന്നിവരൊക്കെ അതിൽ അംഗമായിരുന്നു. ഈ സമയത്താണ് ബാദൽ

സർക്കാർ രാജ്യത്തുടനീളം "തേർഡ് തിയേറ്റർ' എന്ന സംഘടനയുമായി വർക്ക്ഷോപ്പുകൾ സംഘടിപ്പിച്ചത്. ഓരോ വർക്ക്ഷോപ്പിനുമൊടുവിൽ ശക്തമായ ഒരു തിയേറ്റർ ഗ്രൂപ്പുണ്ടാക്കുകയാണ് അദ്ദേഹത്തിന്റെ ലക്ഷ്യം. വർക്ക്ഷോപ്പ് തിയേറ്റർ എന്ന തന്റെ സംഘടന അങ്ങനെയാണ് രൂപം കൊണ്ടത്. ബാദൽ സർക്കാരിന്റെ ബൂമയും വില്യം ഹിൻടണിന്റെ ചൈന വിപ്ലവകാലത്തുള്ള ഒരു ഗ്രാമരേഖയും അടിസ്ഥാനമാക്കി അവർ "എമിവെലി" നിർമ്മിച്ചു. ഗ്രൂപ്പംഗങ്ങളിൽ അധികം പേരും എം കെ റയ്നയോടൊപ്പം പ്രവർത്തിച്ചവരാണ്. ബാദൽ സർക്കാരിന്റെ ജുലൂസ് തെരുവു നാടക രൂപത്തിലും പിന്നീട് *സ്പാർട്ടക്കസ്*, ബ്രെഹ്ത്തിന്റെ *മദർ* എന്നിവയും അവതരിപ്പിച്ച വ്യക്തിയാണ് എം കെ റയ്ന.

സ്ത്രീധനമരണങ്ങൾ വർദ്ധിച്ചുവന്ന കാലഘട്ടത്തിൽ, 1979 ലാണ്, സ്ത്രീ സംഘർഷിലെ സ്ത്രീപക്ഷ ആക്ടിവിസ്റ്റായ ഉർവ്വശി ബുട്ടാലിയായും സുഭദ്ര ബുട്ടാലിയായും നാടക പ്രവർത്തകരായ മായ റാവുവിനോടും അനുരാധ കപൂറിനോടും ഒരു തെരുവു നാടകം ഉണ്ടാക്കുന്നതിനെക്കുറിച്ചു ചർച്ച ചെയ്തു. വിഷയം പൊതുവേദിയിൽ കൊണ്ടു വരികയാണ് ലക്ഷ്യം. വനിതാ സംഘടനകളിലെ ആക്ടിവിസ്റ്റുകളേയും ഡൽഹി സർവ്വ കലാശാലയിലേയും ഡൽഹി മെഡിക്കൽ കോളേജിലേയും വിദ്യാർത്ഥി കളേയും ഉൾപ്പെടുത്തി അനുരാധ കപൂറും മായ റാവുവും ചേർന്ന് പ്രസ്തുത വിഷയത്തിൽ ഒരു നാടകമുണ്ടാക്കി. *ഓം സ്വാഹ* എന്നു പേരിട്ട നാടകം ഇന്ദ്രപ്രസ്ഥ കോളേജിൽ ആദ്യമായി അവതരിപ്പിച്ചു. ചർച്ചയ്ക്കും അവതരണത്തിനുമായി അവരെ ക്ഷണിച്ചത് കുംകും ശങ്കരിയും സുദേശ് വൈദുമായിരുന്നു. തുടർന്ന് *ഓം സ്വാഹ* നിരവധി ഇന്ത്യൻ ഭാഷകളിലേക്ക് മൊഴിമാറ്റി.

*ഓം സ്വാഹ*യ്ക്കു കിട്ടിയ അംഗീകാരത്തെ തുടർന്ന് അനുരാധ കപൂറും മനോഹർ ഖുഷ്ലാനിയും മായാ റാവുവും ഒരു പുതിയ ഗ്രൂപ്പുണ്ടാക്കുന്നതിനെക്കുറിച്ച് ആലോചിച്ചു. അതിന്റെ ഫലമായു ണ്ടായതാണ് "തിയേറ്റർ യൂണിയൻ". തുടർന്ന് *ഓം സ്വാഹ* ആ ബാനറിനു കീഴിൽ അവതരിപ്പിച്ചു തുടങ്ങി. എയിൻ ലാൽ, രംഗിണി പ്രകാശ്, വിനോദ് ദുജ എന്നിവർ സംഘത്തിൽ ചേർന്നു. സുദേശ് വൈദും കുംകും ശങ്കരിയും നാടകത്തിന്റെ വിഷയത്തിനായി ഗവേഷണം തുടർന്നു. മാത്രമല്ല ബലാത്സംഗ നിയമത്തെ തുടർന്നുള്ള പ്രശ്നങ്ങളിലും ഗവേഷണം നടത്തി. പണ്ഡിതനും അരങ്ങ് പ്രവർത്തകനുമായ രതി ബാർത്തലോ മിയ ആയിരുന്നു മറ്റൊരു പ്രധാന പ്രവർത്തകൻ.

ഗ്രൂപ്പിന്റെ രണ്ടാമത്തെ നാടകം വരാൻ പോകുന്ന Rape Bill നെ അധികരിച്ചെഴുതിയ *ബലാൽക്കാർ* (Rape Bill) ആയിരുന്നു. സഫ്ദർങ് ഹോസ്പിറ്റലിലെ ചില ഡോക്ടർമാർ യൂണിയനിൽ ചേർന്ന് നിർമ്മാണ ത്തിനാവശ്യമായ സഹായം നല്കി. എനിക്കത് കാണാൻ കഴിഞ്ഞില്ല. എന്നാൽ വോളണ്ടറി ഹെൽത്ത് അസോസിയേഷൻ ഓഫ് ഇന്ത്യയുടെ സഹകരണത്തോടെ തിയേറ്റർ യൂണിയൻ നിർമ്മിച്ച മാർസ് കാ മുനാഫാ

(Pofitering from IIIness) കണ്ടു. അത് തമാശ നിറഞ്ഞതും ആക്ഷേപഹാസ്യാത്മകവും അറിവു പകരുന്നതുമായിരുന്നു. ജനങ്ങളുടെ കഷ്ടപ്പാടിനെ മരുന്നു കമ്പനികൾ ചൂഷണം ചെയ്യുന്ന വിധം അത് തുറന്നു കാട്ടി. യൂണിയൻ ക്ലാസിക് നാടകങ്ങളെ തെരുവിലവതരിപ്പിച്ചു എന്ന പ്രത്യേകതയുമുണ്ട്. നാട്ടംഗിയിൽ നിന്ന് സംഗീതമെടുത്ത് ഡൽഹിയിലുടനീളം അവതരിപ്പിച്ച *ഇൻസ്പെക്ടർ ജനറൽ മുദ്രാരാക്ഷസ*മെന്ന നാടകത്തിൽ നിന്ന് പ്രചോദനം കൊണ്ടതാണ്. "ഇന്ത്യൻ ഓഷൻ" എന്ന ഫ്യൂഷൻ റോക് ബാന്റിന്റെ സ്ഥാപകൻ അന്തരിച്ച അഷീം ചക്രവർത്തിയാണ് ഈ നാടക സംഗീതത്തിന് നേതൃത്വം കൊടുത്തത്.

സാദത്ത് ഹസൻ മാന്റോയുടെ ചെറുകഥയെ അടിസ്ഥാനമാക്കി തയ്യാറാക്കിയ *തോബ ടെക് സിങ്ങ്* ആണ് തിയേറ്റർ യൂണിയന്റെ മാസ്റ്റർ പീസ് എന്നതിൽ സംശയമില്ല. ഈ കഥയുടെ ഏകദേശം പന്ത്രണ്ടോളം അനുകരണങ്ങൾ സ്റ്റേജിലും സ്ക്രീനിലുമായി കണ്ടെങ്കിലും ഉടനടി വികാര പ്രകടനമുണ്ടാക്കുന്ന സൃഷ്ടി തിയേറ്റർ യൂണിയന്റേതുതന്നെ. സത്യത്തിൽ 1980 കളുടെ മധ്യത്തിലാണ് ഞാൻ നാടകം കണ്ടതെങ്കിലും 1984 ലെ സിഖ് വിരുദ്ധ പ്രക്ഷോഭത്തിന്റെ മുറിവുകൾ ഡൽഹിയിൽ സജീവമായി നില്ക്കുന്നതിന്റെ രാഷ്ട്രീയ സ്വാധീനം വലുതാണ്. ശരിക്കും അതൊരു ശക്തവും പ്രചോദനാത്മകവുമായ തിയേറ്റർ ഗ്രൂപ്പ് തന്നെയായിരുന്നു.

1980 കളുടെ മധ്യത്തിൽ എയ്ഡ്വാ(AIDWA)യുടെ ഡൽഹി യൂണിറ്റ് ബുളന്തിൽ സ്വന്തമായൊരു തിയേറ്റർ ഗ്രൂപ്പ് സ്ഥാപിക്കുകയും കാളിന്ദി ദേശ്പാണ്ഡെ എഴുതി സംവിധാനം ചെയ്ത നാലു നാടകങ്ങൾ അവതരിപ്പിക്കുകയും ചെയ്തു. രചന, സംവിധാനം, സംഗീതം, നൃത്തം, കാസ്റ്റിങ് ഉൾപ്പെടെയുള്ള കാര്യങ്ങൾ സഫ്ദറുമായി ചർച്ച ചെയ്താണ് മുഴുപ്പിച്ചത്. അതിലെ ഏറ്റവും ശക്തമായ രംഗം വധുവിന്റെ തീപിടിത്തം. അതിൽ തീ ജ്വാലയുണ്ടാക്കുന്നതിന് മഞ്ഞയും ചുവപ്പും തുണിക്കഷണങ്ങൾ ഉപയോഗിക്കാമെന്ന ആശയം സഫ്ദറിന്റേതാണെന്ന് ഞാനോർക്കുന്നു. പില്ക്കാലത്ത് സാക്ഷരതയ്ക്കും സ്ത്രീശാക്തീകരണത്തിനും വേണ്ടി സഫ്ദർ എഴുതിയ കിൽറ്റി കല്യാൺ ടെലിവിഷൻ സീരീസിലെ ഒരു കഥാപാത്രത്തിന് കാളിന്ദി എന്ന പേര് നല്കിയിരുന്നു.

പത്തു വർഷക്കാലം തെരുവരങ്ങ് നിരീക്ഷിച്ച ജനം, മർസ് കാമുനാഫയും തോബാ ടെക് സിങ്ങും അവതരിപ്പിക്കുന്നതിനു വേണ്ടി തിയേറ്റർ യൂണിയനെ ക്ഷണിച്ചു. അതായിരുന്നു അവസാനമായി ഞാൻ കണ്ട തിയേറ്റർ യൂണിയന്റെ പ്രകടനം.

രാജ്യത്തിന്റെ പല ഭാഗങ്ങളിലുമായി നിരവധി തിയേറ്ററുകൾ രൂപം കൊണ്ടു. 1940 കളിൽ പി ഡബ്ല്യു എയിൽ നിന്നുത്ഭവിച്ച ഇപ്റ്റയുടെ ഓർമ്മകൾ നിലനിൽക്കെ തെരുവു നാടക ഗ്രൂപ്പുകളുടെ ആവിർഭാവം അനേകം നാടകകൃത്തുക്കൾക്ക് പ്രചോദനമായി. തെരുവുനാടകം പ്രസിദ്ധീകരിക്കുന്നതിലൂടെ നിരവധി പത്രങ്ങൾക്ക് അവയുടെ സർക്കുലേഷൻ

വർദ്ധിച്ചു. 1983 ൽ ഹിന്ദി പത്രമായ *ഉത്തരാർത്ത്* (Uthararth) തെരുവരങ്ങിനു വേണ്ടി പ്രത്യേക പതിപ്പ് ഇറക്കിയത് ഉദാഹരണം. മധുരയിൽ നിന്ന് സവ്യസാചി പ്രസിദ്ധീകരിച്ച 450 പേജുള്ള ഒറ്റ പ്രതി ഉത്തരേന്ത്യയിലെ തെരുവു നാടക പ്രചാരണത്തിൽ നിർണ്ണായക പങ്കുവഹിച്ചു. അതിൽ ജനത്തിന്റെ ഏഴും അസ്ഗാർ വാജാഹാട്ടിന്റെ അഞ്ചും ഗുരുശരൺ സിങ്ങിന്റെ രണ്ടും സമുദയ നാടകത്തിന്റെ ഒരു ഹിന്ദി ഭാഷയുമുൾപ്പെടെ 23 നാടകങ്ങൾ ഉൾപ്പെടുത്തിയിരിക്കുന്നു. സവ്യസാചിയുടെ മരണം വരെ *ഉത്തരാർത്തിൽ* തെരുവു നാടകങ്ങൾ പ്രസിദ്ധീകരിച്ചിരുന്നു. തെരുവു നാടകത്തിന്റെ വളർച്ചയിൽ ഈ പത്രത്തിന്റെ സംഭാവന വിസ്മരിക്കാവുന്നതല്ല.

ജനത്തിന്റെ സംഭാവനയും നിർണ്ണായകമായിരുന്നു. *ഉത്തരാർത്ത്* പോലുള്ള പത്രങ്ങളിലൂടെയും കൈയെഴുത്തു പ്രതികളുടെ വിതരണത്തിലൂടെയും *യന്ത്രം, ഔരത്ത്* തുടങ്ങിയ നാടകങ്ങൾക്ക് വൻ പ്രശസ്തിയാണ് കിട്ടിയത്. ജനവുമായി യാതൊരു ബന്ധവുമില്ലാത്ത നിരവധി ഗ്രൂപ്പുകൾ ജനനാട്യമഞ്ച് എന്ന പേരിൽ രൂപീകൃതമായി. ഇപ്റ്റയുടെ പേരിലും ഗ്രൂപ്പുകൾ സ്ഥാപിക്കപ്പെട്ടു. ഒരു പരിധി കഴിഞ്ഞപ്പോൾ ഇടതു പ്രസ്ഥാനത്തിന്റെ ഭാഗമാകണമെങ്കിൽ ചെറുപ്പക്കാർക്കും മുതിർന്നവർക്കും ഇത്തരം തിയേറ്റർ ഗ്രൂപ്പുകൾ അനിവാര്യമായി വന്നു. തെരുവരങ്ങ് അവരുടെ സ്വാഭാവിക മാർഗ്ഗമായി മാറി.

ചില സംഘങ്ങൾ ഉപദേശങ്ങൾ തേടി ജനത്തെ സമീപിച്ചു. ഇത് പലതര പ്രതികരണങ്ങൾക്കും ഇടയാക്കി. 1986 ഫെബ്രുവരി 27 ന് പുരുഷോത്തം തിവാരി എന്ന നാടക പ്രവർത്തകൻ തങ്ങൾ ജനം എന്ന പേരിൽ ഒരു ഗ്രൂപ്പുണ്ടാക്കിയതായി സഫ്ദറിന് കത്തെഴുതി. അതിലുള്ള സന്തോഷം പ്രകടിപ്പിക്കുകയും ജനത്തിനു കഴിയുന്ന സഹായം വാഗ്ദാനം ചെയ്യുകയും ചെയ്തതോടൊപ്പം രണ്ട് ഉപദേശങ്ങളുമായി മാർച്ച് 11 ന് സഫ്ദർ മറുപടി നല്കി:

> 'കൃത്യമായ വ്യാകരണമില്ലാത്ത കലാരൂപമാണ് തെരുവു നാടകം. അനുഭവങ്ങളുടെ വെളിച്ചത്തിൽ അത് നിരന്തരം പരിണാമവിധേയമാകുന്നു. എല്ലാ ഗ്രൂപ്പുകളും അത് അനുവർത്തിച്ചു വരുന്നുണ്ട്...
>
> രണ്ടാമതായി, മറ്റേതൊരു കലയുമെന്നപോലെ തെരുവു നാടകവും അച്ചടക്കവും പരിശീലനവും ആവശ്യപ്പെടുന്നു. അഭിനേതാക്കൾ സ്വന്തം പ്രയത്നം കൊണ്ട് പൂർണ്ണരാകണം. അവർ ശബ്ദ നിയന്ത്രണം, പാട്ട്, ഉപകരണ പ്രയോഗം, ഒരു വൃത്ത സദസ്സിന് കേൾക്കാനാവും വിധം സംഭാഷണ പ്രയോഗം എന്നിവ പരിശീലിക്കണം. ഇതിന് ഗൗരവമായി റിഹേഴ്സൽ ചിട്ടയായി ചെയ്യണം. എത്ര തന്നെ മികച്ച സന്ദേശമോ, ശാസ്ത്രീയ ജ്ഞാനമോ ഉണ്ടെങ്കിലും അഭിനേതാക്കളുടെ മികവും കലാമേന്മയും കൊണ്ടല്ലാതെ നിങ്ങൾക്ക് സദസ്സിനെ ഇളക്കാനാവില്ല.'

ഈ കത്തും പുതിയ നാടകമായ *അപഹരൻ ഭായ്ചാരേ കാ (Apaharan Baichare Ka)*യുടെ ഒരു പ്രതിയും സഖാവ് പരശുറാമിന് കൊടുക്കുന്നതോടൊപ്പം നാടകവിലയായ 10 രൂപ മണി ഓർഡർ ചെയ്യണമെന്നും നിർദ്ദേശിച്ചിരുന്നു.

സഫ്ദറിന്റെ മരണശേഷം തെരുവുനാടക പ്രവർത്തനങ്ങളിലെ രണ്ടാമത്തെ കുതിച്ചുചാട്ടം 1989 ലായിരുന്നു. സഫ്ദറിന്റെ ജന്മദിനമായ ഏപ്രിൽ 12 ദേശീയ തെരുവു നാടക ദിനമായി (Notional Street Thetare Day) ആചരിക്കാൻ നാടക പ്രവർത്തകർ തീരുമാനിച്ചപ്പോൾ വൻ പ്രതികരണമാണ് ലഭിച്ചത്. 1989 ഏപ്രിൽ 12 ന് 30,000 ത്തിലധികം അവതരണങ്ങളാണ് നടന്നത്. സഹ്മത്തിന് ലഭിച്ച വിവരങ്ങളുടെ അടിസ്ഥാനത്തിൽ തയ്യാറാക്കിയ കണക്കാണിത്. എന്നാൽ യഥാർത്ഥ കണക്ക് ആർക്കും നിശ്ചയമില്ല.

1982 ഏപ്രിൽ – 'ഹരിജൻ' നാടകം

"എന്തുകൊണ്ട് ജാതി പ്രശ്നത്തിൽ ഒരു നാടകം ജനത്തിനുണ്ടാക്കിക്കൂടാ?"

എന്നാണ് ഇക്കാര്യം സഫ്ദറോട് ചോദിച്ചതെന്ന് എനിക്കോർമ്മയില്ല, എന്നാൽ ഒന്നറിയാം. ഡൽഹിയിലെ മരങ്ങൾ നിറഞ്ഞ പ്രധാന വീഥിയിൽ ഇല വിരിച്ച റോഡിലൂടെ നടക്കുമ്പോഴാണ് ചോദിച്ചത്.

"കൊള്ളാം. അതൊരു പൈശാചികമായ ബുദ്ധിമുട്ടുള്ള പ്രശ്നമാണ്, ഭയാനകവും ദുഷ്കരവുമായത്." ഒന്നാലോചിച്ചു നോക്കൂ അടിച്ചമർത്തപ്പെട്ട ജാതികളെ നമ്മളെന്തു വിളിക്കും. "അച്ഛൂട്ട് (Achhoot), ചൂദാ(Chudah)" തുടങ്ങിയ നികൃഷ്ട പദങ്ങളാണ് ആളുകൾ ഉപയോഗിക്കുന്നത്. ആ സാഹചര്യത്തിലാണ് അവർക്കു മാന്യത കല്പിച്ചുകൊണ്ട് "ഹരിജൻ" എന്ന പദം ഉപയോഗിച്ചത്. ഈ പദം വളരെക്കാലത്തേക്ക് തെറ്റായൊരു പ്രയോഗമായി നിലനിന്നു. ഇന്നാകട്ടെ രാഷ്ട്രീയ ബോധമുള്ള അടിച്ചമർത്തപ്പെട്ട വിഭാഗം ഹരിജൻ എന്ന പദത്തിനു പകരം "ദളിത്" എന്ന പദമാണിഷ്ടപ്പെടുന്നത്. ഇതൊരു മറാത്തി പദമാണോ?

എനിക്കറിയില്ലെന്നു പറയാൻ ലജ്ജയുണ്ട്. എന്നാലും അല്ല. അതൊരിക്കലുമല്ല. അതൊരു സംസ്കൃത വാക്കാണ്. "തകർന്നത്" അല്ലെങ്കിൽ "വിഭജിക്കപ്പെട്ടത്" എന്നർത്ഥം. ഹിന്ദുമതത്തിലെ ചാതുർവർണ്യത്തിനു പുറത്തുള്ള എല്ലാവരെയുമാണ് ഗാന്ധിജി "ഹരിജൻ" എന്ന പദം കൊണ്ട് ഉദ്ദേശിച്ചതെന്ന വിചാരത്തിലാണ് അംബേദ്കർ ആ പദം സ്വീകരിച്ചത്. എന്നാൽ ജാതി സിദ്ധാന്തവാദിയായ ജ്യോതി റാവു ഫൂലെ (Jotirao Phule വർണ്ണ വ്യവസ്ഥയിലെ നാലാമത് വർണ്ണമായ ശൂദ്രന്റെ ഘടകങ്ങളായ ആദിശൂദ്രരേയും ശൂദ്രാദിശൂദ്രരേയും കുറിച്ച് പറഞ്ഞിട്ടുണ്ട്. ഇതിൽ ആദിശൂദ്രർ എന്നതുകൊണ്ടുദ്ദേശിച്ചത് പുറംജാതിക്കാരായ തൊട്ടുകൂടാത്തവരെയാണ്. ജാതി വ്യവസ്ഥമൂലം മനുഷ്യത്വരഹിതമായ പീഡനങ്ങൾക്കി

രയാകുന്ന ബ്രാഹ്മണ സ്ത്രീകളുൾപ്പെടെ മുഴുവൻ സ്ത്രീകളെയും അദ്ദേഹം ശൂദ്രാദിശൂദ്ര വിഭാഗത്തിലാണ് പെടുത്തിയിരിക്കുന്നത്. ജാതി വ്യവസ്ഥ മൂലം അവഗണിക്കപ്പെട്ടവർ ബഹുജൻ എന്ന പേരിൽ അറിയപ്പെട്ടിരുന്നതായി അംബേദ്കറുടെ സമകാലികനായ വിതൽ രാംജി ഷിൻഡിലും (Vithal Ramji Shinde) രേഖപ്പെടുത്തിയിരിക്കുന്നു.

സഫ്ദർ ചിന്താകുലനായി. ജാതി വിഷയത്തിൽ ഒരു നാടകം ചെയ്യാൻ മുമ്പ് ശ്രമിച്ചതാണ്. പരാജയപ്പെട്ടു പോയി. അതിന് പല വശങ്ങളുണ്ടായിരുന്നതിനാൽ അവയെല്ലാം സമന്വയിപ്പിച്ചു കൊണ്ടുവരാൻ കഴിഞ്ഞില്ല. ആ വിഷയത്തിൽ ഒരു പ്രൊസീനിയം നാടകം ചെയ്യാം. ഇത്തരം ഒരു വിഷയം കൈകാര്യം ചെയ്യാൻ വലിയ ക്യാൻവാസിൽ കൂടുതൽ എളുപ്പമായിരിക്കും.

സഫ്ദറുടെ മരണശേഷം എന്റെ സംവിധാനത്തിൽ രണ്ടു പ്രൊസീനിയം നാടകങ്ങൾ ജനം നിർമ്മിച്ചു. 1992 ൽ, ജ്യോതിറാവോയുടെയും സാവിത്രിഭായി ഫൂലേയുടേയും ജീവിതത്തെ ആധാരമാക്കി ഗോവിന്ദ് ദേശ്പാണ്ഡെ രചിച്ച *സത്യശോധക്* (Stayasodhak), 2004 ൽ, വേദം ഉരുവിട്ട കുറ്റത്തിന് രാമൻ ഒരു ശൂദ്രനെ കൊന്ന രാമായണകഥയെ ആസ്പദമാക്കി ബ്രിജേഷ് എഴുതിയ *ശംബൂകവധം* (Shambukavadam) എന്നിവയാണാ നാടകങ്ങൾ. ഒപ്പം തെരുവു നാടകങ്ങളും ഞങ്ങൾ ചെയ്തു. ഹൈദ്രാബാദ് സെൻട്രൽ യൂണിവേഴ്സിറ്റി പണ്ഡിതനായ രോഹിത് വെമുലയുടെ മരണത്തിനു മുമ്പുള്ള അന്ത്യ നിമിഷത്തെ അടിസ്ഥാനമാക്കി ജനം അംഗമായ കോമിത (Komitha). 2016 ൽ സംവിധാനം ചെയ്ത് *ദ ലാസ്റ്റ് ലെറ്റർ* ആണ് ആദ്യത്തേത്. പുരാതന ഇന്ത്യയിലെ ഒരു സാങ്കല്പിക ബുദ്ധിസ്റ്റ് സാമ്രാജ്യത്തിൽ നിയമലംഘനം നടത്തിയ ശൂദ്രശില്പിയെ അടിസ്ഥാനമാക്കി *താത്താഗട്ട്* എന്നൊരു നാടകമെഴുതി സംവിധാനം ചെയ്യാൻ 2018 ൽ ബാംഗ്ലൂരിലെ നാടക പ്രവർത്തകനായ അഭിഷേക് മജ്ജുംദാറെ ജനം ക്ഷണിച്ചിരുന്നു.

ഇങ്ങനെ ഒരു നാടകത്തെക്കുറിച്ച് 1982 ഏപ്രിലിൽ സഫ്ദർ നിർദ്ദേശിച്ചിരുന്നു. ഈ വിഷയം സംബന്ധിച്ച് ഗഹനമായ ചർച്ചകൾ നടന്നതായും, ചിലർ നാടകമെഴുതാൻ ശ്രമിച്ചതായും ജനം ഫയലിൽ സൂചിപ്പിക്കുന്നുണ്ട്. സഫ്ദർ തയ്യാറാക്കിയ ഒരു നാടകത്തിന്റെ മൂന്നു ഭാഗങ്ങൾക്കുള്ള സാമ്പ്രദായിക നോട്ട്സ് ഇപ്രകാരമാണ്.

1. പണം കടം കൊടുക്കുന്ന ജന്മി, ഉടനെ കടം വീട്ടിയില്ലെങ്കിൽ, ഉടനെ ഭൂമി വിട്ടു പോകണമെന്നാവശ്യപ്പെട്ടു. കൊലപാതകവും തീവയ്പും. പാട്ടുകൾ (Song of cause and effect).
2. തൊഴിലാളി കൂലി ആവശ്യപ്പെടുന്നു. പണി പൂർത്തിയാകും വരെ ക്ഷമിക്കാനാവശ്യപ്പെടുന്നു. വാദപ്രതിവാദങ്ങൾക്കൊടുവിൽ പിരിച്ചുവിടുന്നു. മകൻ ചോദ്യം ചെയ്യുന്നു. രാത്രിയിൽ കൊലപാതകം. കാരണം ഫലം എന്നിവയുടെ പാട്ടുകൾ (Song of cause and effect).

3. മകനെ അംഗീകരിക്കണമെന്ന് അമ്മയുടെ ആവശ്യം. ഹെഡ് മാസ്റ്ററും മറ്റു രക്ഷിതാക്കളും കുട്ടികളും ചെറുക്കുന്നു. വാദപ്രതി വാദം ശിക്ഷാവിധിയിലെത്തുന്നു. പാട്ടുകൾ (Song of cause and effect).

ഇവിടെ ബ്രഹ്തിന്റെ സ്വാധീനം വ്യക്തമാണ്. Song of cause and effect എന്നത് ബ്രഹ്തിന്റെ രീതിയാണെന്ന് മനസ്സിലാക്കാം. സംഭാഷണ ശകലങ്ങൾ മുകളിൽ പറഞ്ഞ ആദ്യ എപ്പിസോഡിലുള്ളതാണ്. ഇതു സംബന്ധിച്ച ചർച്ചയും ലഭ്യമായ ടെലിഗ്രാഫിക് നോട്ടുകളിൽ നിന്നും ശേഖരിച്ച വിവരങ്ങളുമാണ് ആകർഷിക്കുന്നത്.

ഹിന്ദുക്കളുടെ കൈയിൽ ദളിതുകൾ അവമതിക്കപ്പെടുന്നതും അവർക്കു ലഭിക്കേണ്ട റിസർവേഷൻ സാദ്ധ്യതകളിൽ നിന്ന് പുറം തള്ള പ്പെടുന്നതും സാമ്പത്തിക സാമൂഹിക കാരണങ്ങളാൽ കൊഴിഞ്ഞു പോകുന്നതുമായ സംഗതികളെക്കുറിച്ച് സംസാരിക്കാറുണ്ട്. ക്രിസ്തു മതത്തിലേക്കോ ബുദ്ധമതത്തിലേക്കോ മതം മാറ്റം നടത്തുന്നതിനുള്ള കാരണം സുരക്ഷാ ചിന്തയാണെന്ന് ആസിഫ് വിശ്വസിക്കുന്നു. പിന്നോ ക്ക ജാതിക്കാരല്ലാത്തവരും അടിച്ചമർത്തപ്പെടുന്നതായി വിജയ് പറയു ന്നുണ്ട്. ചൂഷിത സമൂഹം അനുഭവിക്കുന്ന അടിച്ചമർത്തലിനെപ്പറ്റി സഫ്ദർ നീണ്ട ഇടപെടൽ നടത്തിയിട്ടുണ്ട്. ഇക്കാര്യത്തിൽ മാലയുടെ ലേഖനങ്ങൾ കൂടുതൽ വിശദമാണ്. അതോടൊപ്പം മുഴുവൻ ദരിദ്രരുടെയും പ്രശ്നങ്ങൾ കൃത്യതയോടെ ഉയർത്തിക്കൊണ്ടുവരണമെന്ന് മുന്നറിയിപ്പ് നല്കുന്നുമുണ്ട്. പാവപ്പെട്ട ദളിതർക്കും ദളിതരല്ലാത്തവർക്കും ഇടയിലെ വിള്ളൽ സംബന്ധിച്ച് സഫ്ദർ പറയുന്നു. ജാതി ഭീകരതയും ജനകീയ പ്രക്ഷോഭങ്ങളും തമ്മിൽ അഭേദ്യമായ ബന്ധമുണ്ട്. ജനകീയ പ്രസ്ഥാനങ്ങൾ ദുർബ്ബലമാകുന്നിടത്ത് ജാതി ഭീകരത പ്രബലമാകും തിരിച്ചും. മദ്ധ്യവർഗ്ഗ കുടുംബങ്ങളിലും ഭൂമിയിലും പണി എടുക്കുന്ന ദളിത സ്ത്രീകളെ ലൈംഗീക പീഡനത്തിനിരയാക്കുന്നതും സഫ്ദർ സംസാര വിഷയമാക്കുന്നു. ദളിതരുടെ മോചനം അവരെ വേർതിരിച്ചെടുക്കുന്ന തിലോ പ്രത്യേക വ്യക്തിത്വം ഉണ്ടാക്കുന്നതിലോ അല്ല, ജാതി മത ഭാഷാ ടിസ്ഥാനങ്ങളിൽ ജനങ്ങളെ ഭിന്നിപ്പിക്കാനുള്ള ഭരണ വർഗ്ഗത്തിന്റെ ഗൂഢാ ലോചനയുടെ ഫലമാണത്. മറിച്ച് കഠിനാദ്ധ്വാനം ചെയ്യുന്ന ജനതയെ വേർതിരിച്ചെടുത്ത് വിശാല ഐക്യം ഉണ്ടാക്കുകയാണ് വേണ്ടത്. ഗ്രാമ ങ്ങളിൽ ദളിത ദളിതേതര വ്യത്യാസം യാഥാർത്ഥ്യമാണെന്നതിനാൽ ദളിതരുടെ സാമൂഹ്യ ബഹിഷ്കരണത്തെക്കുറിച്ച് പറഞ്ഞാൽ മതിയെന്ന മുന്നറിയിപ്പ് നല്കുകയാണ് അന്ന് ജനാംഗമായിരുന്ന സോഷ്യോളജിസ്റ്റ് രജ്നി പാൽരിവാല. 'ഞങ്ങളുടെ ഗ്രാമത്തിൽ കൃഷിഭൂമിയില്ലാത്ത എന്നാൽ വലിയ വീടുള്ള ചില ദളിതരുണ്ട്. അവരെ മേൽജാതിക്കാർ മാറ്റി നിർത്തി യിരിക്കുന്ന സാഹചര്യമാണ്' എന്നാണ് ത്യാഗിക്കു പറയാനുള്ളത്. പൊതുവെ കരുതുന്നതുപോലെ, ജാതി വിരോധമല്ല റിസർവേഷനു പിന്നിലെന്ന് അദ്ദേഹം പറയുന്നു. ഈ ചർച്ച കൊണ്ട് നാടകത്തിലെങ്ങനെ

ചിത്രീകരിക്കണമെന്നല്ല സാഹചര്യം പഠിക്കാനാണ് ലക്ഷ്യമിടുന്നതെന്ന് എൻ കെ. അല്പം അതിശയോക്തി കലർത്തിയാണെങ്കിലും ജാതി വ്യവസ്ഥ എങ്ങനെയാണ് ഒരു വിപ്ലവകാരിയെ പുറംതള്ളുന്നതെന്ന് അദ്ദേഹം വിശദീകരിച്ചു. മാലയുടെ അഭിപ്രായത്തിൽ പാവപ്പെട്ടവർ ജാതി ക്കോട്ടകൾ തർക്കുമ്പോൾ അത് ജാതിക്കൂട്ടക്കൊലയായി ചിത്രീകരിച്ച് അതിനെ അവരുടെ തലയിൽ കെട്ടിവയ്ക്കുന്നു. ആ പ്രശ്നം ചൂഷണം ചെയ്യാൻ തുടങ്ങുമ്പോഴുള്ള സാമൂഹ്യ പശ്ചാത്തലമാണത്. ജാതി ഭീകരത ഒരു പഴങ്കഥയല്ലെന്നും നാടകത്തിൽ അതും കൂടെ ഉൾപ്പെടു ത്തണമെന്നും അരുൺ ഓർമ്മിപ്പിച്ചു.

അതിശക്തമായ രണ്ട് ഇടപെടലുകളാണുണ്ടായത്. എൻ കെ യ്ക്കോ മാലയ്ക്കോ ഓർമ്മയില്ലാത്ത രവിയും പിന്നെ മനീഷയുമായിരുന്നു. "ഹരിജൻ" ഉപയോഗിക്കുന്നതിനു പകരം "ദളിത്" ഉപയോഗിക്ക ണമെന്നാണ് രവിയുടെ വാദം. 1819 നൂറ്റാണ്ടുകളിൽ നടന്ന ഇന്ത്യൻ നവോത്ഥാനത്തിൽ ദളിതരെ സഹായിക്കുന്ന ഒന്നും ഉണ്ടായിരുന്നില്ല. മിഷണറിമാർ തൊട്ടുകൂടായ്മയെ എതിർക്കുകയും ദളിതർക്ക് വിദ്യാ ഭ്യാസം നല്കുകയും ചെയ്തു. റിസർവേഷൻ കൊടുത്താൽ അത് ഒരുതരം മടിയന്മാരായ ഗുണഭോക്താക്കളെ സൃഷ്ടിക്കും. ഇവയ്ക്കു പുറമെ ജ്യോതിറാവു ഫൂലെ പറഞ്ഞതും രേഖപ്പെടുത്താൻ വിട്ടുപോയതുമായ കാര്യം അയാൾ ഓർമ്മിപ്പിക്കുകയും ചെയ്തു. ജാതി ഉന്മൂലനം ചെയ് താൽ പിന്നെ ഹിന്ദുമതമില്ലെന്ന അംബേദ്കർ ഭാഷ്യം ഉദ്ധരിച്ചുകൊണ്ട് ജാതിയെ എതിർക്കുക എന്നാൽ മതത്തെ എതിർക്കുകയാണെന്ന് മനീഷ് സ്ഥാപിച്ചു.

ഒരു നീണ്ട ചർച്ചയുടെ സംഗ്രഹമാണിത്. അതിൽ ആകെ രേഖപ്പെ ടുത്തിയത് വേഗത്തിലെഴുതിയ കുറച്ച് ബുള്ളറ്റ് പോയിന്റുകൾ മാത്രം. എന്റെ അറിവിൽ ചർച്ചയിൽ പങ്കെടുത്തവരാരും ദളിത് വിഭാഗത്തിൽപ്പെട്ട വരായിരുന്നില്ല. 1982 ൽ രേഖപ്പെടുത്തിയ ഈ ജാതി സാഹിത്യം ഇപ്പോൾ ലഭ്യമല്ല. 1990 കളിൽ പ്രസിദ്ധീകരിച്ച ഗെയിൽ ഓംവേദിന്റെ (Gail Omvedt) കൃതികളും 1985 പ്രസിദ്ധീകരിച്ച ഫൂൽ യുടെ അക്കാദമിക് വർക്കുകളുടെ റൊസാലിന്റ് ഓ ഹാൻലോണിന്റെ പഠനവും 1982 ൽ അച്ചടിച്ച കീഴാള പഠനങ്ങളുടെ ഒന്നാം ഭാഗവും വസന്ത ചന്ദ്രിക എഡിറ്റ് ചെയ്ത് മഹാരാഷ്ട്ര സർക്കാർ 1979 ൽ പ്രസിദ്ധീകരിച്ച അംബേദ്കറുടെ *റൈറ്റിങ്സ് ആന്റ് സ്പീച്ചസി*ന്റെ വിവിധ ഭാവാശയങ്ങളും ഇതിൽപ്പെടുന്നു. 1980 കളുടെ മദ്ധ്യത്തിൽ ഞാൻ ഡിഗ്രി പൂർത്തിയാക്കിയിരുന്നില്ലെങ്കിലും ഡൽഹിയിലെ ഏറ്റവും നല്ല ലൈബ്രറികളുമായി ബന്ധമുണ്ടായിരുന്ന എനിക്ക് പോലും മേല്പറഞ്ഞ പുസ്തകങ്ങൾ കണ്ടെത്താനായില്ല.

ഇടതുപക്ഷ പ്രസ്ഥാനങ്ങളിൽ ജാതി ചർച്ചാ വിഷയമായിരുന്നു എന്ന് പിൽക്കാലത്ത് ഗവേഷകർ കണ്ടെത്തി. ബി റ്റി രണദിവേയുടെ പ്രസിദ്ധ ലേഖനം *Caste, Class and Property Relations* 1979 ൽ *എക്കണോമിക് ആന്റ് പൊളിറ്റിക്കൽ* ആഴ്ചപ്പതിപ്പിൽ പ്രസിദ്ധീകരിച്ചു. കമ്യൂണിസ്റ്റുകാർ

ജാതിയെ അവഗണിച്ചാൽ ഇടതു പ്രസ്ഥാനങ്ങൾ വർഗ്ഗാധിഷ്ഠിത അന്ധതയിലേക്ക് വഴുതിപ്പോകും എന്നതാണ് അദ്ദേഹത്തിന്റെ വാദം. ശക്തമായ സംഘടിത പോരാട്ടത്തിന് ഇടതു പ്രസ്ഥാനങ്ങളും ജാതിവിരുദ്ധ പ്രസ്ഥാനങ്ങളും ഒരുമിക്കുന്നതിനെ ബി ടി ആർ പ്രോത്സാഹിപ്പിച്ചു. ഈ വിഷയത്തിൽ മൂന്ന് ലേഖനങ്ങൾ ഇ എം എസ് നമ്പൂതിരിപ്പാടും പ്രസിദ്ധീകരിച്ചു; "Caste, Classes and Parties in Modern Political Development (1977) Caste Conflicts Vs. Growing Unity of Popular Democratic Forces (1979), Once Again on Caste and Classes (1981). 2001 ൽ Left Word Books പ്രസിദ്ധീകരിച്ച ഇ എം എസിന്റെ *ഹിസ്റ്ററി, സൊസൈറ്റി ആന്റ് ലാന്റ് റിലേഷൻസ്* എന്ന ഗ്രന്ഥത്തിൽ ഇവ ചേർത്തിട്ടുണ്ട്. ബി ടി ആറിനെ പോലെ ഇ എം എസും റിസർവേഷനെ പ്രതിരോധിച്ചുകൊണ്ടുള്ള പോരാട്ടങ്ങൾക്ക് ഊന്നൽ നല്കി.

നാടകത്തിന്റെ ഏകദേശ ഘടന രൂപപ്പെടുകയും ചർച്ചകൾ സജീവമാവുകയും ചെയ്തെങ്കിലും ഒടുവിൽ നാടകം എഴുതിയില്ലെന്നതാണ് വാസ്തവം. സഫ്ദർ എന്നോടു പറഞ്ഞതാണ് സത്യമെന്ന് എനിക്കു തോന്നി. തെരുവു നാടകത്തിന്റെ ചട്ടക്കൂട്ടിൽ ഒതുക്കാനാവുംവിധം ജാതി വ്യവസ്ഥയുടെ സങ്കീർണ്ണതകളെ സ്വാംശീകരിക്കാൻ കിണഞ്ഞു പരിശ്രമിച്ചു. ഏതൊരു പ്രതിഭാസത്തിന്റെ അന്തസത്ത ചോർത്തിയെടുത്ത് പ്രയോഗിക്കാൻ ആദ്യകാല ജനം നാടകങ്ങൾ ശ്രമിച്ചിട്ടുണ്ടോ അതിലവർ വിജയിച്ചപ്പോഴൊക്കെയാണ് *യന്ത്രം, ഔരത്ത്* പോലുള്ള മാസ്റ്റർ പീസുകളുണ്ടായിട്ടുള്ളത്. ഇവയൊക്കെ വിശാല കാഴ്ചപ്പാടുകൾ സമ്മാനിച്ച മികച്ച നാടകങ്ങളായിരുന്നു. ഗ്രൂപ്പിനുള്ളിൽ അഭിപ്രായൈക്യം ഉണ്ടാക്കുന്നതിനും അവയ്ക്ക് ജൈവ ബന്ധം ഉണ്ടാക്കുന്നതിനും ജനം പരമാവധി ശ്രമിച്ചു. അതിനു കഴിയാതെ വരുമ്പോൾ നാടകം തന്നെ വേണ്ടെന്നു വയ്ക്കുകയായിരുന്നു.

1980 കളുടെ മദ്ധ്യം - ബാലനാടകരചന

1983 നവംബർ 14 ലെ ശിശുദിനത്തിന് ഞാൻ സ്കൂളിൽ പതിനൊന്നാം ക്ലാസിലായിരുന്നു. മിക്ക സ്കൂളുകളിലും അദ്ധ്യാപകരുടെ മുന്നിൽ കുട്ടികൾ കലാപരിപാടികൾ അവതരിപ്പിച്ചു. സർദാർ പട്ടേൽ വിദ്യാലയം തികച്ചും വ്യത്യസ്തമായിരുന്നു. ഇവിടെ അദ്ധ്യാപകർ വേദിയിലും വിദ്യാർത്ഥികൾ സദസ്സിലുമാണ്. അവിടെ സംഗീതാദ്ധ്യാപകരായ ഉമാഭായിയും ഷഹനാസാറും ഒരു കലാദ്ധ്യാപകനും ചേർന്ന് *പഡോസൻ* എന്ന ഹിന്ദി ചിത്രത്തിലെ എക് ചതുർനാർ കാർ കേ സിംഗാർ എന്ന ഗാനം പാടിയത് ഞാൻ ഓർക്കുന്നു. ഗാനമേളാനന്തരം പ്രൈമറിയിലേയും മിഡിൽ സ്കൂളിലേയും ആറ് അദ്ധ്യാപകർ ചേർന്നവതരിപ്പിച്ച *ദ ഡിസപ്പിയറിങ് ആക്ട്* എന്ന നാടകമായിരുന്നു. അതിന്റെ കഥ ഏകദേശം ഇങ്ങനെയാണ്. ആറ് സിസ്റ്റേഴ്സ് ഒരുമിച്ച് താമസിക്കുന്നു. ഒരു ദിവസം ഒരു പോസ്റ്റ്മാൻ ഒരു സിസ്റ്ററിനു കത്തുമായി വന്നു. മറ്റ് അഞ്ച് പേരും

സിസ്റ്ററിനെ തിരക്കിയെങ്കിലും എങ്ങും കണ്ടില്ല. കാരണം പോസ്റ്റുമാനായി വന്നത് സിസ്റ്ററായഭിനയിച്ച നടനായിരുന്നു. അടുത്ത ദിവസം ഒരു സിസ്റ്റർ ആവശ്യപ്പെട്ടതനുസരിച്ച് പാൽക്കാരൻ പാലുമായി വാതില്ക്കൽ വന്നു. എന്നാൽ ആ സിസ്റ്ററും അപ്രത്യക്ഷമായിരുന്നു. അങ്ങനെ എല്ലാ സിസ്റ്റർമാരും അപ്രത്യക്ഷമായി.

മനോഹരമായ നാടകം. എന്നാൽ അതിലെ തല തിരിഞ്ഞ ലോജിക് എന്നത് സിസ്റ്റർ പോസ്റ്റുമാനാകുന്നതു തന്നെ. സിസ്റ്റർമാർക്കൊഴികെ മറ്റെല്ലാവർക്കും എന്താണ് സംഭവിക്കുന്നതെന്നു മനസ്സിലായി. സിസ്റ്റർമാർക്ക് കണ്ടുപിടിക്കാൻ കഴിയാത്ത, അപ്രത്യക്ഷയായ സിസ്റ്റർ എവിടെയാണെന്ന് ചില മുതിർന്ന കുട്ടികൾ ആഹ്ലാദത്തോടെ വിളിച്ചു പറഞ്ഞു. ഇത്തരത്തിൽ ടീച്ചർമാർപോലും നിസ്സാര തമാശകൾ സ്റ്റേജിൽ അവതരിപ്പിക്കുകയാണ്.

ഗാർഗിയും മാലയുമാണ് അതിലെ രണ്ടു സിസ്റ്റർമാരെ അവതരിപ്പിച്ചത്. സഫ്ദറിന്റേതാണ് രചന.

1981 ൽ മാല എസ് പി വിയിൽ പ്രൈമറി അദ്ധ്യാപികയായിരുന്നു. ഡൽഹിയിലെ ഏറ്റവും മികച്ച സ്കൂളായിരുന്നു അത്. പ്രിൻസിപ്പൽ വിഭ പാർത്ഥസാരഥി അദ്ധ്യാപകരുമൊത്ത് കലാപരിപാടികളിലേർപ്പെടാൻ കുട്ടികളെ പ്രോത്സാഹിപ്പിച്ചു. കുട്ടികളെ പഠിപ്പിക്കുന്നതുമായി ബന്ധപ്പെട്ട് മാല നിരന്തരം സഫ്ദറുമായി ചർച്ച ചെയ്തു. ഒരു കഥയോ കവിതയോ എങ്ങനെ രസകരമായി അവതരിപ്പിക്കാം എന്നതു സംബന്ധിച്ചുള്ള നിർദ്ദേശങ്ങൾ അദ്ദേഹം നല്കിയിരുന്നു.

അക്ബർ ബിർബാൽ കഥയെ അടിസ്ഥാനമാക്കി ഒരു കുട്ടിയുടെ അച്ഛന്റെ രചന ഉപയോഗിച്ച് വിദ്യാർത്ഥികളുമൊത്ത് ഒരു പരിപാടി അവതരിപ്പിക്കുന്നതിന് മറ്റൊരു വിദ്യാർത്ഥിയുടെ നർത്തകനായ അച്ഛൻ സമീപിച്ചപ്പോഴാണ് സഫ്ദർ ആദ്യമായി കുട്ടികൾക്കുവേണ്ടി എഴുതിയത്. അദ്ദേഹത്തിന് കിട്ടിയത് ഇംഗ്ലീഷ് രചനയായിരുന്നു. എന്നാൽ എസ് പി വി ഹിന്ദി പ്രോത്സാഹിപ്പിക്കുന്ന ചുരുക്കം ചില സ്കൂളുകളിൽ ഒന്നാണ്. പ്രാഥമിക തലത്തിൽ അവിടത്തെ പഠന മാധ്യമം ഹിന്ദിയും സെക്കന്ററി തലത്തിൽ ഇംഗ്ലീഷുമായിരുന്നെങ്കിലും മൂന്നു വർഷക്കാലം ഒരു മൂന്നാം ഭാഷയും പഠിക്കണം. മാല ആ കഥ ഹിന്ദിയിലേക്ക് പരിഭാഷപ്പെടുത്താൻ സഫ്ദറോട് ആവശ്യപ്പെട്ടു. അദ്ദേഹം അതിനെ 'ദുനിയാ സബ്കി' എന്ന പേരിൽ കവിതയാക്കി. ഈ ഭൂമി ഒരാളിനുള്ളതല്ല. എല്ലാവർക്കും വേണ്ടിയാണെന്ന സന്ദേശമുൾപ്പെടുത്തി ക്ലൈമാക്സ് തയ്യാറാക്കി കൊടുത്തു.

എസ് പി വി സ്കൂളിലെ അദ്ധ്യാപകരുടെ ആവശ്യപ്രകാരം കുട്ടികൾക്കുവേണ്ടി നിരവധി നാടകങ്ങളും കവിതകളും രചിച്ചിട്ടുണ്ട്. അതിനിടയിൽ മറ്റൊരദ്ധ്യാപകന്റെ അപേക്ഷയനുസരിച്ച് ഏഴാം ക്ലാസ് കുട്ടികൾക്കായി ആന്റൺ ചെക്കോവിന്റെ *ദ കെമിലിയൻ* എന്ന കഥയെ അധികരിച്ച് *ഗിർഗിറ്റ്* (girgit) എന്നൊരു നാടകം അദ്ദേഹമെഴുതി. മറ്റൊരു ശിശുദിനത്തിൽ 2,3 ക്ലാസുകളിലെ കുട്ടികളെയും അദ്ധ്യാപകരെയും

ഉൾപ്പെടുത്തി അഭിനയിക്കാനെഴുതിയ *മൂർത്തികാർ* (The Sculptor)" എന്ന നാടകത്തെപ്പറ്റി മാല ഓർക്കുകയാണ്. മുതിർന്നവരുടെ തർക്കങ്ങളിലൂടെ കുട്ടികളെ കലയിലേക്കാകർഷിക്കുന്ന വിഷയമാണതിൽ പറഞ്ഞത്.

കുട്ടികൾക്കു വേണ്ടിയുള്ള സഫ്ദറിന്റെ മികച്ച രചനയായി മാല കാണുന്നത് *കിതാബെൻ* (Book) എന്ന കവിതയാണ്. എസ് പി വിയിൽ ജൂനിയർ സീനിയർ കുട്ടികൾക്കുവേണ്ടി ഒരു വിളിപ്പാടകലെയുള്ള സ്കൂളിന്റെ കെട്ടിടങ്ങളുണ്ടായിരുന്നു. ജൂനിയർ സ്കൂളിന്റെ കോണിപ്പടിക്കു കീഴിൽ കുട്ടികൾക്കുവേണ്ടി ഒരു ലൈബ്രറി ഉണ്ടാക്കുന്നതിനെക്കുറിച്ച് മാല വിഭപാർത്ഥസാരഥിയുമായി ആലോചിച്ചു. വിഭബെൻ അനുവാദം കൊടുത്തതോടൊപ്പം ലൈബ്രറിയുടെ ചിട്ടയും നിയമങ്ങളുമുൾപ്പെടെയുള്ള കാര്യങ്ങൾ നോക്കുന്നതിനുള്ള ചുമതല മാല തന്നെ ഏറ്റെടുക്കണമെന്നും പറഞ്ഞു. നല്ലൊരു സംഘാടകയായ മാലയുടെ നിയന്ത്രണത്തിൽ പ്രൈമറി വിഭാഗത്തിന് മികച്ചൊരു ലൈബ്രറി സ്വന്തമായി. കിതാബ്ഘർ (Bookhouse) എന്നു പേരിട്ട ലൈബ്രറി അദ്ധ്യാപകർക്കും വിദ്യാർത്ഥികൾക്കും ഒരുപോലെ പ്രയോജനം ചെയ്തു. അദ്ധ്യാപകരുടെയും രക്ഷിതാക്കളുടെയും അഭിപ്രായങ്ങളും നിർദ്ദേശങ്ങളും ഉൾപ്പെടുത്തി ലൈബ്രറി മെച്ചപ്പെടുത്തി. കുട്ടികൾ കോണിപ്പടിയിലിരുന്ന് വായിച്ചു. അതിനടുത്തായി ഒരു ഡിസ്പ്ലെ ബോർഡ് സ്ഥാപിച്ച് മറ്റു വായനാ വസ്തുക്കൾ പ്രദർശിപ്പിക്കാൻ മാലയുൾപ്പെടെയുള്ള അദ്ധ്യാപകർ മുന്നോട്ടു വന്നു. ഈ സമയം മാല ആവശ്യപ്പെട്ടില്ലെങ്കിലും സഫ്ദർ എഴുതാൻ തുടങ്ങിയിരുന്നു.

ആലോചിക്കാനുള്ള സമയം പോലും അദ്ദേഹം എടുത്തിരുന്നില്ല. മാല ഓർക്കുന്നു, 'തിരുത്തലുകളില്ലാതെ ഒറ്റയടിക്കു തന്നെ എഴുതി തീർക്കുന്നതാണ് പതിവ്. സാധാരണയായി വളരെയധികം വെട്ടിയും തിരുത്തിയുമാണ് എഴുതുന്നത് 'കിതാബെന്നി'ന്റെ കാര്യത്തിൽ വളരെ ചെറിയ മാറ്റങ്ങളെ വന്നിട്ടുള്ളൂ. നിങ്ങൾ ഇന്നു വായിക്കുന്ന ആ കവിതയുടെ 98% വും ആ ദിവസം ഒറ്റയിരുപ്പിനാണെഴുതിയത്. ഞാൻ ആ കവിത നോട്ടീസ് ബോർഡിലിട്ടു. കുട്ടികൾ നന്നായി ആസ്വദിച്ചു. ഞാനവരോട് എന്തെങ്കിലും പറയുകയോ, വായിക്കാൻ നിർദ്ദേശിക്കുകയോ ചെയ്തില്ല. അവർ സ്വയം വായിക്കുകയും ആസ്വദിക്കുകയും ചെയ്തു. "എനിക്കും അതുപോലെ എഴുതണം." എന്ന് ഒരു അഞ്ചാം ക്ലാസുകാരൻ പറഞ്ഞത് ഞാനോർക്കുന്നു.'

പിന്നീട് "കിതാബെൻ" ഒരു പോസ്റ്റർ രൂപത്തിൽ നാഷണൽ ബുക്ക് ട്രസ്റ്റ് തയ്യാറാക്കി. ഒപ്പം കവിത രൂപത്തിലാക്കി സഹ്മത് പ്രസിദ്ധീകരിക്കുകയും ചെയ്തു. അങ്ങനെ ആ കവിത വ്യാപകമായി പ്രചരിക്കുകയും ഇന്റർനെറ്റിൽ ലഭ്യമാവുകയും ചെയ്തു. "മനസ്സിൽ കയറുന്ന ലാളിത്യം" എന്ന് മാല വിശേഷിപ്പിച്ച സഫ്ദർ ഭാഷയുടെ ഏറ്റവും നല്ല ഉദാഹരണമാണ് ആ കവിത.

1983 നും 1987 നും ഇടയിൽ കുട്ടികൾക്കു വേണ്ടി സഫ്ദർ ധാരാളം

എഴുതി. വിവർത്തനങ്ങളോ അനുകരണങ്ങളോ മനസ്സിൽ പതിഞ്ഞ സംഭ വങ്ങളുടെ ആവിഷ്കാരങ്ങളോ ആയിരുന്നു അധികവും. അവയിൽ അധികവും മാലയ്ക്കോ എസ് പി വി സ്കൂളദ്ധ്യാപകർക്കോ വേണ്ടിയാണ്. കുട്ടികൾക്കുവേണ്ടിയുള്ള അനവധി പഠനോപകരണങ്ങൾ മാലയ്ക്കായി സൃഷ്ടിച്ചു. "എന്റെ ഭ്രാന്തനാശയങ്ങളെ കൂടുതൽ ഭ്രാന്തമിക്കുമാറ് സ്വന്തം ആശയങ്ങൾ കൂടെ ഉൾപ്പെടുത്തി വിപുലീകരിച്ചു." സഫ്ദർ കുട്ടികളുമായി ചേർന്ന് പ്രവർത്തിക്കുകയോ അദ്ധ്യാപകരെ പരിശീലിപ്പിക്കുകയോ ചെയ് തില്ല. ഒരു മികച്ച അദ്ധ്യാപികയായിരുന്ന അമ്മാജിയിൽ നിന്ന് സ്വാംശീ കരിച്ച സ്വഭാവ വിശേഷം കൊണ്ടാവുമെന്ന് മാല കരുതി. കുട്ടികളുടെ പഠന രീതിയും മുതിർന്നവർക്ക് സഹായിക്കാനാവുന്ന വിധവും സംബ ന്ധിച്ച് മാല സഫ്ദറോട് പറയും. അവരെയും തലച്ചോറുള്ള മനുഷ്യജീവി കളായി കണ്ട് പെരുമാറണം. കിട്ടുന്നതിൽ നിന്നും അവർക്കാവശ്യമായ തെന്തും നേടാനുള്ള മാസ്മരികഭാവം കുട്ടികൾക്കുണ്ട്.

ബംഗാളി പഠിച്ചു കഴിഞ്ഞതോടെ സഫ്ദർ സുകുമാർ റേയുടെയും അസംബന്ധ സാഹിത്യകാരനായ എഡ്വേർഡ് ലിയറുടേയും കൃതികൾ വായിക്കാൻ തുടങ്ങി. അദ്ദേഹം സുകുമാർ റേയുടെ കൃതികൾ ഹിന്ദിയി ലേക്ക് വിവർത്തനത്തിന് ശ്രമിച്ചെങ്കിലും സാധിച്ചില്ല. അങ്ങനെ പുതുതായി എന്തെങ്കിലും എഴുതാൻ തീരുമാനിച്ചു. അതിന്റെ ഫലമാണ് കുട്ടികളുടെ പ്രിയപ്പെട്ട *ഗാഡ്ബാദ് ഗോട്ടല* മാല. തന്റെ വിദ്യാർത്ഥികളെക്കൊണ്ട് അത് അഭിനയിപ്പിച്ചു. സുകുമാർ റേയുടെ പിതാവ് (സത്യജിത്റേയുടെ മുത്തച്ഛൻ) ഉപേന്ദ്ര കിഷോർ റായ് ചൗധരിയുടെ കഥയെ അധികരിച്ച് സത്യജിത്ത് റായ് എടുത്ത സിനിമ *ഗൂപി ഗായേൻ ബാഘാ ബായേൻ* കുട്ടികളുടെ നാടകമായി സഫ്ദർ എഴുതിയിട്ടുണ്ട്.

സ്കൂളിനുവേണ്ടി സഫ്ദറും മാലയും ചേർന്നുണ്ടാക്കിയ കഥകൾ പലതും എഴുതിവച്ചിട്ടില്ല. മറ്റു ബാലസാഹിത്യ കൃത്തുക്കളെപ്പോലെ വിവരണാത്മകവും ശുഭകരവുമായതുമായിരുന്നില്ല സഫ്ദർ കഥകൾ. പാമ്പും കാട്ടുപോത്തും കടന്നലും ഞാഞ്ഞൂലും കാക്കയും തവളയു മൊക്കെയാണ് അദ്ദേഹത്തിന്റെ വിഷയങ്ങൾ. അവയൊന്നും കുട്ടികൾക്ക് ഇഷ്ടമായിരുന്നില്ല. പുരുഷകഥാപാത്രങ്ങൾ പതിവുപോലെ വിപരീതമായി രുന്നു. പെൺപക്ഷി സുന്ദരനായ ആൺപക്ഷിയെ രക്ഷിക്കാൻ പോകുന്നു. ആൺപക്ഷിയാകട്ടെ രക്ഷപ്പെട്ട് തന്റെ തൂവലുകൾ കൊത്തിമിനുക്കി ക്കൊണ്ട് പറയുന്നതിങ്ങനെ: "ഹേ! എന്താണ്. നീ ഒരുപാട് വൈകി യല്ലോ." രാജകല്പനമൂലം പാടാനനുവാദമില്ലാത്ത നാടിന്റേതാണ് മറ്റൊരു കഥ. അവിടെ സംസാരശേഷിയില്ലാത്തൊരു കുഞ്ഞ് ജനിച്ചു. അതിന് പാടാൻ മാത്രമേ കഴിയുമായിരുന്നുള്ളൂ. അത് എഴുതാൻ കഴിഞ്ഞില്ല. എന്നാൽ 1990 ൽ ജേഡ്പൂർ ആക്രമണത്തിന്റെ ഒന്നാം വാർഷികത്തിൽ ജനം നാടക് ജാരി ഹായ് എന്ന പേരിൽ ആ കഥ നാടകമാക്കി അവതരിപ്പിച്ചു.

സഫ്ദറുടെ ബാലസാഹിത്യ രചനകളൊന്നും പുസ്തകങ്ങളായി

അച്ചടിച്ചിട്ടില്ല. അവയൊക്കെ അദ്ധ്യാപകർക്കോ, കുടുംബക്കാർക്കോ, സുഹൃത്തുക്കൾക്കോ വേണ്ടി എഴുതിയവയാണ്. എല്ലാം തന്നെ പ്രത്യേക സന്ദർഭത്തിൽ പ്രത്യേക വായനക്കാരെ മനസ്സിലിരുത്തിയാണ് എഴുതിയിട്ടുള്ളത്. അതിന്റെ ഫലമോ കഠിനാദ്ധ്വാനം ചെയ്ത് സൃഷ്ടിച്ചവ പലതും എത്ര മികച്ചതായിരുന്നിട്ടും തനിക്ക് സുകുമാർ റേയെപ്പോലെ എഴുതാൻ കഴിയുന്നില്ലല്ലോ എന്നോർത്ത് പരിതപിച്ചു. സഫ്ദറുടെ മരണശേഷം മികച്ച ചിത്രകാരന്മാരുടെ ചിത്രങ്ങളുൾപ്പെടുത്തി സഹ്മത്ത് സഫ്ദറിന്റെ രചനകൾ എല്ലാവർക്കും ലഭ്യമാക്കുംവിധം പുസ്തകരൂപേണ പുറത്തിറക്കി.

1980 കളുടെ മദ്ധ്യം - അരങ്ങിനെ ഗൗരവമായി കാണുന്നു

നമ്മളിലധികം പേരും തെരുവു നാടകത്തോടു കാണിക്കുന്ന അലസ മനോഭാവത്തെക്കുറിച്ച് 1983 ൽ എഴുതിയ Adhocism in Street Thetare (മനോധർമ്മം തെരുവ് നാടകവേദിയിൽ) എന്ന ലേഖനത്തിൽ സഫ്ദർ സൂചിപ്പിച്ചിട്ടുണ്ട്. *യന്ത്ര*ത്തിനുശേഷം തെരുവു നാടകത്തെയും അതിന്റെ വ്യാകരണത്തെയും കുറിച്ച് വൻതോതിലുള്ള ചർച്ചകൾ ജനം നടത്തിയിരുന്നു. പ്രേക്ഷകരുടെ മുൻഭാഗം മാത്രം കണക്കാക്കി നാടകം കളിക്കുമ്പോൾ പിൻഭാഗത്തായി പ്രേക്ഷകനിൽ നിന്ന് അകലെയുള്ള ഭാഗത്തിന് അപ്സ്റ്റേജ്എന്നും, മുന്നിൽ അവരോടടുത്ത ഭാഗത്തിന് ഡൗൺ സ്റ്റേജ് എന്നും പറയും. അപ്രകാരം തന്നെ ഇടതും വലതും നിർണ്ണയിക്കുന്നത് അഭിനേതാക്കളുടെയല്ല പ്രേക്ഷകരുടെ കാഴ്ചപ്പാടിലായിരിക്കും. സൈഡ് കർട്ടനുകളുടെ സഹായത്തോടെ സ്റ്റേജ് പരിധി നിശ്ചയിക്കുന്നു. എല്ലാ വശത്തുമുള്ള പ്രേക്ഷകനുവേണ്ടി നാടകം കളിക്കുക എന്നാലെന്താണ്? അപ്സ്റ്റേജും ഡൗൺസ്റ്റേജും ഇടതുവലതുമൊക്കെ അർത്ഥരഹിതമാണ്. അഭിനേതാക്കളേയും അഭിനയത്തേയും മറയ്ക്കുകയോ കാണിക്കുകയോ ചെയ്യുന്നതിന് കർട്ടൻ വേണമെന്ന കാഴ്ചപ്പാട് ആവശ്യമില്ല. ഒരു വൃത്തവേദിയിൽ നാടകം കളിക്കാൻ അതിന്റേതായ വ്യാകരണം ആവശ്യമാണ്. ഡൽഹി നഗരത്തിലുള്ള തെരുവു കച്ചവടക്കാരെക്കുറിച്ച് എൻ കെ, ത്യാഗി, രാകേഷ്, സഫ്ദർ, ലളിത് ഉൾപ്പെടെയുള്ളവർ ഓർക്കുന്നു. വേരും ഇലയും വിത്തും ഔഷധ ച്ചെടികളും ചില പ്രത്യേക മൃഗങ്ങളുടെ അവയവങ്ങളും ചേർത്ത് അവർ തന്നെ ഉണ്ടാക്കിയതെന്നവകാശപ്പെടുന്ന മരുന്നുകളും സംയോഗാസക്തി വർദ്ധിപ്പിക്കാനുള്ള കഷായങ്ങളും അവർ തെരുവിൽ വില്ക്കുന്നു. അവർക്കു ചുറ്റും കാഴ്ചക്കാരുണ്ട്. ആരും ഒഴിവാക്കപ്പെടുന്നുമില്ല. അവർ വാചക കസർത്തും വ്യംഗ്യോക്തിയും തമാശകളും ഉരുളയ്ക്ക് ഉപ്പേരി പോലുള്ള മറുപടികളും കൊണ്ട് മണിക്കൂറുകളോളം ആളുകളെ പിടിച്ചു നിർത്തുന്നു. അവരുടെ സാമർത്ഥ്യവും കലാവിരുതും സഫ്ദറും കൂട്ടരും അംഗീകരിക്കുകയാണ്.

'ഈ ഇടുങ്ങിയ കാഴ്ചപ്പാടിൽ പ്രൊസീനിയം തിയേറ്റർ പ്രവർത്തകർ

തെരുവു നാടകത്തിൽ മുദ്രാവാക്യവിളികൾ മാത്രമാണെന്നു പറഞ്ഞ് അധിക്ഷേപിക്കുന്നു. ഞാനങ്ങനെ കരുതുന്നില്ല. നമ്മൾ തെരുവു നാടകത്തെ അലസമായി കൈകാര്യം ചെയ്യുന്നതാണ് കാരണമെന്ന് ഞാൻ വിചാരിക്കുന്നു. നിലവിലുള്ള തെരുവു നാടകങ്ങളെ തിരുത്താനോ വികസിപ്പിക്കാനോ നമ്മിലെത്ര പേരാണ് ശ്രമിക്കുന്നത്. നമ്മിലെത്ര പേരാണ് തെരുവുനാടകം ആവശ്യപ്പെടുന്ന മാറ്റങ്ങളറിഞ്ഞ് പരിശീലിക്കാനും സ്വയം സജ്ജരാകാനും ശ്രമിക്കുന്നത്? തെരുവരങ്ങിൽ പൈതൃകം നിശ്ചയിക്കാൻ നമ്മിലെത്ര പേരാണ് ശ്രമിക്കുന്നത്.' അധികമാരുമില്ല. നമ്മുടെ നാടകങ്ങൾ ജീർണ്ണിച്ചതും വിരൂപമായതും അരസപൂർണ്ണവും പ്രവചനസാദ്ധ്യവും പഴഞ്ചനുമാണ്. നമ്മൾ സ്കെയിലിനു വിരുദ്ധമായി പാടുന്നു. ചുവടുകൾ തെറ്റിച്ചു നൃത്തം ചെയ്യുന്നു. നമ്മൾ സംസാരിക്കുമ്പോൾ അത് തെരുവു ശബ്ദങ്ങളെ കീഴടക്കുന്നില്ല. നമ്മുടെ സാഹചര്യങ്ങൾ പഴഞ്ചനും കഥാപാത്രങ്ങൾ കോമാളികളും തമാശകൾ വിരസവുമാണ്. വേദനാജനകമാണ് ആ കാഴ്ച. എന്നിട്ടും നമ്മൾ വളരുന്നു എന്നത് ശ്രദ്ധേയം. എന്തുകൊണ്ടെന്നാൽ തെരുവു നാടകം കാണാൻ കാത്തിരിക്കുന്നവർക്ക് മുന്നിൽ നമ്മൾ മാത്രമേയുള്ളൂ.

നമ്മുടെ വിജയത്തെ നമ്മുടെ പ്രതിഫലമായെടുക്കുന്നു എന്നതാണെന്റെ ചിന്ത. ഈ കാലാരൂപത്തിന്റെ പുരോഗതിക്ക് ഇത് വിനാശകരമായ അവസ്ഥയാണുണ്ടാക്കുന്നത്. ജനങ്ങൾക്ക് വേഗം ഉൾക്കൊള്ളാൻ പറ്റുന്ന ഒരു തിയേറ്റർ സംസ്കാരം വാർത്തെടുക്കുക എന്നത് നമ്മുടെ ബാദ്ധ്യതയാണ്. നമ്മുടെ മാധ്യമത്തെ ഗൗരവമായിക്കണ്ട് അത്യാവശ്യങ്ങളെ കണക്കിലെടുക്കാത്തപക്ഷം വർത്തമാനക്കാലത്തെ അവതരിപ്പിക്കുന്നത് വെറും കുഴലൂത്ത് മാത്രമായവശേഷിക്കും. നമ്മൾ അരങ്ങ് പ്രവർത്തകരാണെന്ന ഓർമ്മ എപ്പോഴും ഉണ്ടായിരിക്കണം. നമ്മുടേത് അരങ്ങിനനുയോജ്യമല്ലാത്ത പ്രവർത്തനങ്ങളാണെങ്കിൽ അവ അർത്ഥശൂന്യമാണ്. ശുദ്ധജലലഭ്യതയ്ക്ക് ആഴത്തിൽ കുഴിക്കണം. മേൽമണ്ണിൽ ജലാംശം കാണുമ്പോൾ തന്നെ കുഴിക്കൽ നിർത്തിയാൽ പ്രവർത്തനം നിഷ്ഫലമാകും.

നമ്മുടെ പ്രവർത്തനങ്ങളിൽ ആകസ്മികതയും പ്രത്യേക താല്പര്യങ്ങളും കൊണ്ടുവരാനുള്ള പ്രവണതയുണ്ട്. ആർക്കുവേണമെങ്കിലും തെരുവു നാടകം ചെയ്യാമെന്നാണ് പലപ്പോഴും നമ്മുടെ ധാരണ. പരിശീലനവും പരിശീലിപ്പിക്കലും അച്ചടക്കവുമൊന്നും ശരിക്കും ആവശ്യമില്ല. ഇത് വളരെ അപകടകരമാണ്. ശാരീരികമായും മാനസികമായും കഠിനാദ്ധ്വാനം ചെയ്യാൻ തയ്യാറില്ലാത്ത ഒരാൾക്കും, ആണായാലും പെണ്ണായാലും തെരുവു നാടകത്തിൽ സ്ഥാനമില്ല. സ്വതഃസിദ്ധമായ കഴിവില്ലാത്തതോ അത് വികസിപ്പിച്ചെടുക്കാൻ താല്പര്യമില്ലാത്തതോ ആയ ഒരാൾ തെരുവു നാടകത്തിലേക്കെടുത്തു ചാടുന്നത് ജന്മനാ കലാവിരുദ്ധനായ ഒരാളുടെ ആക്രമണത്തേക്കാൾ അപകടമാണ്.'

1983 ഫെബ്രുവരിയിൽ സംഗീത നാടക അക്കാദമിയും മധ്യപ്രദേശ്

രംഗ മണ്ഡലും ചേർന്ന് ഭോപ്പാലിൽ സംഘടിപ്പിച്ച ദശദിന ദേശീയ തെരുവു നാടകോത്സവത്തിലും വർക്ക്ഷോപ്പിലും പങ്കെടുത്തതിന്റെ ഫലമാണ് ഈ കുറിപ്പ്. 27 തിയേറ്റർ ഗ്രൂപ്പുകളുടെ പട്ടിക ജനം ആർക്കൈവ്സിൽ സൂക്ഷിച്ചിട്ടുണ്ട്. അവയിൽ ഉജ്ജയിൻ, അംബികാപൂർ, ദേവാസ്, താനെ, രാജനന്ദഗാൺ, ആര, ഗൊരാക്പൂർ, ബിക്കാനെർ, ജെബൽപൂർ, ചെന്നൈ തുടങ്ങിയ നഗരങ്ങളിൽ നിന്നുള്ള ഗ്രൂപ്പുകളാണുള്ളത്. ജനത്തിനു പുറമെ ഡൽഹിയിൽ നിന്ന് രണ്ടു ഗ്രൂപ്പുകൾ കൂടി ഉണ്ടായിരുന്നു. എഴുത്തുകാരിയായ ദീപ്തി പ്രിയ മെറോത്ര, സിനിമാക്കാരനും ആക്ടിവിസ്റ്റുമായ രാഹുൽ റോയ്, വക്കീലായ വൃന്ദ ഗ്രോവർ, ജയ്പൂർ സാഹിത്യോത്സവ സംഘാടകനായ സഞ്ജയ് റോയ് എന്നിവരടങ്ങിയ ആശാസും നാടകത്തോട് കൂറോ സ്നേഹമോ ഇല്ലാത്ത ഒരു കൂട്ടം ഡൽഹി അഭിനേതാക്കളുമായി ഭോപ്പാലിലെത്തിയ അഖിലേഷ് ഗ്രൂപ്പും ആയിരുന്നു അവ. ഇവയ്ക്കു പുറമെ ഇന്ത്യയിലെ മികച്ച തിയേറ്റർ പ്രവർത്തകരായ നാടകകൃത്തുക്കളും, സംവിധായകരും, നിരൂപകരും ഉൾപ്പെടെ 66 പേരും ക്ഷണിക്കപ്പെട്ടിരുന്നു. ശാഭു മിത്ര, കമലാദേവീ ചതോപാദ്ധ്യായ്, ഗോവിന്ദ് ദേശ്പാണ്ഡെ, തൃപുരാരി ശർമ്മ, പ്രസന്ന, പേൾ പത്മശ്രീ, എം കെ റെയ്ന, ബൻസികൗൾ, കമലാകർ സൊൻറ്റാക്കെ, രതി ബർതലോമി, നംവർ സിങ്, മഹേഷ് എൽക്കുഞ്ചുവാർ, അനുരാധാ കപൂർ, സാർവേശ്വർ ദയാൽ സക്സേന, ശ്യാമാനന്ദ് ജലാൻ, എം എസ് സത്യു, രജീന്ദർ നാഥ് എന്നിവർ ക്ഷണിക്കപ്പെട്ടവരുടെ കൂട്ടത്തിലുണ്ടായിരുന്നു. എന്നാൽ എത്രപേർ പങ്കെടുത്തു എന്ന് എനിക്കു നിശ്ചയമില്ല.

മണിപ്പൂരിൽ നിന്ന് ഒരു ഗ്രൂപ്പിനേയും ക്ഷണിച്ചിരുന്നില്ലെങ്കിലും ഹെയ്സ്നാം കനൈലാലും *സബ്തിരി ഹെയ്സ്നാമും* പ്രഭാഷകരുടേയും നിരീക്ഷകരുടേയും പട്ടികയിൽ പെടുത്തിയിരുന്നു. ഭോപ്പാൽ ഫെസ്റ്റിവലിൽ അവരുടെ ക്ലാസിക് നാടകം കണ്ടതായി മാലയ്ക്കുറപ്പുണ്ട്. *പെബെറ്റ്* എന്നാണ് നാടകത്തിന്റെ പേര്. ആ നാടകം കണ്ടതോടെ ജനം അംഗങ്ങൾ പറപറന്നു. ഒരു സൂത്രശാലിയും ക്രൂരനുമായ പൂച്ചയുടെ പിടിയിൽ നിന്ന് ഒരു അമ്മക്കിളി തന്റെ കുഞ്ഞിനെ രക്ഷിക്കുന്ന നാടോടിക്കഥയെ ആധാരമാക്കിയാണ് നാടകം എഴുതിയിരിക്കുന്നത്. ശക്തവും കാവ്യാത്മകവുമായ ഈ നാടകത്തിൽ അമ്മക്കിളിയുടെ വേഷമാണ് സാബ്തിരി ചെയ്തത്. അഭിനയത്തിലും നൃത്തത്തിലും പാട്ടിലും അവർ അസാമാന്യ കഴിവ് പുലർത്തി. ചലന ഭാഷയും ശബ്ദ ഭാഷയും അനായാസവും അത്ഭുതകരവുമായ രീതിയിൽ അവതരിപ്പിച്ച അവരെ ആരും ഒരിക്കലും മറക്കില്ല. സാബ്തിരിയിൽ കണ്ട അഭിനയം, ഉപകരണം, പ്രകടനം എന്നിവയുടെ ഏകീഭാവം അപൂർവ്വമായി മാത്രമേ കാണാൻ കഴിയൂ. 1980 കളിൽ തെരുവു നാടക രംഗത്തുനിന്നും ജനം പിൻവലിഞ്ഞപ്പോൾ സാബ്തിരി ആന്റ് കൻഹൈലാൽ തിയറ്റർ പ്രബലമായി. വർഷങ്ങൾക്കുശേഷം മാലയിൽ നിന്നും സഫ്ദറിൽ നിന്നും ഈ അദ്വിതീയായ നടിയെക്കുറിച്ചു കേട്ടതോടെ 2010 ൽ ജനത്തിൽ നിന്നും കുറേപ്പേർ മണിപ്പൂരിലേക്കു തിരിച്ചു. അവിടെ

ഈ നടിയോടും സംഗീതജ്ഞരോടും യുവ അഭിനേതാക്കളോടുമൊപ്പം 10 ദിനങ്ങൾ ചെലവിട്ടു. അത് അവിശ്വസനീയമായ പഠനാനുഭവമായിരുന്നു ഞങ്ങൾക്ക്.

കൽക്കട്ടയ്ക്കടുത്തുള്ള 24 പർഗാനകളിൽ നിന്നുള്ള ലിവിങ് തിയേറ്ററുമായി പ്രോബിർ ഗുഹ, ലക്നൗവിലെ കലാമംബൻ ആത്മജിത് സിങ്, അമൃത് സർ അഭിനയ നാട്യ കലാ കേന്ദ്രവുമായി ഗുരുശരൻ സിങ്, ബോംബെ സൂത്രധാരയുമായി രത്നാകർ മത്കാരി, പുട്ടൂർ സേ ഗ്രാമീണ ഗ്രൂപ്പുമായി സമുദായയുടെ ഒരു ഗ്രൂപ്പും ഭോപ്പാലിൽ ഉണ്ടായിരുന്നു. രാവിലെ ഗ്രൂപ്പുകൾ അവതരണം നടത്തുകയും തുടർന്ന് പ്രഗത്ഭരുടെ ചർച്ചയും പ്രഭാഷണവുമായി മുന്നോട്ടുപോയി.

1980 കളിൽ എൻ കെ യും സഫ്ദറും അവരുടെ തിയേറ്റർ കഴിവുകളെ വികസിപ്പിക്കാനുള്ള ശ്രമത്തിലായിരുന്നു. അവർ നാടകങ്ങൾ കാണുകയും സഹപ്രവർത്തകരുമായി ചർച്ച ചെയ്യുകയും സെമിനാറുകളിലും പ്രഭാഷണങ്ങളിലും പങ്കെടുക്കുകയും തിയേറ്റർ കലാകാരുമായി സൗഹൃദം കൂടുകയും ചെയ്തു. തെരുവു നാടകോത്സവത്തിന് ഒരു വർഷം മുമ്പേ ഭോപ്പാലിലേക്ക് പോവുകയും അവിടെ തിയേറ്റർ പ്രവർത്തകരുമായി പങ്കെടുക്കുകയും ചെയ്തു. 1980 കളുടെ മധ്യത്തിൽ തന്റെ മഹാഭാരതം പ്രോജക്ടിനു വേണ്ടി പല തവണ ഇന്ത്യ സന്ദർശിച്ചതിനും വളരെ മുമ്പെ ആയിരുന്നു.

"നമുക്കൊരു തികഞ്ഞ തിയേറ്റർ പ്രവർത്തകനെ വേണം." ലളിതിനോട് സഫ്ദർ പറഞ്ഞു. "നമ്മളെയും മറ്റുള്ളവരെയും പരിശീലിപ്പിക്കാൻ പറ്റിയൊരാൾ. നമ്മുടെ പ്രവർത്തനങ്ങൾ മുന്നോട്ടുകൊണ്ടു പോകാൻ കഴിവുള്ള ഒരാൾ." നാഷണൽ സ്കൂൾ ഓഫ് ഡ്രാമയിൽ ലളിതിന് പ്രവേശനം കിട്ടാനായി സഫ്ദർ ശ്രമിച്ചു. അപേക്ഷ വാങ്ങി പൂരിപ്പിച്ച് സമർപ്പിക്കുന്നതിനും ഇന്റർവ്യൂവിന് ആവശ്യമായ മുന്നറിവുകൾ തന്റെ എൻ എസ് ഡിയുമായുള്ള ബന്ധത്തിലൂടെ ശേഖരിക്കാനും സഹായിച്ചു. പരീക്ഷയിൽ എഴുത്തുപരീക്ഷ ജയിച്ചുവെങ്കിലും പ്രാക്ടിക്കലിന് പരാജയപ്പെട്ടു.

പല സന്ദർഭങ്ങളിലും ജനം വിവാദങ്ങളിൽപ്പെട്ടു. 1982 ലെ ലണ്ടൻ തിയേറ്റർ ഫെസ്റ്റിവലിൽ നിന്ന് പ്രസന്നയുടെ തുഗ്ലക്കിനെ തഴഞ്ഞപ്പോൾ വിമർശനവുമായി ജനം വന്നത് ഉദാഹരണം. 1986 ഫെബ്രുവരി 8 ന് മദ്രാസ് ഹോട്ടലിനു സമീപം ജനം, പുരുചാം എന്നിവയുടെ അവതരണങ്ങളെ പൊലീസ് തടഞ്ഞു. എൻ കെ ഒരു കൂട്ടം കലാകാരന്മാരുമായി ചേർന്നൊരു പ്രസ്താവന ഇറക്കി. അവരതിനെ ബാർബേറിയൻ സപ്രഷൻസ് എന്നു വിളിക്കുകയും എത്രയും വേഗം ജനം പ്രവർത്തകരുടെ മോചനം ആവശ്യപ്പെടുകയും ചെയ്തു. പ്രസ്താവനയിൽ ഒപ്പിട്ടവരിൽ ജനത്തിനു പുറമെ ഭീഷ്മ സാഹ്നി, എം കെ റൈന, ഡാഡി പുതുംജീ, രാംനാഥ് പിസാരിച്ച, മഞ്ചിത്ത് ബാന എന്നിവരുമുണ്ടായിരുന്നു. വൈകുന്നേരമായപ്പോൾ അഭിനേതാക്കളെ വിട്ടയച്ചു.

നിരവധി തിയേറ്റർ പ്രവർത്തകർ സഫ്ദറിന്റെ സുഹൃത്തുക്കളായി. അവരിൽ സീമ കപൂറും ഉണ്ടായിരുന്നു. 1980 കളിൽ ഓംപൂരിയുമായി സൗഹൃദത്തിലായ സീമ പിന്നീട് അദ്ദേഹത്തെ വിവാഹം കഴിച്ചു. ഓംപൂരിയും സഫ്ദറും പരിചയപ്പെട്ടു. ശ്യാം ബനഗലിന്റെ *സുസ്മൻ* സിനിമയിൽ നെയ്ത്തുകാരനായി വേഷമിട്ടതിന് ഓംപൂരി നെയ്ത്തു പഠിച്ചതിനാൽ അദ്ദേഹം നെയ്ത ഒരു തുണി സഫ്ദറിന് സമ്മാനമായി നൽകി. സഫ്ദർ വധത്തിന്റെ ഒന്നാം വാർഷികത്തിന് ഡൽഹിയിലെത്തിയ ഓംപൂരി ഝണ്ഡാപ്പൂരിലേക്ക് വന്ന് ഞങ്ങളുടെ പ്രകടനം കാണുകയും തൊട്ടടുത്ത ദിവസം വൈകുന്നേരം രവീന്ദ്രഭവനിൽ നടന്ന അനുസ്മരണ യോഗത്തിൽ പാഷയുടെ ഗ്രാസ്സ് (Grass) എന്ന കവിത ചൊല്ലുകയും ചെയ്തു. ഞാനും മാലയും വർഷങ്ങൾക്കുശേഷം ഓംപൂരിയെ കണ്ടപ്പോൾ അദ്ദേഹം ഞങ്ങളോട് അദ്ദേഹം ഞങ്ങളോട് ആദ്യം ചോദിച്ചത് "അയാൾ ആ തുണി എന്തു ചെയ്തു" എന്നായിരുന്നു. അതുപയോഗിച്ച് ഒരു ഷർട്ടുണ്ടാക്കി അഭിമാനത്തോടെ അണിഞ്ഞുനടന്നു എന്നു കേട്ടപ്പോൾ അദ്ദേഹത്തിന്റെ കണ്ണുകൾ ഈറനണിഞ്ഞു.

1980 കളുടെ മദ്ധ്യം - സാമൂഹ്യ സൗഹൃദ കമ്മിറ്റി

1984 ഒക്ടോബർ 31 ന് സ്വന്തം അംഗരക്ഷകരാൽ ഇന്ദിരാഗാന്ധി വധിക്കപ്പെട്ടു. അതേത്തുടർന്നുണ്ടായ സിഖ് വിരുദ്ധപോരാട്ടങ്ങളിൽ 3000ത്തിലധികം ജീവനുകൾ പൊലിഞ്ഞു. ഹിന്ദുസിഖ് ബന്ധത്തെയും ഡൽഹി പട്ടണത്തെയും കോൺഗ്രസ് പാർട്ടിയെയും സംബന്ധിച്ച് പല അഭ്യൂഹങ്ങളും പരന്നു. രാജ്യത്തുടനീളം ഒരുക്കിയ ക്യാമ്പുകളിൽ ആയിരക്കണക്കിന് സിഖ്കാർ അഭയം തേടി. അവർക്കവരുടെ പ്രിയപ്പെട്ടവരും വീടും ഉപജീവന മാർഗ്ഗങ്ങളും നഷ്ടപ്പെട്ടു.

കനലുകൾ എരിഞ്ഞടങ്ങിയിട്ടില്ല, മുറിവുകൾ ഉണങ്ങിയിട്ടില്ല, അതിനിടയിലാണ് ഡൽഹി യൂണിവേഴ്സിറ്റി നോർത്ത് ക്യാമ്പസിൽ ആദ്യ സമാധാന ജാഥ നടത്തിയത്. എല്ലാ കോളേജും ചില പ്രധാന അദ്ധ്യാപകരേയും കാണേണ്ടി വന്നതിനാൽ ഇടയ്ക്കിടെ മുറിഞ്ഞു. ജാഥ ഒരു പൊതുയോഗത്തോടെ Khaka കോളേജിൽ സമാപിച്ചു. അവിടെ വിദ്യാർത്ഥികളടക്കം വൻജനാവലി തടിച്ചുകൂടി. അവരിൽ പലരും ചെറുപ്പക്കാർ. അവർ കോപാകുലരാണ്. അവരുടെ കണ്ണുകൾ ദുഃഖവും വേദനയും കൊണ്ട് നിറഞ്ഞിരിക്കുന്നു. പ്രതികാരത്തിന്റെ വാക്കുകൾ അന്തരീക്ഷത്തിൽ മുഴങ്ങി നിന്നു.

പ്രസംഗങ്ങൾക്കു മുമ്പ് ഗാനം അവതരിപ്പിക്കേണ്ടതായിരുന്നു. വിദ്യാർത്ഥികളുടെ കോപാക്രോശങ്ങൾക്കിടയിൽ പാടാൻ കഴിയുന്നില്ല. അവരുടെ കോപം മുഴുവനും പൊലീസ് സംഘത്തിനു നേരെ തിരിഞ്ഞു. കഴിഞ്ഞ ദിവസങ്ങളിൽ ഡൽഹിയിലുണ്ടായ ഭീകരാവസ്ഥകളുടെ വിരക്തിയിലായിരുന്നു പൊലീസുകാർ. അക്കാര്യം വിദ്യാർത്ഥികൾ അറിഞ്ഞിരുന്നില്ല. ഒരു മോശമായ അവസ്ഥ രൂപം കൊള്ളുകയാണ്. സമാ

ധാനയാത്രയുടെ സംഘാടകർ എന്തു സംഭവിക്കുമെന്ന വേവലാതിയിലായിരുന്നു.

സഫ്ദർ ഗായക സംഘത്തിലെ ഏറ്റവും പ്രായം കുറഞ്ഞ, മെലിഞ്ഞ ഒന്നാം വർഷ വിദ്യാർത്ഥിയായ സുമംഗല ദാമോദരനെ സമീപിച്ചു. മൈക്കെടുക്കാൻ അവളോടാവശ്യപ്പെട്ടു. 'ജാനേവാലാ ശിപാഹി' പാടാൻ പറഞ്ഞു. 1940 ൽ കമ്യൂണിസ്റ്റ് കവിയായ മഹക്ദൂൻ മോഹിദ് രചിച്ച വരികളും 1960 ൽ ഹിന്ദി സിനിമയായ *ഉസ്നെ കഹാ ഥായ്*ക്കു വേണ്ടി സലിൽ ചൗധരി സംഗീതം കൊടുത്തതുമായ യുദ്ധവിരുദ്ധ ഗാനമാണത്. അതുവരെ ഈ ഗാന നവീകരണ സംഘം പാടിയിരുന്നത് സംഘഗാനങ്ങളായിരുന്നു. ഇതവരുടെ ആദ്യത്തേതും അവസാനത്തേതുമായ സോളോ ഗാനമായിരുന്നു.

പാട്ടുകാരി ആകെ വികാരവിവശയായിരിക്കുകയാണ്. "പേടിക്കേണ്ട. പാടൂ... പാടിക്കോളൂ..." സഫ്ദർ അവൾക്ക് ധൈര്യം കൊടുത്തു.

സുമംഗല വിസമ്മതിച്ചെങ്കിലും സഫ്ദർ പിന്നിൽ നിന്നുകൊണ്ട് പ്രോത്സാഹിപ്പിച്ചപ്പോൾ പാടിത്തുടങ്ങി. അവളുടെ മധുരശബ്ദം ശക്തമായിരുന്നു. അവളുടെ അന്തരംഗത്തിൽ നിന്നൊഴുകിവരുന്ന മാസ്മരശബ്ദം. അത് ജനക്കൂട്ടത്തിനിടയിലൂടെ ഒഴുകി. ആ ഗാനമാധുരിയിൽ യൗവനത്തിന്റെ കോപം അലിഞ്ഞമർന്നു. അവർ ശാന്തരായി. അവരിലൂടെ എന്തോ ചലിക്കുകയാണ്. തന്റെ പ്രിയപ്പെട്ട ഭാര്യയേയും വിശന്നു തളർന്ന കുഞ്ഞുങ്ങളേയും വിട്ട് യുദ്ധക്കളത്തിലേക്ക് പോകുന്ന പട്ടാളക്കാരനെക്കുറിച്ചാണ് പാട്ട്. ചുറ്റും മനുഷ്യശരീരം കത്തിയമരുന്നതിന്റെ മടുപ്പിക്കുന്ന ദുർഗന്ധം പടരുന്നു. ഒപ്പം ജീവിതത്തിന്റെ നിലവിളിയും.

കേൾവിക്കാരിൽ ആരോ ഒരാൾ വിങ്ങിപ്പൊട്ടി കരയാൻ തുടങ്ങി. പിന്നെ ഒരാൾ. വീണ്ടും ഒരാൾ. നിമിഷങ്ങൾക്കുള്ളിൽ അനേകം പേരുടെ തേങ്ങലുകളുയർന്നു. സ്ത്രീകളും പുരുഷന്മാരും കരയുന്നു. കരയാത്തവർ വികാരമടക്കാൻ പാടുപെടുന്നു. ഈറനണിഞ്ഞ കണ്ണുകളല്ലാതെ ഒന്നുപോലും കാണാനില്ല. അല്പം മുമ്പ് വെടിയുതിർക്കാൻ തയ്യാറെടുത്തുനിന്ന പൊലീസുകാർ പെട്ടെന്നുണ്ടായ അവസ്ഥാന്തരം കണ്ട് അമ്പരന്നു പോയി.

അതൊരു അസാധാരണ സംഭവമായിരുന്നു. നാല്പതു വർഷങ്ങൾക്കപ്പുറം ഒരു ഹൈദ്രാബാദി കമ്യൂണിസ്റ്റ് കവി എഴുതിയ, 1960 ൽ ഒരു മുസ്ലീം ഈണം പകർന്ന ബംഗാളി ഗാനം, ഒരു അണ്ടർ ഗ്രാജ്വേറ്റ്ഹിന്ദുവായ മലയാളി ഗായിക പാടിയ യുദ്ധ വിരുദ്ധ ഗാനം നാടകത്തിലൂടെ കോപാകുലരായ സിഖ് യുവതയിലേക്കിറങ്ങി ചെന്നിരിക്കുന്നു. ഒന്നും യോജിക്കുന്നില്ല. ഒന്നും ശരിയാകുന്നില്ല എന്നിട്ടും ആ ഗാനം ഹൃദയങ്ങളിൽ നീറ്റലുണ്ടാക്കുന്നു. ഇരകളുടെ ദുഃഖങ്ങളെ ലയിപ്പിക്കുന്നു. തലമുറകളെയും രാജ്യങ്ങളെയും അക്രമങ്ങളെയും അതിജീവിക്കുന്നു.

1984 ലെ സിഖ് വിരുദ്ധ അക്രമം എനിക്കു നേരെ ശക്തമായൊരു ഉയിർത്തെഴുന്നേല്പ് വിളിയായിരുന്നു. ഞാൻ സ്കൂളിൽ പഠിക്കുമ്പോഴാണ്

അതുണ്ടായത്. ഇന്ദിരാഗാന്ധി വധത്തിനു തൊട്ടു പിന്നാലെ വന്ന നവംബർ 1 ന് വർത്തമാന പത്രങ്ങളില്ലാതിരുന്നതിനാൽ ഡൽഹി നഗരത്തിനു പുറത്തെന്തു സംഭവിക്കുന്നെന്നറിയാതെ ജെ എൻ യു ക്യാമ്പസിൽ തന്നെ ഒരു തുരുത്തിലകപ്പെട്ട ഭാവത്തിൽ ഞങ്ങളിരുന്നു. സൈക്കിളിൽ പോയി പത്രവില്പനക്കാരിൽനിന്നു പത്രം വാങ്ങിക്കൊണ്ടുവരാൻ അച്ഛൻ എന്നോടു പറഞ്ഞു. ഞാൻ വിടർന്ന കണ്ണുകളോടെ സൈക്കിൾ ചവിട്ടിക്കൊണ്ടിരുന്നു. എന്തൊരു കാഴ്ചകളാണ്. വൃത്തികെട്ടതും വിചിത്രവുമായ കാഴ്ചകൾ മുന്നിൽ തെളിയുന്നു, റിങ് റോഡിലെ മുനിർകാ ഷോപ്പ് കത്തിയെരിയുന്നു. സഫ്ദർജങ് ഹോസ്പ്പിറ്റലിനരികിൽ ഒരു സിഖ്കാരനെ രക്തദാഹികളായ കുറേപ്പേർ ഓടിക്കുന്നു. മാളവ്യ നഗറിൽ, അവിടെയാണ് എന്റെ കൂട്ടുകാരി ഒരു സിഖുകാരന്റെ വീട്ടിൽ താമസിക്കുന്നത്. അവിടെ എത്തുന്നതിനു മുമ്പ് രണ്ട് ടാക്സികൾ കത്തിക്കരിഞ്ഞ് ദുർഗന്ധം പരത്തുന്നു. ആ പ്രഭാതം ഭീകരമായിരുന്നു. ആഴ്ചകൾക്കുശേഷം എന്റെ അമ്മ എന്നെ ചില അഭയാർത്ഥി ക്യാമ്പുകളിൽ കൊണ്ടുപോയി. അവിടെ ശേഷിച്ചവരിൽ നിന്ന് എത്ര ഭീകര കഥകളാണു കേട്ടത്.

രണ്ടു വർഷങ്ങൾക്കുശേഷം 1986 ഡിസംബർ 18 ന് ആയിരങ്ങളോടൊപ്പം ഡൽഹി തെരുവിലൂടെ സാമൂഹ്യ സൗഹാർദ്ദത്തിനുള്ള ജനകീയ മാർച്ചിൽ ഞാനും പങ്കാളിയായിരുന്നു. രണ്ടാം വർഷ ബിരുദത്തിനു പഠിക്കുമ്പോൾ എസ് എഫ് ഐയിലും ആക്ടിവിസത്തിലും താല്പര്യമുണ്ടായിരുന്നെങ്കിലും ഏറെ ഇഷ്ടം നാടകം, സിനിമ, പെൺകുട്ടികൾ എന്നിവയോടായിരുന്നു.

1986 ൽ ആ ജാഥ വരുമ്പോൾ ഞാൻ നിഷ്കളങ്കനായ വെറുമൊരു സ്കൂൾ കുട്ടിയായിരുന്നു. രാമജന്മഭൂമി പിടിച്ചെടുക്കാനുള്ള പ്രവർത്തനങ്ങളും യൂണിവേഴ്സിറ്റി ക്യാമ്പസിലെ ആർ എസ് എസ് ഏറ്റുമുട്ടലുകളും കണ്ടിട്ടുണ്ട്. 30,000 ലധികം ആളുകൾ പങ്കെടുത്ത ആ ജാഥ കണ്ട് ഞാൻ സ്തംഭിച്ചുപോയി.

ഇത് യാദൃച്ഛികമായിരുന്നില്ല. ജാഥയിൽ പങ്കെടുത്തവരിൽ മൂന്നിൽ ഒന്ന് ഭാഗവും സി ഐ ടി യു തൊഴിലാളികളായിരുന്നു. ജാഥയ്ക്ക് ആഹ്വാനം ചെയ്ത കമ്യൂണൽ ഹാർമണി കമ്മിറ്റി 1986 ഏപ്രിൽ 6 നാണ് രൂപീകരിച്ചത്. ബ്രോഷറിൽ കാണുന്ന ഡൽഹിയിലെ പ്രമുഖ വ്യക്തികളായിരുന്നു ഇതിനു പിന്നിൽ. അവർക്കാവശ്യമായ സംഘാടന സഹായങ്ങൾ നല്കിയത് സി പി ഐ (എം) ആയിരുന്നു.

ഈ കമ്മിറ്റി ഏകദേശം ആറ് മാസത്തോളം മൊഹല്ലാ തല മീറ്റിങ്ങുകൾ നടത്തി, തുടർന്ന് ഒക്ടോബറിൽ ഒരു വർഗ്ഗീയ വിരുദ്ധ കൺവെൻഷൻ സംഘടിപ്പിച്ചു. അതിനുശേഷം നവംബർ മദ്ധ്യം തുടങ്ങി ഒരു മാസത്തോളം ജാഥയുടെ അന്ത്യ ഒരുക്കങ്ങൾ നടന്നു. ഇരുപതിലധികം പൊതു സമ്മേളനങ്ങളും നൂറ്റിയൻപതിലധികം കോർണർ മീറ്റിങ്ങുകളും ഭവന സന്ദർശനങ്ങളും നടത്തി. സ്കൂളുകളിലും കോളേ

ജുകളിലും ഓഫീസുകളിലും മീറ്റിങ്ങുകൾ സംഘടിപ്പിച്ചു. കമ്മിറ്റിയുടെ ശ്രമഫലമായി 20000 ബാഡ്ജുകളും (Inter locking Three – Hands logo) മൻമോഹൻ ബാവയാണ് രൂപകല്പന ചെയ്തത്. 10 ലക്ഷം ഹാന്റ് ബില്ലുകളും (ലഘുലേഖകൾ) വിറ്റു. നഗരത്തിലുടനീളം ഹിന്ദി, ഉർദ്ദു, പഞ്ചാബി, ഇംഗ്ലീഷ് എന്നീ 4 ഭാഷകളിലുള്ള 40,000 പോസ്റ്ററുകൾ പതിച്ചു. 15 സ്ഥലങ്ങളിലെങ്കിലും എം എസ് സത്യുവിന്റെ *ഗരംഹവ* എന്ന സിനിമ പ്രദർശിപ്പിച്ചു. ധാരാളം സ്ഥലങ്ങളിൽ പൂർചാം പാട്ടുകൾ പാടി. 39 പള്ളിക്കൂടങ്ങളിൽ നിന്നായി ആയിരത്തോളം കുട്ടികൾ ചിത്രരചനാ മത്സരത്തിൽ പങ്കെടുത്തു. നിരവധി മികവുറ്റ കലാകാരന്മാർ പോസ്റ്റർ നിർമ്മാണ വർക്ക്ഷോപ്പിൽ പങ്കെടുക്കുകയും എട്ടിലേറെ പ്രശസ്ത ആർട്ടിസ്റ്റുകൾ കാമ്പയിനാവശ്യമായ ഫണ്ടുണ്ടാക്കുന്നതിന് അവരുടെ മികച്ച ചിത്രങ്ങൾ സംഭാവന നല്കുകയും ചെയ്തു. അവയുടെ ലേലം മാണ്ടി ഹൗസിലെ രബീന്ദ്ര ഭവന്റെ പുൽത്തകിടിയിൽ വച്ചാണ് നടന്നത്. മുൻ മന്ത്രി ഐ കെ ഗുജറാൾ ആയിരുന്നു ആദ്യ ലേല വിളിക്കാരൻ. അദ്ദേഹത്തിൽ നിന്ന് കൃഷ്ണഖന്നയിലേക്ക്. എന്നാൽ ശരിക്കും ലേലം ആരംഭിക്കുന്നത് മുതിർന്ന പത്രപ്രവർത്തകനായ റൊമേഷ് താപറിന്റെ വരവോടെയാണ്. അദ്ദേഹം കടുത്ത തമാശകൾ പറഞ്ഞ് ലേലത്തുക വർദ്ധിപ്പിക്കാൻ സുഹൃത്തുക്കളെ പ്രേരിപ്പിച്ചു. അതിനെ ആരും എതിർത്തില്ല. അഞ്ജലി ഇള മേനോൻ, അപർണ്ണ കൗർ, അർപ്പിത സിങ്, ബി സി സന്യാൽ, ജി ആർ സന്തോഷ്, ജതിൻ ദാസ്, ജോഹൻ ചൗധരി, ലതികാ കട്ട്, എം എഫ് ഹുസൈൻ, ശങ്കോ ചൗധരി, വിവാൻ സുന്ദരം എന്നീ കലാകാരന്മാരാണ് അവരുടെ കലാസൃഷ്ടികൾ കമ്മിറ്റിക്കു സംഭാവന ചെയ്തത്. ലേലത്തിൽ 2.40 ലക്ഷം രൂപ കിട്ടി. കുറേ തുക ബാക്കിയാവുകയും ചെയ്തു. ജാഥയുടെ ലഘുലേഖയിൽ പ്രസിഡന്റ് ഗ്യാനി സെയിൽ സിങ്, സുപ്രീം കോടതി ചീഫ് ജസ്റ്റിസ് പി എൻ ഭഗവതി, ഡൽഹി, ജവഹർലാൽ നെഹ്റു, ജാമിയ മില്ലിയ ഇസ്ലാമിയ യൂണിവേഴ്സിറ്റികളുടെ വൈസ് ചാൻസലർമാർ എന്നിവരുടെ ആശംസകൾ ഉൾപ്പെടുത്തിയിരുന്നു.

ഈ കഠിന പ്രവർത്തനങ്ങളുടെ ഫലമായി 15 ലക്ഷത്തിലധികം പേരെ കമ്മിറ്റിക്കാർക്ക് സംഘടിപ്പിക്കാൻ കഴിഞ്ഞു.

കമ്യൂണൽ ഹാർമണി കമ്മിറ്റിയിലെ ഏറ്റവും പ്രായം കുറഞ്ഞ അംഗമായിരുന്നു സഫ്ദർ. അദ്ദേഹം സ്വയം സംഘടനാ പ്രവർത്തനങ്ങളിലേർപ്പെട്ടു. അദ്ദേഹത്തിന് പ്രസ് മേഖലയിലെ നിരവധി പേരെയും കലാകാരന്മാരെയും ബുദ്ധിജീവികളേയും പരിചയമുണ്ടായിരുന്നതിനാൽ കമ്യൂണൽ ഹാർമണി സന്ദേശം വ്യാപിപ്പിക്കുന്നതിന് അവരെയെല്ലാം പരമാവധി പ്രയോജനപ്പെടുത്തി. മാർച്ചിനിടയിൽ ഒരു മെഡിക്കൽ ക്യാമ്പ് നടത്തുന്നതിന് തന്റെ സുഹൃത്തുക്കളായ യുവ ഡോക്ടർമാരുടെ ഒരു സംഘത്തെതന്നെ ഉപയോഗിച്ചു.

പ്രചാരണ പ്രവർത്തനങ്ങൾക്കുവേണ്ടി ജനം പുതിയൊരു നാടകം

ഉണ്ടാക്കി. കമ്യൂണലിസത്തിനെതിരെയുള്ള ജനത്തിന്റെ മൂന്നാമത്തെ നാടകമായ *അപഹാരൻ ബായിചാരേ കാ* ആയിരുന്നു അത്. 1979 ലെ അലിഗർ ലഹളയെ ആധാരമാക്കിയുള്ള *ഹത്യാരേ* പഞ്ചാബിലെ സാഹ ചര്യങ്ങൾ ചിത്രീകരിച്ച *വീർ ജാഹ് സാരേ* എന്നിവയാണ് യഥാക്രമം ഒന്നും രണ്ടും നാടകങ്ങൾ. ജനം സുഹൃത്തുക്കൾക്കും സഖാക്കൾക്കും വേണ്ടി അപഹാരന്റെ പ്രിവ്യൂ നടത്തിയിരുന്നു. ബാബ്ലി ഗുപ്ത കമ്മിറ്റിയിലെ ടീച്ചേഴ്സ് ഗ്രൂപ്പിന്റെ ഭാഗമായിരുന്നു അത്. പിന്നീട് പ്രിവ്യൂ അവതരണത്തെക്കുറിച്ച് അദ്ദേഹം ഇങ്ങനെ എഴുതി, അന്ന് നാടകത്തെ “ദി ഗ്രേറ്റ് അമേരിക്കൻ സർക്കസ്” എന്നാണ് വിളിച്ചത്. അതിന്റെ ആദ്യ പരിഭാഷ അത്രയ്ക്ക് ശക്തമായില്ല. വിദേശ ശക്തികളാണ് വർഗ്ഗീയതയ്ക്ക് പിന്നിലെന്ന് സഖാക്കൾ വിചാരിച്ചു. ഇംപീരിയലിസത്തോടൊപ്പം പ്രാദേ ശിക വർഗ്ഗീയതയുടെയും രാഷ്ട്രീയ ശക്തികളുടെയും പങ്ക് സമതു ലിതമായി കൊണ്ടുവരാൻ കഴിഞ്ഞില്ല. അതിലുപരി സൗഹാർദ്ദത്തിനു വേണ്ടിയുള്ള പോരാട്ടത്തിന് പ്രചോദനം നല്കാൻ നാടകത്തിനു കഴിഞ്ഞില്ലെന്നും സഖാക്കൾ പ്രതികരിച്ചു. എല്ലാം കേട്ടു മനസ്സിലാക്കിയ സഫ്ദർ അവരോടു പറഞ്ഞു. “ശരി പുനരാവിഷ്കരിച്ച നാടകം കാണാൻ രണ്ടു ദിവസം കഴിഞ്ഞു വരൂ.” ഈ ചുരുങ്ങിയ സമയം കൊണ്ട് നാടകത്തിന് അടിസ്ഥാനപരമായ മാറ്റമുണ്ടാക്കി. ജനം എത്ര വേഗമാണ് തികവൊത്തൊരു മാറ്റം നാടകത്തിനുണ്ടാക്കിയതെന്ന് ഞാനതിശയിച്ചു പോയി. ഇപ്പോൾ അമേരിക്കൻ റിങ് മാസ്റ്റർക്കു പകരം ബയ്ച്ചാര നാടകത്തിന്റെ ശ്രദ്ധാകേന്ദ്രമായി മാറി.

കമ്മിറ്റിയിൽ സഫ്ദറിന്റെ സംഘാടന പങ്കാളിത്തത്തെക്കുറിച്ചും ബബ്ളി എഴുതി. “നിങ്ങൾക്ക് അദ്ദേഹത്തെ എവിടെയും കാണാം.” സമാധാന ജാഥയ്ക്ക് മുമ്പുള്ള ധാരാളം പ്രവർത്തനങ്ങൾ അദ്ദേഹം ഏറ്റെ ടുത്തു. അവരുടെ സ്ഥാപനങ്ങളിൽ മീറ്റിങ് സംഘടിപ്പിക്കുന്നതിന് സ്കൂൾ കോളേജ് പ്രിൻസിപ്പിൽമാരെ കാണുക, അവിടത്തേക്ക് അനുയോജ്യമായ പ്രസംഗകരെ കണ്ടെത്തുക, സദസ്സുണ്ടാക്കുക തുടങ്ങിയവയൊക്കെ സഫ്ദറിന്റെ പദ്ധതികളായിരുന്നു. അതിനുശേഷം ഞങ്ങളെ മുന്നിലേക്ക് തള്ളി നിർത്തിയിട്ട് സ്വയം പിൻനിരയിലേക്ക് മാറുകയും ഞങ്ങൾ ഒന്നാം തരം പ്രഭാഷകരാണെന്ന് പറഞ്ഞ് ധൈര്യപ്പെടുത്തുകയും ചെയ്തു. ആരെ ങ്കിലും പുകഴ്ത്തിയാൽ സഫ്ദർ അതിനെ ചിരിച്ചു തള്ളുകയായിരുന്നു. അദ്ദേഹം തന്റെ അസാധാരണ കഴിവുകളെ ലളിതമാക്കി മാത്രമാണ് വെളിപ്പെടുത്തിയത്.”

1980 കളുടെ മദ്ധ്യം – ടെലിവിഷനും ഡോക്യുമെന്ററികളും

1988 ഫെബ്രുവരി 2 ന് വർദ്ധമാൻ ഫിലിം മേക്കേഴ്സിന്റെ പേരിൽ ഗുർബിർ സിങ് ഗാർവാലിയുമായി ഒരു കരാറിൽ സഫ്ദർ ഏർപ്പെട്ടു. ഇരുവരും ഒരുമിച്ച് “ഖിൽതി കാലിയാൻ (Khitti Kaliyan)” എന്ന വയോജന സാക്ഷരതാ സീരിയലിൽ ഒരുമിച്ചു പ്രവർത്തിച്ചിട്ടുണ്ട്. 24

ഭാഗങ്ങളുള്ള സീരിയൽ ദൂരദർശൻ പ്രക്ഷേപണം ചെയ്തു. സഫ്ദർ രചയിതാവും ഫിലിം ആന്റ് ടെലിവിഷൻ ഇൻസ്റ്റിറ്റ്യൂട്ടിന്റെ 1975 ബാച്ചിൽ നിന്ന് പുറത്തിറങ്ങിയ ഗാർവാൽ സംവിധായകനുമായിരുന്നു. രണ്ടുപേരും ആത്മസുഹൃത്തുക്കളായതോടെ പുതിയൊരു പ്രവർത്തന സമവാക്യം രൂപംകൊണ്ടു.

ഒരു പദ്ധതിക്കുവേണ്ടി മാത്രം കരാറുണ്ടാക്കിയാൽ പദ്ധതി പൂർത്തീകരണത്തോടെ കരാറും അവസാനിക്കും. സഫ്ദറും ഗർബിറും ചേർന്നുണ്ടാക്കിയ കരാറിൽ "സമൂഹ സൗഹാർദ്ദം" പ്രമേയമാക്കി 13 വിഭാഗങ്ങളിൽ ഒരു ടെലിവിഷൻ സീരിയൽ ഹിന്ദിയിൽ നിർമ്മിച്ചു. രണ്ടു നാൾ കഴിഞ്ഞ് സഫ്ദർ ദൂരദർശൻ ഡയറക്ടർ ജനറൽ ഭാസ്കർ ഘോഷിന് ഇപ്രകാരം ഒരു കത്തെഴുതി. "എന്റെ ആശയവും ആദ്യഭാഗത്തിന്റെ തിരക്കഥയും അങ്ങേക്കിഷ്ടപ്പെട്ടാൽ എങ്ങനെയാണ് വിഷയം ഞങ്ങൾ കൈകാര്യം ചെയ്യുന്നതെന്ന് വിശദീകരിക്കാൻ ഒരവസരം അനുവദിക്കണം." അതു പ്രകാരം കൂടിക്കാഴ്ച നടന്നോ എന്നറിയില്ല.

'Ummeed' (പ്രത്യാശ) ആണ് മറ്റൊരു സീരിയൽ. പഞ്ചാബിലെ രണ്ടു കുടുംബങ്ങൾ അക്രമ ഭീകരതകൊണ്ടു വീർപ്പുമുട്ടുന്നതിന്റെ കഥ. 1965 ലേയും 1971 ലേയും ഇന്തോ പാക്കിസ്ഥാൻ യുദ്ധങ്ങളിൽ പങ്കെടുത്തു വിരമിച്ച കർഷകനായ ഹർഭജൻ സിങ്. വിധവയായ അമ്മയ്ക്കും ഭാര്യയ്ക്കും വിവാഹിതയായ മകൾക്കും ഇളയ മകനുമൊപ്പമാണ് അയാളുടെ താമസം. അദ്ദേഹത്തിന്റെ അടുത്ത സുഹൃത്ത് ജൂഗൽ കിഷോർ ഒരു പെൻഷൻ പറ്റിയ അദ്ധ്യാപകനും അദ്ദേഹത്തിന്റെ ഭാര്യ മിഡ് വൈഫുമാണ്. സിഖ്, ഹിന്ദു കുടുംബങ്ങളിൽപ്പെട്ട ഇവർ എല്ലാവിധത്തിലും ബന്ധപ്പെട്ടിരുന്നു. ഉദാ : ഹർഭജന്റെ മകളുടെ പ്രസവമെടുത്തത് ജൂഗലിന്റെ ഭാര്യ. ഹർഭജന്റെ മകനും ജൂഗലിന്റെ മൂത്ത പുത്രിയും തമ്മിൽ കടുത്ത പ്രണയം. ആ രണ്ടു കുടുംബങ്ങൾക്കിടയിലെ പ്രശ്നങ്ങൾ, അക്രമം, കൊല, കുടിയേറ്റം, ഹിന്ദുക്കൾക്കും സിഖ്കാർക്കും ഇടയിൽ വളരുന്ന രാഷ്ട്രീയ വിയോജിപ്പ് ഉൾപ്പെടെ ചർച്ചയാകുന്നു. എന്നിട്ടും ആ കുടുംബങ്ങൾക്കിടയിലെ സാഹോദര്യവും സൗഹാർദ്ദവും നിലനില്ക്കുക മാത്രമല്ല അത് അനുദിനം വളരുകയും ചെയ്യുന്നു.

ഇതിനുവേണ്ടി സഫ്ദർ ദൂരദർശന് സമർപ്പിച്ച അപേക്ഷയിൽ കഥാതന്തു, 13 ഭാഗങ്ങളുടെ സിനോപ്സിസ്, ആദ്യ എപ്പിസോഡിന്റെ ടൈപ്പ് ചെയ്ത തിരക്കഥ എന്നിവ ഉൾപ്പെടുത്തിയിരുന്നു. ഒപ്പം രണ്ടും മൂന്നും ഭാഗങ്ങളുടെ തിരക്കഥയുടെ കൈയെഴുത്തു പ്രതികളും ഉണ്ടായിരുന്നു. സമർപ്പിച്ച കൺസെപ്റ്റ് നോട്ടിൽ സീരിയലിനെപ്പറ്റി വിശദീകരിച്ചത് ഇപ്രകാരം

a) പഞ്ചാബിലെ ഹിന്ദുക്കളുടെയും സിഖുകാരുടെയും ജീവിതത്തിന്റെ എല്ലാ അർത്ഥത്തിലുമുള്ള സൗഹൃദം.
b) പഞ്ചാബിലും മറ്റിടങ്ങളിലും മതേതര മൂല്യം നിലനിർത്താൻ പാടുപെടുന്നവരെ മഹത്വവല്ക്കരിക്കുക.

c) ഈ പ്രശ്നത്തിൽ വർഗ്ഗീയ ഇടപെടൽ മൂലമുണ്ടാകുന്ന വിപത്തുക്കളെ ഉയർത്തിക്കാട്ടുക.

അത് ധർമ്മോപദേശപരമായിരുന്നോ? ആയിരിക്കാം. എന്നാൽ ഉദാരവല്ക്കരണ കാലത്തിനു മുമ്പുള്ള ടെലിവിഷൻ തന്നെ ധർമ്മോപദേശപരമായിരുന്നു. കഥാഗതി നോക്കിയാൽ ഒരു ഭൂമി ഇടനിലക്കാരന്റെ സഹായത്തോടെ ഒരു ഹൈന്ദവ കുടുംബം ഡൽഹിയിലേക്ക് കുടിയേറുന്നു. അത് നിർബ്ബന്ധിത കുടിയേറ്റമായിരുന്നു. പഞ്ചാബിലെ സാധാരണ ജനജീവിതത്തെ ക്രിയാത്മകമായും വസ്തുതാപരമായും മുന്നോട്ടു കൊണ്ടു പോവുക എന്ന ആശയമാണ് കൺസെപ്റ്റ് നോട്ടിൽ പറഞ്ഞിരുന്നത്. ആ സീരിയൽ ഒരിക്കലും സാക്ഷാൽക്കരിക്കപ്പെട്ടില്ല. ദൂരദർശനിൽ നിന്ന് യാതൊരു പ്രതികരണവും ഉണ്ടായില്ലെന്നു മാത്രമല്ല ആ വർഷം (1988) അവിശ്വസനീയമാം വർണ്ണം സഫ്ദറിന്റെ തിരക്ക് വർദ്ധിക്കുകയും ചെയ്തു.

സഫ്ദറും ഗാർവാലും ചേർന്നൊരുക്കിയ (Khitti Kaliyan) സീരിയൽ വയോജന വിദ്യാഭ്യാസ ഡയറക്ടറേറ്റും യൂണിസെഫും കൂടി ഏറ്റെടുത്തു. 15–35 പ്രായത്തിലുള്ള ഗ്രാമീണ വനിതകൾക്കുവേണ്ടി അതേപേരിൽ തയ്യാറാക്കിയ സാക്ഷരതാ പുസ്തകത്തെ അടിസ്ഥാനമാക്കിയതാണ് ഈ സീരിയൽ. സ്ത്രീകളുടെ സാമൂഹ്യ സാമ്പത്തിക രാഷ്ട്രീയ പിന്നോക്കാവസ്ഥയെ ചൂണ്ടിക്കാണിക്കുകയും പാരമ്പര്യങ്ങൾ മാറ്റിമറിക്കുകയുമാണ് സീരിയിൽ കൊണ്ടുദ്ദേശിച്ചത്.

ഓരോ എപ്പിസോഡും പാരമ്പര്യത്തെ ചോദ്യം ചെയ്തുകൊണ്ട് മദരി ജാമുറ (തെരുവു മാന്ത്രികനും സഹായിയും) മാരെ അവതരിപ്പിക്കുകയാണ് സഫ്ദർ ചെയ്യുന്നത്. രണ്ടു വേഷവും സ്ത്രീകളാണ് അവതരിപ്പിക്കുന്നത്. ഓരോ എപ്പിസോഡും സ്ത്രീശാക്തീകരണ ഗാനത്തോടെ അവസാനിക്കുന്നു. ഓരോന്നിന്റെയും അവസാന ഷോട്ടിൽ ഉറപ്പും വിശ്വാസവും സ്ഫുരിക്കുന്ന ഒരു സ്ത്രീയുടെ മുഖം സമീപദൃശ്യമാണുണ്ടായിരുന്നത്. സീരിയലിനടിസ്ഥാനമാക്കിയ പ്രൈമർ ഉൾപ്പെടെ തലമറച്ച, തലകുനിച്ച കുടുംബിനികളും വീട്ടുജോലിക്കാരും മാത്രമാണ് ചിത്രീകരിച്ചിരുന്നത്. സഫ്ദർ ആ രീതിയെ മാറ്റിമറിച്ച് സ്ത്രീകളെ ചിന്തിക്കുന്ന ഉറച്ച വ്യക്തിത്വങ്ങളായി അവതരിപ്പിച്ചു. ഓരോ കഥാപാത്രവും. അനുയോജ്യമായ അഭിനേതാക്കൾ പകർന്നാടി. സെന്റർ ഫോർ ദ ഡെവലപ്മെന്റ് ആന്റ് ഇൻസ്ട്രക്ഷണൽ ടെക്നോളജി (CENDIT) യുടെ വിലയിരുത്തൽ പഠനത്തിലെ കണ്ടെത്തലിനെക്കുറിച്ച് അവിക് ഘോഷ് റിപ്പോർട്ട് ചെയ്യുന്നതിങ്ങനെ.

> സാമ്പിൾ ഗ്രാമത്തിലെ യുവതികൾ കൈകാര്യം ചെയ്ത ഓരോ കഥാപാത്രവും പ്രചോദനാത്മക മാതൃകകളായിരുന്നു. വൃദ്ധകഥാപാത്രം അവരുടെ തുറന്നടിക്കുന്ന രീതി അംഗീകരിക്കുന്നില്ലെങ്കിലും ഉയർത്തുന്ന പ്രശ്നങ്ങളുടെ അന്തസ്സത്ത അംഗീകരിക്കുന്നു. അർത്ഥവത്തായ മാറ്റങ്ങൾക്ക് ബോധപൂർവ്വകമായ ചിന്ത ആവശ്യമാണെന്ന് വരുത്തിത്തീർക്കാൻ സീരിയലിനു കഴിഞ്ഞു.

നിശ്ചിത സന്ദർഭങ്ങൾക്കുവേണ്ടി സഫ്ദർ ഗാനരചന നടത്തി. സഹോദരൻ സ്വതന്ത്രമായി കളിക്കുമ്പോൾ ഇളയ പെൺകുട്ടി വീട്ടുജോലി കളിൽ സഹായിക്കുന്നതാണ് ഒരു സന്ദർഭം. അക്ഷരമാല മറന്നുപോയ ഒരു സ്ത്രീ നിത്യജീവിതത്തിൽ ഉപയോഗിക്കുന്ന വസ്തുക്കളിലൂടെ അത് ഓർമ്മിച്ചെടുക്കുന്നതാണ് മറ്റൊരു രംഗം. ഇനിയൊരു സന്ദർഭത്തിൽ ഒരു സ്ത്രീ എല്ലാ കീഴ്വഴക്കങ്ങളെയും ലംഘിച്ചുകൊണ്ട് മേൽജാതി കിണറിൽ നിന്ന് വെള്ളം കോരിയതിന്റെ വിജയം ആഘോഷിക്കുന്നു. പഠിപ്പിക്കുന്നതിന് ചോക്കും ബ്ലാക്ക് ബോർഡും ഉപയോഗിക്കുന്നതിനു പകരം ചുള്ളികളും ബ്രഡും മണലും ധാന്യങ്ങളും കമ്പിയുമൊക്കെ അക്ഷരമെഴുതാൻ എങ്ങനെ പ്രയോജനപ്പെടുത്താമെന്ന് ഓരോ എപ്പി സോഡിലും കാണിക്കുന്നു. മാല പഠനോപകരണങ്ങൾ ഉണ്ടാക്കുന്നതു കണ്ടാണ് സഫ്ദർ ഇതൊക്കെ ചെയ്തത്. ഇവയിലൂടെ പഠനം രസാവഹമായൊരു പ്രക്രിയയായി, ഒപ്പം ഇൻസ്ട്രക്ടേഴ്സിന് പുതുമകൾ കണ്ടെത്തുന്നതിനുള്ള പ്രചോദനവും. ഗ്രാമത്തിൽ ഒരു മഹിളാ സംഘം രൂപീകരിച്ചാൽ അവിടെ ഭർത്താവിനാൽ ഉപേക്ഷിക്കപ്പെട്ടൊരു സ്ത്രീയെ മറ്റു സ്ത്രീകൾ ഉയർത്തിക്കൊണ്ടു വരുന്ന കഥ പറയുന്ന പാവക്കളി അവ തരിപ്പിക്കുന്നു. ഓരോ എപ്പിസോഡും പരസ്പര ശാക്തീകരണം, അവ കാശ സംരക്ഷണം, ജീവിത മാർഗ്ഗം കണ്ടെത്തൽ തുടങ്ങിയ വിഷയങ്ങൾ ചർച്ച ചെയ്യുന്നുണ്ട്.

> സംയോജന വിദ്യാഭ്യാസത്തിലുപരി സ്ത്രീകൾക്കു താല്പര്യം സാക്ഷരതയാണ്. അവരുടെ ചുറ്റിലും അത്തരം പ്രവർത്തന ങ്ങൾക്ക് നേതൃത്വം നല്കാൻ താല്പര്യപ്പെടുന്നു. സത്യത്തിൽ, ഇതിനോടകം തന്നെ അത്തരം സംഘ പ്രവർത്തനങ്ങൾക്ക് തുടക്കം കുറിച്ചും കഴിഞ്ഞു.

ഘോഷിന്റെ സർവ്വെ റിപ്പോർട്ടിൽ പറയുന്നു:

> ചുറുചുറുക്കും ധൈര്യവുമുള്ള കഥാപാത്രങ്ങളും നാടകീയ കഥാ സന്ദർഭങ്ങളും മെനഞ്ഞെടുക്കാനും തന്റെ രചനകൾ രസകരമാ ക്കാനും സഫ്ദർ ഏതു വിരസമായ വിഷയത്തിലും കലാപരമായ ഉത്സാഹം കുത്തിവെയ്ക്കാറുണ്ട്. സീരിയൽ മുന്നോട്ടു പോകുന്ന തിനനുസരിച്ച് നിരവധി ഗ്രാമീണ സ്ത്രീകൾ ആത്മവിശ്വാസവും സാമർത്ഥ്യവും വർദ്ധിച്ച് വളർന്നു കൊണ്ടിരുന്നു. ഒരു തയ്യൽക്കാ രന്റെ ഭാര്യയായ റാഷിദാ ഭായി പർദയിൽനിന്നു പുറത്തു വന്നു. നഗരങ്ങളിലെ സ്ത്രീകളും അവരുടെ ദുരവസ്ഥയ്ക്കെതിരെ പോരാട്ടം തുടങ്ങി. നഗര ഗ്രാമ വ്യത്യാസമില്ലാതെ സ്ത്രീകൾ സൗഹാർദ്ദത്തിലായി.

വർഗ്ഗ വർണ്ണ ലിംഗ സംഘടനകളാണ് നാടകത്തിൽ വിവരിക്കുന്നത്. ഇവിടെ പ്രതിയോ പ്രതിയോഗിയായ ഭൂഉടമയോ, പുരോഗമന ശക്തികളെ

പ്രതിനിധീകരിക്കുന്ന ആരോഗ്യപ്രവർത്തകൻ, സാക്ഷരതാ പ്രവർത്തകൻ, ആരോഗ്യ പ്രവർത്തകൻ, കർഷക തൊഴിലാളി സംഘടനകളായ കിസാൻസഭ, ഖേത്ത് മസ്ദൂർ യൂണിയൻ മുതലായവയ്ക്കു മേൽ കുറ്റം ചുമത്തുകയാണ്. വയോജന സാക്ഷരതാ പ്രസ്ഥാനം ഒരു ഉദ്യോഗസ്ഥ മേധാവിത്വ പ്രവർത്തനമല്ല അത് ഗ്രാമീണ വനിതകളെ സാമൂഹ്യ സാമ്പത്തികാടിച്ചമർത്തലുകളിൽ നിന്ന് കൈപിടിച്ചുയർത്തുന്ന ശാക്തീകരണ പരിപാടിയാണ്.

ബ്രസീലിയൻ മാർക്സിസ്റ്റ് എഴുത്തുകാരൻ പൗലോ ഫ്രെയറിന്റെ രചനകളെക്കുറിച്ച് സഫ്ദറിനറിയാം. ഫ്രയറിന്റെ പ്രസിദ്ധമായ ഗ്രന്ഥമാണ് 1970 ൽ ഇംഗ്ലീഷിൽ അച്ചടിച്ച *പെഡഗോഗി ഓഫ് ദി ഓപ്രസ്സ്ഡ് (അടിച്ചമർത്തപ്പെട്ടവന്റെ അദ്ധ്യാപനശാസ്ത്രം)*. ബോധവല്ക്കർത്താക്കൾ പാവപ്പെട്ട നിരക്ഷരരുടെ ബോധം വർദ്ധിപ്പിക്കാനുള്ള ഉപകരണമല്ല. വാസ്തവത്തിൽ ബോധവല്ക്കർത്താക്കൾ തന്നെ ആദ്യം ബോധവല്ക്കരിക്കപ്പെടുകയും യാഥാർത്ഥ്യങ്ങൾ മനസ്സിലാക്കുകയും വേണം. ഒരു സാധാരണ അദ്ധ്യാപകന് Plough (ഉഴുകുക) എന്ന പദം എങ്ങനെ എഴുതണമെന്നും ഉച്ചരിക്കണമെന്നും അറിയണമെന്നില്ല. ഒരു പാവം കർഷകന് Plough എന്ന് എഴുതാനും വായിക്കാനും അറിയില്ലെങ്കിലും അതുപയോഗിക്കാൻ മാത്രമല്ല അതു സംബന്ധമായ മണ്ണിനങ്ങൾ, വിളകൾ, സസ്യജാലം, കാലാവസ്ഥ, പാട്ടുകളും കഥകളുമുൾപ്പെടെ വിശാലമായ അറിവാണുള്ളത്. നിലവിലുള്ള ഘടനകളിൽ മാറ്റം ഉണ്ടാവണം. ഈ അവസ്ഥയിൽ നിന്ന് ഒരു സമൂഹം മാറണമെങ്കിൽ പുതുപുതു ജ്ഞാനങ്ങൾ സൃഷ്ടിക്കുന്നതിനുള്ള പ്രവർത്തനങ്ങളുണ്ടാകണം. അതിന് അടിച്ചമർത്തപ്പെട്ടവർ അദ്ധ്യാപകരായി മാറണം.

അടിച്ചമർത്തലിന്റെ ഘടന തുറന്നു കാട്ടുന്നതുകൊണ്ടുമാത്രം രൂപാന്തരണത്തിലേക്ക് തനിയെ നയിക്കുന്നില്ല. അതിന് സാമൂഹ്യ രാഷ്ട്രീയ പ്രസ്ഥാനങ്ങളുണ്ടാവണം. സമൂഹത്തിന്റെ പരിവർത്തനത്തിൽ അത്തരം പ്രസ്ഥാനങ്ങൾ നിർണ്ണായക പങ്കുവഹിക്കുന്നു. തന്റെ തിയേറ്റർ പ്രവർത്തനങ്ങളിലൂടെയും പൗലോ ഫ്രെയറിയുടെ രചനകൾ വായിച്ചതിലൂടെ സഫ്ദർ ശരിക്കും ഇക്കാര്യം മനസ്സിലാക്കിയിട്ടുണ്ട്. അതുകൊണ്ട് സഫ്ദറുടെ രചനയിലെ ജന്മിയും പാവപ്പെട്ടവനും തമ്മിലുള്ള സംഘട്ടനം വെറുമൊരു ദുരന്തമല്ല മാറ്റത്തെ ശക്തിപ്പെടുത്തലാണ്, എന്തുകൊണ്ടെന്നാൽ ഇവിടെ കിസാൻ സഭയും ഖേത്ത് മസ്ദൂർ യൂണിയനും പാവപ്പെട്ടവരെ സംഘടിപ്പിക്കുന്നുണ്ട്. കിൽതി കല്യാണിന്റെ ചില എപ്പിസോഡുകൾ യുട്യൂബിൽ ലഭ്യമാണ്. അവ നിർബ്ബന്ധമായും കാണേണ്ടതാണ്. യുവതിയായ സീമ ബിശ്വാസ് കേന്ദ്രകഥാപാത്രത്തെ അവതരിപ്പിക്കുന്നത് നിങ്ങൾക്ക് കണ്ടാസ്വദിക്കാം. 'കിസാൻ സഭ സിന്ദാബാദ്' 'ഖേത്ത് മസ്ദൂർ യൂണിയൻ സിന്ദാബാദ്' എന്നീ മുദ്രാവാക്യങ്ങൾ വായിച്ചു രസിക്കാം. ഒരു ചുവരിലെഴുതിയ ആ മുദ്രാവാക്യങ്ങളെ സർക്കാരും യു എൻ ഏജൻസിയും ചേർന്ന് നിർമ്മിച്ച് ദേശീയ ചാനൽ പ്രേക്ഷണം ചെയ്ത ടെലിവിഷൻ ഷോയിലും ഉൾപ്പെടുത്തിയിരിക്കുന്നു.

ഇത്തരത്തിൽ സാക്ഷരതാ പ്രസ്ഥാനത്തെ രൂപകല്പന ചെയ്തത് സഫ്ദർ മാത്രമായിരുന്നില്ല. 1980 കളിൽ സാക്ഷരതാ പ്രവർത്തനത്തിൽ ഏർപ്പെട്ടിരുന്ന എല്ലാ മൗലിക കമ്യൂണിസ്റ്റ് ആക്ടിവിസ്റ്റുകളും ലിംഗ ചൂഷണത്തിനെതിരെയുള്ള പോരാട്ടം അന്ധവിശ്വാസം, ജന്മിത്തം, ജാതി, വൃത്തികെട്ട സാമൂഹ്യാചാരങ്ങൾ, ഗോത്രഭരണരീതി എന്നിവക്കെതിരെ പോരാടാനുള്ള വഴിയായി സാക്ഷരതയെ കാണുകയും പങ്കുവയ്ക്കുകയും ചെയ്തു. അത് യുക്തിയും ശാസ്ത്രീയതയും നീതിയും സമത്വവുമുള്ളൊരു സമൂഹത്തിനുവേണ്ടിയുള്ള പോരാട്ടമാണ്.

ഒരു സ്വകാര്യം കൂടെ എഴുതിക്കോട്ടെ. കിൽതി കല്യാണിൽ കലുവ എന്ന ഭൂരഹിത കർഷകന്റെ വേഷം അഭിനയിച്ചിരുന്നു. ആദ്യ എപ്പിസോഡിന്റെ അന്ത്യത്തിൽ വരുന്ന ആ കഥാപാത്രം തുടർന്നുള്ള ഭാഗങ്ങളിൽ വികസിച്ചുകൊണ്ടിരുന്നു. റൊമാന്റിക് സ്വഭാവമുള്ള ഒരു കഥാപാത്രം. നിങ്ങൾ ആ എപ്പിസോഡ് കണ്ടാൽ കലുവായുടെ പിന്നിൽ വെളിച്ചം കൊടുത്ത് ലോങ് ഷോട്ടിൽ ചിത്രീകരിച്ചിരുന്നതായി കാണാം. ആ ഷോട്ടിൽ എനിക്കുപോലും എന്നെ തിരിച്ചറിയാനാവുന്നില്ല. എന്താണു കാരണം? ഞാൻ വീണ്ടും വീണ്ടും സംഭാഷണം തെറ്റിച്ചു കൊണ്ടിരുന്നു. സഫ്ദർ പല രീതിയിൽ ശ്രമിച്ചെങ്കിലും എനിക്ക് രണ്ട് വാചകങ്ങൾ തെറ്റു കൂടാതെ പറയാൻ കഴിഞ്ഞില്ല. രണ്ടു മണിക്കൂറോളം അത് ഷൂട്ടിങ്ങിനെ ബാധിച്ചു. ഒടുവിലാണ് എന്റെ പിന്നിൽ നിന്നുള്ള ലോങ് ഷോട്ടെടുക്കാൻ ഗേർവാൾ നിർബ്ബന്ധിതനായത്. ആ രണ്ട് വരികളും ഞാൻ പ്രത്യേകം റെക്കോർഡ് ചെയ്യുകയായിരുന്നു. തുടർന്നുള്ള എപ്പിസോഡുകളിൽ ആ കഥാപാത്രം ഉണ്ടായിരുന്നില്ല. അക്കാര്യം ചോദിച്ചപ്പോൾ സഫ്ദറിന്റെ മറുപടി "കഥ മാറ്റി, പ്രണയഭാവം എടുത്തു കളയാൻ തീരുമാനിച്ചു." ഞാനദ്ദേഹത്തെ വിശ്വസിച്ചു.

സഫ്ദറിന്റെ എക്കാലത്തെയും മികച്ച ഗാനമാണ് പഠ്നാ ലിഖ്നാ സീഖോ (എഴുതാനും വായിക്കാനും പഠിക്കൂ). അത് നാഷണൽ ലിറ്ററസി മിഷനുവേണ്ടി (NLM) എഴുതിയതെന്നാണ് ഘോഷ് പറയുന്നത്. മാലയുടെ അഭിപ്രായത്തിൽ ആ ഗാനം കിൽതി കല്യാണിനുവേണ്ടി സഫ്ദർ സ്വന്തം ഇഷ്ടപ്രകാരം എഴുതിയത് എന്നാണ്. എന്തായാലും പ്രസ്തുത ഗാനം എൻ എൽ എമ്മിന്റെ തീം സോങ്ങായി അംഗീകരിച്ച് അനേക ഭാഷകളിലേക്ക് മൊഴിമാറ്റി അവതരിപ്പിച്ചു. ബ്രഹ്തിന്റെ *മദർ* എന്ന നാടകത്തിലെ പ്രെയ്സ് ഓഫ് ലേണിംഗ് എന്ന ഗാനത്തെ അനുകരിച്ചാണ് ഈ ഗാനം എഴുതിയത്. ഈ ഗാനം പഠിക്കുകയും പാടുകയും ചെയ്തത് ഹിന്ദി സംസാരിക്കുന്ന പ്രദേശങ്ങളിലെ ജനങ്ങൾ മാത്രമല്ല, ദശലക്ഷക്കണക്കിന് ശ്രോതാക്കളെ ആകർഷിച്ചുകൊണ്ട് ദൂരദർശൻ സംപ്രേഷണവും ചെയ്തിരുന്നു.

പാട്ടിലെ രാഷ്ട്രീയം പരമ്പരാഗത സമ്പ്രദായങ്ങളെ ചോദ്യം ചെയ്യുന്നതാണ്. ചിലരിൽ നിന്ന് എതിർപ്പുകളും ഉയർന്നു വന്നു. അവരിൽ വയോജന വിദ്യാഭ്യാസ ഡയറക്ടറേറ്റിലെ ഉദ്യോഗസ്ഥന്മാരും ഉണ്ടായിരുന്നു. അവ

രുടെ അഭിപ്രായത്തിൽ മയൂ ഹു ഡൈ ഓഫ് ഹങ്കർ (പട്ടിണി കൊണ്ട് മരിക്കുന്നവർ) എന്നത് സർക്കാരിന്റെ വിശപ്പുരഹിത പ്രസ്ഥാനത്തിനു വിരുദ്ധമാണ്. അതുകൊണ്ട് എതിർപ്പുണ്ടായ വരി ഒഴിവാക്കി ആദ്യ വരി ആവർത്തിച്ചുകൊണ്ടാണ് സംപ്രേഷണം ചെയ്തത്. സെൻസർ ചെയ്യപ്പെടാത്ത ഗാനത്തിന്റെ ചില ഭാഗങ്ങൾ ചുവടെ ചേർക്കുന്നു.

Read, the worker's slogan on the wall
Read, what the poster says, for it too is a friend
Learn to break the shackless of superstition
Read, books says the whole world is yours
Learn, if toilers are to win rights
Learn if you are to run the country is your own interest

മൂഢന്മാരായ ഉദ്യോഗസ്ഥമേധാവികൾ ദാരിദ്ര്യവും വിശപ്പും മാത്രം പറഞ്ഞ് വിമർശിച്ചതല്ലാതെ മുതലാളിത്തം, ലിംഗചൂഷണം, സോഷ്യലിസ്റ്റ് വിപ്ലവം തുടങ്ങിയവയെപ്പറ്റി ശ്രദ്ധിച്ചതേയില്ല. സമ്പൂർണ്ണ സാക്ഷരതായജ്ഞം ഉൾപ്പെടെ സാക്ഷരതയുമായി ബന്ധപ്പെട്ട പ്രവർത്തനങ്ങളിലേർപ്പെട്ടിരിക്കുന്നവരും ഭാരത് ഗ്യാൻ സമിതി (Bharat Gyan Samiti)യിലെ ആക്ടിവിസ്റ്റുകളുൾപ്പെടെയുള്ളവരും പഢ്നാ ലിഖ്നാ സീഖോ സ്വാഭാവികമായും സ്വീകരിച്ചു. ഡൽഹി മുനിസിപ്പൽ സ്കൂളുകളിലെ വിദ്യാർത്ഥികളെ ആ ഗാനം പഠിപ്പിച്ചു. ഈ ഗാനത്തിന്റെ മേന്മയെന്നു പറയുന്നത് സർക്കാരിനും ജനങ്ങൾക്കും ഒരുപോലെ സ്വീകാര്യമായി എന്നതാണ്. സർക്കാർ സംപ്രേഷണം ചെയ്ത ഒരു പാട്ടിന് മികച്ച പ്രശസ്തി കിട്ടുന്നതിനു ഉദാഹരണമായി ഈ ഗാനം മാറി.

ഡോക്യുമെന്ററികൾക്കും സഫ്ദർ ഗാനങ്ങൾ എഴുതിയിട്ടുണ്ട്. 1985 ജാമിയ മിലിയ ഇസ്ലാമിയയിൽ പുതുതായി ആരംഭിച്ച മാസ് കമ്യൂണിക്കേഷൻ റിസേർച്ച് സെന്ററി (MCRC) ലെ ആറ് ഗ്രാജ്വേറ്റ് വിദ്യാർത്ഥികൾ ഒരു സിനിമ നിർമ്മിക്കുന്നതിനു വേണ്ടി വന്നു. ഷികാ ജഹിൻഖാൻ, സബിന ജിൻഗാൻ, സബിന ഗഡിഹോഗെ, സാബിനി കിഡ്വൈ, രൻജനി മജുംദാർ, സോഹിനി ഘോഷ്, ചാരു ഗാർഗി എന്നിവരാണവർ. ഇന്ത്യയിലെ ആദ്യ സംയുക്ത ഡോക്യുമെന്ററി സംരംഭമായിരിക്കാം അത്. മുഴുവൻ പേരും പെൺകുട്ടികളായിരുന്നുവെന്നത് ശ്രദ്ധേയം. ഇൻ സെക്യുലർ ഇന്ത്യ (1986), ഫ്രം ദി ബേണിംങ് എംബോർഡ് (1988), ഹൂസ് കൺട്രി ഈസ് ഇറ്റ് എനിവേ (1991) എന്നിങ്ങനെ മൂന്നു ഡോക്യുമെന്ററികൾ അവർ നിർമ്മിച്ചു.

സോഹിനി, (Sohini) സഫ്ദർ വെസ്റ്റ് ബംഗാൾ ഇൻഫർമേഷൻ ബ്യൂറോയിലായിരുന്നപ്പോൾ ഫിലിം കാനുകൾ നല്കി ഷബാനു ജഡ്ജ്മെന്റും അതിന്റെ പരിണത ഫലങ്ങളും അധികരിച്ചുണ്ടാക്കിയ ഇൻ സെക്കുലർ ഇന്ത്യ എന്ന സിനിമയെക്കുറിച്ചോർക്കുന്നു. എം സി ആർ സി സ്ഥാപകനായ അൻവർ ജമാൽ കിഡ്വായുടെ പ്രചോദനവും പ്രോത്സാഹനവും കൊണ്ടുണ്ടായ ഒരു വിദ്യാർത്ഥി പ്രോജക്ടായിരുന്നു

അത്. എന്നാൽ യൂണിവേഴ്സിറ്റി മുസ്ലീം വിമെൻസ് ബില്ലിൽ വ്യത്യസ്ത നിലപാടെടുത്തതുമൂലം അതിനെ ഒരു സ്വതന്ത്ര ചിത്രമാക്കി മാറ്റേണ്ടതായി വന്നു. മൈക് പാണ്ഡേയെപ്പോലുള്ള സ്വതന്ത്ര സിനിമാക്കാരുടെ പിന്തുണ നേടാൻ എ ജെ കിഡ്വായ് സഹായിച്ചു. ഷൂട്ടിങ് പൂർത്തിയായി പിരിഞ്ഞപ്പോൾ മുസ്ലീം വിമെൻസ് ബില്ലിന്റെ അനന്തരഫലങ്ങൾ അനുഭവിക്കേണ്ടിവന്ന അഗതിയായ ഒരു മുസ്ലീം സ്ത്രീയുടെ യാത്ര ചിത്രീകരിക്കാൻ പറ്റിയൊരു പാട്ടെഴുതാൻ സഫ്ദറിനോടാവശ്യപ്പെട്ടു. മുമ്പെങ്ങും തന്റെ നാടകത്തിലോ, സീരിയലിലോ അത്തരം ഗാനങ്ങൾ എഴുതിയിട്ടില്ലെന്നു പറഞ്ഞ് അവരുടെ ആവശ്യം നിഷേധിച്ചു. ഞങ്ങൾ പലവട്ടം നിർബ്ബന്ധിച്ചു. ഒടുവിൽ ഫിലിമിന്റെ അന്തസ്സത്ത മുഴുവനും ഉൾക്കൊള്ളുന്ന അതിമനോഹരമായൊരു ഗാനം എഴുതി. രണ്ടു മൂന്നു ദിവസത്തെ കഠിന ശ്രമത്തിനൊടുവിൽ പെട്ടെന്നത് എഴുതിത്തീർത്തതായി രൺജാനി ഓർക്കുന്നു. ഗാനം സഫ്ദറിലേക്ക് ഒഴുകി വരുകയായിരുന്നു. ഞങ്ങളെല്ലാവരും എം സി ആർ സി യിലിരുന്ന് ഫൈനൽ പ്രോജക്റ്റ് പൂർത്തിയാക്കുമ്പോൾ തൊട്ടപ്പുറത്ത് കട്ടൻ ചായയും നുണഞ്ഞിരുന്ന് ഗാനരചന നടത്തുകയായിരുന്നു സഫ്ദർ. *രൂപ്കൻവാർ എസ് ഡിയോറാല*യിലെ 'സതി' സംഭവത്തെ അടിസ്ഥാനമാക്കിയ *ഫ്രം ബേണിംങ്ങ് എംബേർസ്* (1988) എന്ന രണ്ടാമത്തെ സിനിമയ്ക്കു വേണ്ടിയും മൂന്ന് ഈടുറ്റ ഗാനങ്ങളെഴുതി. സതി സംബന്ധിച്ച് ഫിലിമിനുവേണ്ടി ഒരു നാടകം കളിച്ചു. ആ നാടകം കാളിന്ദി ദേശ്പാണ്ഡെ രചിക്കുകയും മാല, രൂപ് കൻവാർ ആയി അഭിനയിക്കുകയും ചെയ്തു.

എം സി ആർ സിയിലെ ഒരു "സ്ഥിരം സാന്നിദ്ധ്യ"മായി സഫ്ദർ മാറിയത് സോഹിനി ഓർക്കുകയാണ്. ഭോപ്പാൽ ദുരന്തത്തിന്റെ അടിസ്ഥാനത്തിൽ രൺജാനി ഒരു സ്റ്റുഡിയോ എക്സർസൈസ് നടത്തി. ഡൽഹി സയൻസ് ഫോറത്തിലെ പ്രാബിർ പാർകായസ്ഥയും സഫ്ദറും അതിൽ അതിഥികളായി സംസാരിച്ചു. അദ്ദേഹം എം സി ആർ സിയിൽ ഒരു വർഷക്കാലം സ്ട്രീറ്റ് തിയേറ്റർ മൊഡ്യൂൾ പഠിപ്പിച്ചു. 1993-94 ൽ മാല ആ വിഷയം ഒരു വർഷക്കാലം കൈകാര്യം ചെയ്തതിനുശേഷം പത്തുവർഷം ഞാനായിരുന്നു ആ വിഷയം പഠിപ്പിച്ചിരുന്നത്. 1987 ൽ പ്രസ് ട്രസ്റ്റ് ഓഫ് ഇന്ത്യ ടെലിവിഷൻ വിങ്ങിനുവേണ്ടി (PTI-TV) പാൻഞ്ച് മിനിട്ട് എന്നൊരു സീരീസ് സഫ്ദർ തയ്യാറാക്കിയിരുന്നു. എഴുത്തും സാക്ഷാൽക്കാരവും നിർവ്വഹിച്ചതും അദ്ദേഹം തന്നെ. അഞ്ചു മിനിറ്റ് ദൈർഘ്യമുള്ള ഈ ഫിക്ഷന്റെ ഓരോ എപ്പിസോഡിലും ഓരോ കഥയും ഒരു അതിഥി നടനും ഉണ്ടായിരുന്നു. ഒരു കുടുംബത്തെ ചുറ്റിപ്പറ്റിയായിരുന്നു കഥ. 1987 ൽ ജെ എൻ യുവിനടുത്തുള്ള Munirka യിലെ ഫ്ളാറ്റിൽ വച്ച് ആദ്യ എപ്പിസോഡ് ചിത്രീകരിക്കുമ്പോൾ ഞാനുമുണ്ടായിരുന്നു. ഷൂട്ടിങ് എങ്ങനെയാണെന്ന് കാണാൻ താല്പര്യമുണ്ടെങ്കിൽ പങ്കെടുക്കാൻ സഫ്ദർ പറഞ്ഞതനുസരിച്ച് അത്യാവശ്യങ്ങളിലല്ലാത്ത അവസരങ്ങളിൽ ഞാൻ പങ്കെടുത്തു. ഒറ്റ രാത്രികൊണ്ട് ഷൂട്ടിങ്ങും അടുത്ത പകൽ കൊണ്ട്

എഡിറ്റിങ്ങും പൂർത്തിയാക്കാൻ സഫ്ദർ 24 മണിക്കൂർ കഠിനാദ്ധ്വാനം ചെയ്തു. ഇത്തരത്തിൽ നീണ്ട സമയം ഇടവേളയില്ലാതെ പ്രവർത്തിക്കുന്നവരെ ഞാനെന്റെ ജീവിതത്തിൽ കണ്ടിട്ടില്ല. മാതാപിതാക്കളും രണ്ടു മക്കളും ഒരു മുത്തശ്ശിയും അടങ്ങുന്ന കുടുംബകഥയായിരുന്നു ചിത്രമെന്ന് ഞാനോർക്കുന്നു. അച്ഛനോടൊപ്പം കളിക്കുന്ന മനീഷ് മകനും ലൗലീൻ മിശ്ര മകളുമാണ്. മുതിർന്നവരുടെ വികാരങ്ങൾ സമൂഹത്തിന് ശല്യമാകുന്നു എന്നതാണ് ആദ്യ എപ്പിസോഡിലെ പ്രശ്നം. അതിലെ അതിഥി വീരേന്ദ്ര സക്സേന. ഭീഷ്മ സാഹിനിയുടെ *തമസ്* എന്ന സീരിസിനെ അടിസ്ഥാനമാക്കി ഗോവിന്ദ് നിഹലാനി ഒരുക്കിയ സീരീസിലെ ജാർമിൽ സിങ്ങിനെ അനശ്വരമാക്കിയ നടനാണ് സക്സേന. തിയേറ്റർ പ്രവർത്തനങ്ങളിലൂടെ അദ്ദേഹത്തെ സഫ്ദറിന് നേരത്തെ അറിയാമായിരുന്നു. പൈലറ്റ് എപ്പിസോഡ് അംഗീകരിച്ചെങ്കിലും തുടർന്ന് നിർമ്മാണം നടന്നില്ല.

1985 മുതൽ 1988 വരെ വീഡിയോ രംഗങ്ങളിലായിരുന്നു സഫ്ദർ. ഈ മൂന്നു വർഷക്കാലം ഗാനരചയിതാവ്, ഡബ്ബിങ് ആർട്ടിസ്റ്റ്, സ്ക്രിപ്റ്റ് എഴുത്തുകാരൻ എന്നീ നിലകളിൽ 13 ഡോക്യുമെന്ററികളിൽ പ്രവർത്തിച്ചു. അവയൊക്കെ ദൂരദർശൻ സംപ്രേഷണം ചെയ്തു. ഇവയിൽ അഞ്ചു മിനിറ്റ് ലഘുചിത്രങ്ങളായ ചാർലി ചാപ്ലിൻ, ആൽബർട്ട് ഐൻസ്റ്റീൻ, ജവഹർലാൽ നെഹ്റു, ഷേക്സ്പിയർ തുടങ്ങിയവരെക്കുറിച്ചും വന്യജീവി ഫിലിംഫെസ്റ്റിവലിനു വേണ്ടിയുള്ള വിവിധ വിഷയങ്ങൾ, ഊർജ്ജം, ലോകസമാധാനം, ഗ്രാമീണ ഭാരത്, ഇന്ത്യയുടെ ഒന്നാം സ്വാതന്ത്ര്യസമരം മുതലായവയെ വിഷയമാക്കിയുള്ള ചിത്രങ്ങളും ഉൾപ്പെടുന്നു. ഇവയ്ക്കു പുറമെ ധാരാളം ഡോക്യുമെന്ററികൾക്ക് ശബ്ദം പകരുകയും ചെയ്തു. ഒപ്പം കമ്യൂണൽ ഹാർമണി കമ്മിറ്റിക്കുവേണ്ടി കമ്യൂണൽ ഹാർമണി സംബന്ധിച്ച് മിൽ കെ ചലോ, ഡൽഹി സയൻസ് ഫോറത്തിനുവേണ്ടി റോഗ് പുരുൺ എന്നീ ഡോക്യുമെന്ററികളും സംവിധാനം നിർവ്വഹിച്ചു.

ജപ്പാനിൽ ആരംഭിച്ച് യു എസിലും യൂറോപ്പിലും 1970 കളിൽ വ്യാപിച്ച ഹോം വീഡിയോ അഥവാ വി എച്ച് എസ് ടെക്നോളജിയുടെ പ്രാരംഭകാലത്ത് ആയിരുന്നു ഇവയുടെയൊക്കെ നിർമ്മാണം. വളരെ പെട്ടെന്നു തന്നെ, സാങ്കേതിക വിദ്യയുടെ മുന്നേറ്റത്തിലൂടെ വീഡിയോ ഒരു ഉപഭോഗ വസ്തുവുമായി മാറി. കൊണ്ടുനടക്കാൻ സൗകര്യമുള്ളതും ചെലവു കുറഞ്ഞതുമായ ക്യാമറകൾ, റിക്കോർഡ് ചെയ്യാനും സൂക്ഷിച്ചു വയ്ക്കാനും കഴിയുന്ന ടേപ്പുകൾ തുടങ്ങിയ സൗകര്യങ്ങളാണ് പ്രധാനമായും ഉണ്ടായത്. ഐ പി ടി എയുടെ ആദ്യതലമുറയിൽപ്പെട്ട പ്രമുഖരെല്ലാം സിനിമയിൽ വൻപ്രേക്ഷകരെ കിട്ടുമെന്നു കരുതി ബോംബെ സിനിമാ മേഖലയിലേക്കു കുടിയേറി, ഇടതുപക്ഷ സാംസ്കാരിക ആക്ടിവിസ്റ്റുകളെല്ലാം ഈ സാങ്കേതിക മാറ്റത്തെ ഉൾക്കൊള്ളുമെന്ന് സഫ്ദറും വിശ്വസിച്ചു. ഈ സാഹചര്യങ്ങൾ വച്ചുകൊണ്ട് തൊഴി

ലാളി വർഗ്ഗ അയൽക്കൂട്ടങ്ങളുണ്ടാക്കി അവിടെ സാംസ്കാരിക കേന്ദ്രം സ്ഥാപിക്കുക എന്നതായിരുന്നു സഫ്ദറിന്റെ സ്വപ്നം. അന്നത് സാധിച്ചില്ലെങ്കിലും പിന്നീടതു സംഭവിച്ചു.

1988 – പാകിസ്ഥാൻ

കുട്ടിയായിരിക്കുമ്പോൾ സഫ്ദർ കുടുംബക്കാരെ കാണാൻ പാകിസ്ഥാനിൽ പോയിരുന്നു. പാസ്പോർട്ട് ഇല്ലാതിരുന്നതു കാരണം മുതിർന്നതിനു ശേഷം പോയിട്ടില്ല. അതിന്റെ ആവശ്യം ഉണ്ടായിട്ടുമില്ല. 1987 ഡിസംബറിൽ അദ്ദേഹത്തിന് കമലാഭാസിനിന്റെ ഒരു കത്ത് ലഭിച്ചു. 1988 ഫെബ്രുവരി 6 മുതൽ 11 വരെ ലാഹോറിൽ നടക്കുന്ന തിയേറ്റർ വർക്ക് ഷോപ്പിൽ പങ്കെടുക്കുന്നതിനുള്ള ക്ഷണമായിരുന്നു. അതിനായി പെട്ടെന്നു തന്നെ പാസ്പോർട്ട് തരപ്പെടുത്തി. പ്രതിനിധികളെല്ലാവരും ഫെബ്രുവരി 6 മുതൽ 13 വരെ ഫായിസ് മേളയിൽ താമസിക്കണമെന്നും കത്തിൽ പറഞ്ഞിരുന്നു.

63 കാരനായ ബാദൽ സർക്കാരായിരുന്നു ഏറ്റവും പ്രായമേറിയ ഇന്ത്യൻ പ്രതിനിധി. അതിനു താഴെ രവി ബാർത്തലോമിയോ (59) അനുരാധ കപൂർ (37), മായറാവു (34), സഫ്ദർ (33).

വർക്ക്ഷോപ്പിന്റെ ഏതാണ്ടെല്ലാ ഭാഗവും വീഡിയോയിൽ പകർത്തി. അതിലെ ചില ഭാഗങ്ങൾ, സഫ്ദർ അത്യുച്ചത്തിൽ നിലവിളിക്കുന്ന അത്യന്തം രസകരമായ സന്ദർഭം, ശശികുമാർ സിനിമയിൽ ഞാൻ കണ്ടു. പിന്നീട് ലളിത് വചാനി ജനത്തെക്കുറിച്ച് നിർമ്മിച്ച ചിത്രത്തിലും ഇതേ ഭാഗമുൾപ്പെടെ ചേർത്തിരുന്നു.

ഈ വർക്ക്ഷോപ്പ് വീഡിയോ കാണാൻ അതിമനോഹരമായിരുന്നു. അവിടെ ഇന്ത്യക്കും പാകിസ്ഥാനുമിടയിൽ അതിരുകളില്ല. അവർ കാഴ്ചയിൽ ഒരുപോലെ, ഒരേ സ്വഭാവം, ഒരേ സംസാര ഭാഷ. പരമാവധി സിഗററ്റു പുകയ്ക്കൽ. പാകിസ്ഥാൻ തിയേറ്ററിനെക്കുറിച്ചു പഠിക്കാൻ വന്നവരെന്ന നിലയിൽ പലപ്പോഴും ഇന്ത്യക്കാർക്ക് പ്രാധാന്യം കൊടുക്കുകയും അവരെ അദ്ധ്യാപകരായി കണക്കാക്കുകയും ചെയ്തു. ഭാഗ്യത്തിന് ഏതൊരു പാകിസ്ഥാനിയെക്കാളും ഇന്ത്യാക്കാർക്കായിരുന്നു കൂടുതൽ തിയേറ്റർ പരിചയം. പാകിസ്ഥാനികളെ മാത്രം ഉൾപ്പെടുത്തി ഒരു ദീർഘനേര സെഷൻ ബാദൽ സർക്കാർ കൈകാര്യം ചെയ്തു. അദ്ദേഹം തന്റെ തിയേറ്റർ അനുഭവങ്ങൾ പങ്കുവച്ചു. ശരീരത്തെ നാടകത്തിൽ എങ്ങനെ പ്രയോജനപ്പെടുത്താമെന്ന് പാകിസ്ഥാൻ നടന്മാരെ പ്രയോഗിച്ചു കാണിച്ചു വിവരിച്ചു കൊടുത്തു.

തുറന്ന സംവാദവും മൃദുവിമർശനവുമുൾപ്പെടെ തുറന്ന പ്രവർത്തന രീതിയായിരുന്ന ക്യാമ്പിന്റെ പൊതുസ്വഭാവം. ഇന്ത്യക്കാരിൽ ബാദൽ സർക്കാർ മിക്കവാറും നിശ്ശബ്ദനായി ഒതുങ്ങിക്കൂടുന്ന പ്രകൃതക്കാരനാണ്. മിക്കപ്പോഴും എല്ലാം നിരീക്ഷിച്ചുകൊണ്ടിരിക്കും. എന്നാൽ വർക്ക്ഷോപ്പ് നയിക്കുമ്പോൾ എല്ലാ അർത്ഥത്തിലും സജീവമായൊരു അദ്ധ്യാപകനായി

മാറും. രവി ബാർത്തലോമിയോ വിചാരിച്ചത്ര വാചാലയായിരുന്നില്ലെങ്കിലും ക്ലാസുകൾ സശ്രദ്ധം വീക്ഷിച്ച് നീണ്ട റിപ്പോർട്ടുകൾ തയ്യാറാക്കുന്നതിലായിരുന്നു താല്പര്യം. അനുരാധ കപൂർ ചുരുങ്ങിയ മൂർച്ചയേറിയ ഇടപെടൽകൊണ്ട് ശ്രദ്ധേയമായി. മായാറാവുവും സഫ്ദറുമായിരുന്നു ക്യാമ്പിലെ ഏറ്റവും ചുറുചുറുക്കുള്ള അംഗങ്ങൾ. നോട്ടെഴുതുന്നതിലും മറ്റുള്ളവരുടെ പോയിന്റുകൾ സൂക്ഷ്മതയോടെ ശ്രദ്ധിക്കുന്നതിലും ചോദ്യങ്ങൾ ചോദിച്ചും അഭിപ്രായങ്ങൾ പറഞ്ഞും സ്വാനുഭവങ്ങൾ പങ്കുവച്ചും ശ്രദ്ധാകേന്ദ്രമാകുന്നതിൽ അവർ വിജയിച്ചു. ലാഹോറിലെ അവരുടെ ആതിഥേയൻ നികാത് സയിദ് ഖാൻ കമലാ ഫാസിനൊപ്പമാണ് വർക്ക്ഷോപ്പിൽ പങ്കെടുത്തത്. അവസാന സെഷനിൽ, ഭാവിയിലവതരിപ്പിക്കാൻ പറ്റിയ ഒരു പരിപാടിയുണ്ടാക്കുന്നതിനെക്കുറിച്ച് നിർദ്ദേശം വച്ചു. സഫ്ദർ അതിനൊരു വിശദീകരണം നല്കിയതിങ്ങനെ:

> ഞാനിവിടെ വന്നത് ഏതെങ്കിലും പരിപാടിയുടെ ഭാഗമാകാനല്ല. പാകിസ്ഥാനി തിയേറ്റർ പ്രവർത്തകരുമായി പരസ്പരം സഹകരിച്ച് പ്രവർത്തനം നടത്താനാണ്. അതെനിക്ക് ഭംഗിയായി ചെയ്യണം. ഞാനൊരു സംഘത്തെ പ്രതിനിധീകരിക്കുന്നു. ഒരു പരിപാടി വരുമ്പോൾ എനിക്കവരുമായി സംസാരിച്ച് അഭിപ്രായം അറിയണം. മുൻകൂട്ടി തയ്യാറാക്കിയ ഒരു പരിപാടിയായതിനാൽ അതെന്തായിരിക്കുമെന്ന് അറിയാൻ എനിക്ക് താല്പര്യമുണ്ട്.

'ഫ്രീ തീയേറ്റർ' എന്നതിനെക്കുറിച്ച് ബാദൽ സർക്കാർ വിശദീകരിക്കുമ്പോൾ തിയേറ്റർ പ്രവർത്തനത്തിന്റെ പ്രായോഗികതയും അതിനാവശ്യമായ സാധന സാമഗ്രികൾ ശേഖരിക്കാവുന്ന രീതികളും ചർച്ചാവിഷയമായി. മികച്ച തിയേറ്റർ പ്രവർത്തകയും വനിതാവകാശ ആക്ടിവിസ്റ്റുമാകാൻ ആഗ്രഹിക്കുന്ന 32 കാരിയായ മദീഹ ഗൗഹർ എന്ന പാകിസ്ഥാൻ തിയേറ്റർ പ്രവർത്തക ക്യാമ്പിലുടനീളം തങ്ങളുടെ ഗ്രൂപ്പിനെക്കുറിച്ചായിരുന്നു ചർച്ച. Ajoga എന്നതാണ് അവരുടെ സംഘ നാമം. അവരുടെ ഭർത്താവും സഹപ്രവർത്തകനുമായ ഷാഹിദ് നദീം മിതഭാഷിയും നിശബ്ദനുമാണ്. വല്ലപ്പോഴും ഇടപെടൽ നടത്തുന്ന, കുറച്ചു ചോദ്യങ്ങൾ ചോദിക്കുന്ന കലാകാരൻ. പഞ്ചാഹ് ലോക് റെസിന്റേയും സാഞ്ചിന്റെയും പ്രതിനിധികളും അവരുടെ അനുഭവങ്ങൾ പങ്കുവച്ചു.

വർക്ക്ഷോപ്പിലെ ഏറ്റവും മികച്ച ഭാഗം ഇന്ത്യക്കാരുടെ തിയേറ്റർ വർക്കിന്റെ ക്രാഫ്റ്റിനെക്കുറിച്ചും അതെങ്ങനെ രാഷ്ട്രീയവുമായി സമന്വയിപ്പിക്കുന്നു എന്നുമുള്ള വിശദീകരണമായിരുന്നു.

അനുരാധയും മാലയും സഫ്ദറുൾപ്പെടെയുള്ള വളണ്ടിയർമാരുടെ സഹായത്തോടെ സ്വാഹയിലെ രണ്ട് സീനുകൾ അംഗങ്ങൾക്കുവേണ്ടി അരങ്ങേറി. തുടർന്ന് അതിന്റെ സാങ്കേതിക വിശദീകരണമായിരുന്നു. സ്ത്രീ അനുഭവങ്ങള വിശദീകരിച്ചു. നിശ്ശബ്ദതയും നെടുവീർപ്പുകളും ശബ്ദായമാനമാക്കുന്ന രീതിയും അതുവഴിയുണ്ടാകുന്ന ശ്രദ്ധയും വെളി

പ്പെടുത്തി. പ്രബലമായെയൊരു വനിതാ സംഘം സ്ത്രീധനവും ബലാത്സംഗവും വിഷയമാക്കി പൊതുവേദിയിൽ നടത്തിയ അവതരണത്തിന്റെ അനുഭവമാണ് മായ പങ്കുവച്ചത്. "ബലാത്സംഗം യാഥാർത്ഥ്യമാണ് എന്നാൽ തെരുവിൽ കാണിക്കണമെങ്കിൽ അതിന് പ്രത്യേക സ്റ്റൈലുകളും വേണം." അവർ പറഞ്ഞു. സമയക്കുറവുണ്ടാകുന്ന സന്ദർഭത്തിൽ നാടകം എങ്ങനെ പ്രധാന ഭാഗങ്ങൾ തെരഞ്ഞെടുത്തവതരിപ്പിക്കാമെന്നതിനെപ്പറ്റിയും വിശദീകരിച്ചു. സ്ത്രീധനത്തെയോ സ്ത്രീധനമരണത്തെയോക്കുറിച്ച് തെരുവു നാടകാവതരണമാണ് തീരുമാനിക്കുന്നതെന്നു കരുതുക. സ്ത്രീധനം അതിവിശാലമായൊരു വിഷയമാണ്. അത് സ്ത്രീകളുടെ സാമൂഹ്യ പദവിയുൾപ്പെടെയുള്ള പ്രശ്നങ്ങളിലേക്കു നയിക്കും. സ്ത്രീധന പീഡനത്തെയോ സ്ത്രീധനമരണത്തെയോ മാത്രം കേന്ദ്രീകരിക്കുക.

ക്യാമ്പംഗങ്ങൾക്ക് നാടകത്തിന്റെ ക്രാഫ്റ്റിൽ ഉൾക്കാഴ്ച ലഭിക്കത്തക്കവിധം ജനത്തിന്റെ അനുഭവങ്ങൾ സഫ്ദർ പങ്കുവച്ചു. ഒരു നാടക സൃഷ്ടിയിലെ രീതിശാസ്ത്രം മറ്റൊന്നിന് അനുയോജ്യമായിരിക്കില്ല. ഓരോ നാടകവും തനതു പ്രത്യേകതകൾ നിറഞ്ഞതാണതിനു കാരണം. ഉദാഹരണമായി സാമ്രാട്ടും അപഹരണും, ഒരു നാടകം അവസാനിപ്പിക്കുന്നതിന്റെ ബുദ്ധിമുട്ട് സംബന്ധിച്ച് അനുരാധയും മാലയും നേരത്തേ സംസാരിച്ചിരുന്നു. ഈ വിഷയത്തിലുള്ള ഒരു സാധാരണ രീതി സഫ്ദർ വിവരിച്ചു കൊടുത്തു.

> നാടകാന്ത്യം എന്നും ഒരു വെല്ലുവിളിയാണ്. കർട്ടനിടുക, ഇരുട്ടാക്കുക, സദസ്സിലെ ലൈറ്റുകൾ പ്രകാശിപ്പിക്കുക തുടങ്ങി പരമ്പരാഗത പ്രൊസീനിയം ഉപകരണങ്ങളൊന്നും നാടകാന്ത്യത്തിനുവേണ്ടി ഇവിടെ സാദ്ധ്യമല്ല. നമുക്ക് അഭിനയിക്കാൻ ഒരു ചെറിയ വൃത്തസ്ഥലം മാത്രമാണുള്ളത്. പലപ്പോഴും അതിന്റെ അതിരുപോലും നിശ്ചയിച്ചിട്ടുണ്ടാവില്ല. അതുകൊണ്ട് നാടകാന്ത്യം സംബന്ധിച്ചൊരു ബോധമുണ്ടാവണം. പ്രവർത്തനത്തിലേക്കിറങ്ങാനുള്ള ആഹ്വാനത്തോടെ തെരുവുനാടകം അവസാനിപ്പിക്കാം. എന്നാൽ പല നാടകങ്ങളിലും അത്തരം ഒരാഹ്വാനത്തിന് സാദ്ധ്യതയുണ്ടാവില്ല. അതുകൊണ്ട് പ്രേക്ഷകനോട് ഒന്നോ ഒന്നിലധികമോ ചോദ്യങ്ങൾ ചോദിച്ചുകൊണ്ട് അവസാനിപ്പിക്കാവുന്നതാണ്. ഉദാഹരണമായി ചോദ്യങ്ങൾ കൊണ്ടവസാനിക്കുന്ന *സാമ്രാട്ട്, രാജ കാ ബാജാ* എന്നീ നാടകങ്ങൾ പരിചയപ്പെടുത്തി.

ആൾക്കാർക്ക് സുപരിചിതമായ പരമ്പരാഗത രീതി ഉപയോഗിക്കുന്നതിനെക്കുറിച്ചാണ് മദീഹ സംസാരിച്ചത്. അതിനുള്ള സഫ്ദറിന്റെ മറുപടി:

> അവിടെ പാരമ്പര്യമുണ്ട്. ചിന്തിക്കുന്ന ഓരോ വ്യക്തിയും പാരമ്പര്യവുമായി വിമർശന ബുദ്ധിയോടുള്ള ബന്ധം സ്ഥാപിക്കണം. ആശയങ്ങൾ നമ്മെ പിന്നിലേക്കു വലിക്കും. നോക്കൂ, നിങ്ങളുടെ പാരമ്പര്യം. ചികഞ്ഞുപിടിക്കാൻ എളുപ്പമായതിനാൽ നിങ്ങളതിന്റെ അടിമയാകുന്നു. ദൃശ്യകലകളിൽ ആവേശകരവും പരമ്പരാഗതവുമായ അനേകം രീതികളുണ്ട്. സൃഷ്ടിപരമായ മാറ്റങ്ങൾ വരുത്തി നമുക്കവയെ ഉപയോഗിക്കാൻ കഴിയും. എന്നാൽ അതീവ ശ്രദ്ധയുണ്ടാവണം. ഇന്ത്യയിൽ അത് നമ്മുടെ സംസ്കാരത്തെതന്നെ സംഹരിച്ചു കളയും. ഈ വേരുതേടൽ നമ്മളെയും തകർക്കും. ഇന്ന് ഈ രീതി സംഗീത നാടക അക്കാദമി, ഫോർഡ് ഫൗണ്ടേഷൻ തുടങ്ങിയ സംഘടനകൾ ഇപ്പോഴും തുടരുന്നു. അതിനു പിന്നിലെ ഉദ്ദേശ്യമെന്താണെന്ന് വ്യക്തമാകുന്നില്ല.

സഫ്ദറിന് ഉറച്ച രാഷ്ട്രീയമുണ്ട്. പ്രചാരണം, തിയേറ്റർ എന്നതിൽ പ്രചരണം എങ്ങനെയാണ് ജനം നയിക്കുന്നതെന്ന കാമല ഭാസിനിന്റെ ചോദ്യത്തിന് സഫ്ദറിന്റെ മാന്യവും നിഷ്കളങ്കവുമായ മറുപടി:

> ഇതിന് ലളിതമായൊരു മറുപടി സാദ്ധ്യമല്ല. നിങ്ങൾക്ക് വേണ്ടത് വ്യക്തമായൊരു രീതിയായിരിക്കും. ഉദാഹരണത്തിന് ഒരു വിപ്ലവ സന്ദർഭമെടുക്കാം. ചിലപ്പോൾ ജനങ്ങളുടെ ബോധമണ്ഡലത്തിലേക്ക് തിരിച്ചുവിടുന്ന നാടകമാകാം. ചിലപ്പോൾ ചില ചോദ്യങ്ങൾ പ്രശ്നത്തിലേക്ക് മാത്രം വിരൽ ചൂണ്ടുന്നതാവാം. ജനങ്ങൾക്കു മുന്നിൽ ഗ്രൂപ്പിന്റെ സ്ഥാനം കൊണ്ടുവരുന്നതിന് എനിക്ക് നാണിക്കേണ്ട കാര്യമില്ല.

വർക്ക്ഷോപ്പിലെ ഏറ്റവും ചലനാത്മകമായ സന്ദർഭം ബാദൽ സർക്കാർ സിൽഹൗൽറ്റിലെ യുവ തിയേറ്റർ പ്രവർത്തകനായ പ്രബിർ ദത്തയുടെ മരണത്തിലേക്കു നയിച്ച സംഭവങ്ങൾ വിവരിച്ചതാണ്. പശ്ചിമബംഗാളിൽ കോൺഗ്രസ് സർക്കാരിന്റെ അർദ്ധ ഫാസിസ്റ്റ് ഭീകരത ഉച്ചകോടിയിൽനിന്ന 1974 ൽ കൽക്കട്ടയിലെ കഴ്സൻ പാർക്കിലായിരുന്നു ആ സംഭവം. ഭരണത്തിൽ എവിടെയും സംഭ്രാന്തിയും കോപവും. അനേകം തിയേറ്റർ പ്രവർത്തകരും കലാകാരന്മാരും ബുദ്ധിജീവികളും പ്രതിരോധത്തിനിറങ്ങി. ബാദൽ സർക്കാർ ക്യാമ്പ് പ്രതിനിധികളെ നിർബ്ബന്ധിച്ചു. യഥാർത്ഥ മറുപടി പ്രധാനമന്ത്രിക്കൊരു കത്തെഴുതുകയല്ല വേണമെങ്കിൽ എഴുതിക്കൊള്ളൂ, മുഖ്യമന്ത്രിയുടെ അടുത്തേക്കൊരു പ്രതിനിധിയെ അയയ്ക്കുകയല്ല അയച്ചോളൂ എല്ലാ അർത്ഥത്തിലും നിങ്ങൾക്കതു ചെയ്യാം. എന്നാൽ "യഥാർത്ഥ മറുപടി അടുത്ത ശനിയാഴ്ച കഴ്സൺ പാർക്കിൽ നമ്മൾ പോയി നാടകാവതരണത്തിനുള്ള നമ്മുടെ അവകാശം ഉറപ്പിച്ചെടുക്കുക എന്നതാണ്."

സമയമാകുമ്പോൾ നമ്മൾ അങ്ങനെ തന്നെ ചെയ്യുമെന്ന കാര്യം മാല ഉറപ്പാക്കി.

1980 കളുടെ അവസാനം - നിരുന്മേഷം (Ennui)

1986, ചിക്കാഗോയിൽ നടന്ന ചരിത്ര പ്രസിദ്ധമായ മെയ്ദിന റാലിയുടെ നൂറാം വാർഷികദിനമാണ്. എട്ടു മണിക്കൂർ ജോലി എന്ന മുദ്രാവാക്യവുമായി മുന്നേറിയ ഈ സംരംഭത്തിലൂടെ തൊഴിലാളികൾക്ക് എട്ട് മണിക്കൂർ ജോലി സമയം അനുവദിച്ചു കിട്ടി. എട്ട് മണിക്കൂർ ജോലി, എട്ട് മണിക്കൂർ വിശ്രമം, എട്ട് മണിക്കൂർ തൊഴിലാളിക്കിഷ്ടമുള്ളത് ചെയ്യാം. സി ഐ ടി യു ഉൾപ്പെടെ ലോകമെമ്പാടുമുള്ള തൊഴിലാളി സംഘടനകൾ ഈ ദിവസം ആഘോഷിക്കുകയാണ്. ഈ ദിനം ആഘോഷിക്കുന്നതിനും അന്തസ്സത്ത തൊഴിലാളികൾക്കിടയിൽ പ്രചരിപ്പിക്കുന്നതിനുമായി ഒരു നാടകം ഒരുക്കണമെന്ന് ജനം തീരുമാനിച്ചു. സഫ്ദർ *മെയ് ദിവസ് കി കഹാനി* എന്നൊരു നാടകമെഴുതി. അതിൽ മൂന്ന് ചരിത്രനിമിഷങ്ങൾ ഉൾപ്പെടുത്തി. 1986 ൽ ചിക്കാഗോയിൽ നടന്ന മെയ് ദിന രക്തസാക്ഷികളുടെ വിചാരണ, ബ്രഹ്തിന്റെ ദി മദറിലെ മെയ്ദിന രംഗത്തെ അടിസ്ഥാനമാക്കി 1905 ൽ റഷ്യയിൽ നടന്ന പരേഡ്; നാസി ജർമ്മനിയിലെ മെയ്ദിനം. അതിന്റെ സെറ്റിങ്ങുകളും പേരുകളുമൊക്കെ വിദേശീയവും ഡൽഹിക്കാർക്ക് അപരിചിതവുമായിരുന്നെങ്കിലും തൊഴിലാളികൾ നാടകം ആവേശപൂർവ്വം ആസ്വദിച്ചു.

നാടകം വിജയമായിരുന്നെങ്കിലും അത് ചെയ്യാൻ നന്നേ പാടുപെട്ടു. അതിനാവശ്യമായ അഭിനേതാക്കൾ ജനത്തിലില്ലായിരുന്നു എന്നതു കാരണം. ആറ് അഭിനേതാക്കളെ വച്ച് ചെയ്യാവുന്ന രീതിയിലായിരുന്നു രചന. മാസ്ക് പോലുള്ള വസ്തുക്കൾ കൊണ്ട് അഭിനേതാക്കളുടെ കുറവു പരിഹരിക്കാൻ സഫ്ദറിനറിയാം. ജനത്തിന്റെ ഏറ്റവും മികച്ച ദൃശ്യ സൗന്ദര്യമുള്ള തെരുവുനാടകം. ഏകദേശം തൊണ്ണൂറിലധികം രംഗ സാമഗ്രികൾ ഒരു വൃത്തത്തിനുള്ളിൽ സംഭരിച്ചിട്ട് സങ്കീർണ്ണമായൊരു നൃത്തത്തിനിടയിൽ ആവശ്യമായത് സ്വാഭാവികതയോടെ എടുത്തണിയുകയും ആവശ്യാനന്തരം യഥാർത്ഥ സ്ഥാനത്ത് കൊണ്ടുവരുകയും ചെയ്യുന്ന രീതിയാണ് സ്വീകരിച്ചത്.

ഏകദേശം ഇതേ സമയത്താണ് മാർക്ക് ടിയിനിന്റെ ജീവിതവും രചനകളുമുൾപ്പെടുത്തി ഒരു അമേരിക്കൻ നടൻ ഏകകഥാപാത്ര നാടകം അവതരിപ്പിക്കുന്നത് സഫ്ദർ കാണാനിടയായത്. അതദ്ദേഹത്തെ ആവേശം കൊള്ളിച്ചു. അക്കാലത്ത് ഏകകഥാപാത്ര നാടകങ്ങൾ ഇന്നത്തെപ്പോലെ സാധാരണമായിരുന്നില്ല. ജനത്തിന് അത്തരം അവതരണങ്ങൾ നടത്താൻ കഴിയുമെന്ന് അദ്ദേഹത്തിനു തോന്നി. ആദ്യത്തേതിന് പറ്റിയ കഥാപാത്രം പ്രേംചന്ദാണെന്നു തീരുമാനിച്ചു. ഈ ആശയം വികസിപ്പിക്കുന്നതിനുവേണ്ടി പ്രേംചന്ദിന്റെ കൃതികൾ വായിച്ചു. താനും മാലയും ചേർന്നവതരിപ്പിക്കാൻ പറ്റിയതാണെന്ന് തോന്നുകയും മാലയോട്

പറയുകയും ചെയ്തു. മറ്റ് അഭിനേതാക്കളുടെ ആവശ്യവുമില്ല. സഫ്ദറും മാലയും ചേർന്ന് ഇരു കഥാപാത്ര നാടകമായവതരിപ്പിക്കാം. അതു സംബന്ധിച്ച് ഡൽഹിയിലെ ബംഗാളി നാടകരംഗത്തെ ഏറ്റവും മികച്ച നടനായ തന്റെ പഴയ സുഹൃത്ത് ജയന്താ ദാസിനെ കാണുകയും ഒരു കൂട്ടം അഭിനേതാക്കൾക്കൊപ്പം കൃതികൾ വായിക്കുകയും ചെയ്തു. എന്നാൽ ഇത് പ്രശ്നം പരിഹരിക്കുന്നതിനു പകരം കൂടുതൽ വഷളാവുകയാണുണ്ടായത്.

ഒഴുക്കിനെതിരെയുള്ള നീക്കം അടുത്തിടെ ആരംഭിച്ചതാണ്. 1982 ഏപ്രിലിൽ സഫ്ദർ തയ്യാറാക്കിയ ഒരു നോട്ടിൽ വിശാലവും പൊതുവായതുമായ പ്രശ്നങ്ങളിൽ നാടകമുണ്ടാവണമെന്ന ആവശ്യം ഉണ്ടായിരുന്നു. ജാതി അധിഷ്ഠിത സംവരണം, വർഗ്ഗീയം, തൊഴിലില്ലായ്മ, ജനസംഖ്യ മുതലായവ നാടക വിഷയമാകണം. 1980 ലെ കൽക്കട്ട യാത്രയ്ക്കുശേഷം ഗ്രൂപ്പ് അവരുടെ മുഖ്യപ്രേക്ഷകരായ, ഡൽഹിയിലും ചുറ്റിലുമുള്ള തൊഴിലാളി വർഗ്ഗത്തിൽ നിന്നകന്നു പോയതായി രതിൻ ദാസിന്റെ ഒരു സൂചനയും പ്രസ്തുത നോട്ടിലുണ്ടായിരുന്നു. സഫ്ദറിന്റെ നിരീക്ഷണത്തിൽ, ജനത്തിലെ അഭിനേതാക്കളെ തൊഴിലാളി വർഗ്ഗ സദസ്സുകളിൽ നാടകമായവതരിപ്പിക്കാൻ കിട്ടാത്തതുമൂലം ഷോകൾ ക്യാൻസലാവുന്നതായും ഇടത്തരക്കാർക്കു വേണ്ടിയുള്ള ഷോകളുമായി താരതമ്യം ചെയ്യുമ്പോൾ ഇത് വളരെ കൂടുതലാണെന്നും കണ്ടെത്തി. പങ്കാളിത്തത്തിനുള്ള പൊതു വികാരം നഷ്ടമായിരിക്കുന്നു എന്ന് അദ്ദേഹം വിലപിച്ചതോടൊപ്പം നിഷ്കർഷമായും അതിസൂക്ഷ്മമായും അക്കൗണ്ടുകൾ തയ്യാറാക്കുന്നതിന്റെയും സൂക്ഷിക്കുന്നതിന്റെയും ആവശ്യകത ഊന്നിപ്പറയുകയും ചെയ്തു. നിരന്തരം പുതിയ നാടകങ്ങൾ ഉണ്ടാക്കുകയും ഓരോ കളിയെയും റിവ്യൂ ചെയ്യണമെന്നും ജനം അതിനു മുൻകൈ എടുക്കണമെന്നും ഏതെങ്കിലും സംഘടനകളുടെ ക്ഷണത്തിനുവേണ്ടി കാത്തിരിക്കരുതെന്നും മറ്റൊരു ബുള്ളറ്റിനിൽ അദ്ദേഹം നിർദ്ദേശിച്ചിരിക്കുന്നു. ഹതാശനായി അദ്ദേഹം അന്തിമമായി വെച്ച നിർദ്ദേശം 'സമ്പൂർണ്ണ നേതാവിനെ വാർത്തെടുക്കുക' എന്നതായിരുന്നു.

അടുത്ത കുറേവർഷങ്ങളിൽ പ്രശ്നം കൂടുതൽ വഷളായിക്കൊണ്ടിരുന്ന കൃത്യമായൊരു പരിഹാരം കാണാൻ കഴിഞ്ഞില്ല. ഉദാസീനതയും നിരുന്മേഷവും കണ്ടുതുടങ്ങി.

മൂന്നാം ഭാഗം

1988 – ജനത്തിന്റെ ഉയിർത്തെഴുന്നേല്പ്

ഗ്രൂപ്പിന്റെ പൊളിറ്റിക്സ് കൂടുതൽ തറപ്പിച്ചു പറയുകയാണ് ജനത്തെ പുനരുജ്ജീവിപ്പിക്കുന്നതിനുള്ള വഴിയെന്ന് സഫ്ദർ. ഒരിക്കൽ കൂടി ജനം താഴേത്തട്ടിൽ നടക്കുന്ന യഥാർത്ഥ ചലനങ്ങളുടെ ഭാഗമാകണം. തളർന്ന് നിരുത്സാഹിതരായ നരച്ച നടന്മാരെക്കൊണ്ട് അതസാദ്ധ്യമാണ്. യുവമനസ്സുകളും യുവശരീരങ്ങളും പുതിയ അഭിനേതാക്കളും പുതിയ ആശയങ്ങളും തളരാത്ത ഊർജ്ജം ഉള്ളവരും പഠിക്കാൻ സന്നദ്ധതയുള്ളവരുമാണ് അതിനാവശ്യം. ഒരുപക്ഷേ, സഫ്ദർ ഇപ്റ്റയിലുണ്ടായിരുന്ന സമയം ഓർക്കുകയായിരിക്കും. ധ്രുതഗതിയിൽ അംഗത്വവിതരണം നടത്തുന്ന സമയത്താണ് അദ്ദേഹം പോയത്. യുവാക്കളെ നിലനിർത്തണമെങ്കിൽ അവർക്ക് ചെയ്യാൻ ഉത്തേജനാത്മകമായ പ്രവർത്തനങ്ങൾ മുന്നോട്ടുവയ്ക്കണം. സൃഷ്ടിപരതയ്ക്ക് വെല്ലുവിളിയുണ്ടാകണം. പഴയതും പുതിയതുമായ മുഴുവൻ ഗ്രൂപ്പിനും തിയേറ്റർ മേക്കേഴ്സ് എന്ന നിലയിൽ പുതിയ കഴിവുകൾ സൃഷ്ടിക്കണം. പുതിയ യുവാക്കൾക്ക് നേതൃത്വം കൊടുക്കണം. ജനത്തിന്റെ ആഭ്യന്തര സംഘാടക ഘടനയിൽ പൊളിച്ചെഴുത്തുണ്ടാകണം. മറ്റ് ഇടതു സാംസ്കാരിക സംഘടനകളുമായി ബന്ധമുണ്ടാക്കണം. ഇത് കാലഘട്ടത്തിന്റെ ആവശ്യമാണ്. തൊഴിലാളിവർഗ്ഗവുമായി ഉറ്റബന്ധം സ്ഥാപിക്കുകയും അടിത്തട്ടിലുള്ളവരുടെ പോരാട്ടങ്ങളിൽ ശക്തമായി ഇടപെടുകയും ചെയ്യണം.

1988 ലെ സമ്മർ മുതലുള്ള ആറ് മാസം കൊണ്ട് അദ്ദേഹം ഇതൊക്കെ സാധിച്ചു എന്നതിൽ ഞാൻ അത്ഭുതപ്പെടുന്നു. ദുർമുഖം കാണിക്കാതെ പൂർണ്ണ സംതൃപ്തിയോടെയാണ് ഇതൊക്കെ സാധിച്ചത്. ഈ സമയത്ത് എനിക്ക് അദ്ദേഹത്തോടുണ്ടായിരുന്ന മതിപ്പിനു കാരണം, പാദത്തി

നടിയിൽ സ്പ്രിങ് ഉറപ്പിച്ചതുപോലുള്ള നടത്തം, മണ്ടത്തരവും അറപ്പുള വാക്കുന്ന ചിരിയും പതിപ്പിച്ച മുഖം, എന്നാൽ ആ മണ്ടത്തരം ഒരിക്കലും തന്റെ നല്ല കാഴ്ചപ്പാടുകൾക്ക് വിഘാതമായിരുന്നുമില്ല എന്നതാണ് വാസ്തവം.

1988 ലെ വേനൽക്കാലം - ഔരത്ത്

ഒരു ദിവസം ഒരു ഫോൺ വിളി വന്നു. അത് സഫ്ദറായിരുന്നു.

"നീ പരീക്ഷയ്ക്ക് തയ്യാറാവുകയാണെന്നറിയാം. എന്നാൽ ദേശബന്ധു കോളേജിൽ *സാമ്രാട്ട്* അവതരിപ്പിക്കാൻ അവസരം വന്നിരിക്കുന്നു. നീ കൂടി വരണമെന്നാണെന്റെ ആഗ്രഹം. ജനത്തിലേക്ക് ചില വിദ്യാർത്ഥികളെ കൂടി നമുക്ക് ആകർഷിച്ചുകൊണ്ടു വരണം. നമ്മളെപ്പോലെ പഴഞ്ചന്മാരുടെ മുഖമല്ലാതെ പുതുമുഖങ്ങളെ കാണാനുള്ള അവസരം അവർക്കു കിട്ടും."

മനീഷും ത്യാഗിയും ലഭ്യമായിരുന്നതിനാലും പാട്ടു ഗ്രൂപ്പിൽ സഫ്ദറിനു ചേരാൻ കഴിഞ്ഞതിനാലും എനിക്കഭിനയിക്കേണ്ടി വന്നില്ല. എന്നെ, അങ്ങനെ ഒഴിവാക്കി.

ദേശബന്ധു ഒരു ഗുണ്ടാകോളേജെന്നാണ് വളരെക്കാലം അറിയപ്പെട്ടിരുന്നത്. എന്നാൽ 1980 കളുടെ മദ്ധ്യത്തിൽ ചില എടുത്തു പറയാവുന്ന മാറ്റങ്ങൾ കാണാനിടയായി. ഇപ്പോൾ രണ്ട് കാര്യങ്ങൾക്ക് പ്രസിദ്ധമാണ്. ഇടതുപക്ഷ വിദ്യാർത്ഥി ആക്ടിവിസ്റ്റുകൾക്കും തിയേറ്റർ പ്രവർത്തനങ്ങൾക്കും. എസ് എഫ് ഐ അവിടെ സംഘടനാ ശക്തി വർദ്ധിപ്പിക്കുകയും മൂന്നു വർഷക്കാലം പ്രസിഡന്റിനെയും 4 പ്രധാന ഭാരവാഹികളെയും സംഭാവന നല്കുകയും ചെയ്തു.

ഇടത് ആശയങ്ങൾ വിദ്യാർത്ഥികൾക്കിടയിൽ പ്രചരിച്ചതോടെ കോൺഗ്രസ്, ആർ എസ് എസ് വിദ്യാർത്ഥി സംഘടനകളോട് കിടപിടിച്ച് നില്ക്കാൻ കഴിഞ്ഞു. അതോടെ വിദ്യാർത്ഥികൾക്ക്, പ്രത്യേകിച്ച് പെൺകുട്ടികൾക്ക് അവിടം സുരക്ഷിത ഇടമായി മാറി. ബൗദ്ധിക വികാസത്തിനും ആക്ടിവിസ്റ്റ് ഇടപെടലിനും സാംസ്കാരിക പ്രവർത്തനങ്ങൾക്കും പറ്റിയ അന്തരീക്ഷം. ഈ സാഹചര്യത്തിൽ തിയേറ്റർ സൊസൈറ്റിക്കും ചിറകു മുളച്ചു.

നാടകം വൻ വിജയമായിരുന്നു. തിയേറ്റർ സൊസൈറ്റിയെക്കുറിച്ച് വിദ്യാർത്ഥികൾക്കിടയിൽ മികച്ച അഭിപ്രായമുണ്ടായി. തുറന്ന വേദിയിൽ, പകൽ വെളിച്ചത്തിൽ, സംശയരഹിതമായി കുറച്ച് രംഗവസ്തുക്കളുപയോഗിച്ച് എന്നിട്ടും ഗൗരവത്തോടെയാണെങ്കിലും തമാശരൂപേണ കളിക്കുന്ന ഒരു പരിപാടി മുമ്പെങ്ങും അവർ കണ്ടിട്ടില്ല. നാടകാനന്തരം തിയേറ്റർ സൊസൈറ്റി അംഗങ്ങൾ ചായയും സമോസയും കഴിക്കാനായി ഞങ്ങളെ കാന്റീനിലേക്കു കൊണ്ടുപോയി. അവിടെ സഫ്ദർ കുട്ടികളുമായി ചർച്ചയിലേർപ്പെട്ടു.

"നിങ്ങളിലാർക്കെങ്കിലും ഏതെങ്കിലും സംഗീതോപകരണം ഉപയോ

ഗിക്കാനറിയാമോ? ആരൊക്കെയാണ് നിങ്ങൾക്കിടയിലെ പാട്ടുകാർ."

"ഒരാളിന് ഡോലക് വായിക്കാനും മറ്റൊരാൾക്ക് പാടാനുമറിയാം."

"നിങ്ങളെ വെറുതെ വിടാൻ ഞാൻ ഉദ്ദേശിക്കുന്നില്ല. നിങ്ങൾ ജനത്തിൽ ചേരണം. ഡോലക് വായിക്കാൻ നീ എവിടെയാണ് പഠിച്ചത്. നീ സംഗീതം പഠിച്ചിട്ടുണ്ടോ?"

"ഇല്ല?" "ഗ്രേറ്റ്, നിങ്ങൾക്ക് ജന്മവാസനയുണ്ട്. റിഹേഴ്സൽ സമയം അറിയിക്കാം. വിലാസം തന്നോളൂ. എപ്പോഴായിരിക്കും നിങ്ങൾക്ക് വരാൻ കഴിയുന്നത്?"

ഡോലക് വായിക്കുന്നത് ജോഗിയും ഗായകൻ ബ്രിജേന്ദറുമാണ്. കോളേജിലെത്തുന്നതിനു മുമ്പേ അവർ സുഹൃത്തുക്കളായിരുന്നു. അവർ തങ്ങളുടേതു മാത്രമായ ഒരു പ്രത്യേക ഭാഷ വികസിപ്പിക്കുകയും ആകർഷകമായി ഉപയോഗിക്കുകയും ചെയ്തിരുന്നു. കേട്ടാൽ ഹിന്ദിയാണെന്നു തോന്നും. എന്നാൽ ശ്രദ്ധിച്ചുകേട്ടാൽ അല്ലെന്നു മനസ്സിലാകും. രണ്ടു പേർക്കും സിങ് എന്ന ഇരട്ടപ്പേര്. അതുകൊണ്ട് അവർ സഹോദരങ്ങളാണെന്ന് മറ്റുള്ളവർ കരുതി. ഇരുവരും നല്ല ഗായകരായി വളർന്നപ്പോൾ സ്നേഹപൂർവ്വം ജനത്തിന്റെ 'സിങ് ബന്ദു' എന്നു വിളിച്ചു.

പില്ക്കാലത്ത് സംവിധായകനായി മാറിയ രാകേഷ് ശർമ്മ എന്ന നടനും അവർക്കൊപ്പം വന്നു. ആ വർഷത്തിനൊടുവിൽ ഹബീബ് തൻവീറുമൊത്ത് പ്രവർത്തിക്കുമ്പോൾ അരുൺ കൽറ (Arun Kalra), പ്രവീൺ വധേര, ജോയ്സെൻ ഗുപ്ത തുടങ്ങിയ വിദ്യാർത്ഥികൾ ദേശബന്ധു കോളേജിൽ നിന്ന് ജനത്തിൽ ചേരാൻ വന്നു. അവർക്കൊപ്പം വന്ന ശിഖ സേഥക്ക് ദേശബന്ധു കോളേജുമായുള്ള ബന്ധം, അവരുടെ ഭർത്താവ് അവിടത്തെ അദ്ധ്യാപകനായിരുന്നു എന്നതാണ്.

യുവ നടന്മാരെ കണ്ടെത്തുന്നതിനായി ജെ എൻ യുവിലും സഫ്ദർ തിയേറ്റർ വർക്ക്ഷോപ്പ് സംഘടിപ്പിച്ചു. ജെ എൻ യുവിൽ ഇടതു വിദ്യാർത്ഥികളുടെ ശക്തി ചെറുതായിരുന്നെങ്കിലും നിരന്തരം അവിടെ ക്യാമ്പുകൾ സംഘടിപ്പിച്ചുകൊണ്ടിരുന്നു. കുറച്ചു കാലത്തിനകം കുറേ കുട്ടികൾ ജനത്തിന്റെ ഭാഗമായി. കർക്കശമായ അക്കാദമിക് ഷെഡ്യൂളായിരുന്നു ജെ എൻ യുവിന്റേത്. മാത്രമല്ല അവിടത്തെ കുട്ടികൾ അവിടം വിട്ട് മറ്റെങ്ങും പോകാറുമില്ല. ഒരു പ്രത്യേക കാര്യത്തിൽ ജെ എൻ യു വർക്ക്ഷോപ്പ് വിജയമായിരുന്നു: മൂന്ന് യുവതികൾ ജനത്തിൽ അപ്പോൾ ചേർന്നു. അവരിലൊരാൾ തന്റെ സുഹൃത്തായ ഷിക്മ പണ്ഡിറ്റുമായി വന്ന അയേഷ കിഡ്വായ് ആണ്. മൂന്നാമത്തെ ആളാണ് പ്രാച്ചി ഡോവൽ. വളരെ പെട്ടെന്നു തന്നെ മാല ജനത്തിന്റെ മികച്ച അഭിനേത്രിയായി മാറി. തുടർന്ന സഞ്ജയ് മഹർഷിയെയും നന്ദിതാ ദാസിനെയും ജനത്തിൽ ചേർത്തു. സ്കൂളിൽ സഹപാഠികളായിരുന്ന ഞങ്ങൾ കോളേജിലും ആ സൗഹൃദം തുടർന്നു. ഞങ്ങൾ മൂവരും നോർത്ത് ക്യാമ്പസുകാരാണ്. എന്റെ സുഹൃത്ത്, രാംജാസ് കോളേജ് ഡ്രാമാ സൊസൈറ്റി അംഗമായ ഐശ്വര്യരാജ് കുമാറും ഒപ്പം കൂടി.

എന്നാൽ അത് വളരെ കഴിഞ്ഞായിരുന്നു. സമ്മർ ആദ്യത്തിൽ പുതു മുഖങ്ങളെ വച്ച് *ഔരത്ത്* എന്ന പേരിലൊരു നാടകം സഫ്ദർ സംവിധാനം ചെയ്തു. ഒരു സാധാരണ നാടകത്തിന്റെ തെരുവ് അനുകരണമായ *ഔരത്ത്* ശരിക്കും ഒരു മുത്ത് തന്നെയായിരുന്നു. അതിന് മൂന്നു ഭാഗ ങ്ങളാണുള്ളത്. ആദ്യം രംഗം നാന്ദി, തുടർന്ന് തീർത്തും അന്ത്യവാക്യ മല്ലാത്ത (Prologue) ബ്രഹ്മവാക്യം അഥവാ ഉപസംഹാരം. മൂന്നു കഥാ പാത്രങ്ങളുടെ കഥ പറയുന്നതാണ് രംഗങ്ങൾ. അവ ചേരുമ്പോൾ ഒരു സ്ത്രീയുടെ കഥയായി മാറുന്നു.

മൂന്നു കഥാപാത്രങ്ങളുടെ ശാരീരികമോ മാനസികമോ ആയ പൂർണ്ണ വിശദാംശം പറയുന്നില്ല. അത് മൂന്നു പ്രത്യേക സ്ത്രീകളുടെ കഥയല്ല അവർ പ്രതിനിധീകരിക്കുന്ന സ്ത്രീ സമൂഹത്തിന്റെ കഥയായാണ് കാണുന്നത്. ആ അർത്ഥത്തിൽ ഈ കഥാപാത്രങ്ങളുടെ വ്യത്യസ്തതയല്ല നമ്മുടെ സമൂഹത്തിലെ സ്ത്രീ സമൂഹത്തിന്റെ പൊതു സ്വഭാവമാണ് കാണിക്കുന്നത്. സ്ത്രീകൾ നായികമാരല്ല അവർ ഈ ലോകത്തിന്റെ പ്രതീകങ്ങളാണ്.

തെരുവു നാടകത്തെക്കുറിച്ച് ആളുകൾ ചിന്തിക്കുമ്പോൾ ആദ്യം ഓർക്കുന്നത്, മനസ്സിൽ വരുന്ന അതിന്റെ ഘടന, *ഔരത്തി*ന്റേതാണ്, കൊച്ചു കൊച്ചു രംഗങ്ങളിലൂടെ പൊതു സമൂഹത്തിന്റെ വിവിധ വശങ്ങളെ തുറന്നുകാട്ടുന്ന പൊതുചിത്രം. ഇതിലെ രംഗങ്ങളൊന്നും തന്നെ ഒറ്റ കഥയുടെയോ ഒറ്റ കഥാപാത്രത്തിന്റെയോ കഥയല്ല. അവയെല്ലാം ഒരു വണ്ടിച്ചക്രത്തിന്റെ അഴികൾപോലെ പരസ്പരം ബന്ധിപ്പിച്ചിരിക്കുന്നു. ഓരോന്നും അതിന്റേതായ ദിശയിലേക്കു ചൂണ്ടുകയാണ്. എന്നാൽ അവ ഓരോന്നും പുറപ്പെടുന്നത് ഒരേ ചക്രത്തിന്റെ കുടത്തിൽ നിന്നാണ്. അതു കൊണ്ട് പെൺകുട്ടിയുടെ കഥ (വളരുമ്പോൾ ഒരു മദ്യപാനിക്ക് കെട്ടിച്ചു കൊടുക്കുന്നു), സാധാരണ യുവതിയുടെ കഥ (തൊഴിലഭിമുഖത്തിന് പോകുമ്പോൾ മൃഗീയമായി പീഡിപ്പിക്കപ്പെടുന്നു), തൊഴിലാളി സ്ത്രീയുടെ കഥ (പുരുഷന്മാർക്കൊപ്പം ജോലി ചെയ്യാൻ കഴിവില്ലാത്തതു കാരണം മുതലാളി അവളെ ജോലിയിൽ നിന്ന് പിരിച്ചു വിടുന്നു) ഇവ മൂന്നും പര സ്പരം ബന്ധപ്പെട്ടു കാണുന്നു. പൊതു സമൂഹത്തിന്റെ മുഖ്യ പ്രശ്ന മായ അടിമത്തത്തിലേക്ക് വിരൽചൂണ്ടുകയാണ് നാടകത്തിലൂടെ ചെയ്യു ന്നത്.

ബ്രഹ്തിയൻ രീതിയിലുള്ള പാട്ടുകൾ അഭിനയ സൂചന നല്കുന്നു, ചിലപ്പോൾ രംഗാന്ത്യത്തിനും അടുത്ത രംഗത്തിന്റെ ആരംഭത്തിനും സാദ്ധ്യതയുണ്ടാക്കുന്നവയാണവ. രാഷ്ട്രീയ നാടകത്തിൽ തമാശ സാദ്ധ്യത വിളിച്ചു പറയുന്ന മികച്ച നാടകമാണത്. യുവതി വിവാഹിത യാകുമ്പോൾ പുരോഹിതൻ വിശുദ്ധ മന്ത്രരൂപേണ നിരവധി ചെയ്യുവാൻ പാടില്ലാത്തവയും ആകാവുന്നതുമായ കാര്യങ്ങൾ ഉരുവിടുന്നു. രണ്ടാമത്തെ കഥാപാത്രമായ യുവതി കോളേജിൽ ഫിസിക്സ് അഡ്മിഷൻ തേടിപ്പോയപ്പോഴാകട്ടെ അത്യന്തം രസകരമായ വിഡ്ഢിത്തരങ്ങളാണ്

ചോദിക്കുന്നത്.

നാന്ദിയിൽ പറയുന്ന കവിത മാർസി അഹമ്മദ് ഊസ്കുയ് യുടെ ഐ ആം എ വുമണിൽ നിന്നെടുത്തതാണ്. ഷായുടെ പൊലീസ് വധിച്ച ഒരു ഇറാനിയൻ സ്കൂൾ അദ്ധ്യാപകനായിരുന്നു ഊസ്കൂയ്. സഫ്ദർ അതിന്റെ ഇംഗ്ലീഷ് പരിഭാഷ വായിച്ചതിന്റെ ഓർമ്മവെച്ചാണ് നാടകത്തിൽ ഉൾപ്പെടുത്തിയത്. അദ്ദേഹമത് ഹിന്ദുസ്ഥാനിയിലേക്ക് മനോഹരമായി മൊഴിമാറ്റി. ജനത്തിന്റെ ഈ പുതിയ നാടകത്തിൽ സ്ത്രീയുടെ വിവിധ വേഷങ്ങൾ മാല ചെയ്തു. ആദ്യ സീനിലെ പെൺകുട്ടിയുടെ പിതാവിന്റെ വേഷമുൾപ്പെടെ പുരുഷ കഥാപാത്രങ്ങളെല്ലാം ചെയ്തത് ഞാനുമായിരുന്നു. മാലയുമൊത്തുള്ള എന്റെ ആദ്യത്തെ അഭിനയമായിരുന്നു അത്. മാലയുടെ അച്ഛനായിട്ടാണ് വേഷമിട്ടത്.

1988 ലെ വേനൽക്കാലം - രാജാ കാ ബാജാ

ആ വർഷത്തെ പുതിയ ടേമിന് കോളേജ് തുറക്കുന്നതിനു മുമ്പേ പുതുമുഖങ്ങളെ വെച്ച് സഫ്ദർ സംവിധാനം ചെയ്ത നാടകമാണ് *രാജാ കാ ബാജാ.* എന്റെ മഹത്തായ സ്വപ്ന സാക്ഷാൽക്കാരമായിരുന്നു ആ നാടകം. അതിലെ രാമേശ്വർ ദയാൽ എന്ന കഥാപാത്രത്തോട് അമിത താല്പര്യമായിരുന്നു എനിക്ക്. ആ വേഷം സഫ്ദർ എന്നെ ഏല്പിക്കുകയും ചെയ്തു. ഗ്രൂപ്പിൽ രണ്ട് ഗായകരുണ്ടായിരുന്നതിനാൽ സൂത്രധാരന്റെ വേഷം രണ്ടായി ഭാഗിച്ചു. ജോഗിയുടെ ഡോലക് നാടകത്തിന് അധിക സൗന്ദര്യം നല്കി. ശിഖ ഗ്രൂപ്പിന്റെ ഭാഗമായി വന്നതോടെ മാല പിന്മാറുകയും ശിഖ അത് ചെയ്യുകയുമുണ്ടായി. വിസ നിയമത്തിന്റെ ഭാഗമായി പാകിസ്ഥാനിൽനിന്നു വന്ന സാനിയ സായിദ് (സഫ്ദറിന്റെ അനന്തരവൾ) ചിലപ്പോഴൊക്കെ അഭിനയിച്ചിരുന്നു.

കോളേജ് തുറന്നപ്പോൾ പല കോളേജുകളിലും ഞങ്ങൾ നാടകം കളിച്ചു. അവതരണത്തിനു മുമ്പ് സഫ്ദർ പ്രേക്ഷകരോട് ഇത് വിദ്യാർത്ഥികളുടെ ഒരു തുറന്ന സംഘടനയാണ് നിങ്ങൾക്കും ഇതിൽ പങ്കാളികളാകാമെന്ന് പറയും. അവസാനം സംഭാവന ചോദിക്കുകയും ചെയ്യും.

ഞാനും സഫ്ദറും കൂടെ ഒരു ദിവസം റിഹേഴ്സലിനു പോവുകയായിരുന്നു.

"നാടകാരംഭത്തിന് നീ സംസാരിക്കുന്നതാണ് നല്ലത്. അത് എനിക്കു മാത്രമുള്ള ചുമതലയല്ല."

"എന്നാൽ സഫ്ദർ, എന്റെ വിക്കിനെക്കുറിച്ച് നിനക്കു പരിചയമുള്ളതാണല്ലോ. എനിക്ക് തീരെ കഴിയില്ല."

"അഭിനയിക്കുമ്പോൾ ഒരിക്കലും വിക്കുന്നില്ലല്ലോ. പാടുമ്പോഴും. അതോ പാടുന്നതിനെക്കുറിച്ചാണോ ചിന്തിക്കുന്നത്. സഫ്ദറുമൊത്തുള്ള ആ ഗാനം ഒരിക്കലും ഞാനുപേക്ഷിക്കില്ല."

"അതു വേറെകാര്യം. എനിക്കെന്റെ വരികളറിയാം. എല്ലാം ഞാൻ പഠിച്ചു വച്ചിട്ടുണ്ട്."

"അതുകൊണ്ട് ഈ വരികൾ പഠിക്കുക. എഴുതുക. ഞാൻ സഹായിക്കാം."

ഒന്നോ രണ്ടോ ദിവസങ്ങൾക്കുശേഷം ഞങ്ങൾ നാടകത്തിനായി ബസിൽ പോകുമ്പോൾ അനൗൺസ്മെന്റ് തയ്യാറാക്കാൻ സഫ്ദർ സഹായിച്ചു. ഞാൻ എഴുതി വച്ചില്ല. ഓർമ്മിച്ചു പറയുന്നതാവും കൂടുതൽ സൗകര്യം.

സമയമായപ്പോൾ ഒരു തടസ്സവുമില്ലാതെ ഞാനതു നിർവ്വഹിച്ചു. വിക്കിന്റെ ലക്ഷണംപോലും ഉണ്ടായിരുന്നില്ല.

"ഞാൻ പറഞ്ഞില്ലേ നിനക്കത് ഭംഗിയായി ചെയ്യാൻ കഴിയുമെന്ന്."

തുടർന്നുള്ള ആഴ്ചകളിലും മാസങ്ങളിലും നാടകം തുടങ്ങുന്നതിനു മുമ്പുള്ള അനൗൺസ്മെന്റ് കൂടുതൽ ഭംഗിയായി ചെയ്യാൻ തുടങ്ങി. മുന്നൊരുക്കമില്ലാതെ പറയാൻ എനിക്ക് കഴിഞ്ഞു.

1988 മെയ് – ഹബീബ് തൻവീർ

ഒരുദിവസം സഫ്ദർ റിഹേഴ്സൽ ക്യാമ്പിലേക്ക് ചാടിക്കുതിച്ചു കയറി വന്നു.

"നിങ്ങൾ ഒരിക്കലും വിശ്വസിക്കില്ല. നമുക്കുവേണ്ടി ഒരു നാടകം ചെയ്യാൻ ഹബീബ് തൻവീർ സമ്മതിച്ചിരിക്കുന്നു. എന്റെ രചനയിൽ ഒരു പ്രൊസീനിയം നാടകം!"

ഒരു ദശാബ്ദക്കാലം തെരുവു നാടകം മാത്രം കൈകാര്യം ചെയ്തു നിന്ന സഫ്ദറിന് മനസ്സിലായി ഇനി കൂടുതൽ സങ്കീർണ്ണമായ അരങ്ങിലെ വെല്ലുവിളികൾ ഏറ്റെടുക്കാൻ സമയമായി. അയാൾ ഒരിക്കലും ഒരു പ്രൊസീനിയം നാടകം എഴുതിയിട്ടില്ല. 1982–83 ൽ അദ്ദേഹം മാക്സിം ഗോർക്കിയുടെ *ശത്രുക്കൾ* അനുകരിച്ചുകൊണ്ട് നാടകമെഴുതിയെങ്കിലും നടന്മാരുടെയും സമ്പത്തിന്റെയും അഭാവം മൂലം ജനം നാടകം അവതരിപ്പിച്ചില്ല. തിയേറ്റർ മികവും കുറവായിരുന്നു. എന്നാൽ നാടകത്തിലേക്കിറങ്ങാനുള്ള സമയമിതാണ്. ഗോർക്കിയുടെ *ശത്രുക്കൾ* അനുകരിച്ചെഴുതിയ നാടകം സഫ്ദറിന്റെ മരണശേഷം 1989 ൽ നാഷണൽ സ്കൂൾ ഓഫ് ഡ്രാമ റിപ്പർട്ടറി കമ്പനിയ്ക്കുവേണ്ടി യാദൃച്ഛികമായി ഹബീബ് തൻവീർ തന്നെ സംവിധാനം ചെയ്തു. അദ്ദേഹം അതിനുവേണ്ടി പുതിയ ഗാനങ്ങളെഴുതി. അതിമനോഹരമായൊരു നാടകമായിരുന്നെങ്കിലും എൻ എസ് ഡി റിപ്രറ്ററി പരിമിതമായ സ്റ്റേജുകളിൽ മാത്രമേ അവതരിപ്പിച്ചുള്ളൂ. എൻ എസ് ഡി മേധാവികൾക്ക് നാടകത്തിന്റെ രാഷ്ട്രീയ ചായ്വും ചെങ്കൊടികളും വിപ്ലവഗാനങ്ങളും ഉൾക്കൊള്ളാനായില്ലെന്ന് പിന്നീടൊരിക്കൽ തൻവീർ സാബ് എന്നോടു പറഞ്ഞിട്ടുണ്ട്. റിപ്രറ്ററിയ്ക്കുവേണ്ടി നാടകം ചെയ്യാൻ പിന്നീടൊരിക്കലും തൻവീറിനെ ക്ഷണിച്ചില്ല.

ഹബീബ് സാബും സഫ്ദറിന്റെ പിതാവ് ഹനീഫാ ഹാഷ്മിയും സോവിറ്റ് ഇൻഫർമേഷൻ ഡിപ്പാർട്ട്മെന്റിലെ സഹപ്രവർത്തകരും സുഹൃത്തുക്കളും ആയിരുന്നു. കുട്ടിയായ സഫ്ദറിനെ പരിചയപ്പെടുത്തിയകാര്യം

അദ്ദേഹം ഓർക്കുന്നു.

"ഇദ്ദേഹം ഒരു കമ്യൂണിസ്റ്റുകാരനാണ്. കടുംചുവപ്പിന്റെ ആൾ", ഹനീഫ ഹാഷ്മി "സി പി ഐ അംഗമാണ്." ഹബീബ് പറഞ്ഞു. "അവൻ താങ്കളുടെ പാത പിന്തുടരുവാൻ ശ്രമിക്കുകയാണ്." സ്കൂൾ ദിനങ്ങളിലെ തിയേറ്റർ താല്പര്യം ചൂണ്ടിക്കാട്ടിയാണ് പറഞ്ഞത്. ഹബീബുമായി പ്രവർത്തിച്ചു തുടങ്ങുന്നതിനു മുമ്പ് അദ്ദേഹത്തിന്റെ സഹായിയും നയാ തിയേറ്റർ നടിയുമായ ഫിദാ ബായ് മാർക്കമിന് അപകടത്തിൽ പൊള്ളലേറ്റു. സഫ്ദറിന് പരിചയമില്ലെങ്കിലും എല്ലാവർക്കും അവരെക്കുറിച്ചറിയാം. ഹബീബ് പിന്നീടെഴുതി. "മാസങ്ങളുടെ ചികിത്സയിലൂടെ മുറിവുണങ്ങിയെങ്കിലും തൊണ്ടയിൽ ഒരു ദ്വാരം അവശേഷിച്ചു. അവർ ഞങ്ങളോടൊപ്പം ഡൽഹിയിലെ ബെർ സാറായ് ഹെഡ്ക്വാർട്ടേഴ്സിൽ കഴിയുമ്പോൾ ഒരു ദിവസം സഫ്ദർ അവിടെ വരുകയും ഫിദാ ബായിയെ കാണുകയും ചെയ്തു. സഫ്ദർ ജങ് ആശുപത്രിയിലെ തന്റെ പരിചയക്കാരായ യുവ ഡോക്ടർമാരെ കണ്ടുനോക്കാമെന്നയാൾ പറഞ്ഞ് ഫിദയെ അങ്ങോട്ടു കൊണ്ടുപോയി, ഫിദ ബേൺസ് യൂണിറ്റിൽ അപ്പോഴും ചികിത്സയിലായിരുന്നു. അവർ സെക്ഷനിൽ ചെന്നപ്പോൾ അതിശയിച്ചുപോയി. നിമിഷങ്ങൾക്കുള്ളിൽ ഒരു കൂട്ടം യുവഡോക്ടർമാർ സഫ്ദറിനു ചുറ്റും കൂടിയിരിക്കുന്നു. അവർ ആധുനിക ഉപകരണങ്ങളുമായി ഫിദയെ വിശദ പരിശോധനയ്ക്ക് വിധേയമാക്കി. അന്ന് പകൽ മുഴുവൻ ഡോക്ടർമാർക്കൊപ്പം ചെലവഴിച്ചു. അപ്പോൾ അയാൾ ശ്രദ്ധ കേന്ദ്രീകരിച്ചിരിക്കുന്നതിനപ്പുറം അയാൾക്ക് എന്തെല്ലാമാണ് ചെയ്യാൻ കഴിയുന്നതെന്നോർത്ത് ഞാൻ അതിശയിച്ചുപോയി." സഫ്ദറുടെ മനുഷ്യത്വപരമായ പ്രവർത്തനങ്ങൾ ഹബീബ് സാബിനെ സ്തബ്ധനാക്കി. സഫ്ദർ ആശുപത്രിയിലെത്തിയപ്പോൾ അയാൾക്കു ചുറ്റും കൂടി വന്ന ഡോക്ടർമാരുടെ എണ്ണം അദ്ദേഹം ശ്രദ്ധിച്ചു. എന്നെ ചിന്തിപ്പിച്ച കാര്യം ഇത്തരത്തിൽ എത്രയോ പേർക്ക് സഫ്ദർ ചികിത്സാ സഹായം ഒരുക്കിക്കൊടുത്തു എന്നതാണ്.

ഹബീബ് സാബിന്റെ *ഹിർമാകി അമർ രഹാനി*യ്ക്ക് 1985 ൽ സഫ്ദർ ക്രിട്ടിക്കൽ നിരൂപണം എഴുതി. അയാൾ നാടകം കാണുക മാത്രമല്ല. റിഹേഴ്സലുകളിൽ പങ്കെടുക്കുകയും ഹബീബ് സാബിനെ ഇന്റർവ്യൂ ചെയ്യുകയുമുണ്ടായി. സഫ്ദറിന്റെ അഭിമുഖത്തെക്കുറിച്ച് ഹബീബ് പറഞ്ഞത്, ഇത്രയും ആഴമേറിയൊരു അഭിമുഖം ഇതുവരെ ഞാൻ കണ്ടിട്ടില്ല എന്നാണ്.

1988 സമ്മറിൽ സഫ്ദറും മാലയും ജനത്തിനുവേണ്ടി ഒരു പ്രൊസീനിയം നാടകം ചെയ്യണമെന്ന് ഹബീബിനോട് ആവശ്യപ്പെട്ടു. കഴിഞ്ഞ 10 വർഷമായി തെരുവു നാടകത്തിൽ മാത്രം അഭിനയിച്ചു കൊണ്ടിരിക്കുന്ന ജനം അഭിനേതാക്കളെ പരിശീലിപ്പിക്കുന്നതിന് വലിയ നാടകങ്ങൾ ശേഖരിക്കുന്നതിനെപ്പറ്റി സഫ്ദർ അദ്ദേഹത്തോടു പറഞ്ഞു. 'ഈ ആവശ്യവുമായി ആദ്യം സമീപിച്ചത് എന്നെയാണ്. ഞാൻ അതിയായി സന്തോഷിച്ചു. എനിക്ക് സഫ്ദറിനോടും അതിയായ താല്പര്യം തോന്നി.

ആർക്കാണ് തോന്നാത്തത്. അയാളുടെ ആകർഷകമായ വ്യക്തിത്വം, അയത്ന ലളിതമായ ഉച്ചാരണം, വ്യക്തമായ കാഴ്ചപ്പാടുകൾ, പക്വമായ മൂല്യങ്ങൾ' എന്നിങ്ങനെ ഹബീബ് എഴുതുന്നു.

ഈ നൂറ്റാണ്ടിലെ ഏറ്റവും പ്രശസ്ത ഹിന്ദി സാഹിത്യകാരൻ മുൻഷി പ്രേചന്ദിന്റെ പേരിലുള്ള ആഘോഷങ്ങളെക്കുറിച്ചാലോചിക്കാൻ ഇടതു സാംസ്കാരിക സംഘടനകൾ, എഴുത്തുകാരുടെ സംഘടനയായ ജന വാദി ലേഖക് സംഘ്, ഗായകസംഘമായ പാർച്ചാം, ഡൽഹി മലയാളി സംഘടനയായ ജനസംസ്കൃതി മുതലായവയെ സഫ്ദർ സമീപിച്ചു. പ്രേംചന്ദ് സമാരോഹ് എന്നു പേരിട്ട പരിപാടിയിൽ പ്രേംചന്ദിനെക്കുറിച്ചൊരു സെമിനാറും അദ്ദേഹത്തിന്റെ രചനകളെ ആസ്പദമാക്കിയുള്ള നാടകവുമാണ് ഉൾപ്പെടുത്തിയിരുന്നത്. നാടകം എഴുതുന്നത് സഫ്ദറും സംവിധാനം ചെയ്യുന്നത് ഹബീബ് തൻവീറുമായിരുന്നു.

മുക്കാൽ മണിക്കൂറിനും ഒരു മണിക്കൂറിനും ഇടയ്ക്ക് ദൈർഘ്യമുള്ള ഒരു ചെറിയ നാടകം, വർഗ്ഗീയതയെ വിഷയമാക്കി ഉണ്ടാക്കാൻ അയാൾ പദ്ധതിയിട്ടിരുന്നു. കഴിഞ്ഞ കുറേ വർഷങ്ങളായി ഹിന്ദു മുസ്ലീം വർഗ്ഗീയത ഇരട്ട ദുരന്തമായി വളർന്നുകൊണ്ടിരുന്നു. ഓപ്പറേഷൻ ബ്ലൂസ്റ്റാർ, ഇന്ദിരാഗാന്ധിവധം, സിഖ്വിരുദ്ധപീഡനം തുടങ്ങിയവയുടെ പശ്ചാത്തലത്തിൽ 1984 ൽ രാജീവ് ഗാന്ധി പ്രധാനമന്ത്രിയായി. വിവാഹമോചിതരായ സ്ത്രീകൾക്ക് മുൻ ഭർത്താവിൽ നിന്ന് ജീവനാംശം നല്കണമെന്ന വിധി ഷബാനോ കേസിന്റെ അടിസ്ഥാനത്തിൽ സുപ്രീം കോടതി പുറപ്പെടുവിച്ചത് അടുത്ത വർഷം. എന്നാൽ 1986 ൽ കോൺഗ്രസ് സർക്കാർ മുസ്ലീം വിമെൻ ആക്ട് (വിവാഹ മോചനാവകാശം) കൊണ്ടുവന്നതോടെ പഴയ ആക്ട് റദ്ദായി. ന്യൂനപക്ഷ വർഗ്ഗീയശക്തികളെ തൃപ്തിപ്പെടുത്തുന്നതിനുവേണ്ടി ഹിന്ദു റൈറ്റിനെ പിന്താങ്ങി 1986 ൽ സർക്കാർ ബാബറി മസ്ജിദ് തുറന്നു. ഇത് രാമജന്മഭൂമിക്കുവേണ്ടി വാദിച്ചുനിന്ന വലത് ഹിന്ദു ശക്തികളെ ഉണർത്തി. എങ്ങും വർഗ്ഗീയ വികാരം ഇളകി. പ്രേംചന്ദിന്റെ രചനകളിലൂടെ ഒരു സാംസ്കാരിക ഇടപെടൽ നടത്താനാവുമെന്ന് സഫ്ദർ വിചാരിച്ചു.

നോവലിസ്റ്റെന്ന നിലയിലാണ് പ്രേംചന്ദ് അംഗീകരിക്കപ്പെട്ടിരുന്നതെങ്കിലും മികച്ച ചെറു കഥാകൃത്തുമായിരുന്നു. സ്റ്റേജിൽ അവതരിപ്പിക്കാൻ പറ്റിയ ചെറുകഥ സഫ്ദർ അന്വേഷിച്ചു തുടങ്ങി. പ്രേംചന്ദിന്റെ ചെറുകഥാസമാഹാരമായ (ഏഴാം ഭാഗം) മാനസസരോവർ വായിച്ചു. എനിക്കേതെങ്കിലും വിധത്തിൽ ഭാഗഭാക്കാകാനാവുമോ എന്ന് ഞാൻ ചോദിച്ചു. എഴുത്തുകാരനല്ലായിരുന്നിട്ടും സഫ്ദറിന്റെയും ഹബീബിന്റെയും രചനകളിൽ സൂക്ഷ്മനിരീക്ഷണം നടത്തി. അങ്ങനെ ഞാനും ചെറുകഥകൾ വായിച്ചു തുടങ്ങി. വായിച്ചെങ്കിലും കഥ എങ്ങനെ നാടകമാക്കും എന്നതിനെക്കുറിച്ച് പരിജ്ഞാനമില്ലായിരുന്നു. സഫ്ദറിന്റെ ആശയങ്ങളോടു ചേർന്നു നില്ക്കാനല്ലാതെ മറ്റൊന്നിനും എന്നെ കൊള്ളുകയില്ലെന്നു മനസ്സിലാക്കി.

ഹല്ലാ ബോൽ

നാടകാംശം അടങ്ങിയ ആറോളം കഥകൾ മാനസസരോവറിൽ നിന്ന് സഫ്ദർ കണ്ടെത്തി. ഹബീബ് സാബ് സാവധാനം ഹിന്ദി വായിച്ചതിനു ശേഷം 'ആരെങ്കിലുമൊന്നു വായിച്ചു കൊടുക്കുമോ' എന്ന് ചോദിച്ചു. പിറ്റേന്നാൾ (ഞായർ) രാവിലെ സഫ്ദറും ഞാനും ഹബീബ് സാബിന്റെ വീട്ടിലെത്തി.

അതെത്രമാത്രം ചെറിയ വീടാണ്. അടുക്കള വഴി അകത്തു കയറിയാൽ ചെന്നെത്തുന്നത് ചെറിയൊരു ഡ്രായിങ് റൂമിലാണ്. പുസ്തകങ്ങളും ബുക്കുകളും എഴുത്തുപകരണങ്ങളും ചിതറിക്കിടക്കുന്നു. പിന്നെ ഹബീബ് സാബിന്റെ മുഖമുദ്രകളായ പൈപ്പും പുകയിലയും ഒരു വലിയ തീപ്പെട്ടിയും ആഷ്ട്രേയും. ഈ മുറിക്കും ഒരേ ഒരു കിടപ്പുമുറിയ്ക്കുമിടയിൽ വാതിലില്ല. മുറിയിൽ ഒരു ഡബിൾ ബെഡ് കട്ടിൽ മാത്രമാണുള്ളത്. തടിയും ചാക്കും കൊണ്ടുണ്ടാക്കിയ സോഫയിലാണ് ഹബീബ് ഇരിക്കുന്നത്. ഞങ്ങൾക്കിരിക്കാൻ രണ്ട് മൂടകൾ വേണം.

സഫ്ദർ ഒരു കഥ വായിച്ചതിനുശേഷം അടുത്തത് വായിക്കാൻ എന്നോടാവശ്യപ്പെട്ടു. ഹബീബിനെപ്പോലൊരു വലിയ മനുഷ്യന്റെ മുന്നിലിരുന്നു വായിക്കാൻ ഭയം തോന്നിയെങ്കിലും പറ്റില്ലെന്നു പറയാൻ കഴിഞ്ഞില്ല.

മോശം ആശയം.

വായിക്കാൻ തുടങ്ങിയപ്പോൾ വിക്കാനും അതിനെക്കാൾ ശക്തിയായി ഹൃദയമിടിക്കാനും തുടങ്ങി. സഫ്ദർ എന്നെ പ്രോത്സാഹിപ്പിച്ചു. അവൻ മികച്ചൊരു നടനാണ്. വായിച്ചു തുടങ്ങിയാൽ പിന്നെ തുടർന്നു കൊള്ളും. ഹബീബ് സാബ് തലകുലുക്കി. കണ്ണുകൾ ശരിയായൊന്ന് തിളങ്ങി. ഞാൻ ക്ഷീണിതനായി ചിരിച്ചു. നിരാശാഭാവത്തിൽ ഭയചകിതനായി. വിക്കു കാരണം ഒരു ഖണ്ഡിക പോലും വായിക്കാനാവാതെ അഞ്ചുനിമിഷത്തിനുള്ളിൽ വായന നിർത്തി.

"ങുംഹും. സഫ്ദർ ഉടനെ നമുക്ക് രാജധാനി എക്സ്പ്രസ് പിടിക്കണം. അല്ലെങ്കിൽ അടുത്ത രണ്ടു ദിവസം ഇവിടെത്തന്നെ കഴിയേണ്ടി വരും. നിനക്കു വായിച്ചു കൂടെ."

കഥകൾ ഓരോന്നോരോന്നായി അടുത്ത മൂന്ന് മണിക്കൂർ സഫ്ദർ വായിച്ചു. ഹബീബ് ശ്രദ്ധയോടെ കേട്ട് ചിലതൊക്കെ ഡയറിയിൽ കുറിച്ചു വച്ചു. ആദ്യത്തെ ചില നിമിഷങ്ങൾക്കുശേഷം ഞാനെന്റെ പാരവശ്യം മറന്ന് പ്രേംചന്ദിന്റെ രചനകളുടെ ലോകത്തേക്കു കടന്നു. എല്ലാം വായിച്ചു കഴിഞ്ഞ് സഫ്ദർ ഹബീബിന്റെ മുഖത്തേക്ക് നോക്കി.

"നിങ്ങൾക്കെന്തു തോന്നുന്നു. ഇതിലേതു കഥയാണ് നമുക്കുപയോഗിക്കാൻ കഴിയുന്നത്."

"എല്ലാം ഒന്നാന്തരം കഥകളാണ്. നിനക്കേതാണിഷ്ടപ്പെട്ടത്. ഞാനല്ല എഴുതുന്നത് നീയാണ്. *ഹിംസപർമോ ധർമ്മഃ* യും *സഥായാഗാഹ*യും തമ്മിൽ യോജിപ്പിച്ചെടുക്കുന്നത് നന്നായിരിക്കുമെന്ന് എനിക്കു തോന്നുന്നു."

ഒന്നു വിവരിക്കാമോ? ഹബീബ് പൈപ്പെടുത്തു. ഹിംസ പർമോ ധർമ്മയിലെ മുഖ്യകഥാപാത്രമായ ജാമിദ് ഒരു ഗ്രാമീണ വിഡ്ഢിയാണ്. ഒരു അഭ്യുദയകാംക്ഷി അവസാനം നഗരത്തിൽ എങ്ങനെയെങ്കിലും സ്വന്തമായൊരു ജീവിതമുണ്ടാക്കാൻ അയാളോട് പറഞ്ഞു. അയാൾ നഗരത്തിലെ ഒരമ്പലത്തിലെത്തുകയും അവിടെ സൂത്രശാലിയായ ഒരു പൂജാരി അയാളെ തന്നോടൊപ്പം കൂട്ടുകയും ചെയ്തു. എന്നാൽ അനീതികൾ കാണുമ്പോൾ ജാമിദിന് പ്രതികരിക്കാനായില്ല. ഒടുവിൽ അമ്പലത്തിൽ നിന്ന് പുറത്താക്കപ്പെട്ടു. തുടർന്ന് ഒരു മൗലവിക്കുട്ടി കൊണ്ടുപോയി ഹൈന്ദവ അടിച്ചമർത്തലിന്റെ ഇരയായി പ്രദർശിപ്പിച്ചു. അവിടെയും അനീതിക്കതിരെ ശബ്ദമുയർത്തി പുറത്താക്കപ്പെട്ടു. ഒടുവിൽ ഗ്രാമത്തിലേക്കു തന്നെ മടങ്ങി. ബനാറസിലെ പണ്ഡിറ്റ് മോട്റാം ശാസ്ത്രി മുഖ്യകഥാപാത്രമായി വരുന്ന അരഡസൻ കഥകളുടെ സമാഹാരമായ *സത്യാഗ്രഹ* പ്രേംചന്ദിന്റെ തന്നെ രചനയാണ്. ഓരോ കഥയും രസകരമാണ്. മോട്ടിറാമിന്റെ പ്രത്യേകത അമിതമായ വിശപ്പാണ്. ബ്രിട്ടീഷ് ഇന്ത്യയുടെ വൈസ്രോയി ബനാറസ് സന്ദർശിക്കാനെത്തുന്ന ദിവസം യാദൃച്ഛികമായി ഇന്ത്യൻ നാഷണൽ കോൺഗ്രസ് സമരം പ്രഖ്യാപിക്കുന്നു. ഭയന്ന വൈസ്രോയി ജന്മിമാരെയും മതനേതാക്കന്മാരെയും കണ്ട് എങ്ങനെ സമരമൊഴിവാക്കാമെന്നതിന് ഉപദേശം ആരായുന്നു. അതിനവരൊരു പദ്ധതിയിട്ടു. ഈ ദേശീയ സമരത്തിനെതിരെ എന്തുകൊണ്ട് ഒരൊറ്റയാൾ സമരം സംഘടിപ്പിച്ചുകൂടാ? അതിനായി പണ്ഡിറ്റ് മോട്റാം ശാസ്ത്രിയെ തെരഞ്ഞെടുത്തു. ഭാര്യയുടെ വാക്കുകൾ കേൾക്കാതെ അയാൾ പട്ടിണി സമരത്തിനുപോയി. എന്നാൽ വിശപ്പ് വിശപ്പു തന്നെ. മോട്ടിറാമിന്റെ വിശപ്പ് അതികഠിനമായിരുന്നു. എന്നാൽ ഒരു യുവകോൺഗ്രസ് പ്രവർത്തകൻ അയാളെ വശീകരിച്ചു കൊണ്ടുപോയി ഇഷ്ടമുള്ളത്ര ഭക്ഷണ വിഭവങ്ങൾകൊടുത്ത് അയാളുടെ സമരം ഒഴിവാക്കി. അതോടെ കൊളോണിയൽ പ്ലാൻ പരാജയപ്പെട്ടു. ഇതാണ് സത്യാഗ്രഹയിലെ കഥ.

ഹിംസ ആദ്യം എഴുതാമെന്ന് സഫ്ദർ തീരുമാനിച്ചു. അതിലെ മജിസ്ട്രേറ്റിന്റെ വിധി രണ്ടാം ഭാഗത്തിലേക്കുള്ള സൂചന നല്കും. മോട്ടിറാമിന്റെ വിശപ്പുസമരം അവസാനിപ്പിച്ച യുവകോൺഗ്രസ് പ്രവർത്തകന്റെ സ്ഥാനത്ത് ജാമിദിനെ കൊണ്ടുവരാമെന്ന അഭിപ്രായത്തെ ഹബീബ് സാബ് അംഗീകരിച്ചു. സഫ്ദർ എഴുതാൻ തുടങ്ങി.

അത് ജൂൺ മദ്ധ്യത്തിലായിരുന്നു. ജൂലൈ 1 ന് റിഹേഴ്സൽ ആരംഭിച്ചു. ജൂലൈ 30 ന് നാടകം കളിക്കണം. ജൂലൈ 31 ന് പ്രേംചന്ദ്രിന്റെ ജന്മദിനാഘോഷത്തോടനുബന്ധിച്ച് വീണ്ടും കളിക്കണം.

ജൂൺ 1988 – പ്രേംചന്ദിനെ അനുകരിക്കുന്നു

വൈകുന്നേരമായപ്പോൾ ഞാൻ അവരുടെ സ്ഥലത്തെത്തി. ഞങ്ങളൊരുമിച്ച് ഉച്ചഭക്ഷണം കഴിച്ചതിനുശേഷം മാല പിറ്റേ ദിവസത്തേക്കുള്ള ക്ലാസ് നോട്ട് തയ്യാറാക്കാനും സഫ്ദർ എഴുതാനും തുടങ്ങി. ഒരു മണിക്കൂർ

കഴിഞ്ഞ് സഫ്ദർ ഞങ്ങൾക്കുവേണ്ടി ഒരു രംഗം വായിച്ചു കേൾപ്പിച്ചു. ഞങ്ങളുടെ അഭിപ്രായങ്ങൾക്കനുസരിച്ച് തിരുത്തലുകൾ വരുത്തിയ തിനുശേഷം അടുത്ത രംഗം എഴുതിത്തുടങ്ങി. പാട്ടുകളുൾപ്പെടെ ഓരോ രംഗവും യന്ത്രത്തിലെന്നപ്പോലെ എഴുതുകയാണ്. പിറ്റേ ദിവസം രാവിലെ ഞങ്ങൾ ഹബീബ് സാബിനടുത്തേക്ക് പോയി. അദ്ദേഹം രംഗങ്ങൾ വായിക്കുകയും ഒരു കാർബൺ കോപ്പി കൈയിൽ വയ്ക്കുകയും ചെയ്തു. അവിടെ നിന്ന് സഫ്ദർ പാർട്ടി ഓഫീസിലേക്കും ഞാൻ വീട്ടിലേക്കും പോയി. വരും ദിവസങ്ങളിലും ഇത് തുടർന്നു.

ജാമിദ് (Jamid) കഥ മനോഹരമായിരുന്നു. നാടകം ഭംഗിയായി തുടങ്ങി. സഫ്ദർ ചില സന്ദർഭങ്ങളിൽ ജാമിദിൽ നിന്ന് മോട്ട്റാമിലേക്കു മാറ്റുകയും ജമിദും മോട്ടിറാമും തമ്മിൽ ബന്ധപ്പെട്ടതെങ്ങനെയെന്നും വിശപ്പു സമരം അവസാനിപ്പിച്ച രീതിയുമൊക്കെ വിശദീകരിച്ചു. സഫ്ദർ ഒരു രീതിയിലെഴുതി. അതു ശരിയായില്ല. രണ്ടാമതൊരു രീതിയിലെഴുതി നോക്കി. വിജയിച്ചില്ല. പ്രഭാതത്തിൽ ഒരു മണിക്കൂറോ മറ്റോ ബാക്കി നില്ക്കേ മൂന്നാമതൊരു രീതി ശ്രമിച്ചു. അദ്ദേഹത്തിനു ഭ്രാന്തുപിടിക്കു മെന്നു ഞങ്ങൾ വിചാരിച്ചു.

പിറ്റേ ദിവസം രാവിലെ ഹബീബ് സാബിനെ കാണാൻ പോകുന്ന ബസ് യാത്രയ്ക്കിടയിലും സഫ്ദറിന് വിശ്വാസമില്ലായിരുന്നു.

"ശരിയാകുന്നില്ല. ജാമിദും, മോട്ടിറാമും പ്രേംചന്ദ്രിന്റെ കഥാപാത്ര ങ്ങളാകുന്നില്ല. എന്തോ ചിലതു നഷ്ടപ്പെടുന്നു."

എഴുതിയ മൂന്നു രീതിയും അയാൾ വായിച്ചു കേൾപ്പിച്ചു. ഹബീബ് സാബ് ശ്രദ്ധയോടിരുന്നു. അതിനിടയിൽ അദ്ദേഹം പൈപ്പെടുക്കുന്നു, നിറ ക്കുന്നു, കത്തിക്കുന്നു, പുക വിടുന്നു, ഈ പ്രക്രിയ തുടരുന്നു. അദ്ദേഹം നെറ്റി ചുളിക്കുന്നുമുണ്ട്. ഓരോ രീതിയിലെഴുതിയതും ചർച്ച ചെയ്ത് കാര്യകാരണ സഹിതം തിരസ്കരിക്കുന്നു. ഓരോ നിമിഷവും ഞങ്ങൾ പ്രതീക്ഷയോടെയിരുന്നെങ്കിലും ഒടുവിൽ ആ പ്രതീക്ഷ നഷ്ടമായി.

ഒരു മണിക്കൂറിലധികം കഴിഞ്ഞിട്ടുണ്ടാവും ഹബീബ് മറ്റൊരു പരിഹാരം മുന്നോട്ടു വച്ചു. പകുതി ചരിഞ്ഞ് കിടക്കയിൽ കിടന്ന മോനി കാദീ ചാടി എഴുന്നേറ്റു.

"നിങ്ങൾ മണ്ടനാണ് ഹബീബ്. നിങ്ങൾക്കീ പ്രശ്നം ഒരിക്കലും പരി ഹരിക്കാൻ കഴിയില്ല. മോട്ടീറാം കഥ ഒരു പ്രഹസനമാണ്. രണ്ടിനേയും തമ്മിൽ കൂട്ടിക്കലർത്തിയാൽ നിങ്ങൾക്ക് ട്രാജഡിയോ കോമഡിയോ പ്രഹസന ട്രാജഡിയോ ആക്കാൻ കഴിയില്ല. അത് വെള്ളവും എണ്ണയും പോലെയാണ്. ഒരിക്കലും കൂട്ടിക്കലർത്താനാവില്ല." നിശബ്ദം.

"അതെ മോനീകാ നീ പറഞ്ഞതാണ് ശരിയെന്നു തോന്നുന്നു."

ഞാനാണ് ശരിയെന്നയാൾ ചിന്തിക്കുന്നു. ആ ഉറച്ച മനുഷ്യനെ സഫ്ദർ നോക്കി. അയാൾ ചിന്തിച്ചു ഞാനാണ് ശരി. തീർച്ചയായും ഞാനാണ് ശരി.

"അതുകൊണ്ട് മോനീകാദീ നമ്മൾ എന്തു ചെയ്യണമെന്നാണ്

നിങ്ങൾ പറയുന്നത്?"

"ദൈവത്തെയോർത്ത് നിങ്ങളൊരു കഥ തെരഞ്ഞെടുക്കൂ. ജാമിദ് കഥാപാത്രം നല്ലതാണ്. കഥയാകട്ടെ പറഞ്ഞു പഴകിയതും. മോട്ടിറാമിനെ എനിക്കിഷ്ടപ്പെട്ടു. നല്ല കഥാപാത്രം. അസാധാരണ കഥ. എന്നാലൊരു പ്രഹസനവുമാണ്." ഹബീബിന് അത് ശരിയാണെന്നു തോന്നി. അതിൽ തന്നെ ഉറച്ചുനിന്നു. "സഫ്ദർ, നിങ്ങളുടെ തമാശബോധം എനിക്കിഷ്ട പ്പെട്ടു."

അങ്ങനെ ആ പ്രശ്നം പരിഹരിച്ചു. ഒരാഴ്ചകൊണ്ട് സഫ്ദർ നാടകം പൂർത്തിയാക്കി. വായിക്കാൻ 35 മിനിറ്റുവേണം. അതിൽ നിന്ന് മുക്കാൽ മണിക്കൂർ നാടകമുണ്ടാക്കണമെന്ന് ഞങ്ങൾ തീരുമാനിച്ചു.

എന്നാൽ ഞങ്ങൾക്ക് ഹബീബ് തൻവീറിനെ അവഗണിക്കാൻ കഴിഞ്ഞില്ല.

1988 ജൂൺ – ഹനുമാന്റെ വാല്

മജിസ്ട്രേറ്റ് തന്റെ കുതിരപ്പുറത്തു കയറി കമ്പോളത്തിൽ ചെന്ന് സമരത്തിൽ പങ്കെടുത്താൽ ഉണ്ടാകാൻ പോകുന്ന വിപത്തുകളെക്കുറിച്ചു കച്ചവടക്കാരോടു വിളിച്ചു പറഞ്ഞു. ഒറ്റ വാചകത്തിൽ ഇതാണ് കഥ. സഫ്ദർ തമാശരൂപേണ മജിസ്ട്രേറ്റും ഏഴു ഉദ്യോഗസ്ഥരുമായി അവ തരിപ്പിക്കുന്നു. അയാൾ ഈ ചിത്രം വികസിപ്പിച്ചുകൊണ്ട്, നിരവധി രംഗ ങ്ങൾ മാറ്റി എഴുതി. പ്രേംചന്ദ് വെറും രണ്ടു ഖണ്ഡികകളിലായി. വൈസ്രോ യിയുടെ ബനാറസ് സന്ദർശന ദിവസം കോൺഗ്രസിന്റെ സമര പ്രഖ്യാ പനത്തെ ഒരുക്കിയിരുന്നു. കോൺഗ്രസ് സമരത്തിനെതിരെ വിശപ്പു സമര ത്തിനു പോകാൻ സമ്മതിച്ച പണ്ഡിറ്റ് മോട്ടിറാം ശാസ്ത്രി എന്ന കഥാ പാത്രത്തെ പിന്നീടാണ് അവതരിപ്പിക്കുന്നത്.

സഫ്ദറുടെ രചനയിൽ, ആ ആമുഖ ഖണ്ഡികകൾ നാടകത്തിന്റെ പകുതി ഭാഗത്തോളം നിറഞ്ഞിരിക്കുന്നു. ഹബീബ് സാബിന്റെ കൈയിൽ സ്ക്രിപ്റ്റ് കിട്ടിയപ്പോൾ അതിലെ തമാശകളുടെ അംശം പരമാവധി പ്രയോഗത്തിൽ വരുത്താൻ ശ്രമിച്ചു. ഹനുമാന്റെ വാലുപോലെ നാട കത്തെ വലിച്ചു നീട്ടി. ഉദാഹരണമായി, രണ്ട് ആജ്ഞാനുവർത്തികളുടെ സംഭാഷണത്തിലൂടെ അന്നേയ്ക്ക് സൂര്യാസ്തമയത്തിനു മുമ്പായി മജി സ്ട്രേറ്റ് ഒരടിയന്തര മീറ്റിങ് വിളിക്കുന്നതും ഏഴ് ഉദ്യോഗസ്ഥർക്കൊപ്പം മജിസ്ട്രേറ്റും പ്രവേശിച്ച് വൈസ്രോയിയുടെ സന്ദർശന വിവരവും ഉദ്യോ ഗസ്ഥർ ചെയ്യേണ്ടതും അറിയിക്കുന്നു.

മജിസ്ട്രേറ്റ് : മോർണിങ്, മോർണിങ്. ഇരിക്കൂ. ഓഫീസർമാരെല്ലാം ഹാജരുണ്ടോ?

ഓഫീസർമാർ : ഉവ്വ് സർ.

മജിസ്ട്രേറ്റ് : നമുക്ക് മീറ്റിങ് ആരംഭിക്കാം. പ്രിയപ്പെട്ട സഹപ്രവർത്ത കരേ കുറച്ചു സമയത്തിനു മുമ്പ് ബഹുമാന്യ വൈസ്രോ യിൽ നിന്നൊരു ടെലഗ്രാം എനിക്കു കിട്ടി. ഗൗരവമായ

കാര്യം എന്തെന്നാൽ ആ ടെലഗ്രാം വൈസ്രോയിൽ നിന്നായിരുന്നില്ല കിട്ടിയത്. ഞാൻ ബനാറസിലെ മജിസ്ട്രേറ്റ് എന്ന നിലയിൽ പതിവുപോലെ അദ്ദേഹത്തിന്റെ നിർദ്ദേശം അനുസരിക്കുകയായിരുന്നു. അതൊരു ദൈനംദിന കാര്യമാണ്. വൈസ്രോയിയുടെ സന്ദർശനം വരും ആഴ്ചയിൽ ഏതെങ്കിലും ഒരു ദിവസമായിരിക്കുമെന്നാണ് സൂചന.

ഓഫീസർമാർ പോകാൻ തുടങ്ങുമ്പോൾ മജിസ്ട്രേറ്റ് കൈ അടിച്ചു വിളിക്കുന്നു. ഉദ്യോഗസ്ഥർ തിരിച്ചു വരുന്നു.

ഓഫീസർ 1 : വെള്ളം, വെള്ളം...

ഓഫീസർ 2 : എനിക്കല്പം വായു തരൂ...

ഓഫീസർ 3 : ആരെങ്കിലും എന്നെ ഒന്നു പിടിച്ചുയർത്തൂ

ഓഫീസർ 4 : സർ, ഞാനിപ്പം വരാം (ടോയ്‌ലറ്റിലേക്കോടുന്നു)

ഓഫീസർ 5 : സർ, എനിക്ക് മറ്റൊരു പജാമ തരൂ...

ഓഫീസർ 6 : എനിക്ക് ഹൃദയ ചലനം വേണം. ആരെങ്കിലും കുറച്ചു ബ്രാണ്ടി...

ഓഫീസർ 7 : ഞാനെവിടെയാണ്. എന്റെ തലയണ എവിടെ? ചാമേലിജാൻ, നിങ്ങളെവിടെയാണ്.
അവർ വീണ്ടും യഥാസ്ഥാനപ്പെടുന്നു.

മജിസ്ട്രേറ്റ് : ഈ വാർത്ത നിങ്ങൾ ഏറ്റവും ഗൗരവമായെടുത്തതിൽ എനിക്കു സന്തോഷം. ഇതേ ഗൗരവത്തോടും താല്പര്യത്തോടും വൈസ്രോയിയുടെ വരവിനെ എതിരേല്ക്കാൻ തയ്യാറെടുക്കുമെന്ന് എനിക്കറിയാം. ഈ വരവേല്പ് വൈസ്രോയിയുടെ മനസ്സിൽ എന്നും നിറഞ്ഞു നില്ക്കുന്ന സന്ദർശനമായിരിക്കണം.

ഓഫീസേഴ്സ് : അതെ സർ, അതെ സർ

മജിസ്ട്രേറ്റ് : ജോലിക്കാരുടെ നിയന്ത്രിതാവെന്ന നിലയിൽ എന്തു നിർദ്ദേശങ്ങളാണ് നിങ്ങൾക്കുള്ളത്.

ഇതേ തുടർന്ന് കൂടുതൽ കൂടുതൽ മണ്ടൻ ആശയങ്ങളുമായി ഓഫീസേഴ്സ് വരുന്നു.

ഈ രംഗം ഹബീബ് സാബിന്റെ കൈയിൽ എങ്ങനെ മാറി എന്നു നോക്കാം.

മജിസ്ട്രേറ്റ് : എല്ലാവരും ഇവിടെ ഉണ്ടോ?

ഓഫീസർ 1 : ഉണ്ട്, ഞാനിവിടെ ഉണ്ടെന്നുറപ്പുണ്ട്.

ഓഫീസർ 6 : ഞാനിവിടെയില്ലെന്നു അങ്ങ് വിശ്വസിക്കുന്നു?

ഓഫീസർ 1 : ഞാനങ്ങനെ പറഞ്ഞിട്ടില്ല.

ഓഫീസർ 7 : എല്ലാവരും ഇവിടെയുണ്ടെന്ന് പറഞ്ഞാൽ മതിയല്ലോ.

ഓഫീസർ 5 : താങ്കൾക്കെങ്ങനെ അതുപറയാനാവും. എല്ലാവരേയും ക്ഷണിച്ചിട്ടുണ്ടെന്ന് എങ്ങനെ അറിയാം.

ഓഫീസർ 4 : 303 നെ ഞാനിവിടെ കാണുന്നില്ല.

ഓഫീസർ 6 : അയാൾ ക്ഷണിക്കപ്പെട്ടിട്ടില്ല.

ഓഫീസർ 3 : ശരി, മറ്റുള്ളവരുടെ കാര്യം നമുക്ക് മറക്കാം.

ഓഫീസർ : നമ്മളിവിടെ ഉണ്ടെന്നതു മാത്രമാണ് നമുക്കറിയാവുന്നത്.

മജിസ്ട്രേറ്റ് : വളരെ നല്ലത് വളരെ നല്ലത്. ഞാൻ പറയാൻ പോകുന്നതെന്താണെന്നു ശ്രദ്ധിച്ചു കേൾക്കണം. സാഹചര്യം തികച്ചും ഗുരുതരമായിരിക്കുന്നു.

ഓഫീസേഴ്സ് : ഗുരുതരമോ സർ?

മജിസ്ട്രേറ്റ് : അതെ, അതീവ ഗുരുതരം. കുറച്ചു സമയത്തിനു മുമ്പ് ബഹുമാനപ്പെട്ട വൈസ്രോയിൽ നിന്നും എനിക്കൊരു ടെലഗ്രാം കിട്ടി.

ഓഫീസർ 1 : ബഹുമാന്യ വൈസ്രോയിയുടേയോ?

ഓഫീസർ 6 : ഞാൻ നിങ്ങളോടതു തന്നെയാണ് പറഞ്ഞത്.

ഓഫീസർ 5 : ഇല്ല. നിങ്ങൾ പറഞ്ഞില്ല.

ഓഫീസർ 4 : ഒന്നു നിർത്തൂ സാറ് പറയുന്നതു കേൾക്കൂ

ഓഫീസർ 3 : പക്ഷേ, ഇതൊരു അതിശയിപ്പിക്കുന്ന വാർത്ത തന്നെയാണ്.

മജിസ്ട്രേറ്റ് : ഇതിൽ അതിശയിക്കാനെന്തിരിക്കുന്നു? സർവ്വോപരി ഞാനീ ബനാറസിന്റെ മജിസ്ട്രേറ്റാണ്. ബഹുമാനപ്പെട്ട വൈസ്രോയിയിൽ നിന്ന് എനിക്ക് നിർദ്ദേശം കിട്ടിയിട്ടുണ്ട്. ഇതൊരു ദൈനംദിന പ്രവർത്തനമാണ്.

ഓഫീസർ 1 : അതെ സർ. ഇതൊരു ദൈനംദിന പ്രവർത്തനം തന്നെയാണ്.

ഓഫീസർമാർ : (ഒരുമിച്ച്) അതെ അതെ.

മജിസ്ട്രേറ്റ് : ഇതിലെ പ്രധാന പോയിന്റ് എന്താണെന്നറിയാമോ? സമാരാധ്യനായ ഇന്ത്യയുടെ വൈസ്രോയി അടുത്താഴ്ചയിലൊരു ദിവസം ബനാറസ് സന്ദർശിക്കും.

(ഓഫീസർമാർ എഴുന്നേറ്റ് നിന്ന് ഓരോരുത്തരായി സംസാരിക്കാൻ തുടങ്ങി)

ഓഫീസർ 2 : അവിടന്ന് ബനാറസിലേക്ക് വരികയാണോ?

ഓഫീസർ 3 : വൈസ്രോയി നേരിട്ടാണോ?

ഓഫീസർ 4 : എന്താണ് സർ എന്താണ് അങ്ങു പറഞ്ഞത്?

ഓഫീസർ 5 : നോക്കൂ, അതൊരു വലിയ വാർത്തയാണെന്നാണ് ഞാൻ പറഞ്ഞത്.

ഓഫീസർ 6 : അസാദ്ധ്യമാണ്!

ഓഫീസർ 1 : അതെ. നമ്മൾ അഗാധമായ കുഴപ്പത്തിൽ അകപ്പെട്ടിരിക്കുന്നു.

മജിസ്ട്രേറ്റ് : അതെ വൈസ്രോയി ബനാറസ് സന്ദർശിക്കാൻ പോകുന്നു.

(ഓഫീസർമാർ തകർന്നു തളർന്ന് താഴെ വീഴുന്നു)

മജിസ്ട്രേറ്റ് : നിങ്ങൾ ഈ വാർത്ത ഗൗരവമായെടുത്തതിൽ എനിക്ക് അതിയായ സന്തോഷം. ഇതേ ഗൗരവത്തോടെ അദ്ദേഹത്തിന്റെ വരവിനെ സ്വീകരിക്കാൻ നിങ്ങൾ തയ്യാറാകുമെന്ന് ഞാൻ കരുതുന്നു. വൈസ്രോയിയുടെ സന്ദർശനം അദ്ദേഹത്തിന്റെ ജീവിതത്തിലെ അവിസ്മരണീയമായ സ്വീകരണമായിരിക്കണം നമ്മൾ ഒരുക്കേണ്ടത്. ഇക്കാര്യത്തിൽ നിങ്ങളുടെ നിർദ്ദേശങ്ങൾ ഞാൻ ആവശ്യപ്പെടുന്നു. വർക്ക് ഇൻസ്പെക്ടർ?

(ഓഫീസർമാർ അബോധാവസ്ഥയിൽ ചലിക്കാൻ പറ്റാതിരിക്കുന്നു. മജിസ്ട്രേറ്റ് അലറുന്നു.)

ഓഫീസർമാരെ ശ്രദ്ധിക്കൂ

(ഓഫീസർമാർ ആഹ്ലാദത്തോടെ എഴുന്നേല്ക്കുന്നു മജിസ്ട്രേറ്റ് പട്ടാളച്ചിട്ടയിൽ അലറി.)

നിർദ്ദേശങ്ങൾ തരൂ... ഓരോരുത്തരായി. തൊഴിലില്ലായ്മയുടെ ഇൻസ്പെക്ടർ.!

അതങ്ങനെ പോയി. പ്രേംചന്ദിന്റെ കഥയിൽ നിന്ന് സഫ്ദർ തന്റെ സമ്പന്നമായ സങ്കല്പത്തിലൂടെയാണ് സന്ദർഭങ്ങളും കഥാപാത്രങ്ങളും സൃഷ്ടിച്ചത്. ഹബീബ് സാബാകട്ടെ സഫ്ദറുടെ രചനയിലടങ്ങിയിരിക്കുന്ന ഓരോ സാദ്ധ്യകളെയും അപഹസിക്കുകയായിരുന്നു. ഹബീബ് സാബിന് സഹ രചയിതാവ് സ്ഥാനം സഫ്ദർ കൊടുത്ത് തുല്യപ്രാധാന്യം ഒരുക്കി. ഹബീബ് സാബിന് സന്തോഷമായെങ്കിലും സ്വന്തം കാഴ്ചപ്പാട് വ്യക്തമായിരുന്നു.

1988 ജൂൺ - ചാമേലിജാൻ

ഇതാ ചാമേലിജാൻ എപ്പിസോഡ്

വൈസ്രോയിയുടെ ബനാറസ് സന്ദർശനത്തിനിടയിൽ കുപ്രസിദ്ധ വേശ്യ ചാമേലിജാനെ കൂടെ സന്ദർശിക്കാൻ എന്റർടെയ്ൻമെന്റ് ഇൻസ്പെക്ടർ നിർദ്ദേശം വയ്ക്കുന്നതായാണ് സഫ്ദറുടെ രചനയിലുള്ളത്. പ്രേചന്ദിന്റെ മറ്റൊരു കഥയിൽ നിന്നാണ് വേശ്യയുടെ പേര് സഫ്ദർ കണ്ടെത്തിയത്. അതു വച്ചൊരു ചെറിയ രംഗമെഴുതി. ഈ രംഗത്തിലാണ് മജിസ്ട്രേറ്റും പ്രേക്ഷകരും, വൈസ്രോയിയുടെ സന്ദർശന ദിവസം കോൺഗ്രസുകാർ സമരം പ്രഖ്യാപിച്ചിട്ടുള്ള വിവരം അറിയുന്നത്. ആയതിനാൽ കഥയിൽ ഇതൊരു നിർണ്ണായക രംഗമാണ്. ഞങ്ങൾ റിഹേഴ്സൽ തുടങ്ങിയപ്പോൾ മജിസ്ട്രേറ്റായി സഫ്ദറും ചാമേലിജാൻ ആയി മാലയും സീക്രട്ട് ഏജന്റ് 303 ആയി ഞാനും വേഷമിട്ടു. ഇതിനിടയിൽ സഫ്ദറും ഹബീബ് സാബും ഞങ്ങളുടെ ചെറിയ നിർദ്ദേശങ്ങൾ കൂടെ കണക്കിലെടുത്ത് അത്യന്തം രസകരമായി ട്വിസ്റ്റുകൾ ചേർത്ത് രംഗം വികസിപ്പിച്ചു. ഒടുവിൽ മജിസ്ട്രേറ്റിനെ അർദ്ധനഗ്നനായി ചാമേലിജാനിനൊപ്പം ഓഫീ

സർമാർ കാണുന്നു. ആകെ നാണക്കേടിലായ മജിസ്ട്രേറ്റിനോട് മുന്നിൽ നില്ക്കുന്ന ഉദ്യോഗസ്ഥന്മാരെയെല്ലാം തനിക്ക് നേരത്തെ പരിചയമുണ്ടെന്ന് വേശ്യ പറയുന്നു. "രസകരമായ രംഗം. റിഹേഴ്സൽ സമയത്ത് ഹാസ്യം ശക്തമാക്കാൻ പറ്റിയ നിർദ്ദേശങ്ങൾ മുൻകൂട്ടി തന്നെ സഫ്ദർ തന്നിരുന്നു. അദ്ദേഹത്തിന് അപാരമായ ഹാസ്യബോധമുണ്ട്." പിന്നീട് ഹബീബ് സാബ് എഴുതി.

മുതിർന്ന പല നടന്മാരും ഈ രംഗത്തോട് വിയോജിപ്പ് പ്രകടിപ്പിച്ചു. അതവർക്ക് ഉൾക്കൊള്ളാനായില്ല. എന്നാൽ യഥാർത്ഥത്തിൽ ഈ കടി ഞ്ഞാണറ്റ കാമഭാവം അവരെ ശരിക്കും അസ്വസ്ഥരാക്കി. ആ രംഗത്തി ലുടനീളം ചാമേലിജാൻ പൂർണ്ണ വസ്ത്രത്തോടും മജിസ്ട്രേറ്റും മുന്നൂറ്റി മൂന്നും ഉൾപ്പെടെ എല്ലാവരും വിവസ്ത്രരായും കാണപ്പെടുന്നതിനിടയിൽ അജ്ഞാതനായൊരു മനുഷ്യൻ കട്ടിലിനടിയിൽ നിന്ന് ബെഡ് ഷീറ്റും പുതച്ച് ചാടി വീഴുന്നു. രംഗം തികച്ചും അശ്ലീലപരമാണ്. അത് സെക്സും സെക്ഷ്വാലിറ്റിയും ഉത്തേജിപ്പിക്കുന്നു. ഇത് ഔചിത്യബോധമുള്ള സാധാരണ കാഴ്ചക്കാരനോടുള്ള വെല്ലുവിളിയാണ്.

മാലയുടെ ചാമേലിജാൻ ഏറ്റവും മനോഹരമാണ്. അവളുടെ വശ്യ തയ്ക്കനുസരിച്ചും കഥയ്ക്കനുസരിച്ചും സെക്സിയായി. വിലാസവതി യായി. ലാളിത്യത്തോടെ കാണപ്പെട്ടു. അവളുടെ ചിരിയുടെ തിളക്കം ആഡിറ്റോറിയം നിറഞ്ഞുനിന്നു. സഫ്ദറാകട്ടെ വിലക്ഷണനായ, ആവേശം കൊള്ളിക്കുന്ന പീഡിപ്പിക്കുന്ന മജിസ്ട്രേറ്റായി ആപാദപൂഡം തിളങ്ങി. അവളൊരു സർക്കസ് താരത്തെപ്പോലെ ഇളകിയാടുമ്പോഴും പൂർണ്ണ നിയന്ത്രണം പാലിച്ചു. ഒരു ഹാസ്യതാരമെന്ന നിലയിൽ അമിതാഭിനയമോ അല്പാഭിനയമോ ഇല്ലാതെ സഫ്ദർ മിതാഭിനയമാണ് കാഴ്ചവെച്ചത്. സഫ്ദറിന്റെ മരണശേഷം എനിക്ക് മൂന്ന് മജിസ്ട്രേറ്റുമാർക്കൊപ്പം 303 അഭിനയിക്കാൻ അവസരം കിട്ടി. 1991 ൽ പുതിയ അഭിനേതാക്കളെ വച്ചഭിനയിച്ച നാടകം ഹബീബ് സാബ് വിലയിരുത്തി. മാലയ്ക്കു പകരം സുന്ദരിയായ ജയന്തഭാസായിരുന്നു ആദ്യം. ആ രംഗത്തിൽ ഞാൻ ചാമേ ലിജാൻ ആയി ഷെഹ്ല ഹാഷ്മി, ശിഖാ സേത്തി, വന്ദിതാദാസ് എന്നിവരുമായി റിഹേഴ്സൽ ചെയ്തെങ്കിലും ആരും ഒരു വേദിയിലും കളിച്ചില്ല. ആരൊക്കെ ചേർന്ന് ജോഡിയായഭിനയിച്ചെങ്കിലും മാല - സഫ്ദർ രസതന്ത്രം പിന്നീടൊരിക്കലുമുണ്ടായില്ല. ഈ രണ്ട് അസാ ധാരണ അഭിനേതാക്കളും അരങ്ങിന്റെ ആനന്ദമായിരുന്നു.

സെക്സിനെ സംബന്ധിച്ച് ബൂർഷ്വാസദാചാരത്തിനു നേരെയുള്ള പരിഹാസവും സാധാരണക്കാരുടെ കാപട്യവുമാണ് ആ രംഗത്ത് ഞാൻ കണ്ടത്. അതിൽ തന്നെ ഒരു രാഷ്ട്രീയ ചായ്‌വും ഉണ്ടായിരുന്നു. കൊളോ ണിയൽ സ്റ്റേറ്റിലെ മുഴുവൻ ഉദ്യോഗസ്ഥ മേധാവിത്വത്തെയും ഒരു അഭി സാരികയുടെ ചെറുവിരലിലിട്ട് കറക്കുന്ന കാഴ്ച. അവളുടെ മാദകത്വം ചാഞ്ചാട്ടത്തിന്റെ അടയാളമായി മാറുന്നു. ഗാനത്തിൽ അവളെ ബനാ റസിന്റെ അഭിമാനം ആയാണ് ചിത്രീകരിച്ചിട്ടുള്ളത്. നഗരത്തിന്റെ ഹൃദ

യത്തുടിപ്പുകളും വികാരങ്ങളും അതിന്റെ ഈണത്തിലും സംഗീതത്തിലുമുണ്ട്. മജിസ്ട്രേറ്റും പ്രേക്ഷകരും സീക്രട്ട് സർവ്വീസ് തലവനും പൊയ്ക്കഴിഞ്ഞാലും അവളുടെ തമാശകളാണ് വേദിയെ സജീവമാക്കുന്നത്. ദുർബ്ബലരും മണ്ടന്മാരുമായ പുരുഷന്മാരുടെ ശക്തിയാൽ അവൾ തെളിഞ്ഞു നില്ക്കുന്നു.

എന്നിട്ടും എന്താണ് ഭീഷണിയായി നില്ക്കുന്നതെന്ന് എനിക്ക് മനസ്സിലാകുന്നില്ല. എന്നാൽ ഈ രംഗ പ്രശ്നം മുതിർന്നവർ ഉയർത്തിയപ്പോൾ സഫ്ദർ വല്ലാത്ത വിഷമത്തിലായി. ആരും ഹബീബിനോട് നേരിട്ട് പരാതി പറഞ്ഞില്ലെങ്കിലും പിന്നിൽനിന്നു പിറുപിറുക്കുകയാണ് ചെയ്തത്. ജനാധിപത്യ തത്ത്വങ്ങൾ ഉയർത്തിപ്പിടിക്കുന്ന സഫ്ദർ എന്താ സംഭവിച്ചുകൊണ്ടിരിക്കുന്നതെന്ന് ഹബീബ് സാബിനെ ബോദ്ധ്യപ്പെടുത്തുമ്പോഴും അത് കലാപരമായും രാഷ്ട്രീയമായും മികച്ച രംഗമാണെന്ന് വ്യക്തിപരമായി അയാൾ വിശ്വസിച്ചു. ഇടുങ്ങിയ ചിന്താഗതിയോടെ അവരെ മാറ്റി നിർത്താതെ അവരെ അയാൾ സംരക്ഷിച്ചു നിർത്തുന്നു. അതുകൊണ്ട് സഫ്ദർ ഹബീബുമായി ചില അഭിനേതാക്കളുടെ തെറ്റിദ്ധാരണ സംബന്ധിച്ച് പറയുമ്പോൾ, അവർക്കുവേണ്ടി കുറച്ചു കൂടെ വിശ്വസനീയമായ വാദഗതിരംഗം അമിത തമാശ നിറഞ്ഞതായതിനാൽ പ്രധാന വിഷയമായ രാഷ്ട്രീയവും മതവും തമ്മിൽ വേർതിരിക്കാനാവാതെ വിശുദ്ധമായി തന്നെ നില്ക്കുന്നു എന്ന രീതിയിൽ കൊണ്ടുവന്നു.

ഈ രംഗത്തിനു പകരം ഹബീബ് സാബ് എഴുതിയതിൽ സമരം സംബന്ധിച്ച വാർത്ത മാർക്കറ്റ് പ്ലെയ്സിലെ കുഞ്ജ്ദാൻ (പച്ചക്കറിക്കച്ചവടക്കാരി) ലൂടെയാണ് വെളിപ്പെടുത്തുന്നത്. ആ രംഗം ഒരു ദിവസം ഞങ്ങൾ റിഹേഴ്സൽ ചെയ്തു. ആദ്യ നാല് രംഗങ്ങളും നേരിയ മാറ്റത്തോടെ ഏറ്റവും നല്ല രചന എടുത്ത് റിഹേഴ്സൽ നടത്തി. അപ്രകാരം തന്നെ വോക്കൽ മൈനോറിറ്റി പുതിയ ഭാഷ്യവും സൈലന്റ് മെജോറിറ്റി ചാമേലിജാൻ ഭാഷ്യവും അഭിനയിച്ചു. അവസാനം തീരുമാനം ഹബീബ് സാബിന് വിടുകയും അദ്ദേഹം തന്റെ ഭാഷ്യത്തെ തുടക്കം മുതൽ മെച്ചപ്പെടുത്തുകയും ചെയ്തു.

അവതരണത്തിൽ നാടകത്തിലെ പ്രധാന പോയിന്റുകളിൽ ഒന്ന് ഇതാണ്, ഞാൻ നേരത്തെ പറഞ്ഞതുപോലെ ഏറ്റവും നല്ല രാഷ്ട്രീയ ഉള്ളടക്കം നിറഞ്ഞതും തന്നെ. അത്തരം പുകഴ്ത്തലുകൾക്കിടയിൽ പരാതിയുടെ മർമ്മരങ്ങൾ അകന്നു പോവുകയും ചെയ്തു.

1988 ജൂലൈ - ഗുരുവും ശിഷ്യയും

ഈ നാടകം തുടങ്ങുമ്പോൾ സഫ്ദറിന് 34 വയസ്സ്. അദ്ദേഹം 10 വർഷക്കാലം പൂർണ്ണമായും തെരുവു നാടകം ചെയ്തതുൾപ്പെടെ 15 വർഷത്തെ നാടകബന്ധങ്ങളാണുള്ളത്. ഹബീബ് സാബിന് 65 വയസ്സ്. ഇതിനിടെ അദ്ദേഹം നിരവധി മാസ്റ്റർപീസുകൾ സൃഷ്ടിച്ചു. അതിൽ പ്രധാനം *ചരൺദാസ് ചോർ, മിട്ടികീ ഗാഡി, മാജാപൂർ കീ ശാന്തിബായ്* എന്നിവ

യാണ്. കഴിഞ്ഞ പതിനഞ്ചു വർഷങ്ങൾക്കിടയിലാണ് ഇവ രചിച്ചത്. അദ്ദേഹത്തിന്റെ ആദ്യക്ലാസിക് ആയ *ആഗ്ര ബസാർ* ഇവിടെ സൂചിപ്പിച്ചിട്ടില്ല. അടുത്ത അഞ്ചു വർഷത്തിനിടയിലെഴുതിയ പ്രധാന കൃതികൾ *ദേക് രഹേ ഹെയ്ൻ നെയിൻ, കാമദേവ് കാ അപ്നാ ബസന്ത് റിതു കാ സപനാ* (Dekh Rahe Hain Nain and Kamedev Ka Apna Basat Ritu Ka Sapna) എന്നിവയാണ്. ഹബീബ് സാബ് ശ്രദ്ധയോടെ പഠിപ്പിക്കുകയും സഫ്ദർ പഠിക്കുകയും ചെയ്തു. ചുവരിലെ ശലഭം പോലെ കഴിയുന്നതെല്ലാം ഞാൻ ഉൾക്കൊണ്ടു.

പ്രേംചന്ദിന്റെ കഥയടിസ്ഥാനമാക്കി സഫ്ദറിന്റെ രചനയായ നാടകത്തിന്റെ ആദ്യ ഭാഗങ്ങളെ ഹബീബ് വികസിപ്പിച്ചെങ്കിലും രണ്ടാം പകുതിയിൽ നേരെ തിരിച്ചാണ് സംഭവിച്ചത്. മജിസ്ട്രേറ്റും ഫ്യൂഡൽ കൂട്ടുകെട്ടും ചേർന്ന് മോട്ടീറാമിനെ വിശപ്പു സമരത്തിന് പ്രേരിപ്പിക്കുന്ന രംഗത്തിൽ പ്രേംചന്ദ് തന്നെ എഴുതിയ മനോഹരമായ തമാശ സംഭാഷണങ്ങളിൽ ചിലത് എടുത്ത് സഫ്ദർ ചേർത്തിരുന്നു. ഹബീബ് സാബ് അതുവെട്ടിക്കളഞ്ഞു. അവസാന രംഗത്തിൽ കോൺഗ്രസ് പ്രവർത്തകൻ മോട്ടീറാം സമരത്തിൽനിന്നു പിന്തിരിപ്പിക്കാൻ രുചിപ്രദമായ പലഹാരം നല്കുന്നിടത്ത് പ്രേംചന്ദിന്റെ സംഭാഷണം ചേർത്ത് സഫ്ദർ വികസിപ്പിച്ചു. എന്നാൽ അതും ഹബീബ് സാബ് വെട്ടിക്കളഞ്ഞു. പകരം, പ്രേംചന്ദിന്റെ സംഭാഷണങ്ങളുടെ അന്തഃസ്സത്ത മാത്രമാണ് ഉപയോഗിച്ചത്.

“പ്രേംചന്ദ് ഒരു മാസ്റ്ററാണ്, സഫ്ദർ. നോക്കൂ എത്ര കാച്ചിക്കുറുക്കിയ സംഭാഷണങ്ങളാണ് അദ്ദേഹത്തിന്റേത്. വാക്കുകളുടെ കാര്യത്തിൽ പിശുക്ക് കാണിക്കുമ്പോഴും പരമാവധി സ്വാധീനിക്കുന്നു. അതിലെന്തിനാണ് നമ്മൾ ഇടപെടുന്നത്? അതങ്ങനെയിരിക്കുന്നതാണ് നല്ലത്. യഥാർത്ഥ കഥയുടെ പേര് “സത്യാഗ്രഹ” എന്നാണ്. സഫ്ദറും ആ പേരാണ് സ്വീകരിച്ചത്. ഹബീബ് സാബ് അതിനെ മോട്ടീറാം കാ സത്യാഗ്രഹ എന്നുമാറ്റി. ഒരു ബ്രാഹ്മണന് പറ്റിയ പേരാണത്. അത് പെട്ടെന്നൊരു പ്രതിബിംബം ആവാഹിക്കുന്നു. നിങ്ങൾക്കറിയാമോ അതൊരു നർമ്മ നാടകമാണ്. മോട്ടീറാമിനെ പട്ടിണി സമരത്തിന് വിളിക്കുന്നിടത്താണ് നാടകം പരാജയപ്പെടുന്നത്. സത്യാഗ്രഹ വിരസമാണ്. അത് ഒരു രക്തസാക്ഷിയുടെ ഗൗരവമായ കഥയായിരിക്കുന്നതാണ് നല്ലത്. പ്രേംചന്ദ് മികച്ച കഥാകൃത്താണെങ്കിലും അവയ്ക്ക് പേരിടുന്ന കാര്യത്തിൽ പരാജയപ്പെട്ടു. വളരെ മുമ്പ് ഞാൻ *ഷടാരഞ്ച് കെ കിലാദി* നാടകമാക്കിയപ്പോൾ ഞാനതിനെ *ഷടാരഞ്ച് കെ മൊഹറേ* എന്നു പേരുമാറ്റി. അതായിരുന്നു കൂടുതൽ അനുയോജ്യം. അത് വിദഗ്ദ്ധ ചെസ്സ് കളിക്കാരുടെ കഥയല്ല. ചെസ്സ് കളിയിലെ കരുക്കൾപോലെ, രണ്ടു മനുഷ്യരുടെ വിധി ചരിത്രം നിയന്ത്രിക്കുന്ന കഥയാണത്.

സഫ്ദറുടെ രചനയെ ഹബീബ് സാബ് അതിസൂക്ഷ്മതയോടെ തിരുത്തി എഴുതി. അദ്ദേഹം ചെറിയ രംഗങ്ങളെ നീണ്ടതും സങ്കീർണ്ണവുമാക്കി. ചില കഥാപാത്രങ്ങൾ മാറ്റി വേറെ കഥാപാത്രങ്ങളെ ഉൾപ്പെടു

ത്തി. ഇടയ്ക്ക് രണ്ടു സ്ഥലങ്ങളിൽ അപ്രധാനമായ സംഗതികൾ ചർച്ച ചെയ്യുന്നതിന് രംഗങ്ങളെഴുതിച്ചേർത്തു.

ഹബീബ് സാബ് എഴുതി: "ഗാനങ്ങളുടെ കാര്യമെടുത്താൽ സഫ്ദർ എല്ലാ തരത്തിലും ഒരു കവിയാണ്." ഭാവനയുടെ കാര്യത്തിൽ ഒരളവു വരെ അയാൾ പൂർണ്ണ വൈദഗ്ദ്ധ്യം കിട്ടിയ ആളാണ്. എന്നാൽ അദ്ദേഹത്തിന്റെ മഹത്തായ ഗുണം എന്നു പറയുന്നത് ദുരഭിമാനമില്ലായ്മയും സ്വയംബോധവുമാണ്. മോട്ടീറാമിനെക്കുറിച്ചുള്ള രചനയിൽ വളരെയധികം എഴുതിയെങ്കിലും എന്റെ ചിന്തയ്ക്കൊപ്പം എത്തിയില്ല. ചാമിലിജാൻ എന്ന അഭിസാരികയെക്കുറിച്ച് പാട്ടെഴുതുമ്പോഴും അതിന് ഞാൻ തന്നെ സംഗീതം നല്കുന്നതിനിടയിൽ വേണ്ടതു ചെയ്തു. അതിനുകാരണം പദ്യരചനാശാസ്ത്രത്തിലുള്ള പരിജ്ഞാനമില്ലായ്മയാണ്. സുപരിചിതമായ അളവിൽപോലും തെറ്റുവരുത്തി. ഉദാ: അയാൾ മിക്കവാറും വീട്ടിലായിരുന്നപ്പോഴുള്ള പിംഗാൾ ദി അൽഹാ ഉദൽ മീറ്റർ. അതുകൊണ്ടാണ് അയാളുടെ പെട്ടെന്നുണ്ടായ വിയോഗത്തിൽ അതിയായി ഖേദിച്ചത്. അളവിന്റെ കാര്യത്തിൽ അദ്ദേഹത്തിനുള്ള അറിവില്ലായ്മയും കുറവും അന്ന് ചൂണ്ടിക്കാണിച്ചിരുന്നെങ്കിൽ അത് തിരുത്താമായിരുന്നു. അതിനുള്ള പരിജ്ഞാനം അദ്ദേഹത്തിനുണ്ട്. എന്റെ കവിത എഴുത്തിന്റെ ആരംഭഘട്ടത്തിൽ അളവ് സംബന്ധിച്ച അറിവു തന്ന നിയാസ് ഹൈദറിനെ ഞാനോർക്കുന്നു. ഞങ്ങൾ അതിന് ശ്രമിച്ചെങ്കിലും സഫ്ദറിന് മുൻകൂട്ടി നിശ്ചിതമായ ധാരാളം സംഘടനാകാര്യങ്ങളും, പാർട്ടി പ്രശ്നങ്ങളും, നാടകത്തിന്റെ മറ്റുവശങ്ങൾ സംബന്ധിച്ച പ്രവർത്തനങ്ങളും ഉണ്ടായിരുന്നതിനാൽ പിന്നീടൊരിക്കലേക്ക് മാറ്റി വയ്ക്കേണ്ടി വന്നു. നിർഭാഗ്യവശാൽ പിന്നീടങ്ങനെ ഒരവസരം ലഭിക്കാതെ പോയി. 1950 കളിൽ ഖുദ്സിയ സൈദിയുടെ ഹിന്ദുസ്ഥാനി തിയേറ്ററിലായിരുന്നപ്പോൾ ഹബീബ് സാബും നായിസ് ഹൈദറും ഒരുമിച്ചു പ്രവർത്തിക്കുന്നതിനിടയിൽ അഭിമുഖീകരിച്ച ഏറ്റുമുട്ടലുകൾ കുറവല്ല."

സഫ്ദറുടെ കവിതാമീറ്ററിലെ തെറ്റുകൾ ഹബീബ് സാബ് ചൂണ്ടിക്കാണിച്ച രണ്ടു സന്ദർഭങ്ങൾ ഞാനോർക്കുന്നു.

പ്രേം ചന്ദ് നേ ലിഖാ ഥാ കിസ്സാ
നാടക് ഹംനേ ദിയാ ബെനായേ
പ്രേം ചന്ദൊരു കഥയെഴുതി
ഞങ്ങളതിനെ നാടകമാക്കി.
ഹബീബ് സാബ് അത് മാറ്റി എഴുതിയതിങ്ങനെ
കഥാ ലിഖി ഥീ പ്രേം ചന്ദ് നേ
നാടക് ഹംനേ ദിയ ബനായേ

അതുപോലെ നാടകാന്ത്യത്തിലെ ഒരു ഗാനം സഫ്ദർ ഇങ്ങനെയെഴുതി

ബാസി റോട്ടി ഹി ഖാ ലുംഗാ അഗാർ
കാഹിൻ വാഹി മിൽ ജായേ

"വളിച്ച ബന്ന് ആഹ്ലാദത്തോടെ ഞാൻ തിന്നു
എന്നോടു പറയൂ എവിടെയാണതു കണ്ടത്"
ഹബീബ് സാബ് അതിനെ ഇപ്രകാരം മാറ്റിയെഴുതി.
ബാസി റോട്ടി ബിൻ പാനികേലാ
ലുൻ കാഹിൻ വഹി മിൽ ജയേ
Baasi roti bin paani ke kha
Lun kahin vahi mil jaye
"വളിച്ച ബന്ന് വെള്ളം കൂടാതെ ആനന്ദത്തോടെ തിന്നു
എന്നോടു പറയൂ എവിടെയാണതു കണ്ടത്."

രണ്ടു രീതിയിലും പുതിയ വരികൾ പാടുമ്പോൾ മീറ്റർ സംബന്ധിച്ച് പുരോഗതിയുണ്ടായതായും കൂടുതൽ സംഗീതാത്മകമായി പാടാൻ കഴിഞ്ഞതായും സഫ്ദറിനു മനസ്സിലായി. നിരാഹാര സമരം നടത്തുന്ന ബ്രാഹ്മണന്റെ വിശപ്പുണ്ടാക്കിയ കഷ്ടാവസ്ഥയെ സ്വരഭാവത്തോടെ പാടിച്ചത് മറ്റൊരുദാഹരണം. കാജൽഘോഷും ദേവിലാൽ നാഗും തിരുത്തിയതോടെ രാഗം കൂടുതൽ ആകർഷകമായി മാറി.

നാടകത്തിന്റെ ആദ്യവായനയ്ക്കും ഡ്രസ്സ് റിഹേഴ്സലിനുമിടയ്ക്കുള്ള 29 ദിവസങ്ങളിലാണ് ഇതൊക്കെ സംഭവിച്ചത്. ഞായറാഴ്ച ഒഴികെ മറ്റു ദിവസങ്ങളിൽ വൈകുന്നേരം മാത്രമായിരുന്നു റിഹേഴ്സൽ. സർദാർ പട്ടേൽ വിദ്യാലയ ആഡിറ്റോറിയത്തിന്റെ അനുവാദം മാലയുടെ സഹായത്തോടെ കിട്ടിയപ്പോൾ റിഹേഴ്സലിനാവശ്യമായ സ്ഥല സൗകര്യമുണ്ടായി. അവിടെ ഗൃഹാന്തരീക്ഷം ഒരുക്കിത്തന്ന വിഭാബെന്നിനും എസ് പി വി മാനേജർ പതക്ബായിയ്ക്കും നന്ദി അർപ്പിക്കുന്നു.

നാടകാവതരണത്തിന്റെ തൊട്ടുമുമ്പുള്ള ഞായറാഴ്ച വരെയും നാടകം കളിക്കാവുന്ന തരത്തിലെത്തിയിരുന്നില്ല. മോനികാദിയുടെ മേൽനോട്ടത്തിൽ ശിവാനി ചാന്ദറിന്റെ സഹായത്തോടെ ഷെഹ്ല വസ്ത്രാലങ്കാരം ഒരുക്കുന്നു. നാടകത്തിൽ രണ്ടു തവണ രണ്ടു രീതിയിൽ വരുന്ന ഗാനത്തിന്റെ രചന സഫ്ദർ പൂർത്തിയാക്കിയിട്ടില്ല, അഭിനേതാക്കൾ വരികളും മുന്നിൽ വച്ച് പതുങ്ങിയിരിക്കുന്നു. ഗായകർ അപ്പോഴും ഗാനം വായിക്കുകയാണ്. സെറ്റ് വരച്ച് പൂർത്തിയാക്കിയിട്ടുമില്ല. ക്ലൈമാക്സ് രംഗം ഇനിയും ചെയ്തു തുടങ്ങിയിട്ടില്ലെന്നതാണ് വാസ്തവം. മുൻ നാടകം കാഴ്ചക്കാരെ ചിരിച്ചു മണ്ണുകപ്പിക്കാൻ പോന്നതായിരുന്നു. ഈ നാടകത്തിന്റെ അന്ത്യത്തിൽ തമാശകളേയില്ല. ചിരിച്ചു തളർത്താൻ പറ്റിയതെന്തെങ്കിലും അതിലുണ്ടാവുമോ? ഇല്ലെങ്കിൽ അതിന്റെ കുറ്റം ചാമേലിജാൻ രംഗത്തിനായിരിക്കുമോ?

303, കോൺഗ്രസ് പ്രവർത്തകൻ എന്നീ കഥാപാത്രങ്ങളെ അവതരിപ്പിക്കുന്നതിനു പുറമേ സ്റ്റേജ് മാനേജർ ചുമതലയും ഹബീബ് സാബുമായി ചേർന്ന് റിഹേഴ്സൽ ഷെഡ്യൂൾ തയ്യാറാക്കൽ പ്രവർത്തനവും എനിക്കായിരുന്നു നല്കിയിരുന്നത്. സ്കൂൾ ക്യാന്റീനിലാണ് ചായ. അവസാന ഗാനത്തിന്റെ മിനുക്കുപണികളിലേർപ്പെട്ടിരുന്ന സഫ്ദർ ഇടയ്ക്കിടെ

ഞങ്ങളുടെ സംഭാഷണവും ശ്രദ്ധിക്കുന്നുണ്ട്.

"ഇനി ബാക്കി അഞ്ചു ദിവസമാണുള്ളത്. ഹബീബ് സാബ്, എപ്പോഴാണ് നമ്മൾ തയ്യാറാകാൻ പോകുന്നത്?"

ഹബീബ് സാബ് ചിന്തയോടെ തന്റെ ചുണ്ടിൽ നിന്നും പൈപ്പ് എടുത്തുമാറ്റി.

"ശരിയാണ്. ഇനി വളരെ കുറച്ചു സമയം മാത്രമേ ബാക്കിയുള്ളൂ. ഞാൻ ഓൾഡ് വിക് (Old Vic)യിലായിരുന്നപ്പോൾ മനസ്സിലാക്കിയ സൂത്രത്തെക്കുറിച്ചു നിന്നോടു പറയാം. അവിടെ ഒരദ്ധ്യാപകൻ നിരന്തരം ഇങ്ങനെ പറയും ഓരോ രംഗവും നിങ്ങൾക്ക് തൃപ്തിയാകും വിധം ചിട്ടപ്പെടുത്താൻ സമയം കിട്ടുന്നില്ലെങ്കിൽ നരകത്തിലെന്ന മട്ടിൽ ആദ്യവും അവസാനവും പരമാവധി ഭംഗിയാക്കൂ. മദ്ധ്യഭാഗം തനിയെ പൊയ്ക്കൊള്ളും. ഞങ്ങളങ്ങനെ തന്നെ ചെയ്യാൻ പോകുന്നു. നമ്മുടെ തുടക്കം നന്നായിട്ടുണ്ട്. അവസാനം വിരസമായിരിക്കുന്നു. അതിനെ എന്തെങ്കിലും ചെയ്ത് ഉയർത്തിക്കൊണ്ടു വരണം."

"തുടക്കത്തിൽ നാടകം കാണുന്നവരെ നമ്മൾ പരമാവധി ചിരിപ്പിക്കുന്നുണ്ടെങ്കിലും അവസാനം വിരസമായതെന്തുകൊണ്ടാണെന്ന് നിങ്ങൾ ചിന്തിച്ചിട്ടുണ്ടോ?"

"ഹും. അതൊരു രസകരമായ ചിന്തയാണ്. ആദ്യഭാഗം തമാശ കുറച്ചും അവസാന ഭാഗം തമാശ കൂട്ടിയും ഉണ്ടാക്കുന്നതിനെക്കുറിച്ച് ഞാൻ ചിന്തിച്ചിട്ടില്ല. എന്നാൽ ചിരി പകർച്ചവ്യാധി പോലെയാണെന്നറിയണം. അതുകൊണ്ട് ക്ലൈമാക്സിനുവേണ്ടി എന്തെങ്കിലും അധികമായി ചെയ്യണം."

അന്നദ്ദേഹം അതിനെ പൊളിച്ചെഴുതി. കോൺഗ്രസ് പ്രവർത്തകന്റെ പ്രലോഭനത്തിൽപെട്ട് മോട്ടിറാം തന്റെ വിശപ്പു സമരം അവസാനിപ്പിക്കുമ്പോൾ പ്രേക്ഷകർ കാണുന്നത് കറുകറുത്ത പന്നിയിറച്ചി പോലൊരു സാധനം തിന്നുന്നതാണ്. കോറസ് ചുവടുവച്ച് പാടിവരുന്നു. തുടർന്ന് മുഴുവൻ കഥാപാത്രങ്ങളും ഓരോരുത്തരായി പ്രവേശിച്ച് മോട്ടിറാമിന്റെ തീറ്റരീതി കണ്ട് ആർത്തുചിരിക്കുന്നു. അതിനായി ഹബീബ് സാബ് ഒരു പ്രത്യേക സംഘം പ്രേക്ഷകരെ വേദിയിലേക്ക് കൊണ്ടു വരുകയും അവർ യഥാർത്ഥ പ്രേക്ഷകരെ ചിരിയിലേക്കു ഭാഗഭാക്കാക്കുകയും ചെയ്യുന്നു. ഒടുവിൽ അട്ടഹാസം ആർത്തനാദമായി മാറുന്നതാണ് ക്ലൈമാക്സ്.

1988 ജൂലൈ - സുഹറ സെഗാൽ

"ഇന്ത്യയിലേക്കു മടങ്ങി വന്ന സുഹറ നാടകപ്രവർത്തനത്തിനുവേണ്ടി നോക്കിയിരിക്കുകയാണ്. എന്നോടൊത്തു പ്രവർത്തിക്കാനാണവൾ ശ്രമിക്കുന്നത്. നമുക്കവളെ അഭിനയിപ്പിക്കാൻ കഴിയുമെന്നു തോന്നുന്നുണ്ടോ?"

ഒരു ദിവസം റിഹേഴ്സൽ കഴിഞ്ഞു. ഞാനും ഹബീബ് സാബും മോനികാദിയും സഫ്ദറും സംസാരിച്ചുകൊണ്ടിരുന്നപ്പോൾ ഈ വിഷയം

ഹബീബ് സാബ് ഉന്നയിച്ചു, അദ്ദേഹം എന്തിനെപ്പറ്റിയാണ് പറയുന്നതെന്നെനിക്ക് മനസ്സിലായില്ല. എന്നാൽ സഫ്ദർ ആഹ്ലാദഭരിതനായി എഴുന്നേറ്റു. അയാൾക്കതിലുള്ള ആകാംക്ഷ കാണാമായിരുന്നു.

"സുഹറ സെഗാൽ? അതെ സുഹറ സെഗാൽ. പൃഥ്വി തിയേറ്ററിലെ? അവൾക്ക് അഭിനയിക്കണമെന്നോ? തീർച്ചയായും! അവൾക്കൊപ്പം അഭിനയിക്കുക എന്നത് നമുക്കും അഭിമാനകരമാണ്."

ഉദയ് ശങ്കറിനൊപ്പം 8 വർഷവും പൃഥ്വി രാജ് കപൂറിനൊപ്പം 14 വർഷവും പ്രവർത്തിച്ച സുഹറ സെഗാൽ ഏകദേശം കാൽ നൂറ്റാണ്ടുകാലം ഇംഗ്ലണ്ടിൽ താമസിച്ച് പ്രധാനമായും ടെലിവിഷൻ രംഗത്തു പ്രവർത്തിക്കുകയായിരുന്നു. ഇതിനിടയിൽ ഇന്ത്യയുടെ പൊതു മനസ്സിൽ നിന്ന് അവർ മാഞ്ഞുപോയി. 1990 കളിലും തുടർന്നും ഹിന്ദി സിനിമകളിലൂടെ വീണ്ടും അവർ ഇന്ത്യയുടെ ഓർമ്മ മണ്ഡലത്തിലെത്തപ്പെട്ടു. 1912 ൽ ജനിച്ച അവർ 76 വയസ്സുള്ളപ്പോഴാണ് ഞങ്ങൾക്കൊപ്പം പ്രവർത്തിക്കാനെത്തിയത്. ഇതവരുടെ രണ്ടാം വരവായിരുന്നു. ഇത്തവണ മോട്ടിറാമിന്റെ ഭാര്യ പണ്ഡിതായിനിയുടെ വേഷത്തിലായിരുന്നു. മോട്ടിറാം ആയി അഭിനയിച്ച ത്യാഗി അവരെക്കാൾ 30 വയസ്സ് താഴെയായിരുന്നു. ഓരോ ചുവടിലും അവർ അയാൾക്കൊപ്പം എത്തുന്നുണ്ട്. അവിശ്വസനീയമായ ചുറുചുറുക്കും ചുവടുവയ്പ്പും. അവരുടെ ഉച്ചാരണ മികവ് എന്നെ വിസ്മയിപ്പിച്ചു. അവരുടെ ഏത് സംഭാഷണവും മികവുറ്റതായിരുന്നു. നെടുങ്കൻ സംഭാഷണങ്ങൾ സ്റ്റേജിനു പുറകിൽ നിന്ന് ഉരുവിട്ടു പഠിക്കുന്നതു കണ്ടിട്ടുണ്ട്. അതേപ്പറ്റി ചോദിച്ചപ്പോൾ താൻ ശബ്ദശുദ്ധിവരുത്തുകയാണെന്നാണു പറഞ്ഞത്.

"എല്ലാ ദിവസവും?"

"നിങ്ങളങ്ങനെ ചെയ്യുന്നില്ലെന്നാണോ?" വിശ്വസിക്കാനാവാതെ അവരുടെ കണ്ണുകൾ വിടർന്നു. നിങ്ങളെല്ലാവരും വളരെ കഠിനാദ്ധ്വാനികളെന്നെനിക്കറിയാം. ഹബീബിനും സഫ്ദറിനും നിങ്ങൾക്കുമൊക്കെ ഒപ്പം പ്രവർത്തിക്കുന്നതിൽ എനിക്ക് അതിയായ സന്തോഷമുണ്ട്. ഹബീബ് എന്നെക്കാൾ 10 വയസ്സിനിളയതാണെന്ന് നിങ്ങൾക്കറിയാമോ? എന്നാൽ അദ്ദേഹത്തെ നോക്കൂ എന്റെ അപ്പൂപ്പനാണെന്നല്ലേ തോന്നൂ. നാല്പതുകളിൽ ഞാൻ കാണുമ്പോൾ മുതൽ അദ്ദേഹം ഇങ്ങനെ തന്നെയായിരുന്നു. നിറയെ ആശയങ്ങളുണ്ടെങ്കിലും നമ്മളിലാർക്കും അതു മനസ്സിലാവില്ല. എങ്കിലും അയാളൊരു മഹാപ്രതിഭയാണ്."

അവർ ഞങ്ങൾക്കൊപ്പം ആദ്യ രണ്ടു കളികളിൽ അഭിനയിച്ചു. വീണ്ടും കളിക്കുമ്പോൾ സഫ്ദർ അവരെ സമീപിച്ചെങ്കിലും വിനയപൂർവ്വം നിരസിക്കുകയായിരുന്നനു. കാരണം രണ്ടാണ്. ഒന്ന്, അവർക്ക് തലമുടി കറുപ്പിക്കണം ഇപ്പോൾ ഞാനൊരു കാർട്ടൂൺ പോലെയാണ്. രണ്ട്, അവരൊരിക്കലും ഫ്രീയായി അഭിനയിച്ചിട്ടില്ല. ആദ്യ രണ്ടു കളികൾക്ക് ഞങ്ങൾ കൊടുത്ത പ്രതിഫല തുകയിൽ നിന്ന് ഞങ്ങളുടെ സാമ്പത്തിക സ്ഥിതി മനസ്സിലാക്കി കൂടുതൽ ബുദ്ധിമുട്ടിക്കാൻ തോന്നിയില്ല. സഫ്ദറിന്റെ വധ

ത്തിനെതിരെയുള്ള റാലിയിലും ഒന്നാം ചരമവാർഷിക പരിപാടിയിലും അവർ പങ്കെടുത്തു. രവീന്ദ്രഭവനിൽ നടന്ന ചടങ്ങിൽ അവർ കവിത വായിച്ചുകൊണ്ട് തുടക്കം കുറിച്ചു. അന്നു പങ്കെടുത്ത മറ്റു ചിലരിൽപ്പെട്ടവരാണ് ശബ്നാ ആസ്മി. ജാവേദ് അക്തർ, ഓംപുരി, റോഷൻ സേഥ്, ഡാൻസർ ഇന്ദ്രാണി റഹ്മാൻ, പെയിന്റർ ക്രിഷെൻ ഖന്ന എന്നിവർ.

1988 ജൂലൈ – മോനികാദി

ജനത്തിൽ വരുന്നതിനു മുമ്പ് ഡ്രാമടെക്കിൽ കുറച്ചുനാൾ ഞാൻ പ്രവർത്തിച്ചിരുന്നു, ഐ ഐ ടി ബിരുദ വിദ്യാർത്ഥികൾ രൂപീകരിച്ച ഡൽഹിയിലെ ഒരു ചെറിയ തിയേറ്റർ സംഘമായിരുന്നു അത്. കൂട്ടത്തിൽ ഏറ്റവും പ്രായം കുറഞ്ഞ ഞാൻ ഐ ഐ ടി വിദ്യാർത്ഥിയായിരുന്നില്ല. സ്റ്റേജ് മാനേജർ ആയിരുന്നു. വണ്ടി വാടകയ്ക്കെടുത്ത് സെറ്റ് കൊണ്ടു പോകുന്നതുൾപ്പെടെ ആർക്കും വേണ്ടാത്ത പണികളാണ് എനിക്കുണ്ടായിരുന്നത്. അന്ന് വൻതുക മുടക്കി ഉണ്ടാക്കുന്ന വൻ സെറ്റുകളുടെ ആവശ്യമില്ലായ്മ മനസ്സിലാക്കാൻ കഴിഞ്ഞു. മൂന്നു നാടകങ്ങൾ ചെയ്തു കഴിഞ്ഞപ്പോൾ ചില കാര്യങ്ങൾ പിടികിട്ടി. ഡ്രാമടെക്കിന്റെ മാനേജർ ജോലിക്കൊപ്പം കോടതിയിലെ സാക്ഷി, സാക്ഷിയെ വിളിക്കുന്നയാൾ തുടങ്ങി ചെറിയ റോളുകൾ കിട്ടിയതല്ലാതെ മറ്റു പ്രയോജനമൊന്നുമില്ല. അതുകൊണ്ട് അവിടന്നു ഞാൻ പടിയിറങ്ങി.

ഹബീബ് സാബിന് ജനത്തിലെ അഭിനേതാക്കളിലാരെയും പരിചയമില്ല. അദ്ദേഹത്തിന് സഫ്ദറിനെ അറിയാമായിരുന്നെങ്കിലും നാടകാവതരണത്തിനു മുമ്പ് കണ്ടിട്ടുണ്ടോ എന്ന് എനിക്ക് സംശയമുണ്ട്. നാടകം ചെയ്തു തുടങ്ങുന്നതിനു മുമ്പ് അദ്ദേഹം ഞങ്ങളുടെ ചില ഷോകൾ കണ്ടിരുന്നതിനാൽ കാണാൻ പ്രയാസമുണ്ടായില്ല. എന്നാൽ *ഔരത്തിൽ* മനീഷ്, ത്യാഗി, അരുൺ എന്നിവർ ഇല്ലായിരുന്നു. അതുകൊണ്ട് രണ്ട് കളികൾക്കുശേഷം *സാമ്രാട്ട്* പരിശീലിക്കാൻ തുടങ്ങി. അതുകാണാൻ ഹബീബ് സാബിന് അവസരം കിട്ടി. ബോറ ചെയ്തുകൊണ്ടിരിക്കുമ്പോൾ അതിലെ തന്റെ പാട്ടുകൾ വഴിയും ഹബീബ് സാബിനെ തൃപ്തിപ്പെടുത്താൻ സഫ്ദറിന് കഴിഞ്ഞെന്നാണ് എന്റെ വിശ്വാസം. കളികളെല്ലാം ഡൽഹിയിലെ റാംബാഗിലായിരുന്നതിനാൽ ഹബീബ് സാബിനെ അങ്ങോട്ടു കൊണ്ടുവരേണ്ടി വന്നു. അതുകൊണ്ട് മോട്ടീറാം എഴുതുന്നതിന്റെ ആദ്യ സമയങ്ങളിൽ തൻവീർ കുടുംബത്തെ എനിക്കറിയില്ലായിരുന്നു. ബർ സറായി (Ber Sarai) യിലെ അവരുടെ വീട്ടിലെത്തിയപ്പോൾ അതിശയിച്ചു പോയി. ഹബീബ് സാബ് ജീൻസും വർണ്ണാഭമായ ചിത്രങ്ങളുള്ള ഷർട്ടും ധരിച്ചിരിക്കുന്നു. മോനികാദി മനോഹരമായ സാരി ചുറ്റി ചമഞ്ഞൊരുങ്ങിയിരിക്കുന്നു. അവരുടെ പുത്രി നാഗീനാകട്ടെ എന്തു ധരിക്കണമെന്നറിയാതെ സംശയിച്ചു നില്ക്കുന്നു.

"നിങ്ങൾ ഷോ കഴിഞ്ഞിട്ടെങ്ങോട്ടെങ്കിലും പോകുന്നുണ്ടോ?" എനിക്കവരോടൊപ്പം മടങ്ങാനാകുമോ എന്നോർത്താണ് ഞാൻ ചോദിച്ചത്.

എന്തുകൊണ്ടാണിങ്ങനെ ചോദിച്ചതെന്നോർത്ത് ഹബീബ് സാബ് എന്നെനോക്കി.

"താങ്കളേതോ പാർട്ടിക്കു പോകാനെന്ന മട്ടിൽ ഡ്രസ് ചെയ്തിരുന്നതുകൊണ്ടാണ്."

"അല്ല ഞങ്ങൾ തിയേറ്ററിലേക്കു പോകുന്നു." നാഗീനാണ് മറുപടി പറഞ്ഞത്.

"അതെ ഒരു ചേരിയിൽ നടക്കുന്ന തെരുവു നാടകമാണത്." "അതും ഒരു തിയേറ്റർ തന്നെയല്ലേ?" മോനികാദി ചിരിച്ചു.

വർഷങ്ങളായി എനിക്കവരെ അറിയാം, ഞാൻ മനസ്സിലാക്കിയത് തൻവീർ കുടുംബ തിയേറ്റർ പരിപാടികൾക്കു പോകും. എവിടെയായാലും ഏതുതരം തിയേറ്ററായാലും, തിയേറ്റർ തിയേറ്റർ തന്നെയാണ്. അതൊരു ആഡംബര ആഡിറ്റോറിയത്തിലായാലും ഗ്രാമത്തിലെ പറമ്പിലായാലും. അത് സന്തോഷകരമായൊരു ഗൗരവമേറിയ ചിട്ടയാണ്.

മോനികാദിയും നാഗീനും മോട്ടീറാമിന്റെ റിഹേഴ്സൽ കാണാൻ എന്നും വരും. മോനികാദി നാടകപൂർത്തീകരണത്തിന്റെ ഭാഗമാവുകയും ചെയ്യും. നയാ തിയേറ്ററിൽ വസ്ത്രാലങ്കാരത്തിന്റെ ചുമതല അവർക്കായിരുന്നു. ആ അനുഭവപരിചയം ഇപ്പോൾ ഞങ്ങൾക്ക് വളരെയധികം പ്രയോജനപ്പെട്ടു. എന്നാൽ മൂന്നു വില മതിക്കാനാവാത്ത കാര്യങ്ങൾ കൂടെ സൗജന്യമായി സംഭാവന ചെയ്തു.

ഒന്നാമത്തേത്, ഞാൻ നേരത്തെ പറഞ്ഞതുപോലെ നാടകത്തിന്റെ കഥ തെരഞ്ഞെടുക്കുന്നത്.

രണ്ടാമത്തേത്, ഊർജ്ജം. ഒരു ദിവസം 9 മണി വരെ നീണ്ട റിഹേഴ്സലായിരുന്നു. 9 മണിക്ക് റിഹേഴ്സൽ അവസാനിപ്പിക്കുമെന്നാണ് കരുതിയത്. അപ്പോഴാണ് ഒരു റൺത്രൂവിനെപ്പറ്റി ഹബീബ് പറഞ്ഞത്. ഞാൻ സഫ്ദറിനെ നോക്കി.

"ഹബീബ് സാബ് മണി 9 ആയിരിക്കുന്നു." അയാൾ പറഞ്ഞു.

"ശരിയാണ് നമുക്ക് 10.30 ന് അവസാനിപ്പിക്കാം."

ശരി അങ്ങനെയാവട്ടെ. സ്റ്റേജ് മാനേജർ എന്ന നിലയിൽ ഇക്കാര്യം ഞാൻ അഭിനേതാക്കളെ അറിയിച്ചു. റൺത്രൂ തുടങ്ങിയെങ്കിലും ഈ പീഡനത്തിൽ അവർ ദുഃഖിതരാണ്. രസകരമായൊരു നാടകത്തിന്റെ വിരസമായ റൺത്രൂ കഴിഞ്ഞ് അഭിനേതാക്കളെല്ലാവരും വന്ന്, ഓരോ രംഗത്തിന്റെയും കുറിപ്പുകൾ തയ്യാറാക്കിക്കൊണ്ടിരിക്കുന്ന ഹബീബ് സാബിനു ചുറ്റും കൂടി. എന്നാൽ സംഭാഷണം ആരംഭിക്കുന്നതിനു മുമ്പ് മോനികാദി എഴുന്നേറ്റു.

"നിങ്ങളുടെ കുറിപ്പുകൾ മറന്നേക്കൂ ഹബീബ്." ഹബീബ് സാബ് തന്റെ ഡയറി അടച്ചു വച്ചു. അവർ ഞങ്ങളുടെ നേർക്ക് തിരിഞ്ഞു. നിങ്ങളെന്താണ് ചെയ്യുന്നത്? നിങ്ങൾ ശവമടക്കിനാണോ വന്നത്? നിങ്ങളുടെ ചുറുചുറുക്കൊക്കെ എവിടെപ്പോയി? നിങ്ങളുടെ സന്തോഷം എവിടെ? നിങ്ങൾ നയാ തിയേറ്റർ അഭിനേതാക്കളെ കാണൂ. അവർ തനി ഗ്രാമീ

ണരാണ്. സ്കൂളിൽ പോകാത്ത, എഴുത്തറിയാത്ത, സംസ്കാരമില്ലാത്ത, ഗ്രാമമര്യാദകളറിയാത്തവർ. അവരെ സംബന്ധിച്ചിടത്തോളം തിയേറ്റർ ഒരാഘോഷമാണ്. ഇംഗ്ലണ്ടിലെ ഏറ്റവും മികച്ച വേദിയിലായാലും പറമ്പിലായാലും ആദ്യാവതരണമായാലും നൂറാമത്തെ അവതരണമായാലും, കളിയായാലും റിഹേഴ്സൽ ആയാലും, അപ്പോൾ പ്രവർത്തനമാരംഭിച്ചാലും രാത്രി മുഴുവനും പ്രവർത്തിച്ചാലും അവരത് സന്തോഷത്തോടെ ചെയ്യും. നടൻ കാഴ്ചക്കാരന് ഊർജ്ജം പകരും. നിങ്ങൾ സ്വയം അവരിലേക്കിറങ്ങണം. നിങ്ങൾക്കൊരു നല്ല നാടകമുണ്ട്. അത് അഭിനയിക്കൂ.

അവർ "ഫ്ളിങ്ങ്" എന്നു പറയുന്നത് ഒരുനാളും ഞാൻ മറക്കുകയില്ല. ശരീരമാകെ വളഞ്ഞുകുത്തി ആ വാക്കിലേക്ക് ചുഴറ്റി വീശിയുള്ള ഉച്ചാരണം. അതോടെ ഞങ്ങളുടെ അഭിപ്രായം മാറി.

ഞാൻ അന്നോളം ഓർമ്മിക്കാതിരുന്ന, എന്നാൽ പ്രകടമായിരുന്ന ചില കാര്യങ്ങളെ അവർ എന്നെ ഓർമ്മപ്പെടുത്തി. സ്റ്റേജ് മാനേജർ എന്ന നിലയിൽ സെറ്റ് മാറ്റാനുള്ളവരെ ഓർമ്മപ്പെടുത്തുകയും ആവശ്യമായ രംഗവസ്തുക്കൾ എത്തിച്ചു കൊടുക്കുകയും എന്റെ ജോലിയാണ്.

"ഞങ്ങൾക്ക് മുൻ കർട്ടന്റെ ആവശ്യമില്ല. പകരം ലൈറ്റുകളണയ്ക്കും. ചെറിയ പട്ടണങ്ങളിലോ പകൽ വെളിച്ചത്തിലോ കളിക്കുകയാണെങ്കിൽ അതു സാദ്ധ്യമല്ല. അപ്പോൾ രംഗമാറ്റം പ്രേക്ഷകർ കാണും. നിങ്ങൾ ടെക്നീഷ്യൻ എന്ന നിലവിട്ട് അഭിനേതാക്കളെന്ന രീതിയിലാണതു ചെയ്യേണ്ടത്. അപ്പോഴും നാടകത്തിന്റെ പിരിമുറുക്കം മനസ്സിലുണ്ടാവണം. എല്ലാം പരിശീലിക്കണം. ഓരോ ചെറിയ കാര്യവും. സെറ്റ് മാറ്റം എന്നാൽ ഘടികാരത്തിന്റെ പ്രവർത്തനം പോലെയാണ്. കലാബോധത്തോടെ ചെയ്യണം. അതിൽ എപ്പോഴും ആനന്ദിക്കണം. നിങ്ങളുടെ ആനന്ദം പ്രേക്ഷകരിലെത്തിക്കണം."

മൂന്നാമത്തെ പാഠം ഇതാകുന്നു. സെറ്റിനകത്തും പുറത്തുമുള്ളതെല്ലാം നാടകത്തിന്റെ ഭാഗമാണ്. അതുകൊണ്ട് ആനന്ദിക്കണം. ആനന്ദം പടർന്നു കയറുന്നതാണ്.

ഇന്ത്യൻ നാടകരംഗത്ത് പുരുഷമേധാവിത്വം നിറഞ്ഞു നില്ക്കുമ്പോൾ സ്വന്തം കഴിവുകൊണ്ട് സംവിധായിക പദവിയിലെത്തിയ ആളാണ് മോനികാദി എന്ന് തുടർന്നുള്ള വർഷങ്ങളിൽ എനിക്കു മനസ്സിലായി.

1988 ജൂലൈ - എന്താണ് അഭിനയം?

റിഹേഴ്സലിനെ തുടർന്ന് ഹബീബ് സാബ് അഭിനേതാക്കൾക്കു കൊടുത്ത "പോയിന്റുകൾ" മനസ്സിൽ സൂക്ഷിക്കേണ്ടതും വീണ്ടും വീണ്ടും ഓർമ്മിക്കേണ്ടതുമാണ്. അതൊരു നിലവാരമുള്ള രീതിയാണ്. നിങ്ങൾ റൺത്രൂവിൽ പങ്കെടുത്തതിനുശേഷം സംവിധായകൻ അഭിനേതാക്കളെ കൂട്ടിയിരുത്തി അതു സംബന്ധിച്ച വിവരം കൊടുക്കുക. ഒരു നടനെന്ന നിലയിൽ ഈ രീതി പലപ്പോഴും ഞാൻ അനുഭവിച്ചിട്ടുണ്ട്. ഒരു സംവി

ധായകൻ എന്ന നിലയിൽ പ്രയോഗിക്കുകയും ചെയ്തിട്ടുണ്ട്. എന്തു കൊണ്ടാവും ഈ ഫീഡ്ബാക്ക് സെഷനെക്കുറിച്ച് ഓർക്കുമ്പോൾ ഹബീബ് സാബിൽ ചെന്നെത്തുന്നത്?

ഞാനൂഹിക്കുന്നു., കുറച്ചൊക്കെ. അദ്ദേഹത്തിന്റെ ഭംഗി, അറിവ്, നർമ്മം എന്നിവയൊക്കെയാവാം. അദ്ദേഹം അഭിനേതാക്കൾക്കു കൊടുക്കുന്ന ഫീഡ്ബാക്ക് നർമ്മത്തിൽ പൊതിഞ്ഞതാണ്. ചിലപ്പോൾ മാന്യമായത്, ചിലപ്പോൾ നിഗൂഢവും, ചിലപ്പോൾ രണ്ടും ചേർന്നതും മറ്റു ചിലപ്പോൾ തീർത്തും ശൂന്യവും. അദ്ദേഹം അഭിനേതാക്കളെ പരിശീലിപ്പിക്കുന്ന രീതിയാണ് എനിക്ക് ശ്രദ്ധേയമായത്. ഉദാഹരണമായി അദ്ദേഹം പറയാറുള്ളത്, “നിങ്ങളുടെ കുഞ്ഞ് മരിച്ചു എന്നു കേട്ടാൽ നിങ്ങൾ വേഗത്തിലോടും. മെല്ലെപോകും. കനത്ത കാലടികളോടെ. അല്ലെങ്കിൽ വിശ്വാസത്തോടെ പൊലീസിനെ അറിയിക്കും. അതുമല്ലെങ്കിൽ നിങ്ങളുടെ അറിയിപ്പിനെ നിരസിക്കുമ്പോൾ കൂടുതൽ ഉച്ചത്തിൽ പട്ടാളത്തെ വിളിക്കും.”

ഇവയിലൊന്നിലും വികാരപ്രകടനം വേണമെന്ന് ഹബീബ് സാബ് നിഷ്കർഷിക്കുന്നില്ലെന്ന് തിരിച്ചറിയുമ്പോഴാണ് ഈ നിർദ്ദേശങ്ങളിലൊന്നും എടുത്തു പറയാവുന്നതായി ഒന്നുമില്ലെന്നു മനസ്സിലാകുന്നത്. വർഷങ്ങളായി ഞാനിതു വീണ്ടും വീണ്ടും കാണുന്നു. ഹബീബ് സാബ് ‘ഫീലിങ്ങി’നെപ്പറ്റി ഒരിക്കലും അഭിനേതാക്കളോട് പറയാറില്ല. ഇതിൽ കൂടുതൽ മാനസിക വിക്ഷോഭം കൊണ്ടുവരണമെന്നോ കൂടുതൽ വികാരനിർഭരമായി ചെയ്യണമെന്നോ ഒരിക്കലും പറയാറില്ല. മുകളിലത്തെ സന്ദർഭം കണക്കിലെടുക്കണം. മറ്റ് സംവിധായകരാണെങ്കിൽ കൂടുതൽ ദുഃഖം പ്രകടിപ്പിക്കൂ, കൂടുതൽ ദേഷ്യം കാണിക്കൂ എന്നൊക്കെയാവും നിർദ്ദേശിക്കുന്നത്.

‘ഫീലിങ്ങി’നെക്കാൾ ‘ഡൂയിംങ്ങ്’ൽ ശ്രദ്ധ കേന്ദ്രീകരിക്കുമ്പോൾ അതൊരു തരത്തിൽ കുഴയ്ക്കാനേ സഹായിക്കൂ. അഭിനേതാക്കളെ കുഴയ്ക്കാൻ മാത്രം. 1990 ൽ ഹബീബ് സാബ് ശ്രീ രാം സെന്റർ റിപ്പിറ്റെർടറിയ്ക്കുവേണ്ടി അസ്ഗർ വാജ്ഹാത്തിന്റെ ജിസ് ലാഹോർ നായി ദേഖിയ വഹ് ജാൻമിയഹിനായി സംവിധാനം ചെയ്യുകയായിരുന്നു. വിഭജനകാലത്ത് കുടുംബാംഗങ്ങളെല്ലാം ഇന്ത്യയിലേക്കു കുടിയേറിയിട്ടും താൻ ജീവിച്ച ലാഹോറിലെ സ്വന്തം വീടു വിട്ടുപോകാൻ മടിക്കുന്ന ഒരു ഹൈന്ദവ വയോധികയുടെ കഥയായിരുന്നു. ഇന്ത്യയിലെ ഒരു മുസ്ലീം കുടുംബത്തിന് ആ വീടനുവദിച്ചു കിട്ടിയപ്പോൾ അവിടെ അവർ വൃദ്ധയെ കാണുന്നു. കാലാന്തരത്തിൽ ആ മുത്തശ്ശി, കുടുംബത്തിലെ ഒരു ഇസ്ലാം മൗലികവാദിയൊഴികെ, സർവ്വർക്കും പ്രിയപ്പെട്ടവളായി മാറുകയാണ്. അതിലെ ഒരു കഥാപാത്രം രാവുകളിൽ തെരുവിൽ അലയുന്നയാളാണ്. ഒരുനാൾ അയാൾ ഒരു തെരുവുകച്ചവടക്കാരനെ വിളിച്ചുണർത്തുന്നു. ശകാരിച്ചു കൊണ്ടെണീറ്റ അയാൾ പെട്ടെന്ന്, തന്റെ മുന്നിൽ നില്ക്കുന്നത് ഏറ്റവും വലിയ ആരാധനാപാത്രമായ കവിയാണെന്നു മനസ്സിലാക്കുകയാണ്. അയത്ന ലളിതമായി വന്ന ആ തെറിപറച്ചിൽ തമാ

ശയായി മാറുന്ന രംഗം റിഹേഴ്സൽ ചെയ്യുന്ന രീതികണ്ട് ഞാൻ അട ക്കിച്ചിരിച്ചുപോയി. ഹബീബ് സാബ് ആ രംഗം വീണ്ടും വീണ്ടും ഏകദേശം പന്ത്രണ്ടു പ്രാവശ്യം ചെയ്യിച്ചു. ഓരോ തവണയും ചെറിയ ചെറിയ പിഴവുകൾ അദ്ദേഹം തിരുത്തി. ശകാരിക്കുമ്പോൾ നിങ്ങൾ ശക്തിയായി തുടകളിലടിച്ചുകൊള്ളൂ. അല്ലെങ്കിൽ വേണ്ട, കണ്ണുകൾ മൂന്നു പ്രാവശ്യം തുടയ്ക്കൂ. രണ്ടു പ്രാവശ്യം മതി. ചായക്കടക്കാരന്റെ ഭാഗം ശരിയാക്കി യതിനുശേഷം ഹബീബ് സാബ് കവിയുടെ ഭാഗത്തേക്കു തിരിഞ്ഞു. "പാടില്ല. ചിരിക്കുമ്പോൾ ഇത്രമാത്രം പിറകിലേക്ക് ചരിയാൻ പാടില്ല." അല്ലെങ്കിൽ, "അയാളെ ഉണർത്തുമ്പോൾ വായ് ഇങ്ങനെ തുറന്നു വയ് ക്കരുത്. നിങ്ങളെ ശകാരിക്കുമ്പോൾ ഒരു ചിരിയോടെ തുറന്നാൽ മതിയാവും."

ഈ ഒരു ചെറിയ മാറ്റത്തിനുവേണ്ടി രണ്ടു മണിക്കൂറോളം ചെലവിട്ടു എന്ന് ഞാൻ പറയുന്നത് അതിശയോക്തിയല്ല. ഒന്നും അദ്ദേഹത്തെ തൃപ് തിപ്പെടുത്തുന്നില്ല. അഭിനേതാക്കൾ കഴിവിന്റെ പരമാവധി ചെയ്യുന്നുണ്ട്. ഒടുവിൽ കവിയായി അഭിനയിക്കുന്ന നടൻ ദയനീയമായി പറഞ്ഞു. "സർ, എന്റെ എല്ലാ കഴിവുകളുമെടുത്ത് പരമാവധി ഇഷ്ടത്തോടെ അനേകം പ്രാവശ്യം ചെയ്തു കഴിഞ്ഞു. എന്തുതരം ഫീലിങ്ങാണ് അങ്ങേക്കാവശ്യം. അവിടെ ചോദ്യങ്ങളൊന്നുമില്ല. വെറും തമാശ മാത്രം." ഉടനെ അദ്ദേഹം കവിയുടെ നേർക്കു തിരിഞ്ഞിട്ടു പറഞ്ഞു. "താൻ ഫീലിങ്ങിന്റെ കാര്യ മോർത്ത് വളരെയധികം ദുഃഖിക്കുന്നതായി തോന്നുന്നു. തന്റെ മസിലുകൾ കൃത്യമായി ചലിപ്പിച്ചാൽ മതി എല്ലാം ശരിയായിക്കൊള്ളും." ചെറു കാല ടികളോടെ അദ്ദേഹം ആ കഥാപാത്രത്തെ അഭിനയിച്ചു കാണിക്കുമ്പോൾ, മുഴുവൻ ഭാരവും ഒരു കാലിൽ കൊണ്ടുവരികയും അതിൽ നിന്ന് മറ്റേ കാലിലേക്ക് വളയുമ്പോൾ കൈമുട്ടിലുണ്ടാവുന്ന വളവ്, ഒക്കെ ശ്രദ്ധേയ മാണ്. ഇതിന്റെയെല്ലാം മെച്ചം അഭിനേതാവ് ഏറ്റെടുത്തുകൊണ്ട് കഥാ പാത്രത്തെ മനോഹരവും സമ്പൂർണ്ണവുമാക്കുന്നു.

കഥയുടെ പോയിന്റ് അവിടെ അവസാനിക്കുന്നില്ല. പൊട്ടിച്ചിരിക്കു വഴിതെളിച്ച, നാടകത്തിലെ ഈ മാറ്റം കവിയും മൗലികവാദിയായ ഗുണ്ടയും തമ്മിലുള്ള വഴക്കിൽ കലാശിച്ചു. ഇത് ഗൗരവമേറിയ രംഗ മായിരുന്നെങ്കിലും കവിയുടെ തമാശ വാക്കുകൾ ഒരു പ്രത്യേകതരം ചിരിയിലേക്ക് വഴിതെളിച്ചു. മുകളിൽ പറഞ്ഞ റിഹേഴ്സൽ കഴിഞ്ഞ് രണ്ടു വർഷങ്ങൾക്കുശേഷം, തികച്ചും വ്യത്യസ്തമായൊരു സന്ദർഭത്തിൽ ഹബീബ് സാബുമായി സംസാരിച്ചുകൊണ്ടിരിക്കുമ്പോൾ ഞാൻ ചോദിച്ചു. എങ്ങനെയാണ് പലതരം ചിരികളുണ്ടാക്കുന്നത്. ചിലപ്പോൾ നായക കഥാ പാത്രത്തെ പൊലീസോ വ്യവസായി ഗുണ്ടയോ തകർക്കുമ്പോൾ ചറപറ സംസാരിച്ച് ചിരി ഉയർത്തേണ്ടി വരുന്ന പുതിയ തെരുവുനാടക സംഘത്തിലെ നടൻ എങ്ങനെയാണ് ചിരിക്കേണ്ടത്. അപ്പോൾ *ജിസ് ലാഹോർ* എന്ന നാടകത്തെക്കുറിച്ചും അതിലെ വിവിധതരം ചിരികളെ ക്കുറിച്ചും ഹബീബ് സാബ് സംസാരിക്കാൻ തുടങ്ങി. റിഹേഴ്സലിന്റെ

കാര്യം ഓർമ്മിപ്പിച്ചുകൊണ്ട്, എന്തിനാണിങ്ങനെ ആ നടനെ ഉച്ചയ്ക്കു ശേഷം പിരിമുറുക്കത്തിൽ കൊണ്ടെത്തിച്ചതെന്നു ചോദിച്ചു.

കവി ഏറ്റെടുക്കാതിരുന്നെങ്കിൽ ചായക്കാരന്റെ പാരവശ്യം തമാശ യാകുമായിരുന്നു. അതിൽ അമിത നർമ്മമുണ്ടെന്ന് കവി ചിന്തിച്ചപ്പോൾ നർമ്മമല്ലാതെയായി. എന്തുകൊണ്ടെന്നാൽ കവി ചായക്കാരനെ കളിയാ ക്കുന്നതായാണ് കണ്ടത്. തന്റെ ഉന്നതപദവിയെക്കുറിച്ച് ചിന്തിക്കാത്ത തിനാൽ സന്ദർഭത്തിലെ നർമ്മം കവി കാണുന്നു. അതേ സമയം ചായ ക്കാരൻ കവിയുടെ സാമൂഹ്യ പദവി അറിയാമായിരുന്നതിനാൽ അയാൾ കൂടുതൽ അമ്പരപ്പിലായി. അദ്ദേഹത്തിനറിയാമായിരുന്നതുകൊണ്ട് മൗലികവാദിയെ നേരിടാനുള്ള ആത്മവിശ്വാസം സാമൂഹ്യപദവിയിലൂടെ അദ്ദേഹത്തിനു ലഭിച്ചു. നർമ്മരൂപേണ അയാളവനെ അടിച്ചിരുത്തി ക്കളഞ്ഞു. ആ പോയിന്റിൽ തന്നെ പ്രേക്ഷകൻ ചിരിക്കണം, എന്തു കൊണ്ടെന്നാൽ അത് രാഷ്ട്രീയ ചിരിയാണ്. അതിലൂടെ പ്രേക്ഷകൻ മൗലീ കവാദ രാഷ്ട്രീയത്തെ നിരാകരിക്കുന്നതായി പ്രകടിപ്പിക്കണം. എന്നാൽ മൗലികവാദി കവിയെ ആക്രമിക്കാൻ പോകുന്നതുമൂലമുണ്ടാകാൻ പോകുന്ന ടെൻഷൻ വികസിക്കുന്നതുവരെ ഈ ചിരി ഉണ്ടാകുന്നില്ല, കവിയുടെ യഥാർത്ഥ ഭാവത്തിൽ നിന്നുളവാകുന്ന പിരിമുറുക്കം, ചായക്കടക്കാരന്റെ പരുങ്ങലിലൂടെ ശരിയായി സൃഷ്ടിക്കാൻ കഴിയില്ല.

ഇതാണ് ഹബീബ് സാബിന്റെ അഭിനയത്തോടുള്ള സമീപനത്തിന്റെ താക്കോൽ എന്നു ഞാൻ മനസ്സിലാക്കുന്നു. കവിക്കു നേർക്കുള്ള മൗലികവാദിയുടെ ഭീഷണി പ്രേക്ഷകൻ അനുഭവിക്കണം. എന്തുകൊണ്ടെ ന്നാൽ, ഒരർത്ഥത്തിൽ കവി പ്രതിനിധീകരിക്കുന്നത് അക്രമത്തെ വെറുക്കുന്ന, സൗഹാർദ്ദത്തോടെ ജീവിക്കുന്ന മനസ്സാക്ഷിയുള്ളൊരു സാധാരണ സമൂഹത്തെയാണ്. മൗലീകവാദിയായി അഭിനയിക്കുന്ന നടന്റെ കുറവു നിമിത്തം ഈ ഭീഷണി യാഥാർത്ഥ്യമാവുന്നില്ല, പ്രേക്ഷക മനസ്സിൽ എത്തുന്നുമില്ല. തുടർന്നുള്ള രംഗങ്ങളിലെ നർമ്മമാണതിനു കാരണം.

വ്യത്യസ്തമായി നമ്മൾ ചിന്തിച്ചാൽ പ്രേക്ഷകവികാരങ്ങളെ വഹി ക്കുന്ന പാത്രമാണ് നടൻ, എന്നാൽ അങ്ങനെ അനുഭവപ്പെടുന്നില്ല, ഗ്ലാസിൽ വീഞ്ഞുണ്ടായിരിക്കുകയും അതിന് ലഹരി ഇല്ലാതിരിക്കുകയും ചെയ്യുന്നതുപോലെയാണ്. വീഞ്ഞും ഗ്ലാസുമെന്ന സങ്കല്പം നാട്യശാസ് ത്രത്തിൽ നിന്നെടുത്തതാണ്. ശരിക്കും അതുകൊണ്ടെന്താണ് ഉദ്ദേശിക്കു ന്നതെന്ന് ഒരിക്കലും മനസ്സിലായിട്ടില്ല, ഹബീബ് സാബിനെ കണ്ടുമുട്ടും വരെ.

ഫുൽവാറാം, ദീപക് തിവാരി, ഉദയ് റാം, ചൈത് റാം, ഗോവിന്ദ് റാം, മാലാബായി, അഗേഷ് നാഗ് തുടങ്ങി നയാ തിയേറ്റർ അഭിനേതാക്കൾ മോട്ടിറാമിന്റെ റിഹേഴ്സലിൽ ഇടപെട്ടിരുന്നു. ഗായകനും സംഗീതജ്ഞ നുമായ ദേവിലാൽ നാഗ് കാജലിനൊപ്പം സഹസംഗീത സംവിധായക നായി പ്രവർത്തിച്ചു. അവരുടെയൊക്കെ അവതരണങ്ങൾ വർഷങ്ങളായി

കാണുന്നുണ്ടെങ്കിലും ഇപ്പോഴാണ് സൂക്ഷ്മദൃഷ്ട്യാ വീക്ഷിക്കുന്നത്. സഫ്ദറിന് അവരെ നന്നായറിയാം. തീപിടിത്തത്തിൽ അപകടം പറ്റിക്കിട ക്കുന്ന ഫിഡബായിക്ക് ഇനിയും വളരെ നാൾ അഭിനയിക്കാൻ കഴിയില്ലെ ന്നതിൽ സഫ്ദറിന് വിഷമമുണ്ട്.

ഹബീബ് സാബിന്റെ യാതൊരുവിധ സഹായവുമില്ലാതെ ഉദയ്‌യും ഗോവിന്ദും ഒരു ചെറിയ സന്ദർഭത്തെ വികസിപ്പിക്കുന്നത് ഞങ്ങൾ ഒരു ദിവസം കണ്ടു. ആദ്യമായുണ്ടായ ഈ മാറ്റം നാടകത്തിന്റെ ഭാഗമായി ത്തീർന്നു. ഈ ഒരു ചെറിയ രംഗം വികസിപ്പിച്ചുകണ്ടതിലുള്ള സഫ്ദറിന്റെ സന്തോഷം ഞാനോർക്കുന്നു. "ഞാനതെല്ലാം വായിച്ചു" ഹബീബ് സാബ് പറഞ്ഞു. "ഞാനുറപ്പിച്ചു പറയുന്നു, ഹബീബ് സാബിന്റെ നടന്മാർക്കു കഴിയുന്നതുപോലെ അഭിനയത്തിൽ ഡിസ്റ്റെൻസിങ് പ്രകടിപ്പിക്കാൻ എനിക്കൊരിക്കലും സാദ്ധ്യമല്ല. തെരുവുനാടകത്തിൽ നമ്മൾ പഠിക്കേണ്ട പാഠം ഇതാണ്." സഫ്ദർ "അലൈനേഷൻ" എന്ന വാക്കിനു പകരം ഡിസ്റ്റെൻസിങ് (Verfrendung) ഉപയോഗിച്ചത്. അത് ബ്രഹ്തിന്റെ ആശയമായ വേർഫ്രേംഡങ്ങിനോട് ഏറ്റവും അടുത്തു നില്ക്കുന്നതാണെന്ന് അദ്ദേഹം വിചാരിച്ചു. അലൈനേഷൻ ഒരു തരം വരണ്ട സ്തോഭജന കമായ, അനുഭൂതി രഹിതമായ ഒന്നാണെന്ന് അദ്ദേഹം വിശ്വസിച്ചു.

1988 ശരത്കാലം – സ്വയം പരിശീലനം

ജൂലൈ 30 ന് പ്യാരേലാൽ ഭവനിലെ ഗാന്ധി മെമ്മോറിയൽ ഹാളി ലായിരുന്നു മോട്ടീറാമിന്റെ ഉദ്ഘാടനപ്രസംഗം. പ്രേംചന്ദിന്റെ ജന്മ വാർഷികദിനമായ പിറ്റേന്ന് രണ്ടാമത്തെ കളിയും. നാടകം വൻവിജയമായി. പ്രേംചന്ദ് സമറോയും (Samaroh) അതിൽ അഭിനയിച്ചിരുന്നു. സമാറോവിന്റെ ഭാഗമായി നടന്ന പ്രേംചന്ദ് സെമിനാർ എനിക്കൊരു പാഠ മായിരുന്നു. അന്നോളം ഞാനദ്ദേഹത്തിന്റെ അധികം നോവലുകളും വായി ച്ചിട്ടില്ല, എന്നാൽ മോട്ടീറാം തയ്യാറാക്കുന്നതിന്റെ ഭാഗമായി മാനസ സരോ വറിന്റെ മുഴുവൻ ഭാഗങ്ങളും വായിച്ചു. *ഹാൻസ്* പത്രത്തിന്റെ സ്ഥാപ കനും, ദേശീയവാദിയും പുരോഗമന സാഹിത്യകാരനുമായ പ്രേംചന്ദിനെ ഇപ്പോഴാണ് ശരിക്കും മനസ്സിലാക്കിയത്. ജനം, ജനവാദി ലേഖ് സംഘ്, പർച്ചം, ജന സംസ്കൃതി എന്നീ നാല് ഇടത് സാംസ്കാരിക സംഘടന കൾ ആദ്യമായി ഒരുമിച്ച് പ്രവർത്തിച്ചത് സമാറോയിൽ ആയിരുന്നു. നാടകാവതരണത്തിനും ഫെസ്റ്റിവലിന്റെ ശേഷിച്ച പ്രവർത്തനങ്ങൾക്കും ഫണ്ട് സ്വരൂപിക്കുന്നതിനുവേണ്ടി സമാറോയ്ക്കായി ഒരു ലഘുലേഖ തയ്യാറാക്കി അതിൽ പരസ്യങ്ങൾ ചേർത്തത് സഫ്ദറായിരുന്നു.

ആഗസ്തിൽ *ഔരത്ത്, രാജാ കാ ബജാ* എന്നിവയും സെപ്റ്റംബറിൽ മോട്ടീറാമും ആൾ ഇന്ത്യ ഫൈൻ ആർട്ട്സ് ക്രാഫ്റ്റ് സൊസൈറ്റി (AIFACS) ആഡിറ്റോറിയത്തിൽ കളിക്കാൻ തുടങ്ങി. AIFACS ൽ ഞാൻ ചില നാടകങ്ങൾ കാണുകയും അവിടെ എന്റെ ആദ്യ അവതരണം നടക്കുകയും ചെയ്തു. ശബ്ദശാസ്ത്രപ്രകാരം നിർമ്മിച്ച ഡൽഹിയിലെ

അതിമനോഹരമായ ചെറിയൊരു ആഡിറ്റോറിയമായിരുന്നു അത്. മൂന്ന് അവതരണം കൂടെ അവിടെ നടന്നു. അവസാനത്തേത് ഉച്ചയ്ക്കുശേഷ മായിരുന്നു. ആ കളി കാണാൻ വിവിധ ചേരികളിലുള്ള പ്രേക്ഷകരെ ജന വാദിമഹിളാ സമിതി ക്ഷണിച്ചു കൊണ്ടുവന്നു. വളരെ നല്ല പ്രതികരണ ശേഷിയുള്ള പ്രേക്ഷകരായതിനാൽ നാടകം അന്ന് നല്ലവണ്ണം വിജയിച്ചു. ചാമിലിജാൻ രംഗം നീണ്ട കൈയടികളോടെയാണവർ സ്വീകരിച്ചത്. തുടർന്നു വന്ന ഗാനവും അങ്ങനെ തന്നെ. മോനികാജിയുടെ കണ്ണുകൾ ആനന്ദം കൊണ്ടു തിളങ്ങി. നമ്മുടെ ഗ്രാമീണ വനിതകളെപ്പോലെയാ യിരുന്നു ആ സ്ത്രീകൾ. അത്രയ്ക്കു സ്വാഭാവികം.

അവിടെ അന്ന് യുവരാജ് ശർമ്മ എന്ന പേരിൽ പരിചയ സമ്പന്ന നായ മൂകാഭിനയ നടനുണ്ടായിരുന്നു. എൻ എസ് ഡി റിപ്രട്ടറിയിലെ നടൻ. ഞങ്ങൾക്കായി ഒരു വർക്ക്ഷോപ്പ് നടത്തുന്നതിനെപ്പറ്റി സഫ്ദർ അദ്ദേഹ ത്തോട് അഭ്യർത്ഥിച്ചു. ദശദിന ക്യാമ്പ്. അതിനുവേണ്ടി ഫിറോസ് ഷാ റോഡിലുള്ള സോവിയറ്റ് കൾച്ചർ സെന്ററിൽ സൗജന്യമായി ഒരു എയർ കണ്ടിഷൻഡ് മുറി സഫ്ദർ തന്നെ തരപ്പെടുത്തി. ഞങ്ങളിൽ പന്ത്രണ്ടോളം പേർ പങ്കെടുത്തു. ഒരു ദിവസം യുവരാജ് ക്യാമ്പിലെത്താൻ വൈകി. ആ സമയമത്രയും ചില എക്സർസൈസുകൾ ചെയ്യാൻ സഫ്ദർ രാകേഷ് ശർമ്മയോട് പറഞ്ഞു, ഞങ്ങൾക്ക് അദ്ദേഹം പരിശീലനം നല്കിക്കൊ ണ്ടിരിക്കുന്നതിനിടയിൽ രണ്ട് “സീനിയർ” പ്രതിനിധികൾ കുലുങ്ങിച്ചിരി ച്ചുകൊണ്ടിരുന്നു. സഫ്ദറിന് കോപം വന്നതും പ്രതികരിച്ചതും രാകേഷ് ഓർക്കുന്നു.

“ഇങ്ങനെയാണോ നിങ്ങൾ യുവജനങ്ങളെ പ്രോത്സാഹിപ്പിക്കുന്നത്.” ആ ദിവസമാണോ പിന്നീടാണോ എന്നറിയില്ല വർക്ക്ഷോപ്പിനിടയിൽ സഫ്ദറിനുണ്ടായ അതൃപ്തിയെക്കുറിച്ച് സോമന്റെ മനസ്സിലുണ്ട്.

“ഇതൊരു മഹത്തരമായ വർക്ക്ഷോപ്പാണ്. ഇത്തരത്തിൽ ഇനിയും ധാരാളം സംഘടിപ്പിക്കണം” സോമൻ. “എന്തിന്? തങ്ങൾക്ക് കിട്ടുന്നതി നെക്കുറിച്ചറിയാനും അഭിനന്ദിക്കാനും കഴിയാത്ത കോമാളികൾക്കു വേണ്ടിയോ?“

ഏതാണ്ട് ഇതേ സമയത്ത്, സെപ്തംബറിൽ സുപ്രസിദ്ധ മൂകാഭിനയ കലാകാരൻ നിരഞ്ജൻ ഗോസ്വാമി, ഡൽഹി സന്ദർശിച്ചു. തങ്ങൾക്കൊപ്പം പ്രവർത്തിക്കണമെന്ന് സഫ്ദർ അദ്ദേഹത്തോടഭ്യർത്ഥിച്ചു. സഫ്ദർ അദ്ദേഹവുമായി സൗഹൃദത്തിലായത് ഡബ്ല്യു ബി ഐയിൽ വച്ചായിരുന്നു. ജനവുമായി ബന്ധപ്പെടുന്നതിന്റെ ത്രില്ലിലാണ് നിരഞ്ജൻ. അന്നത്തെ കൂടിക്കാഴ്ചയെത്തുടർന്ന് സഫ്ദർ നിരഞ്ജന് ഒരു കത്തെഴുതി.

“മൂകാഭിനയവും അരങ്ങും സമന്വയിപ്പിച്ച് ഒരു സൃഷ്ടി നടത്തുന്നത് സംബന്ധിച്ച് ആലോചിക്കുന്നു.” വേറൊരു രീതിയിൽ പറഞ്ഞാൽ, മൂകാ ഭിനയം പ്രധാന കലോപകരണമാക്കി ഒരു മുഴുനീള പരിപാടിയുടെ നിർ മ്മാണമാണ് ഉദ്ദേശ്യം. ഞങ്ങൾ ഒരു മൂകാഭിനയാവതരണമല്ല ഉദ്ദേശിക്കു

ന്നത്. മൂകാഭിനയത്തിൽ ശ്രദ്ധയോടും ചിട്ടയോടുമുള്ള ഒരു പരിശീല നമാണ് താങ്കൾ സംവിധാനം ചെയ്യുന്നതെന്ന് ഞങ്ങൾക്കറിയാം. ആത്യ ന്തികമായി താങ്കൾ മൂകാഭിനയ സംവിധായകനായും തിയേറ്റർ ഭാഗം എന്റെ സംവിധാനത്തിലുമുള്ള ഒരു പരിപാടിയുടെ സൃഷ്ടിയാണ് പ്രതീ ക്ഷിക്കുന്നത്. ഒരുതരം സംയുക്ത സംരംഭം. ബെൻസി കൗൾ സംവിധാനം ചെയ്യുന്ന നാടകത്തിന്റെ അവതരണം സംബന്ധിച്ച് എന്തു പദ്ധതിയാണ് തയ്യാറാക്കിയിരിക്കുന്നതെന്ന് ചോദിച്ചുകൊണ്ട് സഫ്ദറിന് ലൗലീൻ മിത്ര എഴുതിയൊരു കത്ത് ജനം ഫയലിലുണ്ട്. മാക്സിം ഗോർക്കിയുടെ 'ശത്രുക്കൾ' അധികരിച്ച് സഫ്ദർ എഴുതിയതാണ് നാടകം. സഫ്ദറെഴു തിയ കത്തുകളുടെ കൈയെഴുത്തു കോപ്പിയും ഫയലിലുണ്ട്. അതി ലൊന്ന് തങ്ങളുടെ *മോട്ടീറാം* എന്ന നാടകം ദൂരദർശന്റെ ചിത്രീകരണ ത്തിൽ ഉൾപ്പെടുത്താനാവുമോ എന്ന് ദൂരദർശനിലെ ഉന്നത ഉദ്യോഗസ്ഥ നെഴുതിയ കത്താണ്. രണ്ടാമത്തേതിൽ *മോട്ടീറാമി*ന്റെ നിർമ്മാണത്തിനും പൊതുവേദിയിലെ അവതരണത്തിനുമായി 5000 രൂപ ഗ്രാന്റായി ജനത്തിന് നൽകുമോയെന്ന് സാഹിത്യകലാപരിഷത്തിനോട് ആരായുന്നു. മംഗൾ പുരി, ജഹാംഗീർപുരി, നന്ദ്നഗരി, ദക്ഷിൺപുരി, ഷികുർ ബസ്തി എന്നി വിടങ്ങളുടെ അവതരണത്തിന് ഓരോ ഷോയ്ക്കും 6555 രൂപ ചെലവാണ് ബഡ്ജറ്റിൽ സഫ്ദർ പറയുന്നത്. മൂന്നാമത്തേത് സംഗീത നാടക അക്കാ ദമിയിലെ പേരു പറയാത്ത ഒരു സംവാദകനുള്ളതാണ്. മൂകാഭിനയത്തിൽ യുവരാജ് ശർമ്മ, ഘടന സംബന്ധിച്ച് ബൻസി കൗൾ അഭിനയത്തിൽ റെയ്ന, തിയേറ്റർ ചരിത്രവും തിയറിയും സംബന്ധിച്ച് ദേവേന്ദ്രരാജ് അങ്കുർ എന്നിവരെയാണ് ക്യാമ്പിന്റെ പരിശീലകരായി നിശ്ചയിച്ചിട്ടുള്ളത്. വരാൻപോകുന്ന ക്യാമ്പുകളെല്ലാം ഹബീബ് തൻവീർ, അനുരാധ കപൂർ, ഗുരുജനമേജയ, പണ്ഡിറ്റ് നരേന്ദ്ര വർമ്മ എന്നിവരുടെ നേതൃത്വത്തിലാ യിരിക്കുമെന്നും കത്തിൽ പറയുന്നു. റയ്നയുമായുള്ളൊരു അഭിമുഖത്തിൽ അദ്ദേഹം എന്നോട് പറഞ്ഞത്, തന്റെ സംവിധാനത്തിൽ *അമ്മ* നാടക മാക്കുന്നതിനെക്കുറിച്ച് സഫ്ദർ പറഞ്ഞിരുന്നു എന്നതാണ്. തെരുവു നാട കവും ഫെസ്റ്റിവലുകളും സംഘടിപ്പിക്കുന്നതോടൊപ്പം, തെരുവിലും ആഡി റ്റോറിയങ്ങളിലും 50 കളിയെങ്കിലും നടത്താവുന്ന രണ്ട് പ്രൊസീനിയം നാടകം വർഷാവർഷം ചെയ്യുന്നതു സംബന്ധിച്ച് മറ്റൊരു പേരു പറയാത്ത സംവാദകനായി എഴുതിയതാണ് നാലാമത്തെ കത്ത്. "അതിമോഹ വുമായി ഈ പ്രോഗ്രാം തയ്യാറാക്കുമ്പോൾ ഞങ്ങളുടെ അഭിനേതാക്ക ളുടെ കലാനിലവാരം ഉയർത്തത്തക്കവിധം ധാരാളം വർക്ക്ഷോപ്പുകൾ നടത്തണമെന്ന മോഹമായിരുന്നു മനസ്സിൽ."

എനിക്കു തോന്നുന്നത് ഈ കത്തുകളൊന്നും അയച്ചിട്ടില്ലെന്നാണ്. കാരണം അവയുടെ ടൈപ്പ് ചെയ്ത കോപ്പികളോ മറുപടികളോ ഒന്നും കാണാനില്ല. എന്തായാലും ഈ കത്തുകളൊക്കെ കാണിക്കുന്ന ഒന്നുണ്ട്; ഞങ്ങളെല്ലാവരും, മുതിർന്നവരെക്കാൾ ചെറുപ്പക്കാർ, പുതിയ കഴിവുകൾ

പഠിക്കണം എന്നിട്ട് തെരുവരങ്ങിന്റെ ഭൂമികയിൽ ഒരു സ്ഥാനം ആവശ്യപ്പെടാൻ കഴിയണം. അദ്ദേഹത്തിന്റെ മനസ്സുനിറയെ അസംഖ്യം ആശയങ്ങളും പദ്ധതികളും സ്വപ്നങ്ങളും കുമിളയിട്ടുകൊണ്ടിരുന്നു.

1988 ഒക്ടോബർ - ജനം പുനഃസംഘടിപ്പിക്കപ്പെടുന്നു.

ഒരു ദിവസം സഫ്ദർ പറഞ്ഞു. "നമുക്ക് അന്തിമമായി പൊതുസഭ ചേരണം. നമ്മുടെ പ്രവർത്തന റിപ്പോർട്ട് അക്കൗണ്ട്സിൽ സമർപ്പിക്കണം. പുതിയ എക്സിക്യൂട്ടിവ് കമ്മിറ്റി ഉണ്ടാക്കി കൺവീനറെയും ഖജാൻജിയെയും തെരഞ്ഞെടുക്കണം."

"പുതിയ എക്സിക്യൂട്ടീവ് കമ്മിറ്റി?" ഞാൻ ചോദിച്ചു. "താങ്കളുദ്ദേശിക്കുന്നതു നമുക്കുള്ളത് പഴയ ഇ സി എന്നാണോ?"

"അതെ നമ്മളെങ്ങനെ ചെയ്യണം. പക്ഷേ, അതീവ രഹസ്യമായി ഇത് സൂക്ഷിക്കണം. ആ പ്രത്യേക സന്ദർഭത്തിൽ മാത്രം വെളിപ്പെടുത്തിയാൽ മതി." അതും പറഞ്ഞ് ഞങ്ങൾ ചിരിച്ചു.

പിന്നീട് ഞാനും ജോഗിയും ബ്രിജേന്ദറും വീട്ടിലേക്കു പോകാനായി ബസ് സ്റ്റോപ്പിൽ നില്ക്കുമ്പോൾ അതിശയിച്ചുപോയി. ഇ സിയിൽ ആരൊക്കെ ഉണ്ടാവുമെന്ന് ചിന്തിച്ചിട്ടുണ്ടോ? ആരായിരിക്കും കൺവീനർ? ഇ സിയിൽ ആരൊക്കെ ഉണ്ടാകുമെന്ന് ചിന്തിക്കേണ്ടതില്ല. എന്നാൽ കൺവീനർ ആരായിരിക്കുമെന്ന കാര്യത്തിൽ അഭിപ്രായ വ്യത്യാസമുണ്ട്. സഫ്ദർ തന്നെയായിരിക്കും എന്നതിൽ ജോഗിക്കും ബ്രിജേന്ദറിനും തർക്കമില്ല. മറ്റാരാണ് ആകാൻ കഴിവുള്ളയാൾ?

"എനിക്കുറപ്പില്ല. സഫ്ദർ എല്ലായ്പ്പോഴും മറ്റുള്ളവരെ ഉയർത്തിക്കൊണ്ടുവരുന്നതറിയില്ലേ? അദ്ദേഹം ഇ സിയിലുണ്ടാവും. എല്ലാ ജോലികളും ചെയ്യും, എന്നാൽ സീനിയേഴ്സിൽ ആരെങ്കിലും ഒരാളാകണമെന്നതാവും അദ്ദേഹത്തിന്റെ തീരുമാനം. കാത്തിരുന്നു കാണാം."

അവർ രണ്ടുപേർക്കും വിശ്വാസം വന്നില്ലെങ്കിലും, ജനറൽ ബോഡിയിൽ അവതരിപ്പിക്കുമ്പോൾ ഉണ്ടാകാൻ പോകുന്ന ലഹളയിൽ അവർക്ക് ആശങ്കയുണ്ടായിരുന്നു.

അതുകൊണ്ട് 1988 ഒക്ടോബർ 2 ന് രാവിലെ വി പി ഹൗസിൽ കൂടാൻ പോകുന്ന ജനത്തിന്റെ ആദ്യ ജനറൽബോഡി മീറ്റിങ്ങിൽ ചില ആശങ്കകളുമായാണെത്തിയത്. 6 വനിതകളുൾപ്പെടെ 29 പേർ പങ്കെടുത്തതായി മിനിറ്റ്സ് ബുക്കിൽ രേഖപ്പെടുത്തിയിരിക്കുന്നു. അംഗങ്ങളിൽ പതിനൊന്നു പേർ രണ്ടോ മൂന്നോ വർഷമായി ജനത്തിൽ പ്രവർത്തിക്കുന്നവരും 18 പേർ ആറു മാസത്തിനുള്ളിൽ ചേർന്ന യുവാക്കളുമായിരുന്നു. ജോഗി, ബ്രിജേന്ദർ സിങ് പിന്നെ ഞാനും നിശ്ശബ്ദരായി നോക്കിയിരുന്നു. ഒറ്റവോട്ടിന്റെ കുറവിലാണ് സഫ്ദർ കൺവീനറാകാതിരുന്നതെങ്കിൽ, ഒരു ചോദ്യവുമില്ല ഞങ്ങൾ സഫ്ദറിനെ പിന്താങ്ങും.

നടപടികൾ ആരംഭിച്ചു. തുടക്കത്തിൽ തന്നെ നിലവിലുള്ള

എക്സിക്യൂട്ടീവ് കമ്മിറ്റിയംഗങ്ങളായ ത്യാഗിയും (ഖജാൻജി) ലളിതും നിലവിലെ കൺവീനറായ താനും പുറത്തുപോകുന്നതായി മനീഷ് അറിയിച്ചു. നിലവിലെ പ്രവർത്തന റിപ്പോർട്ട് എഴുതാതെ തന്നെ അവതരിപ്പിക്കുകയും പ്രവർത്തന മേഖല വിപുലീകരിക്കുന്നതിനാൽ കുറച്ചുകൂടെ വിശാലമായൊരു ഇ സി വേണമെന്ന് ഊന്നി പറഞ്ഞുകൊണ്ടുമാണ് മനീഷിന്റെ റിപ്പോർട്ട്. കഴിഞ്ഞ വർഷം സതിയുടെ പേരിൽ നടന്ന രൂപ് കൻവറിന്റെ (18 വയസ്സ് പ്രായം) ദയനീയ മരണമുൾപ്പെടെ അടുത്തകാലത്തുണ്ടായിക്കൊണ്ടിരിക്കുന്ന പ്രശ്നങ്ങളിൽ ഫലപ്രദമായിടപെടാനൊന്നും ജനത്തിനു കഴിയുന്നില്ല.

കുറേക്കാലമായി നമ്മൾ നമ്മുടെ വിദ്യാഭ്യാസത്തിനും പരിശീലനത്തിനും പ്രാധാന്യം കൊടുക്കാതെ അവയുടെ തിരുത്തലിനായി എന്തൊക്കെയോ ചെയ്യുന്നതായി വീമ്പിളക്കുന്നു എന്ന് സഫ്ദർ പറഞ്ഞു. *ഭഗത് സിങ്* പോലുള്ള നാടകങ്ങൾ ഭാവിയിൽ ചെയ്യണം. കുട്ടികളുടെ നാടകവും വേണം. അങ്ങനെയായാൽ ധാരാളം കുട്ടികളെ പ്രേക്ഷകരായി കൊണ്ടുവരാമെന്നും ലളിത് അഭിപ്രായപ്പെട്ടു. നമുക്ക് ധാരാളം പുതിയ അംഗങ്ങൾ ഉള്ളതിനാൽ രണ്ട് ടീമുകളായി തിരിച്ച് പ്രവർത്തനം വിപുലീകരിക്കുക എന്നതാണ് മനീഷ് പറഞ്ഞത്. റിപ്പോർട്ട് ഐകകണ്ഠ്യേന പാസായി.പുതിയ മിനുട്ട്സ് അടുത്ത മീറ്റിങ്ങിനു മുമ്പ് എഴുതി പൂർത്തിയാക്കാമെന്ന് തീരുമാനിച്ചു. ഇപ്പോൾത്തന്നെ മിനുട്സ് അന്തിമരൂപം നല്കി എഴുതി വിതരണം ചെയ്യാമെന്ന് സഫ്ദർ പറഞ്ഞു.

ഖജാൻജി എന്ന നിലയിൽ 10819.15 രൂപ ജനത്തിന് പണമായി കൈവശമുണ്ടെന്ന് ത്യാഗിയുടെ റിപ്പോർട്ട്. Natak എന്നതിനു പകരം Ntaya എന്ന് തെറ്റായി എഴുതിയതു കാരണം ബാങ്ക് അക്കൗണ്ട് തുടങ്ങാനായില്ല. പുതിയ ഇ സി ആദ്യ പരിഗണന കൊടുത്ത് ഈ വിഷയം കൈകാര്യം ചെയ്യണം. 15 വർഷക്കാലം ബാങ്കകൗണ്ടില്ലാതെ സംഘടന പ്രവർത്തിച്ചു എന്നത് എന്നെ അത്ഭുതപ്പെടുത്തി.

സഫ്ദർ കൺവീനറും വിജയ് കാലിയ ഖജാൻജിയും, ലളിത്, അരുൺ, ബ്രിജേന്ദർ, ശിഖ ഒപ്പം ഞാനുമടങ്ങുന്ന 7 അംഗ ഇ സി ലിസ്റ്റ് മനീഷ് അവതരിപ്പിച്ചു. എല്ലാം ശരിയായിരിക്കുന്നു എന്ന അർത്ഥത്തിൽ ജോഗിയും ബ്രിജേന്ദറും എന്നെനോക്കി. അങ്ങനെ ഒരു ലഹള ഒഴിവായി.

പുതുതായി തെരഞ്ഞെടുത്ത കൺവീനർ എന്ന നിലയിലായിരുന്നു സഫ്ദറിന്റെ പ്രസംഗം:

> ഡൽഹിയിലെ തിയേറ്റർ ലോകവുമായി എങ്ങനെ ഇടപെടണമെന്നതാണ് നമ്മുടെ പ്രധാന പ്രശ്നം. ഡൽഹിയിൽ മുഖ്യധാര പ്രൊസീനിയം തിയേറ്ററിന്റെ മേന്മ കുറഞ്ഞതായി കാണുന്നു. ഇന്ത്യയുടെ മറ്റു ഭാഗങ്ങളിലും ഇതാണ് സ്ഥിതി. ടെലിവിഷന്റെ വരവാണിതിനു കാരണമെന്ന് പറഞ്ഞ് കണ്ണടയ്ക്കാനാവില്ല, ഉദാഹരണത്തിന്, ബംഗാൾ അരങ്ങിന്റെ പരാജയത്തിന് ഒരു നീണ്ട

ചരിത്രമുണ്ട്. അതിൽ ഇലക്ട്രോണിക് മീഡിയ കാരണമല്ലെന്നു പറയുന്നുണ്ട്. പ്രധാന പരാജയ കാരണം രാഷ്ട്രീയംതന്നെ. സംഗീത നാടക അക്കാദമിയും ഫോർഡ് ഫൗണ്ടേഷനും The so called Theatro Root നെ മുൻനിർത്തി Ethnic (നരവംശ ശാസ്ത്രപരം)ക്കിന് ഊന്നൽ നല്കിയുള്ള നവീകരണത്തെ ശക്തമായി പ്രോത്സാഹിപ്പിക്കുന്നുണ്ട്. ഇതൊരു ആരോഗ്യപരമായ രീതിയല്ല. ഈ രണ്ടു സംഘടനകളും വൻതുക ചെലവിട്ട് നിശ്ചിത പദ്ധതികൾക്ക് ഫണ്ടും പ്രോത്സാഹനവും നല്കുന്നു. നമ്മുടേതു പോലുള്ള പരിചയസമ്പന്നമായ തിയേറ്റർസംഘങ്ങൾ ഈ പ്രതിഭാസത്തെക്കുറിച്ച് പഠിക്കുകയും അതിൽ നമ്മുടെ പങ്ക് വ്യക്തമാക്കുകയും വേണം. ഒരു നിർണ്ണായകമായ ചോദ്യമെന്താണെന്നാൽ പാരമ്പര്യവും ആധുനിക ആശയങ്ങളും തമ്മിലുള്ള ബന്ധമെന്താണ്?

മറുവശത്ത് പുരോഗമന സംഘങ്ങളാണുള്ളത്. അവരുടെ നാടകങ്ങളിൽ ഉള്ളടക്കത്തിനാണ് മുഖ്യം. സ്റ്റേജ് ക്രാഫ്റ്റിനും സാങ്കേതികതയ്ക്കും പ്രാധാന്യം കൊടുക്കുന്നില്ല. അവരുടെ നാടകങ്ങൾ തീർത്തും വിരസമാണ്.

'രാഷ്ട്രീയമായി' കാണാതിരുന്നാൽ ഉത്തരേന്ത്യയിലെ സാംസ്കാരിക വഴികളിൽ നിന്ന് തികച്ചും വ്യത്യസ്തമായാണ് ജനം പോലുള്ള സംഘടനകൾ ഉയർന്നുവന്നത്. എന്നാൽ നമ്മുടെ തിയേട്രിക്കൽ കഴിവുകളെല്ലാം മറ്റു തിയേറ്റർ ഗ്രൂപ്പുകൾ അംഗീകരിച്ചിട്ടുണ്ട്.

ഡൽഹിയുടെ സാമൂഹ്യ ജീവിതത്തിൽ വർഗ്ഗീയത ഗുരുതരമായ അപകടമായി മാറിയിരിക്കുന്നു. ഡൽഹിയിൽ പ്രവർത്തന സജ്ജമായ കമ്യൂണൽ സൈന്യവുമില്ല. ഇത് നമ്മളെ വേദനിപ്പിക്കുന്നുണ്ട്. Apaharan Baichare Ka യുടെ അവതരണം കടലിൽ വീഴുന്ന ഒരു ചെറുതുള്ളിക്കു സമമാണ്. നമുക്ക് കൂടുതൽ ചെയ്യണം. അധികമായി ചെയ്യണം. ജനാധിപത്യപരവും, പുരോഗമനാത്മകവും മതേതരത്വവുമായി ചിന്തിക്കുന്ന ധാരാളം തിയേറ്റർ പ്രവർത്തകർ ഡൽഹിയിലുണ്ട്. നമ്മളവരെ കണ്ടുപിടിക്കണം സംഘടിപ്പിക്കണം.

ഈ വെല്ലുവിളികളെ നേരിടണമെങ്കിൽ സ്വയം നിരന്തരം പഠിക്കുകയും പരിശീലിക്കുകയും ചെയ്യണം. സാമൂഹ്യ ചരിത്രം, സംസ്കാരം, അരങ്ങുകല, തിയേറ്റർ ചരിത്രം തുടങ്ങിയവയൊക്കെ പഠിക്കണം. നമ്മുടെ പ്രവർത്തന ഫണ്ട് സമാഹരിക്കുന്നതിനുള്ള പദ്ധതികളിടണം. നമുക്ക് ഒരു കേന്ദ്ര റിഹേഴ്സൽ ക്യാമ്പും

ഓഫീസുമുണ്ടാവണം. അല്ലെങ്കിൽ കുറഞ്ഞപക്ഷം രംഗവസ്തുക്കൾ സൂക്ഷിക്കാനുള്ള ഒരു വാടക സ്ഥലമെങ്കിലും ഉണ്ടാവണം.

ജനറൽ ബോഡി കഴിഞ്ഞ ഉടൻതന്നെ ആദ്യത്തെ ഇ സി കൂടി, എന്നെ മിനുട്ട്സ് സൂക്ഷിപ്പു ചുമതല ഏല്പിച്ചു. ഒക്ടോബർ 15 ന് വരാൻ പോകുന്ന ജനത്തിന്റെ പത്താം വാർഷികത്തിനാവശ്യമായ പദ്ധതി ഞങ്ങൾ തയ്യാറാക്കി.

ഒക്ടോബർ രണ്ടിനും നവംബർ 30 നും ഇടയിൽ 10 ഇ സികൾ ഞങ്ങൾ കൂടി. ഏഴാം ഇ സി മീറ്റിങ് 1989 ജനുവരി 5 നായിരുന്നു. അതിൽ വച്ച് മാലയെ ഇ സി അംഗമാക്കുകയും ആക്ടിങ് കൺവീനറായി ചുമതല ഏല്പിക്കുകയും ചെയ്തു. ഞാൻ പങ്കെടുത്തിട്ടുള്ള മീറ്റിങ്ങുകളിൽ ഏറ്റവും ഉത്കണ്ഠാജനകമായ മീറ്റിങ്ങായിരുന്നു അത്. സൂക്ഷ്മ വീക്ഷണത്തിന്റെയും ശ്രദ്ധയുടെയും കുറവു നിമിത്തം ഞങ്ങളിലധികം പേരും കുഴപ്പത്തിലായി. മാല ഉടനെതന്നെ പ്രവർത്തന നിരതയായി. സംഘടനയുടെ ഏതു ചെറിയ കാര്യവും ഗൗരവമായി കണ്ടു. ഹീറോയിസം ഏറ്റവും ലഘുവായ രീതിയിലേക്കു മാറി.

ഇതെല്ലാം ഭാവിക്കുവേണ്ടിയുള്ളതായിരുന്നു. തല്ക്കാലം ഞാൻ സഫ്ദറിൽനിന്നു സംഘടനാമികവു പഠിക്കാനും ഹബീബ് സാബിൽ നിന്ന് തിയേറ്റർ രീതികൾ പഠിക്കാനുമാണ് ശ്രമിച്ചത്. അന്നുച്ചയ്ക്ക് ഞങ്ങളിൽ ചിലർ നന്ദിത, ജോഗി, ബ്രിജേന്ദർ, രാകേഷ് പിന്നെ ഞാനും എന്നാണോർക്കുന്നത് എം എസ് സത്യുവിന്റെ ടി വി ഫിലിം ഷൂട്ടിങ് കാണാൻ സഫ്ദറിന്റെ നേതൃത്വത്തിൽ പോയി. അതിസമ്പന്നമായ വസന്ത് വിഹാറിനു സമീപത്തുള്ള കുസുംപൂർ പഹാഡി എന്ന ചേരിയിലായിരുന്നു ഷൂട്ടിങ്. അതിനുശേഷം JNU കടന്നു വരുമ്പോൾ ഞങ്ങൾ Ayesha യേയും Shikm നേയും കണ്ടു. അന്ന് ഗാന്ധിജയന്തി ആയിരുന്നതിനാൽ മദ്യം ലഭ്യമായിരുന്നില്ല. അതൊരു ശുഭകരമായ തുടക്കമായിരുന്നു. എല്ലാ സന്ധ്യകളിലും രാവുകളിലും പാർത്ഥസാരഥി പാറയിൽ പാട്ടും ചിരിയുമായി ഞങ്ങൾ സമയം ചെലവിട്ടു.

1988 ഒക്ടോബർ - തെരുവരങ്ങിന്റെ പത്തു വർഷങ്ങൾ

ദശവത്സരാഘോഷത്തിന്റെ പ്ലാനിങ് മുഴുവനും പുതിയ ഇ സി തയ്യാറാക്കി കഴിഞ്ഞു. ഒരു തെരുവു നാടകോത്സവവും തെരുവു നാടക വട്ടമേശ സമ്മേളനവുമാണ് ഞങ്ങൾ സംഘടിപ്പിച്ചിരിക്കുന്നത്. രണ്ടു പരിപാടികളും 35 ഫിറോസ് ഷാ റോഡിൽ. തെരുവു നാടകാഭിനയം JNUസിറ്റി സെന്ററിന്റെ വകയായിരുന്ന മൈതാനത്തിലും സെമിനാർ ഇന്ത്യൻ ചരിത്ര ഗവേഷണ കൗൺസിലിന്റെ മെയിൻ ബിൽങ്ങിലെ കോൺഫറൻസ് മുറിയിലുമാണ് നടന്നത്. അനുബന്ധമായി ഫോട്ടോ പ്രദർശനം, സെമിനാറിന് പ്രബന്ധം തയ്യാറാക്കൽ എന്നിവ നടത്തുന്നതിനു തീരുമാനിക്കുകയും അതിനുവേണ്ടി പ്രത്യേക സബ് കമ്മിറ്റികൾ

രൂപീകരിക്കുകയും ചെയ്തു. ശിഖ കൺവീനറും ഷെഹ്ല, മാല, രാകേഷ്, ജോഗി എന്നിവർ അംഗങ്ങളുമായുള്ളതാണ് എക്സിബിഷൻ സബ് കമ്മിറ്റി. രണ്ടാമത്തെ സബ് കമ്മിറ്റിയുടെ കൺവീനർ ഞാനും അംഗങ്ങൾ സഫ്ദർ, സഞ്ജയ്, ഷിക്ക്മ, നന്ദിത എന്നിവരുമായിരുന്നു. ഷെഹ്ല, ഭൂപടങ്ങളും ചാർട്ടുകളുമൊക്കെ വരയ്ക്കാനുള്ള തന്റെ കഴിവുകൾ ഉപയോഗിച്ച് നാടകം അവതരിപ്പിക്കേണ്ട ഗ്രാമങ്ങളും നഗരങ്ങളും പട്ടണങ്ങളും രേഖപ്പെടുത്തിയ ഒരു ഭൂപടം തയ്യാറാക്കി. ജനത്തിന്റെ കുറേ വർഷങ്ങളായുള്ള പ്രവർത്തനവുമായി ബന്ധപ്പെട്ട 75 ചിത്രങ്ങളാണ് പ്രദർശനത്തിനു വെച്ചത്. എക്സിബിഷൻ സബ്കമ്മിറ്റി കഠിനാദ്ധ്വാനം ചെയ്തു എന്ന് ചുരുക്കം. ചർച്ചയ്ക്കുള്ള അപ്രോച്ച് പേപ്പർ എന്റെ കമ്മിറ്റിയ്ക്കുവേണ്ടി സഫ്ദർ തയ്യാറാക്കി.

ഒക്ടോബർ 15 ന് വൈകുന്നേരം 5 അവതരണങ്ങൾ നടന്നു. തെരുവു നാടകത്തിലൂടെ ഞങ്ങൾ നടത്തിയ യാത്രയുടെ രത്നച്ചുരുക്കം ആമുഖമായി സഫ്ദർ അവതരിപ്പിക്കുകയും തിയേറ്റർ പ്രതിനിധികളെ തങ്ങൾക്കൊപ്പം പ്രവർത്തിക്കാൻ ക്ഷണിക്കുകയും ചെയ്തു. ഞങ്ങളുടെ ആദ്യ നാടകമായ *സാമ്രാട്ട്* മാലയും തിയേറ്റർ യൂണിയനോട് *Marz Ka Munafa* അവതരിപ്പിക്കാൻ ശിഖയും *രാജാ കാ ബജ* പരിചയപ്പെടുത്താൻ മനീഷും മുന്നോട്ടു വന്നു. തുടർന്ന് ചെറിയൊരു വിശ്രമം. അതേത്തുടർന്ന് തയ്യാറാക്കിയ *Girgit* ലളിത് പരിചയപ്പെടുത്തി. അവസാനമായി ഞാൻ ഔരത്തിനെക്കുറിച്ചുള്ള വിശദീകരണം കൊടുത്തു പൂർത്തിയാക്കി.

ഇന്നത്തെ സന്ധ്യക്ക് വ്യത്യസ്തവും എന്നാൽ പരസ്പരബന്ധവുമുണ്ടായതുമായ മൂന്നു പ്രത്യേകതകളുണ്ട്. ഒന്ന്, അന്നത്തെ ആ നീണ്ട സന്ധ്യയിൽ ഇടവേളയില്ലാതെ ഒന്നിനു പുറകെ ഒന്നായി അരങ്ങേറിയത് അഞ്ച് തെരുവു നാടകങ്ങൾ. എത്ര രസകരമാണെങ്കിലും അത് പ്രേക്ഷകനെ ക്ഷീണിപ്പിച്ചു. രണ്ട്, ഏറ്റവും ദൈർഘ്യമേറിയതും മോശം ക്ലൈമാക്സുള്ളതുമായ നാടകം ആദ്യം അവതരിപ്പിച്ചതാണ് ഏറ്റവും മോശം കാര്യം. *യന്ത്രം* ആദ്യമവതരിപ്പിക്കാനാണ് തീരുമാനിച്ചിരുന്നതെങ്കിലും സീനിയേഴ്സിന്റെ നിർബ്ബന്ധപ്രകാരം *സാമ്രാട്ട്* അവതരിപ്പിക്കാൻ സഫ്ദർ നിർബ്ബന്ധിതനായി. അവർക്ക് അധിക പ്രാധാന്യം കിട്ടുമെന്നവർ കരുതുകയുണ്ടായി എന്നു ഞാനൂഹിക്കുന്നു. "*സാമ്രാട്ടി*ന്റെ പരാജയകാരണം തെരുവു നാടകത്തിന്റെ അടിസ്ഥാന തത്വങ്ങളെ ചില അഭിനേതാക്കൾ അംഗീകരിക്കാത്തതും അലംഭാവവും അമിത വിശ്വാസവും ആണെ"ന്ന് പിന്നീട് ഇ സി വിലയിരുത്തി. ഭാഗ്യവശാൽ തുടർന്നുവന്ന തിയേറ്റർ യൂണിയൻകാർ കാണികളുടെ ആവേശം വീണ്ടെടുത്തു. മൂന്ന്, ഞങ്ങൾ ചെയ്ത ഏറ്റവും മികച്ച കാര്യം അവസാന നാടകമായി *ഔരത്ത്* പ്രദർശിപ്പിച്ചതാണ്. മാലയെ സഹായിച്ചുകൊണ്ടുള്ള ചുറുചുറുക്കന്മാരായ യുവകലാകാരന്മാരുടെ പ്രകടനം അന്നത്തെ സന്ധ്യയെ ഔന്നത്യങ്ങളിലേക്ക് ഉയർത്തി. ധാരാളം തിയേറ്റർ

പ്രവർത്തകർ ആ വൈകുന്നേരത്തെ ധന്യമാക്കാൻ എത്തിയിരുന്നു.

ഒക്ടോബർ 29 ന് നടന്ന തെരുവരങ്ങ് ചർച്ചയിൽ രതി ബർത്തലോമിയോ, റെയ്ന, ജി പി ദേശ് പാണ്ഡെ, (GPD,) മദൻ ഗോപാൽ സിങ്, രാംഗോപാൽ, ബജാജ് എന്നിവർ പങ്കെടുത്തു. പേപ്പർ അവതരണം സഫ്ദർ നടത്തി. പേപ്പറിന്റെ ഫോട്ടോസ്റ്റാറ്റ് കോപ്പികൾ മുൻകൂട്ടി വിതരണം നടത്തിയിരുന്നതിനാൽ ചില പ്രധാന പോയിന്റുകൾ വിശദീകരിക്കാനും വികസിപ്പിക്കാനും സഫ്ദറിനു കഴിഞ്ഞു. എത്ര മനോഹരമായിട്ടാണ് ഇംഗ്ലീഷിൽ നിന്നും ഹിന്ദിയിലേക്ക് ഹിന്ദുസ്ഥാനി, ഉർദു പദങ്ങൾ തുന്നിച്ചേർത്ത് അവതരിപ്പിച്ചത്. Mukhtalif (Varied), Israr (Reguest) എന്നീ പദങ്ങൾ ആദ്യമായി പഠിക്കാൻ കഴിഞ്ഞു. 10 വർഷം പ്രവർത്തിച്ചിട്ടും പുതുതായൊന്നും സൃഷ്ടിക്കപ്പെട്ടിട്ടില്ല എന്ന വിലയിരുത്തലാണ് രതിയുടെ അഭിപ്രായങ്ങളിൽ നിഴലിട്ടത്. “ഈ ഫോട്ടോകളെല്ലാം നോക്കൂ. എല്ലാം ഒരു പോലെയിരിക്കുന്നു. എന്തുകൊണ്ട് നിങ്ങളുടെ നാടകങ്ങളിൽ വ്യത്യസ്തത കാണുന്നില്ല? ആ വിടവ് നികത്താൻ നിങ്ങൾ എന്തൊക്കെയാണ് ചെയ്തത്? നിങ്ങളതിന് ശ്രമിച്ചാലും ഒന്നും സംഭവിക്കില്ല.” ഇപ്പറയ്ക്കപ്പുറത്തേക്ക് ആസ്വാദനശേഷിയും രാഷ്ട്രീയവും വളരണമെന്നാണ് ജി പി ഡിയുടെ നിർദ്ദേശം. ‘നിങ്ങൾ ബോംബെയിലെ ശിവസേനയെ കാണൂ.’ ഒരു വ്യവസായ സ്ഥാപനം നടത്തുന്ന പോലെയാണ് അവർ വർഗ്ഗീയ രാഷ്ട്രീയം വളർത്തുന്നത്. അത് അവർ പ്രത്യേകം രൂപകല്പന ചെയ്തിട്ടുണ്ട്. അതിലുള്ളതെല്ലാം കൊടുക്കൽ വാങ്ങൽ സംബന്ധിച്ചാണ്. വർഗ്ഗീയത സംബന്ധിച്ച മാർക്സിസ്റ്റ് വിശകലനം എവിടെയാണ്? മനുഷ്യത്വപരവും ഒഴുക്കൻ മട്ടിലുമുള്ള വർഗ്ഗീയ വിശകലനവുമാണ് എവിടെയും കേൾക്കുന്നത്. “നിങ്ങൾ നല്ല കുട്ടികളായിരിക്കൂ പരസ്പരം കൊല്ലരുത്.” എന്നാൽ ഈ സന്ദേശം തികച്ചും പൊള്ളയാണ്. എന്തെന്നുവച്ചാൽ കോൺഗ്രസും ജനതാ പാർട്ടിയുമുൾപ്പെടെയുള്ള ‘സെക്കുലർ’ പാർട്ടികളും പറയുന്നത് അതുതന്നെയാണ്. അതുകൊണ്ട് അവർക്ക് പ്രശ്നങ്ങളൊന്നുമില്ല. മാർക്സിസ്റ്റുകാർ വർഗ്ഗീയതയ്ക്ക് മുറിവേല്പിച്ചാലും അത് ഉദാരമനസ്കരെ അസ്വസ്ഥരാക്കുന്നില്ല. അങ്ങനെ സംഭവിക്കുന്നതായി ഞാൻ കാണുന്നുമില്ല.’

രതിയും റെയ്നയും ജി പി ഡി യുമൊക്കെ പറയുന്നത് നമ്മൾ സ്വയം നവീകരിക്കപ്പെടുകയും പൊതുചിന്തകൾ കൊണ്ടുവരികയും നിലവിലുള്ള അച്ചുകൾ പൊളിക്കണമെന്നുമാണ്. ഈ നിരൂപകർ സഫറിനെ ഉദ്ബോധിപ്പിക്കുന്നു. സൃഷ്ടിപരമായ കാര്യത്തിൽ ഒരുപാട് മുന്നോട്ടു പോകാനുണ്ട്. അതിന്റെ ആദ്യ അടയാളങ്ങൾ ആ വർഷം നവംബറിൽ തൊഴിലാളിവർഗ്ഗത്തിന്റെ സപ്തദിന സമരത്തിനുവേണ്ടി ചെയ്ത നാടകത്തിൽ കാണാം. *ചക്കജാം* (സമരം) എന്നാണ് ആ നാടകത്തിന്റെ പേര്. പില്ക്കാലത്ത് *ഹല്ലാ ബോൽ* (*Raise Hell*) ആയി മാറിയ നാടകത്തിന്റെ ആദ്യ രൂപമാണത്.

*ചക്കജാം (ഹല്ലാബോലി)*ന്റെ വിജയ കാരണം മനസ്സിലാക്കണമെങ്കിൽ 1980 ൽ ഡൽഹിയിലെ തൊഴിലാളികളുടെ അവസ്ഥയെക്കുറിച്ചും അവരെ സപ്തദിന സമരത്തിനിറക്കിയ കാര്യങ്ങളെക്കുറിച്ചും ആദ്യം നമ്മൾ അറിഞ്ഞിരിക്കണം.

1980 കൾ - ഡൽഹിയിലെ തൊഴിലാളി വർഗ്ഗം

തൊഴിലാളികൾ ചൂഷണം ചെയ്യപ്പെടുന്നു എന്ന് അവരോട് പ്രത്യേകം പറയണമെന്നില്ല. വീട്ടുജോലിക്കാർ കുറഞ്ഞ കൂലിക്ക് കൂടുതൽ ജോലി ചെയ്യുന്നു. സ്ത്രീലമ്പടനായൊരു വീട്ടുടമ പീഡിപ്പിച്ചാൽ അത് നിയമലംഘനമാണെന്ന് അവൾക്കറിയാം. ഡൽഹിയിലെ 45 ഡിഗ്രി ചൂടിൽ വിണ്ടുകീറി കരിയുന്ന അവസ്ഥയിൽ ഓരോ റിക്ഷാക്കാരനും താനനുഭവിക്കുന്ന ദുരിതത്തെക്കുറിച്ചറിയാം. കുടിൽ വ്യവസായ തൊഴിലാളികൾ പ്രതിദിനം 140 വ്യാവസായിക ഉല്പന്ന ഭാഗങ്ങൾ പുതുക്കി എടുക്കുമ്പോൾ അവർക്കറിയാം അവർ മുക്കുന്ന രാസലായനി സ്വന്തം ശരീരത്തിലേക്ക് കയറുന്ന കാര്യം. അതിരാവിലെ തെരുവോരത്ത് ആരെങ്കിലും തന്നെ ജോലിക്ക് വിളിക്കുമെന്ന് കാത്തിരിക്കുന്ന കെട്ടിട പണിക്കാരനറിയാം താൻ വെറുതെ സമയം കൊല്ലുകയാണെന്ന്. പുരുഷന്മാരെ തൃപ്തിപ്പെടുത്തുന്ന വേശ്യകൾക്കറിയാം മുദ്രകുത്തപ്പെടുന്നത് വാങ്ങാൻ വരുന്ന പുരുഷന്മാരല്ല സ്ത്രീകളാണെന്ന്. അഴുക്കുചാലുകൾ വൃത്തിയാക്കുന്ന തോട്ടിപ്പണിക്കാരനറിയാം തന്റെ മനുഷ്യത്വത്തെ ലോകം വിലകല്പിക്കുന്നില്ലെന്ന്.

ദരിദ്രർ, പാർശ്വവൽകൃതർ, ചൂഷിതർ, അടിച്ചമർത്തപ്പെട്ടവർ അവിടവിടെ അറപ്പോടെ ഉയിർത്തെഴുന്നേൽക്കുമ്പോൾ അതെല്ലാം മണലെഴുത്തുപോലെ നഷ്ടമാകുമെന്ന് അവരറിയുന്നില്ല. അടിച്ചമർത്തപ്പെട്ടവർ സ്വയം സംഘടിച്ച് സ്ഥായിയായ മാറ്റത്തിനുവേണ്ടി ഒരു പ്രസ്ഥാനമുണ്ടാക്കിയാൽ അത് വിജയിപ്പിക്കാൻ കഴിയുമെന്ന് അവർ വിശ്വസിച്ചു.

1988 നവംബറിൽ അത്തരമൊരു പ്രസ്ഥാനത്തിന് ഞാൻ സാക്ഷിയായിട്ടുണ്ട്. ഡൽഹി, ഘാസിയബാദ്, ഫരിദാബാദ് എന്നിവിടങ്ങളിലെ 13 ലക്ഷത്തോളം വരുന്ന അസംഘടിത തൊഴിലാളികൾ നടത്തിയ കൂറ്റൻ ജാഥയായിരുന്നു അത്. അവരുടെ ന്യായമായ ആവശ്യത്തിനുവേണ്ടിയുള്ള സമരം. ചരിത്രപ്രസിദ്ധമായ ആ സപ്തദിന സമരത്തിനു പോയത് തങ്ങളുടെ ആവശ്യം ന്യായമാണെന്ന് സ്വയം തിരിച്ചറിഞ്ഞതു കൊണ്ടല്ല, തങ്ങളുടെ ആവശ്യങ്ങൾ നേടാനാവുമെന്ന് എവിടെന്നോ കിട്ടിയ വിശ്വാസം കൊണ്ടാണ്. തൊഴിലാളിവർഗ്ഗത്തിന്റെ പ്രത്യേകതയെക്കുറിച്ചറിയാമായിരുന്ന സമരനേതാക്കൾ തൊഴിലാളികളെ ഇളക്കിമറിക്കാൻ പറ്റിയ തന്ത്രങ്ങൾ മെനയുകയും മുദ്രാവാക്യങ്ങൾ ഉണ്ടാക്കുകയും ചെയ്തിരുന്നു.

ഡൽഹി ചരിത്രത്തിൽ 1988 ലെ സമരം മുഴുവൻ തൊഴിലാളി വർഗ്ഗത്തിന്റെയും ഏറ്റവും വലിയ വിജയത്തിന്റെയും അക്രമാസക്ത

തയുടെയും അടയാളമായി നിലനിൽക്കുന്നു. ആ ഒറ്റക്കാരണം കൊണ്ടു തന്നെ സാധാരണക്കാരുടെ മാത്രമല്ല തൊഴിലാളികളുടെ പോലും മനസ്സിൽനിന്നും മാഞ്ഞുകൊണ്ടിരിക്കുന്ന ചരിത്ര സമരത്തെ ഓർമ്മിപ്പിക്കേണ്ടതുണ്ട്. ഡൽഹി ജനതയ്ക്കിടയിൽ വളരുന്ന വർഗ്ഗീയതയുടെ മേൽ ഇടതിന്റെ ബോധപൂർവ്വമായ ഇടപെടലിന്റെ ഫലമായി 1986 ലും 1987 ലും നടന്ന സമരങ്ങളുടെ തുടർച്ചയാണ് 1988 ലെ സമരം. 1984 ലെ സിഖു വിരുദ്ധ പരിപാടികൾ ഇപ്പോഴും പുതുമയോടെ നിൽക്കുന്നു. അതുപോലെ ഹിന്ദുക്കൾ അയോദ്ധ്യ പ്രശ്നവും ഉയർത്തിക്കൊണ്ടു വന്നിരിക്കുന്നു. തൊഴിലാളിവർഗ്ഗത്തിനിടയിൽ നിന്ന് വർഗ്ഗീയ വിഘടന വാദം ഒഴിഞ്ഞിട്ടുമില്ല. വർഗ്ഗീയ വിരുദ്ധ സമരമുഖത്തേക്ക് വലിയൊരു കൂട്ടം ജനങ്ങളെ എത്തിക്കാൻ 'കമ്യൂണിറ്റി ഓഫ് കമ്യൂണൽ ഹാർമണി' (Communtiy of communal harmony) എന്ന സംഘടനയിലൂടെ നടത്തിയ ശ്രമങ്ങളെക്കുറിച്ച് ഇതേ പുസ്തകത്തിൽ നേരത്തെ ഞാൻ എഴുതിയിരുന്നു. അതേ നാണയത്തിന്റെ മറുപുറമാണ് 1988 ലെ സമരപരിപാടികൾ.

ഇന്ന് ഹിന്ദു റൈറ്റ് ശക്തി പ്രാപിച്ചിരിക്കുന്നു. മതേതര വിശ്വാസികളും പുരോഗമനവാദികളും ഈ മഹാവിപത്തിനെതിരെ പോരാടാനും ഇന്ത്യൻ ഭരണഘടനയും സാമൂഹിക സുസ്ഥിതിയും സംരക്ഷിക്കാനും സംഘം ചേരുകയാണ്. സഫ്ദർ നാടകത്തിലെ ഉള്ളടക്കം 1988 ലെ സമരമല്ലെങ്കിലും, ഇന്നത്തെ പ്രത്യേക സാഹചര്യത്തിൽ അതേപ്പറ്റി കൂടുതൽ വിശദമായി അറിയാൻ സഹായകരമാണ്.

9 ലക്ഷമായിരുന്ന 1941 ലെ ഡൽഹി ജനസംഖ്യ അരനൂറ്റാണ്ടു കൊണ്ട് 10 ഇരട്ടി വർദ്ധിച്ച് 94 ലക്ഷമായി 1991 ൽ വർദ്ധിച്ചു. നഗരത്തിലേക്കുള്ള കൂട്ടകുടിയേറ്റം നടന്നത് വിഭജനകാലത്തായിരുന്നു. വൻതോതിൽ ഹിന്ദു, സിഖ് അഭയാർത്ഥികൾ പഞ്ചാബിൽനിന്ന് അന്നുകുടിയേറി. നഗരത്തിന്റെ സ്വഭാവം, സൈസർഗ്ഗിക ഗുണം, സൃഷ്ടിപരത, സഹനശക്തി എന്നിവ ഒരുക്കി സാമ്പത്തിക പ്രവർത്തനങ്ങൾ രൂപപ്പെടുത്തുന്നതിൽ അവർ വലിയ പങ്കു വഹിച്ചിട്ടുണ്ട്. ക്രമേണ മറ്റു കുടിയേറ്റക്കാരും എത്തി. ജന്മനാട്ടിലെ കടുത്ത ദാരിദ്ര്യത്തിൽനിന്ന് രക്ഷ അന്വേഷിച്ചുള്ള ഗ്രാമീണരുടെ പലായനമായിരുന്നു അത്. തുടക്കത്തിൽ ഡൽഹിയുടെ വളർച്ച ബോംബെയും കൽക്കത്തയും പോലെ വ്യവസായ നഗരമായിട്ടല്ല ഭരണകേന്ദ്രമെന്ന നിലയിലായിരുന്നു.

1980 കളുടെ ആരംഭംവരെ ഡൽഹിയുടെ വ്യവസായ ഭൂപടവും തൊഴിലാളി സമരങ്ങളും സ്വാധീനിച്ചിരിക്കുന്നത് ഡൽഹി ക്ലോത്ത് മിൽസ്, (DCM), DCM സിൽക്സ്, സ്വതന്ത്രഭാരത മിൽസ് (SBM), അജുധിയ ടെക്സ്റ്റൈൽ മിൽസ് (ATM), ബിർള മിൽസ് (BM) എന്നീ 5 വൻകിട ടെക്സ്റ്റൈൽ മില്ലുകളായിരുന്നു. വൻ വ്യവസായ കേന്ദ്രങ്ങളിലെ ആകെ തൊഴിലാളികളുടെ പകുതിയും ഈ 5 മില്ലുകളായിരുന്നു. 250 തൊഴിലാളികൾ ജോലിചെയ്തിരുന്ന ഡൽഹി ഫ്ളവർ മില്ലുകൾ പോലുള്ള ഇടത്തരം വ്യവസായശാലകൾ ഉള്ളപ്പോൾ വലിയൊരു വിഭാഗം വ്യവസായ

യൂണിയനുകളിലെയും തൊഴിലാളി സംഖ്യ 30 ന് താഴെയായിരുന്നു. ഞെട്ടിക്കുന്ന ഒരു കാര്യം 1988 ൽ പ്രവർത്തിച്ചിരുന്ന വ്യവസായ യൂണിയനുകളിൽ വെറും ഏഴ് ശതമാനം മാത്രമായിരുന്നു ഫാക്ടറീസ് ആക്ടിനു കീഴിൽ പ്രവർത്തിച്ചിരുന്നത്. ഇതിനർത്ഥം, ഡൽഹിയിലെ വ്യവസായ തൊഴിലാളികളിൽ ബഹുഭൂരിപക്ഷത്തിനും നിയമപരിരക്ഷ ഇല്ലെന്നതു തന്നെ. നിയമ പരിരക്ഷ ഉണ്ടായിരുന്നവരുടെ അവസ്ഥയും ഇതായിരുന്നു. ലേബർ ഇൻസ്പെക്ടർമാരും ലേബർ കോടതികളുമെല്ലാം കൈക്കൂലിക്കും അഴിമതിക്കും കൂട്ടുനിന്നിരുന്നതിനാൽ അവയെല്ലാം തൊഴിലാളി പക്ഷത്തല്ല മുതലാളി പക്ഷത്തായിരുന്നു.

ഫലത്തിൽ, ഡൽഹിയിലെ തൊഴിലാളികളെല്ലാം മുതലാളി വർഗ്ഗത്തിന്റെ ചൂഷണത്തിൽ പൊറുതിമുട്ടിയിരുന്നു. അമിത വില വർദ്ധനവിന്റെ ഗുണം മുഴുവനും മുതലാളിമാർ ഊറ്റിയെടുത്തതിനുപുറമെ തൊഴിൽ ശാലകളിലും ചേരികളിലും കുടിലുകളിലും പ്രത്യക്ഷമായും പരോക്ഷമായും തൊഴിലാളികൾ പീഡിപ്പിക്കപ്പെട്ടു. കൂലി ചുരുങ്ങിയതും ജീവിതനിലവാരം ദയനീയവുമായിരുന്നു. തൊഴിൽ സമയം 12 മണിക്കൂറായി നിജപ്പെടുത്തിയിരുന്നെങ്കിലും മിക്കവാറും 16 മണിക്കൂർ ജോലി ചെയ്യണം. മുറിവുകളും അപകടമരണവും സാധാരണമായിരുന്നു. എന്നാൽ നഷ്ടപരിഹാരം ലഭിച്ചിരുന്നില്ല. അനേകം തൊഴിലാളികൾക്ക് അവധിപോലും ഇല്ലായിരുന്നു. തൊഴിൽ നിയമനം അസ്ഥിരമായിരുന്നതിനാൽ അടിക്കടി തൊഴിൽ മാറ്റങ്ങൾക്ക് നിർബ്ബന്ധിച്ചു. ധാരാളം തൊഴിലാളികൾ ഫാക്ടറി പരിസരങ്ങളിൽ ക്വാട്ടേഴ്സുകളിലെ കുടുസ്സു മുറികളിൽ കൂട്ടംകൂടിയാണ് ജീവിതം. മുതലാളിയുമായി തർക്കമുണ്ടായാൽ നഷ്ടമാകുന്നത് ജോലിയും കിടപ്പാടവുമാണ്. കരാറുകാർ നിയമിച്ചവരിൽ അധികം പേർക്കും ഹാജർ പുസ്തകത്തിൽ പേരില്ലാത്ത ദുരവസ്ഥ. വർഷാന്തരത്തിൽ വീണ്ടും വീണ്ടും സ്ത്രീകൾ ജോലിയിൽ ചേർന്നുകൊണ്ടിരുന്നു. തുല്യ ജോലിക്ക് പുരുഷന്മാരേക്കാൾ കുറഞ്ഞ കൂലിയേ സ്ത്രീകൾക്ക് ലഭിച്ചുള്ളൂ. ധാരാളം സ്ത്രീകൾ ലൈംഗിക പീഡയ്ക്കും മറ്റുവിധ നോവുകൾക്കും ഇരയായി. അതിനിടയിൽ ഗർഭം ധരിച്ചാൽ ജോലി പോയതുതന്നെ.

പുതിയ കുടിയേറ്റക്കാർക്ക് കാര്യങ്ങൾ കൂടുതൽ ദുഷ്കരമായി മാറി. നിരക്ഷരരോ അല്പക്ഷരരോ ആയ യുവ തൊഴിലാളികൾ കുടുംബവും ഗ്രാമീണതയും ഉപേക്ഷിച്ചാണ് നഗരങ്ങളിലേക്ക് ചേക്കേറിയത്. നഗരത്തിലെ തിരക്കും നിശ്ശബ്ദതയും ഗതാഗതവും മണിമന്ദിരങ്ങളും ഭാഷകളും അവർക്ക് അപരിചിതമായിരുന്നു. സുഹൃത്തുക്കളോ സമുദായാംഗങ്ങളോ കുറച്ചുനാൾ ഭക്ഷണവും കിടപ്പാടവും നല്കി പരിപാലിച്ചെങ്കിലും ആഴ്ചയ്ക്കകം വേഗത്തിൽ തൊഴിൽ കണ്ടെത്തേണ്ടത് ആവശ്യമായി വന്നു. നഗരം അവരെ വിസ്മയിപ്പിക്കുന്നതിനു പകരം ക്ലേശകരമാക്കി തീർക്കുകയാണുണ്ടായത്. പുതിയ കുടിയേറ്റക്കാർ ഏതെങ്കിലുമൊരു മാളത്തിലേക്ക് വലിയുകയോ ആലസ്യത്തിലാവുകയോ ചെയ്യുക എന്നത് സാധാരണമായി. ചില സന്ദർഭങ്ങളിൽ ചിലരെങ്കിലും ആഴ്ചകളോളം

മൗനികളാവുകയും ചെയ്തു. ഞാനിത് ഭൂതകാലത്തിൽ എഴുതുമ്പോഴും വർത്തമാനകാല ചിത്രം വ്യത്യസ്തമല്ല. പലവിധത്തിൽ അത് മോശമാക്കപ്പെട്ടിരിക്കുന്നു. മോദി സർക്കാരിന്റെ കൊല്ലുന്ന 'തൊഴിൽ പരിഷ്കാരങ്ങൾ' തൊഴിലാളികൾക്ക് തങ്ങളുടെ പൂർവ്വികർ പടവെട്ടി നേടിക്കൊടുത്ത അവകാശങ്ങളെ ഹനിക്കുകയാണ് ചെയ്യുന്നത്.

ഫാക്ടറി ഉടമകൾക്ക് ഒരു വർഗ്ഗമെന്ന നിലയിൽ അധികം പരാതികളില്ലായിരുന്നെങ്കിലും മുതലാളി വർഗ്ഗത്തിന് കൂടുതൽ പരാതികളുണ്ട്. 1980 കളിൽ ഡൽഹി മുതലാളികൾക്ക് മൂന്നു കാര്യങ്ങൾ ഉറപ്പാക്കി കൊടുത്തു. തൊഴിൽരഹിതരായവരെ നിരന്തരം ലഭ്യമാക്കി കുറഞ്ഞ കൂലിയും ഉയർന്ന ചൂഷണവും പതിവാക്കി. തൊഴിലാളി ക്ഷേമത്തിനും സംരക്ഷണത്തിനും വേണ്ടിയുള്ള നിയമങ്ങളിൽനിന്ന് യാതൊരു പ്രയോജനവുമുണ്ടായില്ല. ബന്ധുത്വം, മേഖല, ഭാഷ, മതം ഇവയുടെ അടിസ്ഥാനത്തിൽ തൊഴിലാളികൾ സംഘംചേർന്ന് സോഷ്യൽ ഇൻഷുറൻസ് ഉറപ്പാക്കിയപ്പോൾ അതേ നെറ്റ്വർക്ക് തന്നെ തെറ്റായ വഴികളിലൂടെ തൊഴിലാളികളുടെ ഐക്യം തകർക്കുകയും ചെയ്തു.

തൊഴിലാളികൾ സംഘടിക്കുന്നു

ഇപ്പോഴത്തെ ഡൽഹി സി പി ഐ (എം) സെക്രട്ടറി, കെ എം തിവാരി ഒരു മുഴുസമയ യൂണിയൻ പ്രവർത്തകനും കമ്യൂണിസ്റ്റു സംഘാടകനുമാണ്. കുട്ടിയായിരിക്കുമ്പോൾ കിഴക്കൻ യു പിയിലെ ഗോണ്ടയിൽ പ്രവർത്തിച്ചിരുന്ന ഒരു നാട്ടംഗി സംഘത്തിൽ പ്രവർത്തിച്ചിരുന്നു. തന്റെ പിതാവ് കോൺഗ്രസ് സംഘടനയായ ഐ എൻ ടി യു സിയുടെ അംഗമായിരുന്നു. ജംഷഡ്പൂരിലേക്ക് പോകുന്നതിനു മുമ്പായിരുന്നു അത്. അദ്ദേഹം 1969–70 ൽ ഗാസിയാബാദിലേക്ക് കുടിയേറി. അവിടെ ഒരു പോളിസ്റ്റർ വസ്ത്ര കമ്പനിയിൽ ഒരു തൊഴിൽ തരപ്പെടുത്തി. യൂണിയൻ പ്രവർത്തനം നടത്തിയതിന്റെ പേരിൽ 1978 ൽ അദ്ദേഹത്തെ പിരിച്ചുവിട്ടു. തൊഴിലാളികളെ സംഘടിപ്പിക്കുന്നതെങ്ങനെയെന്ന് അദ്ദേഹം വിവരിക്കുന്നു:

> ഒരു വ്യവസായ പ്രദേശത്ത് നിരന്തരം അപകടങ്ങൾ ഉണ്ടാകുന്നു. ചിലർക്ക് കൈ നഷ്ടപ്പെടുന്നു, ചിലപ്പോൾ വിരലുകൾ, ചിലപ്പോൾ മുറിവ് പറ്റുന്നു. എന്തെങ്കിലും പ്രശ്നം ഉണ്ടാകുന്നപക്ഷം ഞങ്ങളെ സമീപിക്കണമെന്ന് അവരെ പറഞ്ഞു ബോദ്ധ്യപ്പെടുത്തി. ഞങ്ങൾ ഒരു അപകടത്തെക്കുറിച്ച് കേട്ടയുടനെ, അയാൾ യൂണിയൻ അംഗമായിരുന്നില്ലെങ്കിലും, ഞങ്ങൾ അയാളുടെ പേരും അച്ഛന്റെ പേരും കണ്ടെത്തി കേസ് രജിസ്റ്റർ ചെയ്യുന്നതിനായി 'കർമ്മചാരി രാജ്യ ബീമ നിഗം' (Employees State Insurance Corporation) ഓഫീസിലേക്ക് പോയി. നഷ്ടപരിഹാരവും ചികിത്സയും ലഭ്യമാക്കുകയായിരുന്നു ലക്ഷ്യം. 1979–80 മുതൽ ഇൻഷുറൻസ് നിലവിലു

ണ്ടെന്ന് ഞാൻ ഓർക്കുന്നു. ജി റ്റി റോഡ് ഇൻഡസ്ട്രിയൽ ഏര്യയുടെ തെക്കുഭാഗത്ത് 'രതി ഉദ്യോഗ്' എന്നൊരു ഫാക്ടറിയുണ്ട്. അതൊരു വലിയ ഫാക്ടറി ആയിരുന്നു. ഒരു ദിവസം രാത്രി യൂണിയൻ ഓഫീസിൽ ഞാൻ കിടന്നുറങ്ങുമ്പോൾ ഒരു തൊഴിലാളി ഓടിക്കിതച്ചുവന്നു പറഞ്ഞു. 'സഖാവേ, അവിടെ അപകടം നടന്നിരിക്കുന്നു. ഒരു തൊഴിലാളി മരിച്ചു.' അയാൾ ഭയക്കുന്നത് അവരാ ശരീരം വെട്ടിനുറുക്കി ചാക്കിൽക്കെട്ടി ഫർണസിലെറിയും എന്നതുകൊണ്ടാണ്. ഞാൻ മറ്റുള്ളവരെക്കൂടി ഉണർത്തി കളക്ടറുടെ വീട്ടിൽച്ചെന്ന് അദ്ദേഹത്തെ വിവരം ധരിപ്പിക്കാൻ കൂടെ വരുമോ എന്ന് ചോദിച്ചു. ഞാൻ കുറെപ്പേരുമായി ഫാക്ടറി വാതിൽക്കലെത്തി ഉച്ചത്തിൽ ബഹളം വച്ചു. അതുകൊണ്ട് ഞങ്ങളവരോടൊപ്പം നില്ക്കുമെന്ന് തൊഴിലാളികൾ വിശ്വസിച്ചു. അവർ പരസ്പരം സംസാരിച്ചതിനുശേഷം ഞങ്ങളോടൊപ്പം വന്നു. എന്നിട്ട് അവരോട് മറ്റു ചില കാര്യങ്ങളെപ്പറ്റി സംസാരിച്ചു. മസ്റ്റർ റോളിൽ പേര് രജിസ്റ്റർ ചെയ്യുന്നതും തൊഴിൽ നിയമങ്ങൾ നടപ്പിലാക്കുന്നതുമൊക്കെ സംസാരവിഷയമായി. ഇത് ഫാക്ടറിയിലേക്കുള്ള പ്രവേശനത്തിന് വഴിയൊരുക്കി. കൂലിയും ബോണസും അവധി ദിവസവും ഒക്കെ നേടിത്തരാൻ ആരു വരുമെന്ന് അവർ നോക്കിയിരിക്കുകയായിരുന്നു. ഞങ്ങളാപ്രദേശത്തുണ്ടെങ്കിൽ അവർ ഞങ്ങളോടൊപ്പം വരും. അവരാകെ നാലോ അഞ്ചോ പേരാണ് ഉണ്ടായിരുന്നതെങ്കിലും അവരുടെ മുന്നിൽ ശക്തമായി പ്രസംഗിച്ചു. സാവധാനം അവരുടെ സഹായത്തോടെ ഞങ്ങളുടെ ശ്രമഫലമായി സംഘടന രൂപീകൃതമായി. പോലീസും മുതലാളിമാരും ചേർന്ന് അവരെ അടിച്ചമർത്തിയപ്പോൾ ഞങ്ങൾ പോലീസ് സ്റ്റേഷനു മുന്നിൽ പ്രകടനം നടത്തി. ഷിഫ്റ്റ് കഴിഞ്ഞ് തൊഴിലാളികൾ ഇറങ്ങുന്ന സമയം ഞങ്ങൾ ഗേറ്റിലേക്ക് പോയി. ചെങ്കൊടി ഉയർത്തി പ്രകടനം നടത്തി. അതോടെ, അവർക്ക് സംരക്ഷണം ലഭിക്കുമെന്ന് അവർ ഉറപ്പാക്കി.

പത്രപ്രവർത്തകനായ സുബോധ് വർമ്മ ഡൽഹി യൂണിവേഴ്സിറ്റിക്കു കീഴിലെ സെന്റ് സ്റ്റീഫൻ കോളേജിൽ പഠിക്കുമ്പോൾ എസ് എഫ് ഐ ആക്ടിവിസ്റ്റായിരുന്നു. തുടർന്ന് സി ഐ ടി യുവിൽച്ചേർന്ന് മുഴുവൻ സമയ പ്രവർത്തകനാവുകയും 1988 ലെ സമരത്തിനുവേണ്ടി ഓടി നടക്കുകയുമാണ്. സമരത്തിന്റെ ആദ്യദിവസംതന്നെ ഉത്തര ഡൽഹിയിലെ ജി ടി കർണൽ റോഡ് ഇൻഡസ്ട്രിയൽ ഏര്യയിൽവച്ച് അറസ്റ്റ് ചെയ്യപ്പെട്ടു. മൂന്നുദിവസത്തെ ജയിൽവാസം. അതേപ്പറ്റി അദ്ദേഹം ഇങ്ങനെ വിവരിക്കുന്നു:

എല്ലാവരുടെയും അംഗീകാരത്തോടെ നിങ്ങളൊരു ഡിമാന്റ് ഉയർത്തിക്കൊണ്ടുവരണം. തൊഴിലാളികൾ ആ നിർദ്ദേശം

അംഗീകരിച്ചു. എന്നാൽ വെറും സമ്മതംമാത്രമാണ് ആദ്യപടി. നിങ്ങൾ പറയുന്നത് അവരിലെത്തിച്ചേരണമെങ്കിൽ അതിനുള്ള ബോധമുണ്ടാവണം. അതവർക്ക് വേണ്ടുവോളമില്ല. തുടർന്നുള്ള ഘട്ടങ്ങളിൽ അതിനുള്ള പ്രവർത്തനങ്ങൾ ഉണ്ടാവണം. അത് ഉറപ്പ്, വിശ്വാസം, സംഘടനാ നേതൃത്വം, ഇടപാടുകൾ സംബന്ധിച്ച് ചോദ്യങ്ങൾ ഉയർത്തും. അതൊക്കെച്ചെയ്യാൻ സംഘടന പ്രാപ്തമാണോ? സുരക്ഷിതത്വമാണ് ഏറ്റവും വലിയ ചോദ്യം. പരോക്ഷമായി ഉൾക്കൊള്ളുന്നത് പിന്നീട് ഒറ്റയ്ക്കൊരു തൊഴിലാളിക്ക് നേരിടാൻ കഴിയുമോ? ഈ സംഘടനയ്ക്ക് പോരിനിറങ്ങാൻ മാത്രമുള്ള ശക്തി ഉണ്ടാവുമോ?" ഇതൊക്കെയാണ് തൊഴിലാളികളുടെ മനസ്സിലും, ഹൃദയത്തിലും മുങ്ങിക്കിടക്കുന്ന പ്രശ്നങ്ങൾ. പ്രത്യേകിച്ചും ചെറുകിട വ്യവസായ മേഖലയിൽ തൊഴിൽ സുരക്ഷിതത്വം തീരെയില്ല. അനേകം തൊഴിലാളികൾക്ക് നിയമന ഉത്തരവ് പോലും കിട്ടിയിട്ടില്ല. ഒരു രജിസ്റ്ററിലും അവരുടെ പേരുകൾ ചേർത്തിട്ടുമില്ല. അപമാനത്തിന്റെ സുരക്ഷിതത്വമില്ലായ്മയുടെ ജീവിതം. ഈ സാഹചര്യത്തിലാണ് ഇതൊക്കെ ജീവന്മരണ പ്രശ്നങ്ങളായി മാറുന്നത്.

ഒരു സംഘടനയ്ക്ക് ജനകീയ അടിത്തറ ഉണ്ടാകണമെങ്കിൽ എല്ലാ തലത്തിലും നേതൃത്വഗുണം വാർത്തെടുക്കണം. പഠന ക്ലാസുകളും പ്രഭാഷണങ്ങളും ആശയ പരിജ്ഞാനങ്ങളുമൊക്കെ പ്രധാനമാണെങ്കിലും നേതൃത്വപരിശീലനത്തിന് അവമാത്രം പോരാ. അവർക്ക് സമര സംഘാടനത്തിനും സ്വന്തം ശക്തി കണ്ടെത്തുന്നതിനും പര്യാപ്തമായ അതിശക്തമായ പ്രക്ഷോഭങ്ങളിൽ അണിചേരാൻ അവസരം ലഭിക്കണം. ആത്മവിശ്വാസം ഉറപ്പിച്ചെടുക്കുകയാണ് പ്രധാനം. അതിന് ആവശ്യമായ പ്രവർത്തനങ്ങൾ നേരായ ദിശയിൽ പരിപാടിയായി കൊണ്ടുവരണം. അവിടെ ഉയർച്ചതാഴ്ചകൾ വേലിയേറ്റവും വേലിയിറക്കവും ഉണ്ടാകും. ജനം വ്യത്യസ്ത സമീപനങ്ങളും വ്യത്യസ്ത രീതികളും പരീക്ഷിക്കും. ഈ പ്രക്രിയയിൽ അവർ തെറ്റുകൾ വരുത്താം. നേതൃത്വഗുണം ഉണ്ടാക്കുകയെന്നാൽ ഉത്തരവാദിത്വങ്ങൾ ചുമത്തുകയെന്നല്ല. വിശ്വാസം ഉറപ്പാക്കൽ കൂടിയാണ്. ഒരു തെറ്റ് വരുത്തിയാൽ അതിന്റെ പേരിൽ ക്രൂശിക്കാതെ ഉന്നതനേതാക്കൾ തനിക്കൊപ്പം നിൽക്കുമെന്ന് ഓരോ വ്യക്തിക്കും തോന്നണം. പരാജയത്തിൽനിന്നാണ് ഓരോരുത്തരും പഠിക്കുന്നത്.

വിജയത്തിന് ആത്മവിശ്വാസം ഉറപ്പിക്കുക എന്നതും നിർണ്ണായകമാണ്. നിങ്ങൾ വിജയിക്കുമെന്നുറപ്പുള്ള ഒരു ചെറിയ സമരത്തിൽ നിന്നു തുടങ്ങണം. പ്രശ്നങ്ങൾ കണ്ടെത്തി പരിഹാരത്തിനായി അവരോടൊപ്പം മുദ്രാവാക്യമുയർത്തണം. ഓരോ പോരാട്ടത്തിലും വിജയ സാദ്ധ്യതയുള്ളതും വിജയ സാദ്ധ്യത ഇല്ലാത്തതുമായ ആവശ്യങ്ങൾ മുന്നോട്ട് വയ്ക്കണം. എന്തുകൊണ്ട്? ഓരോ പോരാട്ടവും അടുത്തതിലേക്കുള്ള

തയ്യാറെടുപ്പാണ്. തങ്ങളുടെ പ്രവർത്തനമേഖല ചെറുതല്ലെന്ന് തൊഴിലാളികൾ അംഗീകരിക്കണം. വിജയങ്ങളെല്ലാം ചെറുതായാൽ പോലും ആഘോഷിക്കണം. അത് കൂടുതൽ തൊഴിലാളികളെ ആകർഷിക്കാനും സമരോദ്ദേശ്യത്തെ വിപുലീകരിക്കാനും സഹായിക്കും.

എല്ലാ യൂണിയനുകളും ഇതുപ്രകാരം പ്രവർത്തിക്കുന്നില്ല. മിക്ക യൂണിയനുകളും, ബൂർഷ്വാപാർട്ടി നേതൃത്വം കൊടുക്കുന്നവയും സ്വതന്ത്രമായവയും ഉൾപ്പെടെ സമരങ്ങളിൽ വിശ്വസിക്കുന്നില്ല. തൊഴിലാളികൾ ഇവയെ '10% യൂണിയൻ' എന്നു വിളിക്കുന്നു. ഇവ ഒത്തുതീർപ്പു പ്രക്രിയകളിലാണ് മുഖ്യമായും പ്രാധാന്യം കൊടുക്കുന്നത്. തൊഴിലാളികൾക്ക് കിട്ടുന്ന നഷ്ടപരിഹാരത്തിന് 10% ചിലപ്പോൾ അതിലധികവും അവർ സ്വന്തം പോക്കറ്റിലാക്കും. മുതലാളിയിൽനിന്ന് ലഭിക്കുന്ന തുകയ്ക്ക് പുറമേയാണിത്. തൊഴിലാളി നേതാക്കൾ ഇതൊരു ഉപജീവനമാർഗ്ഗമായി മാറ്റുന്നു. തൊഴിലാളിവർഗ്ഗത്തിന് മൊത്തത്തിൽ ഗുണം ലഭിക്കുന്ന പോരാട്ടങ്ങളിൽ അവർക്ക് ഒട്ടും താല്പര്യമില്ല. അവിടെയും ഇവിടെയുമായി ഉണ്ടാകുന്ന ബഹളങ്ങൾ ഇത്തരം നേതാക്കൾ കുഴപ്പക്കാർ എന്ന പ്രതിച്ഛായ ഉണ്ടാക്കുകയും അതുവെച്ച് മുതലാളിമാരുമായി വിലപേശാൻ സഹായിക്കുകയും ചെയ്യുന്നു. ചില നേതാക്കൾ അക്ഷരാർത്ഥത്തിൽ തന്നെ മുതലാളിമാരിൽ നിന്നും ശമ്പളംപറ്റി തൊഴിലാളികളെ സമരത്തിൽനിന്ന് പിന്തിരിപ്പിക്കുന്നു. എന്തിനാണ് ഇത്തരം യൂണിയനുകളിലേക്ക് തൊഴിലാളികൾ ചേക്കേറുന്നത്? ഭാഗികമായി അവർ കരുതുന്നത് മുതലാളിപക്ഷ സംഘടനയായതുകൊണ്ട് ഇരകളാകാനുള്ള സാദ്ധ്യത കുറവെന്ന വിശ്വാസം. തൊഴിലാളികൾക്ക് ഉൾക്കൊള്ളാനാവാത്തവിധം നിയമ നടപടികൾ കാലദൈർഘ്യമുള്ളതും തളർത്തുന്നതുമാണ് മറ്റൊരു കാരണം. ഇതൊക്കെ യൂണിയൻ നേതാവിന്റെ മദ്ധ്യസ്ഥതയിൽ മുതലാളിയുമായി സ്വകാര്യ ഒത്തുതീർപ്പിന് അവരെ പ്രേരിപ്പിക്കുന്നു. ഒരു തൊഴിലാളി നേതാവിന്റെ ജീവിതം കഠിനവും അനാകർഷണീയവുമാണ്. 'സെൻട്രൽ ഫോർ ദി സ്റ്റഡി ഓഫ് ഡെവലപ്പിങ് സൊസൈറ്റീസ് ഡൽഹിയിൽ' പ്രൊഫസറായ ആദിത്യാ സിങ് അഞ്ചു വർഷക്കാലം മുഴുസമയം സി ഐ ടി യു പ്രവർത്തകനായി വരുന്നതിനു മുൻപ് ഡൽഹി യൂണിവേഴ്സിറ്റിയിൽ എസ് എഫ് ഐ ആക്ടിവിസ്റ്റ് ആയിരുന്നു. 1988 ലെ സമരത്തിൽ അദ്ദേഹം പങ്കെടുത്തത് Shahdara യിലെ Jhilmil Indutsrial Area യുടെ സംഘാടകൻ എന്ന നിലയ്ക്കാണ്. അദ്ദേഹം ഒരു യൂണിയൻ സംഘാടകന്റെ ദൈനംദിനജീവിതത്തെ വിലയിരുത്തുന്നു:

> സമര സമയമല്ലാത്തപ്പോഴെല്ലാം മിക്ക പ്രവൃത്തികളും മടുപ്പിക്കുന്ന ഒത്തുതീർപ്പു പ്രവർത്തനങ്ങളാണ്. അവിടെ ഓരോ പ്രദേശത്തും ഓരോ യൂണിയൻ ഓഫീസ് പ്രവർത്തിക്കുന്നു. അതുകൊണ്ട് മിക്കവാറും ഏതെങ്കിലും ഒരു പ്രശ്നത്തിന്റെ പേരിൽ മുതലാ

ളിക്കെതിരെ കത്തെഴുതണം. മറ്റെന്തെങ്കിലും വഴി തേടുന്നതിനു മുമ്പ് നിങ്ങൾ അനുരഞ്ജനത്തിന്റെ വഴി തേടണമെന്നാണ് നിയമ പ്രക്രിയയിലും പറയുന്നത്. ഉദാ: ഒരാളെ പിരിച്ചുവിട്ടാൽ, ആ പ്രശ്നം ആദ്യം ഒത്തുതീർപ്പു വയ്ക്കണം. ഇതിനുവേണ്ടി കത്തുകളെഴുതുകയും നിർദ്ദിഷ്ട തീയതികളിൽ ഹാജരാവുകയും വേണം. അവിടെവച്ച് ഒത്തുതീർപ്പായാൽ നല്ലത് അല്ലെങ്കിൽ കോടതിയിൽ പോയേ മതിയാവൂ. അതു മറ്റൊരു മുഷിപ്പൻ പണിയാണ്. ഇത്തരത്തിൽ കാര്യങ്ങൾ അവസാനിക്കാത്ത പക്ഷം സമരമുറകളിലേക്കു പോകേണ്ടതായി വരും. ചിലപ്പോൾ ഫാക്ടറിയിൽ തനിയെ ഒരു കൊടും തീപിടിത്തം ഉണ്ടായേക്കാം. ഒരു യൂണിയനും ഇല്ലാതെ തന്നെ. ഒരു മേലുദ്യോഗസ്ഥന്റെ മോശം പ്രവൃത്തികൊണ്ട് തൊഴിലാളികൾ ഇളകിയെന്നു വരാം. നമ്മൾ കവാട മീറ്റിങ്ങുകൾ സംഘടിപ്പിക്കണം. തുടർന്നുള്ള സമയമത്രയും ഒത്തുതീർപ്പു പ്രവർത്തനങ്ങൾ. സി ഐ ടി യുയിൽ കോടതിക്കു പുറത്തുള്ള ഒത്തുതീർപ്പുകൾക്ക് സ്ഥാനമില്ല. എന്നാൽ 10-15 ശതമാനം വരെ യൂണിയനുകൾ മുതലാളിമാരുമായി ഒത്തുതീർപ്പുകളിലേർപ്പെട്ട് 10-15 ശതമാനംവരെ പണം സ്വന്തം പോക്കറ്റിലാക്കും.

ചിലപ്പോൾ സ്വന്തം സംഘടനയിൽ പോലും ഇത്തരം പ്രവണതയ്ക്കെതിരെ പടവെട്ടേണ്ടതായി വന്നിട്ടുണ്ടെന്ന് ആദിത്യ പറയുന്നു. പൂർണ്ണ സമയ തൊഴിലാളിയുടെ വേതനം വളരെ കുറവാണ്, അതുകൊണ്ട് ഫാക്ടറികളിൽ അത്തരക്കാർ കുറവാണ്. അതുകൊണ്ടവർക്ക് മിനിമം കൂലിയോ മറ്റെന്തെങ്കിലുമോ ലഭിക്കുന്നില്ല. തൊഴിലാളി പശ്ചാത്തലത്തിൽനിന്നും വരുന്നവർക്ക് യാതൊരുവിധ സാമ്പത്തിക സാഹചര്യവുമുണ്ടായിരിക്കില്ല. ഇടത്തരക്കാർക്ക് സാഹചര്യമുണ്ടാവും. അവർക്ക് ഒരു പ്രശ്നവുമുണ്ടാകുന്നില്ല. നിങ്ങൾക്കിതൊരു പ്രശ്നമല്ല, എന്നാൽ യാതൊരു സാഹചര്യവും ഇല്ലാതെ വരുന്ന മുഴുസമയ തൊഴിലാളികൾക്ക് പ്രശ്നമാണ്. മുതലാളിമാർക്കതറിയാം. അയാൾ അവരോടു പറയും. “ശരി നിങ്ങൾ 10% എടുത്തുകൊണ്ട് പണി പൂർത്തിയാക്കൂ. ചിലപ്പോൾ ചിലർ ആ കെണിയിൽ വീണുപോകും.”

തൊഴിലാളി യൂണിയൻ പ്രവർത്തകൻ എന്ന നിലയ്ക്ക് ഒരാൾക്ക് വലിയ രീതിയിലുള്ള പഠന പരിചയമുണ്ടാകും. 1960 കളിലെ പ്രതിരോധ പ്രസ്ഥാനങ്ങളുടെ സ്വാധീനത്താൽ ബൃന്ദകാരാട്ട് തന്റെ ലണ്ടനിലെ ജോലിവിട്ട് കൽക്കട്ടയിൽ വന്ന് 1970 ൽ സി പി ഐ (എം) ൽ ചേർന്നു. അടിയന്തരാവസ്ഥക്കാലത്തായിരുന്നു ഡൽഹി പ്രവേശം. തൊഴിലാളി യൂണിയൻ പ്രസ്ഥാനത്തിലേക്ക് റീത്ത എന്ന പേരിലായിരുന്നു വന്നത്. ഉത്തര പശ്ചിമ ഡൽഹി ടെക്സ്റ്റൈൽ മിൽ കവാടങ്ങളിൽ അവർ ഒരു പ്രശസ്ത ആക്ടിവിസ്റ്റായി കാണപ്പെട്ടു. വടക്കൻ ഡൽഹിയിലെ ലോക്കൽ കമ്മിറ്റി സി പി ഐ (എം) സെക്രട്ടറിയായി നിയമിതയായ അവർ ജനറൽ

മസ്ദൂർ യൂണിയന്റെ വളർച്ചയിൽ നിർണ്ണായക പങ്കുവഹിച്ചു. 1988 സമരത്തിൽ അവരായിരുന്നു ഡൽഹി ജൻവാദി മഹിളാ സമിതി സെക്രട്ടറി. തുടർന്ന് അവർ ആൾ ഇന്ത്യ ഡെമോക്രാറ്റിക് വിമെൻസ് അസോസിയേഷൻ (AIDWA) സെക്രട്ടറിയായി. ഇപ്പോൾ സി പി ഐ (എം) പോളിറ്റ് ബ്യൂറോ അംഗമാണ്.

അവർ തന്റെ മുൻകാല തൊഴിലാളി യൂണിയൻ അനുഭവങ്ങളെ ഇങ്ങനെ ഓർക്കുന്നു:

> ഞാൻ ഡൽഹിയിലെത്തി ഹർകിഷൻ സിങ് സുർജീത്തിനെ കണ്ടപ്പോൾ എന്തു ചെയ്യാനാണുദ്ദേശിക്കുന്നതെന്ന് അദ്ദേഹം ചോദിച്ചു. തൊഴിലാളി യൂണിയനിൽ പ്രവർത്തിക്കാനാണ് ഇഷ്ടം എന്ന് ഞാൻ പറഞ്ഞു. നല്ലത്. ഡൽഹിയിലെ ഏറ്റവും വലിയ തൊഴിലാളി യൂണിയൻ ടെക്സ്റ്റൈൽ യൂണിയനാണ്. അദ്ദേഹം അതംഗീകരിച്ചു. ആ സമയത്ത് ഡൽഹി സ്റ്റേറ്റ് കമ്മിറ്റി സെക്രട്ടറി, മേജർ ജയപാൽ സിങ് ജയിലിലായിരുന്നു. സഖാവ് സുർജീത് ഒളിവിലും. ഞാനദ്ദേഹത്തെ ഓഫീസിൽ വച്ചല്ല, ഏതോ ഒരു ഭവനത്തിൽവച്ചാണ് കണ്ടത്. ഡൽഹിയിൽ മേജർ സാബിന്റെ അഭാവത്തിൽ ആ ചുമതല വഹിക്കുന്ന മുതിർന്ന തൊഴിലാളി യൂണിയൻ നേതാവ് ചാച്ചാ ശാദിറാമിനെക്കുറിച്ച് അദ്ദേഹം പറഞ്ഞു.
>
> ടെക്സ്റ്റൈൽ തൊഴിലാളികളുമായുള്ള എന്റെ ആദ്യ കൂടിക്കാഴ്ച നടന്നത് Karampura ഓഫീസിൽ വച്ചായിരുന്നു. സഖാവ് ശ്രീറാം അവിടെ ആ കൂടിക്കാഴ്ചയിലുണ്ടായിരുന്നു. അദ്ദേഹം ഒരു പിരിച്ചുവിട്ട ടെക്സ്റ്റൈൽ തൊഴിലാളിയാണ്. കാര്യജ്ഞാനമുള്ള ചുറുചുറുക്കും സഹായ മനോഭാവവുമുള്ള തൊഴിലാളി. അവിടെ വച്ചാണ് ഉത്തര ഡൽഹിയിലെ കമലാ നഗർ ഓഫീസ് കേന്ദ്രമാക്കി ഞാൻ പ്രവർത്തിക്കണമെന്ന് തീരുമാനിച്ചത്.
>
> ആ സമയത്ത് തൊഴിലാളികളുടെ അവകാശങ്ങൾക്കുമേൽ കടന്നുകയറ്റമുണ്ടായതിന്റെ പേരിൽ, പ്രവർത്തിക്കാൻ വളരെ പ്രയാസമായിരുന്നു. തുണിമിൽ തൊഴിലാളികൾക്ക് പ്രത്യേക ഉല്പാദന നിയമം പുതുതായി കൊണ്ടുവന്നിരുന്നു. ആരെങ്കിലും യൂണിയനിൽ പ്രവർത്തിക്കുന്നതായറിഞ്ഞാൽ അവർ അതിന്റെ ഫലം അറിയുമായിരുന്നു. യൂണിയൻ പ്രവർത്തനത്തിന് അനുമതിയില്ലാത്തതാണ് കാരണം. നിങ്ങൾക്ക് കവാട സമരങ്ങൾ അനുവദനീയമല്ല. തുണിമില്ലുകളിൽ എതെങ്കിലുമൊരു പ്രശ്നം തൊഴിലാളികളെ അറിയിക്കണമെങ്കിൽ കവാടയോഗം വേണം. ഞങ്ങളുടെ യൂണിയന് ഒരിക്കലും കവാടയോഗം അനുവദിച്ചിരുന്നില്ല. ഐ എൻ ടി യു സി ഇടയ്ക്കിടെ അത്തരം യോഗങ്ങൾ നടത്തിയിരുന്നു. ഞങ്ങൾ യൂണിയൻ ഓഫീസിനു പുറത്ത് ബ്ലാക്ക്

ബോർഡുകൾ സ്ഥാപിച്ചു സന്ദേശങ്ങൾ എഴുതി തൊഴിലാളികളെ അറിയിക്കും. അടിയന്തരാവസ്ഥയെ അനുകൂലിക്കുന്ന വാർത്ത യല്ലെങ്കിൽ നോട്ടീസ് ബോർഡിൽ എഴുതാനും അനുവദിച്ചില്ല. കവാടത്തിനരികിലിരുന്ന് അംഗത്വ വിതരണം നടത്താനും പ്രയാസമായി. ആര് ഏത് യൂണിയനിൽ അംഗമാകുന്നു എന്ന് മുത ലാളിമാരറിയും. തൊഴിലാളികൾക്കാകട്ടെ ആത്മവിശ്വാസവുമില്ല. മുതലാളിമാർ മില്ലുകളിൽ യന്ത്രവത്ക്കരണം നടപ്പിലാക്കി ഇരട്ട ത്തറി സമ്പ്രദായം കൊണ്ടുവന്നു. മെഷീനുകളുടെ എണ്ണം കൂട്ടി. അത് അന്നാളിലെ ഏറ്റവും ഗൗരവ പ്രശ്നമായി. തൊഴിലാളിക ളുടെ ഇടയിൽ അസംതൃപ്തി നിറയാൻ തുടങ്ങി.

തൊഴിലാളികൾ താമസിക്കുന്ന വീടുകളിൽ ഞങ്ങൾ യോഗങ്ങൾ കൂടി. ഔദ്യോഗിക ക്വാർട്ടേഴ്സുകളിൽ മാത്രമല്ല ചുറ്റുമുള്ള ചേരികളിലെ തൊഴിലാളി ഭവനങ്ങളിലും യോഗം നടത്തി. ആ സമയത്ത് അനേകം കുടിലുകൾ ബുൾഡോസർ ഉപയോഗിച്ച് ഇടിച്ചു നിരത്തുകയും അവരൊക്കെ Nand Nagri യിലേക്ക് മാറുകയും ചെയ്തു. ഞാൻ ആഴ്ചകളോളം അവിടെ ചെലവിട്ടു. അർദ്ധരാത്രികളിൽ തിരിച്ചുവരാൻ കഴിയാതെ വരുമ്പോൾ അവിടെത്തന്നെ രാപാർത്തു. അങ്ങനെ തൊഴിലാളി കുടുംബങ്ങളെ അടുത്തറിയാൻ കഴിഞ്ഞു. അവരുടെ വ്യത്യസ്ത സംസ്കാരം തിരിച്ചറിഞ്ഞു. എന്നെ സംബന്ധിച്ചിടത്തോളം അതൊരു വലിയ പഠന പ്രക്രിയയായിരുന്നു അത്. ഞാനും കൈത്തറി തൊഴിലാ ളികളുടെ കൂടെ ജോലിചെയ്തു. പാർട്ടിയുടെ നോർത്ത് ലോക്കൽ കമ്മിറ്റിയിൽ സഖാവ് ശ്രീറാമിന്റെ നേതൃത്വത്തിൽ പ്രവർത്തി ക്കാനുള്ള ഭാഗ്യവും കിട്ടി. ഏറ്റവും ശക്തമായി പ്രവർത്തിക്കുന്ന രാഷ്ട്രീയ കമ്മിറ്റികളിലൊന്നായിരുന്നു അത്. അടിയന്തരാവസ്ഥ ക്കാലത്ത് പരസ്യ പ്രവർത്തനത്തിനു കഴിഞ്ഞില്ലെങ്കിലും അനേകം തൊഴിലാളികൾ ചെങ്കൊടിയുടെ പിന്നാലെ വന്നു. പണിമുട ക്കുകളും തൊഴിലാളികളുടെ അടിച്ചമർത്തപ്പെട്ട അസംതൃപ്തിയും പരസ്യമായി പൊട്ടി പുറത്തു വന്നു. പണിമുടക്കുകളും പോരാ ട്ടങ്ങളും തീവ്രവാദ പ്രവർത്തനങ്ങളുമൊക്കെ യൂണിയനു പ്രവർ ത്തിക്കാനവസരമൊരുക്കി. ഡൽഹിയുടെ രാഷ്ട്രീയ ഭൂമികയിൽ നമ്മൾ വരുത്താനാഗ്രഹിക്കുന്ന മാറ്റത്തിന്റെ ഹൃദയത്തുടിപ്പായി ഈ സംഭവങ്ങളെ ഞങ്ങൾ കണ്ടു.

1988 ഒക്ടോബർ - സമരത്തിനുള്ള തയ്യാറെടുപ്പ്

1988 ലെ പണിമുടക്കു സമരത്തിൽ പങ്കെടുക്കുന്നതിന് മുമ്പ്, ഡൽ ഹിയിലെ തൊഴിലാളി വർഗ്ഗം 1980 കളിലെ രണ്ട് വലിയ സമരങ്ങളിൽ ക്കൂടി പങ്കെടുത്തു. 1986 ലെ ഏകദിന പണിമുടക്കും 1987 ലെ ത്രിദിന

പണിമുടക്കും. മിനിമം കൂലിക്കുവേണ്ടിയുള്ളതായിരുന്നു ഇവ രണ്ടും. ഡൽഹിയിലെ അവിദഗ്ദ്ധ തൊഴിലാളികളുടെ മിനിമം കൂലി 1982 ൽ 300 രൂപയും. 1988 ൽ 562 രൂപയുമായുയർന്നു. കൂലിയിൽ 262 രൂപ വർദ്ധനവുണ്ടായപ്പോൾ നിത്യോപയോഗ സാധനങ്ങളുടെ വിലസൂചികയിൽ 334 രൂപ കൂടി. നാമമാത്ര കൂലിയിൽ വർദ്ധനവുണ്ടായപ്പോൾ യഥാർത്ഥ കൂലി കുറഞ്ഞു. സപ്തദിന സമരം ആവശ്യപ്പെട്ടത് കുറഞ്ഞ കൂലി 562 രൂപയിൽ നിന്നും 1050 രൂപയാക്കി ഉയർത്തണമെന്നും വില വർദ്ധനവ് സൂചികയ്ക്കനുസരിച്ച് ഓരോ പോയിന്റ് വർദ്ധനയ്ക്കു രണ്ടു ശതമാനം വീതം ക്ഷാമബത്ത നല്കണമെന്നും ആയിരുന്നു.

രണ്ടാമത്തെ പ്രധാന ആവശ്യം തൊഴിലാളികളുടെ ജീവിത നിലവാരം സംബന്ധിച്ചായിരുന്നു. വൻ ഭൂരിപക്ഷം തൊഴിലാളികളും താമസിച്ചിരുന്നത് നിയമവിരുദ്ധമെന്നു കരുതിയ ചതുപ്പ് (Juggis) നിലകളിലായിരുന്നു. ഇത് ഡൽഹിയുടെ മാത്രമല്ല, രാജ്യാന്തര അവസ്ഥയായിരുന്നു. നമ്മൾ ഒരു "ചതുപ്പുഗ്രഹത്തിൽ" ജീവിക്കുന്നു എന്നാണ് അമേരിക്കൻ തിയറിസ്റ്റ് മൈക്ക് ഡേവിസ് (Mike Devis) ഓർമ്മിപ്പിച്ചത്. നഗരത്തിലെ വരേണ്യ വർഗ്ഗം ചേരിത്തൊഴിലാളികളുടെ സേവനങ്ങളെ സ്വീകരിക്കുകയും അവരുടെ ശരീരങ്ങളെ വെറുക്കുകയും ചെയ്യുന്നു. നഗരങ്ങളെ സാമൂഹ്യ, സാമ്പത്തിക, രാഷ്ട്രീയ, സാംസ്കാരിക മേഖലകളുടെ ഭാഗമായ ചതുപ്പുകളെ കുറ്റകൃത്യങ്ങളുടെയും മലിനീകരണത്തിന്റെയും കണ്ണാടിയിലൂടെയാണ് കാണുന്നത്. അവർ പാവങ്ങളുടെ സർവ്വകലാശാലകളാണ്. അവിടെ അവർ മഹാ നഗരങ്ങളിൽ അതിജീവിക്കുന്നതിനുള്ള കലാഭ്യാസത്തിനു വിലപേശാൻ പഠിക്കുന്നു. ചുരുക്കത്തിൽ മുതലാളിത്തം നിലനില്ക്കണമെങ്കിൽ ചതുപ്പുകളും ചേരികളുമുണ്ടാവണം. ചതുപ്പു വാസികളുടെ സ്ഥിര പുനഃരധിവാസമാണ് സമരങ്ങൾ ആവശ്യപ്പെടുന്നത്. കരാർ സമ്പ്രദായം അവസാനിപ്പിക്കുക. സ്ഥിര ജോലിക്ക് സ്ഥിര നിയമനം നടത്തുക. തുല്യ ജോലിക്ക് തുല്യ വേതനം തുടങ്ങിയവയാണ് മറ്റാവശ്യങ്ങൾ. ഇരുപതോ ഇരുപതിലധികമോ സ്ത്രീകൾ ജോലി ചെയ്യുന്നിടത്ത് ക്രഷുകൾ സ്ഥാപിക്കണമെന്നും അജണ്ടയിലുണ്ടായിരുന്നു. തൊഴിലാളി വിരുദ്ധ നിയമങ്ങൾ പിൻവലിച്ച് നിലവിലെ തൊഴിൽ നിയമങ്ങൾ നടപ്പാക്കുക എന്നതും ആവശ്യങ്ങളിൽപ്പെടുന്നു.

എസ് എഫ് ഐ ആക്ടിവിസ്റ്റ് ഗ്രൂപ്പിൽ പ്രവർത്തിച്ചുകൊണ്ടിരിക്കുമ്പോൾ 1986 ലാണ് ഞാൻ ആദ്യമായി ഒരു തൊഴിലാളി സമരം നേരിട്ടു കാണുന്നത്. അക്കാലത്തെ തൊഴിലാളി യൂണിയൻ നേതാക്കളുടെ വിശ്വാസം ഡൽഹിയിൽ ഒരു ഏകദിന സമരത്തിനപ്പുറം ഒന്നും വിജയിക്കില്ല എന്നായിരുന്നു. വ്യക്തിഗത തൊഴിൽ ശാലകളിലേയും പ്രത്യേക വ്യവസായങ്ങളിലേയും സമരം തുല്യമായിരുന്നു. വ്യവസായങ്ങൾക്കെതിരെ ദീർഘസമരം സാദ്ധ്യമോ? ഒരിക്കലുമില്ല. ഇതിനൊരു രാഷ്ട്രീയ കാരണമുണ്ട്. 1964 ൽ സി പി ഐ രണ്ടായി പിളർന്ന് സി പി ഐ (എം) നിലവിൽ വന്നപ്പോൾ മറ്റു സംസ്ഥാനങ്ങളിലെന്നപോലെ ഡൽഹിയിലും

സി പി ഐയിലെ തലയെടുപ്പുള്ള നേതാക്കളാരും സി പി ഐ (എം) ലേക്കു വന്നില്ല. 1970 ൽ സി ഐ ടി യു ഉണ്ടാകുന്നതുവരെ ഒരേ ഒരു ഇടതുപക്ഷ യൂണിയൻ സി പി ഐ അനുകൂല സംഘടനയായ എ ഐ ടി യു സി മാത്രമായിരുന്നു. എന്നാൽ രൂക്ഷ സമരങ്ങളുണ്ടാകുമ്പോൾ കോൺഗ്രസ് അനുകൂല നിലപാടുള്ള സി പി ഐ സംഘടനയായ എ ഐ ടി യു സി ഒളിച്ചോടുകയാണ് പതിവ്. മറ്റു യൂണിയനുകൾക്ക് സമരത്തിൽ താല്പര്യമില്ലായിരുന്നു. അതുകൊണ്ട് 1987 ൽ ഒരു ത്രിദിന സമരത്തിന് സി ഐ ടി യു ആഹ്വാനം ചെയ്തു. മറ്റൊരു യൂണിയനും അവരോടൊപ്പം ചേർന്നില്ല. 1987 മേയിൽ മിനിമം കൂലി 414 ൽ നിന്ന് 489 ആയി പുതുക്കി നിശ്ചയിച്ച സാഹചര്യത്തിൽ വീണ്ടുമൊരു കൂലി പരിഷ്കരണത്തിനുള്ള സമരാഹ്വാനത്തെ തൊഴിലാളികൾ സ്വീകരിക്കുമോ എന്നതിൽ അവർക്ക് സംശയമുണ്ടായിരുന്നു. എന്നാൽ സി ഐ ടി യു മുന്നോട്ടു പോവുകയും 72 മണിക്കൂർ സമരം വിജയകരമായി നടത്തുകയും ചെയ്തു.

1988 ൽ അതേ കഥ വീണ്ടും ആവർത്തിച്ചു. ഒരിക്കൽ കൂടി മറ്റു യൂണിയനുകൾ സി ഐ ടിയുവിനെ അംഗീകരിച്ചു. കാരണം 1988 മാർച്ചിൽ മിനിമം കൂലി വീണ്ടും 562 രൂപയായി സർക്കാർ പുതുക്കി പ്രഖ്യാപിച്ചു. ഇത്രയും നീണ്ടൊരു സമരത്തെ അതിജീവിക്കാൻ കഴിയുമെന്ന് ഡൽഹിയിലെ തൊഴിലാളികൾ വിചാരിച്ചില്ല. എന്നാൽ തൊഴിലാളികൾ കോപത്തിലാണ്. അവർക്ക് ഏറ്റവും അനുയോജ്യമായ മുദ്രാവാക്യമായിരുന്നു 'ജീനാ ഹായ് തോ ലഡാ ഹോഗാ' (To live, you have to fight).

സി ഐ ടി യു ഡൽഹി സെക്രട്ടറി സൂരജ് ബാൻ ഭരദ്വാജ് തൊഴിലാളികളുടെ അടക്കിപ്പിടിച്ച രോഷം മനസ്സിലാക്കി, അവർ തയ്യാറായിരിക്കുന്നു. സ്വാതന്ത്ര്യ സമരത്തിൽ സഖാവ് ഭരദ്വാജ് രാഷ്ട്രീയവല്ക്കരിക്കപ്പെട്ടു. യാഥാർത്ഥ്യത്തിൽ അദ്ദേഹം യു പിയിലെ മുസാഫർ നഗർ ജില്ലാക്കാരനും കാൺപൂരിലെ ജെ കെ പരുത്തിമിൽ തൊഴിലാളിയുമായിരുന്നു. പിന്നീട് എ ഐ ടി യു സി നേതാവായി മാറി. 1964 ൽ പാർട്ടി പിളർന്നപ്പോൾ സി പി ഐ (എം) ലേക്ക് മാറുകയും ചെയ്തു. അദ്ദേഹത്തെ സി ഐ ടി യു രൂപീകരണത്തിനായി കോമ്രാട് മേജർ ഗാസിയബാദിലേക്കു കൊണ്ടു വരികയായിരുന്നു. തൊഴിലാളി കുടുംബത്തിൽ പിറന്നവനും പല ശക്തമായ സമരങ്ങളിൽ ഉൾപ്പെട്ടവനുമായ അദ്ദേഹം സി ഐ ടി യു രൂപീകരണത്തിന് മറ്റാരെക്കാളും യോഗ്യനായിരുന്നു.

സമരത്തിന്റെ വിജയം ഉറപ്പുവരുത്തുന്നതിന് പുതിയ ചില തന്ത്രങ്ങൾ സി ഐ ടി യു നേതൃത്വം ആവിഷ്കരിച്ചു. തൊഴിലാളികളുടെ എണ്ണവുമായി താരതമ്യം ചെയ്യുമ്പോൾ സി ഐ ടി യുവിന്റെ യഥാർത്ഥ അംഗസംഖ്യ വളരെ ചെറുതായിരുന്നു. ഗാസിയാബാദിൽ സാമാന്യം ശക്തമായിരുന്നെങ്കിലും ഡൽഹിയിൽ കുറവായിരുന്നു.

"നമ്മൾ തനിയെ മുന്നോട്ടു പോകാൻ തീരുമാനിക്കുകയാണ്," ഡൽഹി സി പി ഐ (എം) സെക്രട്ടറിയും സി ഐ ടി യു ഉപാദ്ധ്യ

ക്ഷനുമായ ജോഗേന്ദ്ര ശർമ്മ എന്നോടു പറഞ്ഞു. എന്നാൽ അതിസൂക്ഷ്മമായി പദ്ധതി രൂപീകരിക്കണം. നമ്മൾ സമയത്തെപ്പറ്റി ചിന്തിക്കണം. എന്തു തരത്തിലുള്ള ആക്രമണങ്ങളാണ് തൊഴിലാളികൾ നേരിടുന്നത്. പോരാട്ടത്തിന് അവർ എത്രമാത്രം സജ്ജമായിട്ടുണ്ട്. അവർ പോരാടാനിറങ്ങിയാൽ എന്ത് ഉറപ്പാണ് നമ്മൾ കൊടുക്കുന്നത്. നേതൃത്വം ഇതൊക്കെ ചിന്തിക്കണം. നിങ്ങളുടെ വെറുമൊരു ആഹ്വാനം കൊണ്ട് തൊഴിലാളികൾ സമരത്തിനിറങ്ങില്ല. ഒരാൾ ഇറങ്ങണമെങ്കിൽ നിങ്ങൾ അയാൾക്കൊരു പിടിവള്ളി കൊടുക്കണം. എന്തായിരിക്കും ആ പിടിവള്ളി. നമ്മൾ സംഘടനയെ തയ്യാറാക്കണം. ഇതിന് നാലോ അഞ്ചോ മാസത്തെ അദ്ധ്വാനം വേണ്ടിവരും. 1980 കളുടെ അന്ത്യത്തിൽ ഡൽഹിയിലെ അഞ്ച് പ്രമുഖ തുണിമില്ലുകൾ അവരുടെ തൊഴിലാളികളുടെ എണ്ണം പടിപടിയായി കുറയ്ക്കുകയും തുടർന്നുള്ള 10 വർഷങ്ങൾക്കിടയിൽ ഒന്നൊന്നായി അടച്ചു പൂട്ടുകയും ചെയ്തു. തൊഴിലാളി വർഗ്ഗത്തിന്റെ സമര ശക്തിയെ ഇത് പ്രതികൂലമായി ബാധിച്ചു. ആയതിനാൽ ടെക്സ്റ്റൈൽ മേഖലയിലെ സംഘടിതവും ശക്തവുമായ യൂണിയനുകൾക്ക് വ്യാവസായിക തൊഴിലാളി വർഗ്ഗ സംഘടനകളുടെ പ്രവർത്തനങ്ങൾക്ക് നേതൃത്വം കൊടുക്കാൻ അവസരം കിട്ടി. പ്രധാന ട്രേയ്ഡ് യൂണിയൻ നേതാക്കളെല്ലാം മില്ലുകളിൽ നിന്നിറങ്ങി താരതമ്യേന എളുപ്പത്തിൽ തൊഴിലാളികളെ സംഘടിപ്പിക്കാൻ തുടങ്ങി. ഒരു വ്യവസായ മേഖലയിൽ പല യൂണിറ്റുകളെന്നതിനു പകരം ഒറ്റ യൂണിയൻ മതിയാവുമെന്ന് സി ഐ ടി യു തീരുമാനിച്ചു.

സി ഐ ടി യു നേതാക്കൾക്ക് ഒരു കാര്യം മനസ്സിലായി. തൊഴിലാളികളെ പുറത്തേക്ക് കൂട്ടി വരുത്തുന്നതിനു പകരം അവരുടെ വീടുകളിൽ പോയി കാണുന്നതാണ് നല്ലത്. വ്യവസായ പ്രദേശങ്ങളോട് ചേർന്നു കിടക്കുന്ന ചേരികളിലും ചതുപ്പുകളിലും ഇറങ്ങി ചെല്ലണം ഇതിൽ ജനവാദി മഹിളാ സമിതി പ്രവർത്തകർ നിർണ്ണായകമായ പങ്കു വഹിച്ചു. സ്ത്രീകളെന്ന നിലയിൽ, പുരുഷന്മാർ ജോലിക്കു പോകുന്ന ഉച്ച തിരിഞ്ഞ നേരങ്ങളിൽ അവർക്ക് വീടുകളിൽ കയറി ചെല്ലാൻ കഴിഞ്ഞു. സ്ത്രീകൾ വൻതോതിൽ തൊഴിൽ ശാലകളിലേക്ക് വന്നതിനാൽ പുരുഷന്മാരെക്കാൾ എളുപ്പത്തിൽ സ്ത്രീകളുമായി ഇടപഴകാൻ അവർക്കവസരം ലഭിച്ചു. വൃന്ദ കാരാട്ട് പറയുന്നതുപോലെ ഇതുകൊണ്ടാണ് ജെ എം എസിന് "ചേരിയിലെ തൊഴിലാളികൾക്കിടയിൽ പോരാട്ടമുണ്ടാക്കാനും ഉറച്ചു നില്ക്കാനും" കഴിഞ്ഞത്. അടുത്ത കുറേ വർഷങ്ങളായി ലിംഗാടിസ്ഥാനത്തിൽ സാമൂഹ്യ സാമ്പത്തിക രാഷ്ട്രീയ വിവേചനം അധികരിച്ചു കാണുന്നതിനാൽ പരസ്പര വിഘടനം വനിതാ സംഘടനയിലും പഠനങ്ങളിലും പ്രധാന ആശയമായി മാറിയിരിക്കുന്നു. സപ്തദിന സമരത്തിനു പിന്നിലെ സംഘാടന പരിശ്രമം ഇതിനുദാഹരണമാണ്.

1988 ഒക്ടോബർ 8 മുതൽ 10 വരെയായിരുന്നു സി പി ഐ (എം) ന്റെ ഡൽഹി സ്റ്റേറ്റ് കോൺഫറൻസ്. വരാൻ പോകുന്ന സപ്തദിന

സമരമായിരുന്നു കോൺഫറൻസിലെ മുഖ്യ അജണ്ട. എല്ലാ പാർട്ടി കമ്മിറ്റികളും അതിനായി പ്രവർത്തിക്കണമെന്ന് നേതൃത്വം ആഹ്വാനം ചെയ്തു. സഫ്ദർ സമ്മേളന പ്രതിനിധിയായിരുന്നു.

"ഓരോ പാർട്ടി അംഗവും രാഷ്ട്രീയമായും ആശയപരമായും സംഘാടനപരമായും തയ്യാറെടുക്കുന്നതിനുവേണ്ടി ഞങ്ങൾ പാർട്ടി ജനറൽ ബോഡി മീറ്റിങ്ങുകൾ സംഘടിപ്പിച്ചു", എന്ന് ജോഗേന്ദ്ര ശർമ്മ എന്നോടു പറഞ്ഞു. എന്തുകൊണ്ട് ഈ സമരം അത്യാവശ്യം? എന്തിനു വേണ്ടിയാണ് തൊഴിലാളികൾ പോരാടുന്നത്? എന്തൊക്കെ നമുക്ക് ചെയ്യാനാകും? രണ്ടാമത്തെ പടിയായി തൊഴിലാളി യൂണിയൻ നേതാക്കളെ തയ്യാറെടുപ്പിക്കണം. അങ്ങനെ ചെയ്തില്ലെങ്കിൽ തൊഴിലാളികൾ പുറത്തിറങ്ങുകയില്ല. മൂന്നാമത്തെ പടിയായി പൊതു സംഘടനകളേയും പാർട്ടി അനുഭാവികളേയും ഇളക്കി വിടണം. ജനവാദി മഹിളാ സമിതി, ഡി വൈ എഫ് ഐ, വിദ്യാർത്ഥികൾ, അദ്ധ്യാപകർ, ഉദ്യോഗസ്ഥർ, സാംസ്കാരിക സംഘടനകൾ, അനുഭാവികൾ തുടങ്ങി എല്ലാവരെയും തയ്യാറെടുപ്പിക്കണം. ഇതൊക്കെ സി ഐ ടി യുവിന് മാത്രമായി കഴിഞ്ഞെന്നു വരില്ല. അതിനുള്ള ശക്തി നമുക്കില്ല. പ്രൊഫസർമാർ, വക്കീലന്മാർ, വിരമിച്ച ജഡ്ജിമാർ, കലാകാരന്മാർ എന്നിവരെയൊക്കെ തൊഴിലാളികളെ അഭിസംബോധന ചെയ്യാൻ തയ്യാറാക്കണം. ഇതൊക്കെ "കമ്മിറ്റി ഫോർ കമ്യൂണൽ ഹാർമണി ക്യാമ്പയിനി"ൽ നമ്മൾ പ്രയോഗിച്ചതാണ്. ഇത് തൊഴിലാളികളുടെ വിശ്വാസം വർദ്ധിപ്പിച്ചിട്ടുണ്ട്. തൊഴിലാളികൾ അവരുടെ വഴി കണ്ടെത്തിയിട്ടുണ്ട്. നമ്മൾ ഇതൊക്കെ ചെയ്യുന്നതോടെ ഇനിയും നമുക്കൊപ്പം വരാത്ത തൊഴിലാളികൾക്കിടയിലേക്കിറങ്ങി ചെല്ലണം.

സി ഐ ടി യു, ജെ എം എസ്, ഡി വൈ എഫ് ഐ തുടങ്ങിയ പാർട്ടി സംഘടനകളിലൂടെ തൊഴിലാളികൾക്കിടയിൽ സമരം സംഘടിപ്പിച്ച് വൻപ്രചരണം സംഘടിപ്പിക്കണം. ഇന്ദ്രാണി മജ്ജുംദാറിന്റെ റിപ്പോർട്ടനുസരിച്ച് 6,80,000 ലഘുലേഖകൾ, 40,000 പോസ്റ്ററുകൾ, 24,000 പോസ്റ്റർ സ്ട്രിപ്പുകൾ എന്നിവ പ്രചരണ ഭാഗമായി ഉപയോഗിക്കേണ്ടിയിരിക്കുന്നു. ആയിരത്തിലധികം കോർണർ മീറ്റിങ്ങുകൾ വ്യവസായ മേഖലയിലും തൊഴിലാളികൾക്കുമിടയിലായി നടത്തേണ്ടതുണ്ട്. ഈ ഏര്യാതല മീറ്റിങ്ങുകൾക്ക് പുറമെ ഒരു ഹർത്താൽ രഥമോ ഒരു ടെംപോയിൽ മൊബൈൽ പ്ലാറ്റ്ഫോം ഒരുക്കി അതിൽ കേന്ദ്ര നേതാക്കളുമായി നവംബർ 11 മുതൽ 21 വരെ ജാഥ നടത്തി ഓരോ പ്രദേശങ്ങളേയും സജ്ജമാക്കണം. ഈ വമ്പൻ മീറ്റിങ്ങുകളിൽ ടെംപോ ജാഥയിലെത്തി നേതാക്കൾ പ്രസംഗിക്കുന്നതോടെ തൊഴിലാളികൾ ഇളകുകയും നമ്മുടെ ഒരുക്കങ്ങൾ ഉയർന്ന തലത്തിലേക്ക് മാറുകയും ചെയ്യും. അവരുടെ റിപ്പോർട്ടിൽ തയ്യാറെടുപ്പ് പ്രവർത്തനങ്ങളുടെ നൂറുക്കണക്കിന് ലഘു വിശദാംശങ്ങൾ, വിരസമായ, ചിലപ്പോൾ ദുർഗ്രഹമായ സംഘാടന പ്രക്രിയകൾ പറയുന്നുണ്ടെങ്കിലും ആത്യന്തികമായി അവയെല്ലാം കൂട്ടിയിണക്കി

പൊതു താല്പര്യത്തിന് പ്രാപ്തമാക്കുന്നു.

അതേ സമയം നടന്നുകൊണ്ടിരിക്കുന്ന തയ്യാറെടുപ്പു സംബന്ധിച്ചോ വരാനിരിക്കുന്ന സമരത്തിന്റെ ചരിത്ര പ്രാധാന്യത്തെക്കുറിച്ചോ എനിക്കു പൂർണ്ണബോദ്ധ്യമില്ല. സഫ്ദറിന് അതുണ്ട്. അദ്ദേഹം നിത്യവും രാവിലെ ഓഫീസിലെത്തി തനിക്കാവശ്യമുള്ളതെല്ലാം തയ്യാറാക്കും. എന്നും വിവിധ സംഘടനകളിലെ ആക്ടിവിസ്റ്റുകൾ അവിടെയെത്തി സംഘം ചേരും. എന്നിട്ട് പുറത്തുപോകും. സഫ്ദർ അവരുടെ ചർച്ചകളിലിടപെടും. പ്രത്യേകിച്ചും, യൂണിയൻ സഖാക്കളോട് തൊഴിലാളികളുടെ ജീവിത സാഹചര്യങ്ങൾ, അവരുടെ ആവശ്യങ്ങൾ, പോരാട്ടങ്ങൾ, പ്രതീക്ഷകൾ, ഹൃദയാഭിലാഷങ്ങൾ മുതലായവ സംബന്ധിച്ച് കൂടുതൽ പഠിക്കാൻ നിർദ്ദേശിക്കും.

വായുവിൽ വൈദ്യുതിയുണ്ട്. അത് ജനത്തിലെത്തിക്കാനുള്ള മിന്നൽ പിണറാണ് സഫ്ദർ.

1988 ഒക്ടോബർ - ചക്കജാം എഴുതുന്നു

"ഇവിടെ ശ്രദ്ധിക്കൂ. സമര നാടകത്തിന്റെ തുടക്കം ഞാനെഴുതിയിരിക്കുന്നു. അതൊരു പ്രേമകഥയായി മാറാൻ പോകുന്നു."

അത് കാതോടുകാതോരം കടന്ന് ഞങ്ങൾ റിഹേഴ്സലിന് ഒത്തുകൂടി. അദ്ദേഹം തന്റെ പേപ്പറുകളെടുത്ത് വായിക്കാൻ തുടങ്ങി. ഒരു കൂട്ടം നടന്മാർ തൊഴിലാളികളുടെ അവകാശങ്ങൾ സംബന്ധിച്ച മുദ്രാവാക്യങ്ങൾ വിളിച്ചുകൊണ്ട് അഭിനയിക്കാൻ തുടങ്ങി. ഒരാൾ ആൾക്കൂട്ടത്തിനിടയിൽ നിന്ന് എഴുന്നേറ്റ് വന്ന് നാടകത്തെ തടസ്സപ്പെടുത്തുന്നു. നിങ്ങളെന്താണ് ചെയ്യുന്നത്. അയാൾക്കതറിയണം. ഞങ്ങളൊരു നാടകം കളിക്കാൻ പോകുന്നു, നടന്മാർ അയാളോട് പറഞ്ഞു. കൊള്ളാം ഇതാണോ നാടകം, അയാൾ പറഞ്ഞു. ഇത് മുദ്രാവാക്യങ്ങളാണ്. ഇത് തൊഴിലാളി വർഗ്ഗത്തിനുവേണ്ടിയുള്ള നാടകമാണ്. അതിന് മുദ്രാവാക്യം ആവശ്യമാണ്. അയാൾക്ക് തൃപ്തിയായില്ല. എന്തുകൊണ്ട് നിങ്ങൾ ലളിതവും സാധാരണവുമായ നാടകം കളിക്കുന്നില്ല. പ്രേമവും തമാശയും കുസൃതിയുമുള്ള നാടകം. അഭിനേതാക്കൾ ആലോചനയോടെ പറഞ്ഞു. അതെ, എന്തുകൊണ്ടതായിക്കൂടാ. നമുക്കൊരു ലൗ സ്റ്റോറി തന്നെ കളിക്കാം.

അവർ ഒരു ഹിന്ദി സിനിമാ ഗാനത്തിന്റെ പാരഡി പാടി കാമുകി കാമുകന്മാരെ അവതരിപ്പിച്ചു. ജോഗി എന്നു പേരുള്ള തൊഴിലാളിയും അഷോ എന്ന തന്റെ പ്രേമഭാജനവും. പയ്യനോട് കല്ല്യാണം കഴിക്കുമോ എന്നു ചോദിച്ചതിനാൽ അയാൾ രക്ഷകർത്താക്കളെ കാണാൻ പോകുന്നു. അവിടെ ചെന്നാൽ ചെയ്യേണ്ടത് സംബന്ധിച്ച് അവർ അഭിനയിച്ചു നോക്കുന്നു. അഷോയാണ് ഇവിടെ അച്ഛൻ വേഷത്തിൽ. പെണ്ണുകാണലിൽ താൻ വിജയിക്കുമെന്ന് ജോഗിക്ക് ഉറപ്പുണ്ട്. എന്നാൽ യഥാർത്ഥ അച്ഛനടുത്തെത്തിയപ്പോൾ അവൻ ധൈര്യം ചോർന്ന് നിശ്ശബ്ദനായിപ്പോയി.

തന്റെ കൂലി എത്രയാണെന്ന് അച്ഛൻ ചോദിച്ചു. 562 രൂപ, ജോഗി പറഞ്ഞു. ഉടനെ അച്ഛൻ തുകയിൽ നിന്നും ചെലവുകൾ കുറയ്ക്കാൻ തുടങ്ങി. ഒടുവിൽ അദ്ദേഹം, ഇത്രയും ചെറിയൊരു തുകകൊണ്ട് ഒരു കുടുംബ ത്തിനു ജീവിക്കാനാവില്ലെന്ന് തെളിയിച്ചു. കുറഞ്ഞത് 10001 രൂപയെങ്കിലും വേണം. അച്ഛൻ പറഞ്ഞു. ഉടനെ ജോഗി, അതെ. അതുതന്നെയാണ് സി ഐ ടി യുവും പറയുന്നത്. 1050 രൂപ ആവശ്യപ്പെട്ടുകൊണ്ട് അവർ സമരത്തിനിറങ്ങുകയാണ്. നീയും അതിൽ പങ്കുകൊണ്ട് വിജയിച്ചാൽ തിരിച്ചു വരൂ, അദ്ദേഹം നിർദ്ദേശിച്ചു. ഇത്രയുമാകുമ്പോൾ അഭിനേതാക്കൾ, നേരത്തെ നാടകം തടസ്സപ്പെടുത്തിയ പ്രേക്ഷകനെ ക്ഷണിക്കുന്നു.

"തൊഴിലാളി ജീവിതത്തെ സംബന്ധിച്ചു ഒരു നാടകം കളിക്കുമ്പോൾ എന്തുകൊണ്ട് ഇതു നിങ്ങളുടെ തലയിൽ കയറുന്നില്ല നിങ്ങൾ ചെങ്കൊടി പിടിച്ചാലും ഇല്ലെങ്കിലും, മുദ്രാവാക്യം വിളിച്ചാലും ഇല്ലെങ്കിലും ജീനാ ഹായ് ടു ലഡ്നാ ഹോഗ എന്നതാണ് സത്യം. ഔർ പ്യാർ ഭി കർനാ ഹോതോ ലഡ്ന ഹോഗ (നിങ്ങൾക്കു സ്നേഹിക്കണമെങ്കിൽ സമര ത്തിൽ പങ്ക് ചേരൂ.)"

തുടർന്നു വന്ന രംഗത്തിൽ രണ്ടോ മൂന്നോ നടന്മാർ കൂടിയിരുന്ന് ചേരികളിലെ ജീവിത സാഹചര്യങ്ങളെക്കുറിച്ച് സംസാരിക്കുന്നു. ചേരി തകർക്കുന്നതിനുവേണ്ടി ഒരു ബുൾഡോസർ വരുന്നു. നടന്മാർ നേതാ വിനോട് സഹായം അഭ്യർത്ഥിക്കുന്നു. അയാൾ നിരസിക്കുകയും അയാ ളുടെ ഗുണ്ടകൾ ഭീഷണിപ്പെടുത്തുകയും ചെയ്യുന്നു. അവരുടെ ആവശ്യ ങ്ങൾ അംഗീകരിക്കില്ലെന്ന് മനസ്സിലാക്കിയ തൊഴിലാളികൾ ഒരു സ്ത്രീ തൊഴിലാളിയോട് തങ്ങൾക്കൊപ്പം ചേരാൻ ആവശ്യപ്പെടുന്നു. തയ്യാ റല്ലെന്ന് അവൾ പറയുകയാണ്, എന്തുകൊണ്ടെന്നാൽ തന്റെ ആവശ്യ ങ്ങളൊന്നും അവർ ഉയർത്തി കാണുന്നില്ല. അതിനെന്തു ചെയ്യാൻ കഴിയും? സ്ത്രീകൾ ജോലി ചെയ്യുന്ന സ്ഥലങ്ങളിൽ കുട്ടികളുമായി വരു മ്പോൾ എന്തുകൊണ്ട് ക്രഷ് വേണമെന്ന് ആവശ്യപ്പെടുന്നില്ല. ഒരമ്മ തന്റെ കുഞ്ഞുമായി ഫാക്ടറിയിൽ വരുമ്പോൾ ഗേറ്റിൽ അവർ തടയുന്നു.

"അപ്പോൾ എന്തു സംഭവിക്കും?" ഒരാൾ സഫ്ദറോട് ചോദിച്ചു.

"എനിക്കുറപ്പില്ല. നമുക്ക് കാണാം" അയാൾ പറഞ്ഞു.

തുടക്കം മുതൽ അച്ഛൻ ജോഗിയുടെ ശമ്പളം ചെലവു നിരത്തി കുറച്ചു കാണിക്കുന്ന രംഗം വരെയുള്ള ഭാഗം സുന്ദരവും രസകരവുമാ യിരുന്നു. തുടർന്നുള്ളതെല്ലാം ചോദ്യോത്തരങ്ങളായിരുന്നു. അതിൽ ഒരു നാടകീയതയുമില്ല. ഇത് മനസ്സിലാക്കിയ സഫ്ദർ മുഴുവൻ പൊളിച്ചെഴു താൻ തീരുമാനിച്ചു. തെരുവു നാടകത്തിന്റെ പതിവു രീതികളിലൂടെ ഒരു പ്രേമ നാടകത്തിലെത്തുന്നത് നന്നായിരിക്കുമെന്ന് എനിക്ക് തോന്നി. ജോഗിയും അഷോയും തമ്മിലുള്ള അടുത്ത രംഗവും രസകരമാണ്. ഹിന്ദി സിനിമകളെ അനുകരിച്ചുകൊണ്ട് മെലോ ഡ്രാമ കലർത്തി എഴുതിയാൽ അത് അധിക ചിരിക്ക് വക നല്കും. ഞങ്ങളെ സംബന്ധിച്ചിടത്തോളം ആ രംഗം ആദ്യമായി കാണുമ്പോൾ ഏറെ നർമ്മം നിറഞ്ഞതായിരുന്നു

കാമുകി കാമുകന്മാർക്ക് ആയേഷ കിദ്വൈ (Ayesha Kidwai) എന്നും ജോഗി എന്നും പേരിട്ടതിലൂടെയുണ്ടായ തമാശ. ആ സന്ദർഭം കേട്ടപ്പോൾ തന്നെ ഞങ്ങൾ വല്ലാതെ ചിരിച്ചുപോയി. ആ രംഗത്തുള്ള പാത്രനിർണ്ണയ മെങ്കിലും പൂർത്തിയായല്ലോ എന്നോർത്താണ് സന്തോഷിച്ചത്. അതിലെ മറ്റൊരു തമാശ എനിക്ക് മനസ്സിലായത്, സഫ്ദറിന്റെ മരണശേഷം അവ പ്രസിദ്ധീകരിച്ചപ്പോഴാണ്. അവയിൽ ഒന്നായ ദി എൻചാൻടെസ് ആർക്കിൽ തെരുവു നാടകം മുദ്രാവാക്യം വിളിയുയർത്താനല്ലാതെ പ്രധാന ജീവിത പ്രശ്നങ്ങളെ ഉയർത്തിക്കാട്ടാൻ കഴിയില്ലെന്ന ഒരു നാട കകൃത്തിന്റെ വാദപ്രതിവാദത്തെ ഉൾപ്പെടുത്തിയിരിക്കുന്നു. നാടകത്തി ലുടനീളമല്ലെങ്കിലും തുടക്കത്തിൽ ഭംഗിയായി സഫ്ദർ അക്കാര്യം അഭി സംബോധനം ചെയ്യുന്നു. അന്നു വൈകുന്നേരം ഡി ടി സി ബസിൽ യാത്ര ചെയ്യുമ്പോൾ സഫ്ദറിനോട് ഞാൻ ചോദിച്ചു, തുടക്കത്തിൽ നാടകം നിർത്തി വച്ചത് ആരാണെന്ന്.

"എനിക്കറിയില്ല. ഒരു കാഴ്ചകാരൻ."

"മുമ്പെപ്പോഴെങ്കിലും ഇങ്ങനെ സംഭവിച്ചിട്ടുണ്ടോ, ഒരു കാഴ്ചക്കാരൻ വന്ന് നാടകം തടസ്സപ്പെടുത്തിയിട്ട് വ്യത്യസ്തമായ എന്തെങ്കിലും ചെയ്യാൻ ആവശ്യപ്പെട്ടിട്ടുണ്ടോ?"

സഫ്ദർ ചിരിച്ചു. "ഇല്ല. തങ്ങൾക്കുവേണ്ടിയാണവതരിപ്പിക്കുന്ന തെന്നോർത്ത് കാഴ്ചക്കാർ സ്നേഹിച്ചു. പൊലീസ് മാത്രമാണ് നാടകം തടസ്സപ്പെടുത്തിയത്."

തുടർന്ന് അദ്ദേഹം തന്റെ മനസ്സിലുള്ള രംഗത്തെ വിവരിച്ചു.

ഒരു പൊലീസുകാരൻ ബീറ്റ് ഡ്യൂട്ടിയിലാണ്. വെറുതേ നില്ക്കുന്ന ഒരാളിനരികിലൂടെ അദ്ദേഹം വരികയായിരുന്നു. ആരാണ് നിങ്ങൾ? പൊലീ സുകാരൻ ചോദിച്ചു. ഞാനൊരു പ് പ്... പോക്കറ്റടിക്കാരൻ എന്ന് വിറയ ലോടെ വിക്കി വിക്കി പറഞ്ഞു. നീ എത്രമാത്രം മോഷ്ടിച്ചു. പൊലീസു കാരന്റെ ചോദ്യം. അമ്പത് രൂപ, അയാൾ പറഞ്ഞു. കൊള്ളാം, പൊലീ സുകാരൻ പറഞ്ഞു. 25 രൂപ എനിക്ക് തരൂ. അയാൾ കൊടുത്തു. പൊലീ സുകാരൻ അയാളെ ആലിംഗനം ചെയ്തു. പിന്നെ അയാൾ മറ്റൊരുവനെ കണ്ടു. ദിവസേന 100 സമ്പാദിക്കുന്ന കള്ളനാണയാൾ. പൊലീസുകാരൻ 50 പോക്കറ്റിലാക്കിയിട്ട് ആലിംഗനം ചെയ്തു. മൂന്നാമതായി, 200 സമ്പാദി ക്കുന്ന മദ്യക്കച്ചവടക്കാരനെയാണ് കണ്ടത്. 100 പോക്കറ്റിലാക്കി. നാലാ മത് കണ്ടത്, തൊഴിലാളിയും യൂണിയൻ നേതാവുമായ ഒരാളെയാണ്. പൊലീസുകാരൻ അയാളെ ചോദ്യം ചെയ്യാൻ തുടങ്ങി.

"കൊള്ളാം. ഈ രംഗം എവിടെയാണ് വരുന്നത്."

"എനിക്കറിയില്ല. ചിലപ്പോൾ ഈ രംഗം എന്റെ ഉള്ളിൽ തന്നെ കിടക്കും. ചിലപ്പോൾ ഏതെങ്കിലും നാടകത്തിൽ കയറിക്കൂടും. അല്ലാ യെങ്കിൽ അനാഥമായി തുടരും."

അതത്രമാത്രം. മറ്റൊന്നും ചിന്തിക്കാൻ എനിക്ക് കഴിഞ്ഞില്ല. പിറ്റേ ദിവസം സഫ്ദർ ഞങ്ങളോടു പറഞ്ഞു. നാടകത്തിലധികവും എഴുതി

ക്കഴിഞ്ഞു. തുടക്കം മാറ്റി എഴുതുകയും ചെയ്തു. ഈ നാടകത്തെ ഒരു കാഴ്ചക്കാരന് തടയാനാവില്ല. പൊലീസുകാരന് തടയാൻ കഴിയും. അവൻ പറയുന്നത് മുദ്രാവാക്യങ്ങൾ അനുവദിക്കാൻ പാടില്ല എന്നാണ്. കാരണം, അവ തൊഴിലാളികളുടെ ഉൾക്കാഴ്ച വർദ്ധിപ്പിക്കും. ആയതിനാൽ വരാൻ പോകുന്ന സമരം പരാജയപ്പെടുത്തുക എന്നത് അയാളുടെ ജോലിയാണ്. ആ പ്രദേശത്തെങ്ങും സി ഐ ടി യുവിന്റെ പേര് പറയരുത്. ഒറ്റയ്ക്ക് മുദ്രാവാക്യം വിളിച്ചുകൊള്ളൂ.

സ്ഥിരമായി ഒരു ലൗ സ്റ്റോറി അവതരിപ്പിക്കാനാണ് പൊലീസിന്റെ നിർദ്ദേശം. സഫ്ദർ അഷോയുടെ അമ്മയേയും രംഗത്തു കൊണ്ടുവന്നു. തുടക്കത്തിൽ ജോഗിയും അഷോയും തമ്മിലുള്ള സംഭാഷണം കുറയ്ക്കുകയും ജോഗി തന്റെ ഭാവി അമ്മായി അമ്മയെ കാണുമ്പോഴുള്ള തമാശകൾ കൂട്ടുകയും ചെയ്തു. പ്രേമകഥയ്ക്കിടയിൽ സമരത്തെക്കുറിച്ച് പരാമർശിച്ചപ്പോൾ പൊലീസ് വീണ്ടും ഇടപെട്ട് നാടകം നിർത്തി വയ്ക്കാൻ തുടങ്ങി. നടന്മാർ അതിനെ എതിർത്ത് പൊലീസുകാരെ വിരട്ടി. വരാൻ പോകുന്ന പ്രശ്നങ്ങൾ ഓർമ്മിപ്പിച്ച് കൂടുതൽ പേരുമായി തിരിച്ചു വരുമെന്നു പറഞ്ഞിട്ട് പൊലീസുകാരൻ പോയി.

"അയാളങ്ങനെ തിരിച്ചു വന്നോ?" ഞാൻ ചോദിച്ചു.

"ഇല്ല. ഞാനങ്ങനെ വിചാരിക്കുന്നില്ല. നമുക്ക് മറ്റു പ്രശ്നങ്ങളിലേക്കു പോകാം" സഫ്ദർ. ഇത് തൃപ്തികരമല്ലെന്ന് എനിക്കു തോന്നുന്നു. മോട്ടീറാമിൽ ഞാൻ പ്രവർത്തിക്കുമ്പോൾ ഒരു ദിവസം ഹബീബ് സാബ് പ്രസിദ്ധ റഷ്യൻ സാഹിത്യകാരൻ ചെക്കോവിന്റെ തോക്കിനെക്കുറിച്ച് പറഞ്ഞു. ഒന്നാം രംഗത്തിൽ നിങ്ങളൊരു തോക്ക് പ്രദർശിപ്പിച്ചാൽ നാടകം അവസാനിപ്പിക്കുന്നതിനു മുമ്പ് വെടി പൊട്ടിച്ചിരിക്കണം. അതായത് കഥയിലുള്ളതെല്ലാം പിന്നീട് പ്രയോഗിക്കണം. അതിനു സാദ്ധ്യതയില്ലാത്തതെല്ലാം തുടക്കത്തിൽ തന്നെ ഒഴിവാക്കണം എന്നാണ് അദ്ദേഹം ഉപദേശിച്ചത്.

ഞാൻ വിചാരിക്കുന്നത് കൂടുതൽ പൊലീസുകാരുമായി മടങ്ങി വരുമെന്ന ഭീഷണി ചെക്കോവിന്റെ തോക്കിന് തുല്യമാണെന്നാണ്. വെടി ഉതിർക്കാനല്ലെങ്കിൽ അതവിടെ ഉണ്ടാകുമായിരുന്നില്ലല്ലോ. അന്ന് രാത്രിയും പിറ്റേന്ന് പ്രഭാതത്തിലും എങ്ങനെ ആ പൊലീസിനെ ഒഴിവാക്കാമെന്ന ചിന്തയിലായിരുന്നു. അയാൾ മടങ്ങി വരാതിരിക്കാനുള്ള ഒറ്റവഴി കഥാപാത്രങ്ങളെല്ലാം ചേർന്ന് തള്ളി പുറത്താക്കലാണ്. അങ്ങനെ ചെയ്താൽ അത് നേരത്തെ ആകുമെന്നെനിക്കറിയാം. പൊലീസുകാരൻ പുറത്താക്കുന്നതിനു മുമ്പ് കൂടുതൽ സംഭവങ്ങളുണ്ടാവണം.

ഉച്ച കഴിഞ്ഞപ്പോൾ പുതിയൊരാശയം എനിക്കു വീണുകിട്ടി. അതനുസരിച്ച് റിഹേഴ്സലിനു മുമ്പായി പൂർത്തിയാക്കത്തക്കവിധം എഴുതിത്തുടങ്ങി. ഞാൻ വല്ലാത്ത പരിഭ്രമത്തിലായി. പുതിയ രംഗത്തെക്കുറിച്ച് മറ്റുള്ളവർ എങ്ങനെ പ്രതികരിക്കും സഫ്ദർ എന്തായിരിക്കും പറയുന്നത്. ഹബീബ് തൻവീറിനെപ്പോലൊരു മാസ്റ്റർ രംഗം തിരുത്തി എഴുതിയ

സാഹചര്യത്തിൽ, ഈ മേഖലയിൽ ശിശുവായ ഞാൻ താങ്കളുടെ രചനയിൽ ഇടപെടുന്നത് അനാവശ്യം തന്നെയാണ്. സഫ്ദർ എന്നോട് കോപിക്കില്ലെന്നറിഞ്ഞു കൊണ്ടുതന്നെ അദ്ദേഹത്തെ നേരിടാൻ തയ്യാറായി.

സമയമുള്ളപ്പോൾ, ഞാനൊരു നല്ല വായനക്കാരനായിരുന്നില്ല ഹബീബ് സാബിന്റെ വാക്കുകളിൽ ഒരു ഗുഡ്സ് ട്രെയിൻ, രാജധാനി എക്സ്പ്രസ്സല്ല. അതുകൊണ്ട് ഒന്നു വായിച്ചു തരാമോയെന്ന് ജോഗിയോട് ചോദിച്ചു.

"സഫ്ദർ, സുദ്ദു ഒരു പുതിയ രംഗം എഴുതിയിരിക്കുന്നു. ജോഗിയുടെ വിളംബരം."

"അത് നല്ല കാര്യം. എന്തുകൊണ്ടയാൾ തന്നെ ഞങ്ങളോടു പറഞ്ഞില്ല." സഫ്ദർ എന്നെ നോക്കി.

എന്റെ നാവ് വരണ്ട് വാക്കുകൾ മുറിഞ്ഞുപോയി. അദ്ദേഹം ചെറുതായി ചിരിച്ചു. "ങാ താൻ വിക്കുകയാണല്ലോ. ജോഗി, നിങ്ങളാ രംഗം വായിക്കൂ. അല്ലെങ്കിൽ വെളുക്കുവോളം നമ്മളിവിടെ ഇരിക്കേണ്ടിവരും." ഞാനുൾപ്പെടെ എല്ലാവരും ചിരിച്ചു. ജോഗി വായിക്കാൻ തുടങ്ങി.

അഷോയുടെ പിതാവ് ജോഗിയുടെ കൂലിയിൽ നിന്ന് ചെലവ് കുറച്ചതിനുശേഷം, ജോഗി സമരത്തിൽ പങ്കെടുത്ത് കൂലി കൂടുമെന്ന് പറയുമ്പോൾ പൊലീസ് വന്ന് നിർത്താൻ പറയുന്നിടത്ത് രംഗം അവസാനിക്കുന്നു. ഇത് മൂന്നാമത്തെ പ്രാവശ്യമാണ് പൊലീസ് വന്ന് തടസ്സപ്പെടുത്തുന്നത്. നടന്മാർക്കാകെ മടുത്തു. ഇങ്ങനെ നാടകം, തുടരാൻ കഴിയാത്തതിനാൽ ഞങ്ങൾ നിറുത്തുകയാണെന്ന് അഭിനേതാക്കൾ പ്രേക്ഷകരോട് വിളിച്ചു പറഞ്ഞു. ആ സമയം ഒരു നടൻ അഷോയുടെ പിതാവിന്റെ വേഷക്കാരൻ, ഒന്നു നിർത്തിയിട്ട് എന്നെ പൊലീസിനോട് സംസാരിക്കാനനുവദിക്കണമെന്ന് പറഞ്ഞു. അദ്ദേഹം പൊലീസിനടുത്തുചെന്ന് പറഞ്ഞു. "മിസ്റ്റർ കോൺസ്റ്റബിൾ, ഞങ്ങളുടെ നാടകത്തിൽ സി ഐ ടി യുവിനെക്കുറിച്ചു പറയരുതെന്ന് നിങ്ങൾ പറഞ്ഞു. നാടകം സി ഐ ടി യുവിന് എതിരാകുന്നതുകൊണ്ട് നിങ്ങൾക്കെന്തു പ്രയോജനം? തീർച്ചയായും ഒന്നുമില്ല." പൊലീസുകാരൻ ഗൗരവമായി ആലോചിക്കുകയാണ്. അയാൾ ഒരു ദിവാസ്വപ്നത്തിലേക്കു പ്രവേശിക്കുകയാണ്. അയാൾക്കു പ്രൊമോഷൻ കിട്ടും. മാനദണ്ഡങ്ങൾ മറികടന്ന് ഡെപ്യൂട്ടി കമ്മീഷണർ ഓഫ് പൊലീസ് ആകും. അതിനുള്ള കുറുക്കുവഴി, നിങ്ങൾ തുടർന്നു കൊള്ളൂ. അദ്ദേഹം അനുവദിച്ചു.

അങ്ങനെ നാടകം പുനഃരാരംഭിച്ചു. അന്ന് പ്രധാനമന്ത്രി രാജീവ്ഗാന്ധി. "ടേക്കിങ്ങ് ഇന്ത്യ ഇൻ ടു ദ ട്വന്റി ഫസ്റ്റ് സെഞ്ചറി" എന്നതാണ് അദ്ദേഹത്തിന്റെ മുദ്രാവാക്യം. കൂടുതൽ വിശദമായിട്ടൊന്നും എനിക്കറിയില്ല എന്നാൽ കൂടുതൽ നല്ലതിനായി തൊഴിലാളികൾ അർപ്പിക്കണമെന്നതു സംബന്ധിച്ച് അദ്ദേഹം പ്രസംഗിച്ചതറിയാം. രാജീവ് ഗാന്ധിയുടെ പ്രസംഗത്തെ അധികരിച്ച് ഞാൻ ഒരു രംഗമെഴുതി. ഞാനതിൽ ഉയർത്തിക്കാട്ടിയത് യഥാർത്ഥ പ്രസംഗത്തിലെ അവഹേളനത്തെയാണ്. നർമ്മത്തിൽ

പൊതിഞ്ഞ് പ്രധാനമന്ത്രിയുടെ സന്ദേശം അവതരിപ്പിച്ചിട്ടും പൊലീസ് തടഞ്ഞില്ലെന്നതാണ് അതിലും വലിയ തമാശ. ഒടുവിൽ കോപിഷ്ഠരായ നടന്മാർ പ്രസംഗം അവസാനിപ്പിച്ചു. പൊലീസ് ഇടപെട്ട് തങ്ങളുടെ ചേരികൾ ഇടിച്ചു നിരത്തുമെന്ന് ഭീഷണിപ്പെടുത്തി. പൊലീസുകാർക്കൊപ്പം ഒന്നു രണ്ട് പ്രാദേശിക നേതാക്കൾ വന്ന് സമരത്തിന്റെ വരുംവരായ്മകൾ വെളിപ്പെടുത്തി. എന്നാൽ മടുത്തവശരായ തൊഴിലാളികൾ സ്വയം ഉയിർത്തെഴുന്നേറ്റ് പ്രതിരോധത്തിനിറങ്ങി. ഗത്യന്തരമില്ലാതെ പൊലീസും കൂട്ടരും പിൻമാറി. അവിടം മുതൽ സഫ്ദർ എഴുതിയ സ്ത്രീ തൊഴിലാളികളുടെ രംഗം തുടരുകയാണ്.

ജോഗി വായിച്ചു കഴിഞ്ഞതും സഫ്ദർ ചാടി എഴുന്നേറ്റ് ഓടി വന്ന് എന്നെ ഗാഢാലിംഗനം ചെയ്തു. "ഓയേ ലാലേ കീജാൻ തൂനേ തോ കാമാൽ കാർ ദിയ, ദോത്തി കാ പാഡ് കേ റുമാൽ കാർ ദിയാ! (you totally cracked it man)"

അങ്ങനെ അത് ഒത്തുതീർപ്പിലായി. തിരുത്തി എഴുതിയ രംഗം ചേരി രംഗമായി വേഗം കൂട്ടിച്ചേർത്തു. തുടർന്ന് സഫ്ദർ എഴുതി അടുത്ത രംഗം വായിച്ചു. കൈകുഞ്ഞുമായി വന്നതു കാരണം തന്നെ ഫാക്ടറിയിൽ പ്രവേശിപ്പിക്കുന്നില്ലെന്ന് പരാതി പറയുകയാണ് ഈ രംഗത്തിൽ തൊഴിലാളി സ്ത്രീ.

റിഹേഴ്സൽ ഇടവേള സമയത്ത് ഷിക്മാ എന്റെ ചെവിയിൽ മന്ത്രിച്ചു. "എടോ തെമ്മാടി. എനിക്കറിയാം നീ ആ രംഗം എഴുതിയത് സഫ്ദർ നിന്നെ പരിരംഭണം ചെയ്യുമെന്ന് കരുതിയല്ലേ."

"ശരി. എന്നാൽ നിനക്കും അങ്ങനെ ആകാമല്ലോ."

"എനിക്കറിയാം. എന്നാൽ അയാളെന്നെ ആലിംഗനം ചെയ്യില്ല. അയാൾ നല്ല കുട്ടിയാണ്. സഫ്ദർ ജോഗിയുടെ കൈയിൽ നിന്ന് ആ രംഗം ഏറ്റുവാങ്ങി."

"ഇത് നീ സാധാരണ രീതിയിലെഴുതിയതാണോ. വെട്ടിത്തിരുത്തലുകളൊന്നുമില്ലാതെ ഭംഗിയായിരിക്കുന്നു. ഇത് വെട്ടിത്തിരുത്തിയ കോപ്പിയാണോ."

"അല്ല. എനിക്ക് ഫെയർകോപ്പി എടുക്കാൻ സമയം കിട്ടിയില്ല. എങ്ങനെ എഴുതിയെന്ന് എനിക്കു തന്നെ അറിഞ്ഞുകൂടാ. ഞാനൊരു സീൻ എഴുതുന്നത് ആദ്യമായിട്ടാണ്."

"ശരിയാണോ അതിശയം തന്നെ. എന്റെ ആദ്യകോപ്പികളിൽ ധാരാളം വെട്ടിത്തിരുത്തലുകളുണ്ടാവും."

"സഫ്ദർ നിങ്ങളുടെ മനസ്സ് ഊർവ്വരമാണ്. അവിടെ ഒരേ സമയം നിരവധി ആശയങ്ങൾ മൊട്ടിടും. എനിക്ക് ഒറ്റ ആശയമേ ഉള്ളൂ. എന്റെ ഹിന്ദിയാണെങ്കിൽ ശുഷ്ക്കവും. അതുകൊണ്ട് എനിക്ക് മറ്റൊന്നും പകരമായുണ്ടാക്കാൻ കഴിയില്ല."

ഞങ്ങൾ ചിരിയോടെ സ്ത്രീയുടെ രംഗം ചർച്ച ചെയ്യാൻ തുടങ്ങി.

"വളരെ നന്നായിരിക്കുന്നു സഫ്ദർ, എന്നാൽ അതിലൊരു പഞ്ച് കുറവാണ്."

"അതുകൊണ്ട് നീയാണെഴുതുന്നതെങ്കിൽ എന്തു ചെയ്യുമായിരുന്നു?"

"എനിക്കൊരിക്കലും കഴിയില്ല. അവർ എന്തു സംസാരിക്കുമെന്ന് എനിക്കറിയില്ല. എന്നാൽ *ഔരത്തി*ന്റെ അന്ത്യരംഗത്ത് വൃദ്ധ പറഞ്ഞ ചില കാര്യങ്ങൾ എന്റെ മനസ്സിൽ കിടപ്പുണ്ട്. എനിക്കറിയാം, ആ സ്ത്രീ ഇവിടെ യാചിക്കുന്നില്ലെങ്കിലും അങ്ങനെ തോന്നുന്നു.

"ഉം, എന്തു ചെയ്യാൻ കഴിയുമെന്ന് നോക്കട്ടെ."

അടുത്ത ദിവസം സഫ്ദർ ആ രംഗത്തിന്റെ പുതിയ ഭാഷ്യം വായിച്ചു. പാർവ്വതി എന്ന തൊഴിലാളിക്ക് പ്രവേശനം നിഷേധിച്ച് അസഭ്യം പറഞ്ഞ് തട്ടിയെറിയുന്നിടത്താണ് തുടക്കം. കോപം കൊണ്ട് ജ്വലിക്കുന്ന അവൾ പുരുഷന്മാരെപ്പോലും കൈയേറ്റത്തിന് തയ്യാറെന്ന മട്ടിലാണ്. അത് ആദ്യമായി അവതരിപ്പിക്കുമ്പോൾ മാല തന്റെ അസാധാരണ ചലനങ്ങളും സംഭാഷണങ്ങളും കൊണ്ട് രംഗം കൊഴുപ്പിച്ചു.

നാടകത്തിന്റെ ബാക്കി ഭാഗങ്ങളിൽ ബുദ്ധിമുട്ടൊന്നുമുണ്ടായില്ല. തുടർന്ന വന്നത് കരാർ തൊഴിലാളികളുടെ രംഗമാണ്. ഗുലാം റസൂൽ, രാഘവൻ എന്നീ തൊഴിലാളികൾ സമരത്തിന് തയ്യാറാകാത്തതിന്റെ പേരിൽ രാംപാൽ എന്ന യൂണിയൻ നേതാവ് അവരുമായി നടത്തുന്ന പോരാട്ടമാണ് വിഷയം. തൊഴിലാളി വർഗ്ഗം പ്രധാനമായും കുടിയേറ്റക്കാരായിരുന്നതിനാലാണ് സഫ്ദർ തന്റെ കഥാപാത്രങ്ങൾക്ക് മേൽപ്രകാരം പേരുകളിട്ടത്. പാർവ്വതി യൂണിയൻ നേതാക്കളായ പുരുഷന്മാരെ കാരണമന്വേഷിക്കാൻ പ്രേരിപ്പിക്കുന്നു. അവതരണത്തിൽ ആ രംഗം മനോഹരമാക്കി. തൊഴിലാളികൾ അവരുടെ അനുഭവങ്ങളുടെ ആധികാരികത സ്ഥിരം തൊഴിലാളികൾക്കും കരാർ തൊഴിലാളികൾക്കും ഇടയിലെ നീരസം മധുരം പുരട്ടാതെ നേരിട്ടറിയാൻ കഴിഞ്ഞു. എന്നാൽ ലളിതമായി പ്രസംഗം ഒഴിവാക്കിയാണ് അവതരിപ്പിച്ചത്.

അവസാന രംഗത്ത് ഒരാൾ ചുവപ്പുപുതച്ച് വരുന്നതും എനിക്കിഷ്ടപ്പെട്ടു. അയാൾ വന്നത് സമരത്തെ അനുകൂലിച്ചു സംസാരിക്കാനാണ്, എന്നാൽ സി ഐ ടി യു ആഹ്വാനം ചെയ്തിട്ടുള്ള സപ്തദിന സമരത്തിനെതിരായി മാറി, അയാൾ ഏകദിന സമരത്തിന് തൊഴിലാളികളെ പ്രേരിപ്പിക്കുകയും ചെയ്തു. അയാളുടെ ചുവപ്പു വസ്ത്രത്തിനുള്ളിൽ പിങ്ക് വസ്ത്രവും വിപ്ലവ ശാരീരിക ഭാഷയ്ക്കുമുള്ളിൽ എ ഐ ടി യു സിയുടെ രൂപമായിരുന്നു. തൊഴിലാളികൾ ആ ചുവന്ന വസ്ത്രം വലിച്ചു കീറുമ്പോൾ കാണുന്നത് കോൺഗ്രസിനെ സൂചിപ്പിക്കുന്ന കുങ്കുമം, വെള്ള, പച്ച എന്നീ നിറങ്ങളാണ്. എന്നാൽ അയാളുടെ പ്രസംഗം മതകേന്ദ്രീകൃതമാവുകയാണുണ്ടായത്. മൂവർണ്ണ കൊടിയിലെ കുങ്കുമനിറം ഹിന്ദു അവകാശ സൂചകമാണ്. ബുദ്ധിപരമായ കാഴ്ചയിലൂടെ മറ്റു യൂണിയനുകളുടെ തട്ടിപ്പു തുറന്നുകാട്ടുകയും തൊഴിലാളികൾക്ക് അനുകൂലമായുള്ള സംസാരത്തിലൂടെ അവസാനം അവരെ ഒറ്റികൊടുക്കുകയുമാണ് ചെയ്യുന്നത്. ദിവാകർ ആ രംഗം മനോഹരമായി അഭിനയിച്ചു.

എങ്ങനെയാണ് ഈ ആശയം കിട്ടുന്നതെന്നു ഞാൻ ചോദിച്ചപ്പോൾ ശരിക്കും എനിക്കറിയില്ലെന്നായിരുന്നു സഫ്ദറിന്റെ മറുപടി. എന്നാൽ ആ കഥാപാത്രത്തിനു പ്രചോദനമായത് പണ്ഡിറ്റ് മോട്ടിറാം ശാസ്ത്രി യായിരുന്നു. ആദ്യം കേട്ടപ്പോൾ അതെഴുതാൻ കഴിയുമെന്ന് തോന്നിയില്ല. "സത്യാഗ്രഹയുടെ ഭാഷയിലുള്ള ആ സംഭാഷണം സമരത്തെ ഒറ്റുകൊടു ക്കാനായിരുന്നു. അങ്ങനെയല്ലേ?"

പ്രധാന സമരാവശ്യങ്ങളെല്ലാം കോർത്തിണക്കിയ ഒരു ഗാനാ ലാപനത്തോടു കൂടെയാണ് നാടകം പരിസമാപ്തിയിലെത്തുന്നത്. കേട്ട പ്പോൾ അത് ശരിയാകുമെന്നു തോന്നിയില്ല. അതിൽ നാടകീയത തീരെ ഇല്ലായിരുന്നു. അതുകൊണ്ട് പ്രേക്ഷകരത് സ്വീകരിക്കുമെന്ന് എനിക്കുറ പ്പില്ലായിരുന്നു. എന്നിട്ടും സഫ്ദറിനു വിശ്വാസമായിരുന്നു. "കാത്തിരുന്നു കാണാം. അത് വൻ വിജയമാകാൻ പോകയാണ്."

ധാരാളം നടന്മാരുണ്ടായിട്ടും ഇരട്ടവേഷം ചെയ്യേണ്ടതായി വന്നു. അയേഷയും നന്ദിയും അഷോയായി വേഷമിട്ടു. ഷിക്മയും ശിഖയും അമ്മയുടെയും രാകേഷും ലാംബിയും അച്ഛന്റെയും വേഷമിട്ടും ഞാനും ജോഗിയും ജോഗിയായിട്ടുതന്നെ അഭിനയിച്ചു. ലളിതും വിശ്വജിത്തുമാണ് പൊലീസ് വേഷമിട്ടത്. മറ്റു ചില കഥാപാത്രങ്ങളും രണ്ടുപേർ വീതം അഭിനയിച്ചു. ഒരാൾ മാത്രം അഭിനയിച്ചത് ബ്രിജേന്ദറിന്റെ സൂത്രധാരനും മാലയുടെ പാർവ്വതിയും മാത്രം. ജോഗിക്കു പകരം പൊലീസിന്റെ വേഷ ത്തിന് ഞാൻ സഫ്ദറിനോട് ഒരുപാട് അപേക്ഷിച്ചതാണ്. അദ്ദേഹം അത് സമ്മതിച്ചില്ല.

"ജോഗി കേന്ദ്രകഥാപാത്രമാണ്. എന്തുകൊണ്ടാണ് വേണ്ടാത്തത്?"

"കാരണം ഒരു തൊഴിലാളിയായി അഭിനയിക്കാൻ എനിക്കു കഴിയില്ല. ഞാനതിനു യോജിച്ചതല്ല."

"എന്നാലും *ഔരത്തി*ലെ അച്ഛനായി അഭിനയിച്ചു. അയാളും തൊഴി ലാളിയായിരുന്നു. നീ അത് നന്നായി അഭിനയിച്ചു."

"ശരിയാണ്. പക്ഷേ, ഇവിടെ ഞാൻ യോജിക്കില്ല. പൊലീസ് വേഷം മതി. ഞാൻ തകർത്തഭിനയിക്കാം."

"മണ്ടത്തരം പറയാതെ. നീ തീരെ മെലിഞ്ഞിട്ടാണ്. പൊലീസുകാരൻ കുറച്ചു തടിയൊക്കെയുള്ള ആളാവണം."

സഫ്ദറിനെ പറ്റിക്കാനായി ഞാനയാളോട് കേണപേക്ഷിച്ചു. സഫ്ദ റാകട്ടെ ഉറച്ചു തന്നെ നിന്നു. ഒടുവിൽ ഞാൻ തന്നെ ജോഗിയായി.

1988 നവംബർ - ചക്കജാം അവതരിപ്പിക്കുന്നു

*ചക്കജാമി*ന്റെ ആദ്യാവതരണം 1988 നവംബർ രണ്ടിനായിരുന്നു. വല്ല പ്പോഴും ലേബർ കമ്മീഷണർ വന്നു താമസിക്കാറുള്ള ഐ എ കോളേ ജിനടുത്തുള്ള മാൾ റോഡിലെ പഴയ സെക്രട്ടറിയേറ്റിനു പുറത്തായി രുന്നു വേദി. ഡൽഹിയൊട്ടാകെയുള്ള നൂറുക്കണക്കിന് തൊഴിലാളികൾ കാണാനെത്തി. തീവ്രമായ അവസ്ഥ. വരാൻ പോകുന്ന യുദ്ധത്തിൽ പങ്കെ

ടുക്കാൻ തൊഴിലാളികൾ തയ്യാറെടുത്തു കഴിഞ്ഞു. നാടകാരംഭം മുതൽ തകർത്ത കൈയടിയായിരുന്നു. പ്രേമകഥയിലെ നർമ്മം അവർ ഭംഗിയായി ആസ്വദിച്ചു. സി ഐ ടി യു വിരുദ്ധ നാടകത്തിൽ അവർ ആഹ്ലാദം കൊണ്ടു. നേതാവിനെയും ശിങ്കിടിയേയും പൊലീസുകാരനെയും ഓടിച്ചത് കരാഘോഷത്തോടെ സ്വീകരിച്ചു. കരാർ തൊഴിലാളികളുടെ രംഗം ആർപ്പുവിളിച്ചാസ്വദിച്ചു. തൊഴിലാളികളുടെ ആവശ്യങ്ങൾ ഉൾപ്പെടുത്തിയുള്ള സഫ്ദറിന്റെ അവസാനഗാനം ഭംഗിയായി, തുടർന്നുള്ള കളികളിൽ ഉൾപ്പെടുത്തിയിരുന്ന ഒന്നോ രണ്ടോ മുദ്രാവാക്യങ്ങൾ തൊഴിലാളികൾ ഹൃദിസ്ഥമാക്കി. നാടകം കളിക്കാത്ത സ്ഥലങ്ങളിൽ അവർ തന്നെ അവ പ്രചരിപ്പിച്ചു. മോട്ടീറാമിന്റെ കഥാപാത്രം അത്രയ്ക്കങ്ങോട്ട് ശരിയായില്ല. തൊഴിലാളികൾ ആശയക്കുഴപ്പത്തിലായി. രംഗം മുഴുവനും അങ്ങനെ ആശയക്കുഴപ്പത്തിൽ ആയില്ല, ഞാൻ വിചാരിക്കുന്നു നാടകത്തിലുൾപ്പെടുത്തിയിരിക്കുന്ന വൈകാരികത മാറിപ്പോയി എന്നതാണ്. അവസാനം അവരുടെ ശത്രുക്കൾ പരാജയപ്പെടുമ്പോൾ അവർ ഇളകി മറിയുന്നു. ആ രംഗത്തിന്റെ ആർദ്രത നാടകത്തിന്റെ ചുവപ്പ് മങ്ങാൻ ഇടയാക്കുന്നു. ആദ്യാവതരണത്തിനുശേഷം ആ രംഗം എടുത്തു മാറ്റുന്നതിന് സഫ്ദർ തീരുമാനിച്ചു. പകരത്തിന് മറ്റൊന്നും ചേർത്തില്ലെങ്കിലും നാടകം കൂടുതൽ മൂർച്ചയുള്ളതായി മാറി എന്നതാണ് വാസ്തവം.

വികാര നിർഭരമായിരുന്നു മാലയുടെ പാർവ്വതിയായുള്ള പ്രവേശം. അവരുടെ ഫൈറ്റിങ് സ്പിരിറ്റും സംഭാഷണവും കോപവുമൊക്കെ സ്ത്രീ തൊഴിലാളികളെ മാത്രമല്ല, മുഴുവൻ തൊഴിലാളികളെയും ആവേശം കൊള്ളിച്ചു. ഓരോ കളിയിലും കൈയടിയുടെ ഇടിമുഴക്കത്തോടെയുള്ള മാലയുടെ പ്രവേശനത്തിനായി കാത്തിരിക്കും. ആഡിറ്റോറിയം നിറയുന്ന അതിന്റെ അലയിളക്കം നമുക്കു കാണാൻ കഴിയും. *ഔരത്തിൽ* മാലയുടെ അഭിനയം ആദ്യം കണ്ടത് ഞാനോർക്കുകയാണ്. ആ അഭിനയത്തിന്റെ ശക്തി എന്നിൽ അവാച്യമായൊരു ശക്തിയാണുണ്ടാക്കിയത്. ഞാൻ രോമാഞ്ചം കൊള്ളുകയായിരുന്നു. ഈ പുസ്തകത്തിനുവേണ്ടി നടത്തിയ അഭിമുഖങ്ങളിൽ പലരും അക്കാര്യം സ്പർശിച്ചിട്ടുണ്ട്. ഉദാഹരണമായി മദൻ മോഹൻ സിങ്, മാലയുടെ അഭിനയത്തെപ്പറ്റി ഒരു മുഴുനീള അഭിമുഖം തന്നിരുന്നു. "അത്തരത്തിലൊന്ന് ഞാൻ അതുവരെ കണ്ടിട്ടില്ല. അവരുടെ ശരീര പ്രകൃതി, കൈകളുടെ ചലനം, ശബ്ദം, ഞാൻ അതിന്റെ ആഘാതത്തിൽപെട്ടുപോയി." അതു തന്നെയാണ് *ചക്കജാമി*ലും സംഭവിച്ചത്. വർഷങ്ങൾക്കുശേഷം ഞങ്ങളുടെ *വഹ് ബോൽ ഉത്തി(Voh Bol Uthi)*യിലും അങ്ങനെയിരുന്നു. ആ നാടകത്തിനൊടുവിൽ പുരുഷന്മാർക്ക് തുല്യമായി സ്ത്രീകൾക്കും കക്കൂസ് എന്ന ആവശ്യം നേടിയെടുക്കുകയാണ്. *ചക്കജാമി*ന്റെ പ്രചരണ പ്രവർത്തനങ്ങൾക്ക് പ്രത്യേകതയുണ്ടായിരുന്നു. കഴിഞ്ഞ മൂന്ന് ദശാബ്ദങ്ങൾക്കിടയിൽ ഏകദേശം നാലായിരത്തോളം തെരുവു നാടക വേദിയിലാണ് ഞാൻ അഭിനയിച്ചിട്ടുള്ളത്. അവയിൽ മൂന്നിൽ ഒന്ന് ഭാഗവും തൊഴിലാളി പ്രേക്ഷകർ

ക്കുവേണ്ടിയായിരുന്നു. ഫാക്ടറി തൊഴിലാളികൾ, ലോഡിങ് തൊഴിലാളികൾ, റീട്ടുദജാലിക്കാർ, സേവന മേഖല പ്രവർത്തകർ, ആക്രിക്കച്ചവടക്കാർ മുതലായവർ. *ചക്കജാമിൽ* എനിക്കുകിട്ടിയ ഊർജ്ജവും ചുറുചുറുക്കും പിന്നീടൊരിക്കലും കിട്ടിയിട്ടില്ല. സമര തീയതി അടുക്കുന്തോറും തൊഴിലാളികൾ കൂടുതൽ കൂടുതൽ സമരാസക്തരായിക്കൊണ്ടിരുന്നു. അടുത്ത ഘട്ടത്തിലേക്കു കടക്കുന്നതിനു മുമ്പ് ഒരു ഇടവേള ആവശ്യമാണ്. കാരണം തൊഴിലാളികൾ ഉത്സാഹഭരിതരും മുദ്രാവാക്യങ്ങളിൽ ആവേശഭരിതരും ആകേണ്ടതുണ്ട്.

തൊഴിലാളികളുടെ മനസ്സും പ്രചരണ പ്രവർത്തനങ്ങളുടെ വിവാദവും നാടകം പിടിച്ചടക്കി. സഫ്ദർ ലാഘവത്തോടെയാണ് തൊഴിലാളികളുടെ വികാരം മനസ്സിലാക്കിയത്. തൊഴിലാളികളുടെ ഉപബോധ മനസ്സിൽ നിന്നൊഴുകിയിറങ്ങിയതാണ് അദ്ദേഹം എഴുതിയത്. *യന്ത്രം* പോലെ തന്നെ *ചക്കജാമും* തൊഴിലാളികളുടെ നിലവിലെയും എക്കാലത്തെയും പ്രശ്നങ്ങളാണ് കൈകാര്യം ചെയ്തത്.

സമരത്തിന്റെ തലേദിവസം ബുദ്ധിജീവികളും കലാകാരന്മാരും നടത്തിയ സമരാനുകൂലയാത്രയിൽ ഞങ്ങളും പങ്കെടുത്തു. സഫ്ദർ തന്റെ സൗഹൃദവലയത്തിലുള്ള ബുദ്ധിജീവികളെയും കലാകാരന്മാരെയും പത്ര പ്രവർത്തകരെയും ജാഥയിലെത്തിക്കുന്നതിന് പരമാവധി ശ്രമിച്ചു. ജാഥ മാണ്ടി ഹൗസിൽ നിന്നാരംഭിച്ച് കോപ്പർ നിക്കസ് മാർഗ്ഗ് വഴി, ഇന്ത്യാഗേറ്റ് ചുറ്റി, രാജപാതയിലൂടെ നടന്ന് ബോട്ട് ക്ലബിൽ എത്തിച്ചേരണം.

സാധാരണക്കാരായ ശ്രോതാക്കൾക്കുവേണ്ടി സമരാവശ്യങ്ങളെ വിവരിച്ചുകൊണ്ട് ഒരു സി ഐ ടി യു നേതാവ് പ്രസംഗിച്ചു. പ്രൊഫസർ പ്രഭാത് പട്നായിക്കിന്റെ മുന്നൊരുക്കമില്ലാതെയാണെങ്കിലും അച്ചടിഭാഷയിലുള്ള പ്രസംഗം രമണീയമായൊരു ചിത്രംപോലെ മനോഹരമായിരുന്നു. നാഷണൽ സ്കൂൾ ഓഫ് ഡ്രാമ വിദ്യാർത്ഥികളും പങ്കെടുത്തു. കുറച്ചു ദിവസങ്ങൾക്കു മുമ്പ് ആ കുട്ടികളെ എൻ എസ് ഡിയിൽ വച്ച് അഭിസംബോധന ചെയ്തിരുന്നു. അവരുടെ യൂണിയൻ പ്രസിഡന്റ് സകലവിധ പിന്തുണയും പ്രഖ്യാപിച്ചു. പാവങ്ങളുടെ ജീവിതവും, അനുഭവങ്ങളും, അരികുവല്ക്കരിക്കപ്പെട്ടവർ, സ്ത്രീകൾ, ദളിതർ, തൊഴിലാളികൾ, കർഷകർ മുതലായവരുടെ വിഷയങ്ങൾ ലോകസാഹിത്യത്തിൽ എങ്ങനെ കൈകാര്യം ചെയ്യുക എന്നത് സംബന്ധിച്ച ഭീഷ്മ സാഹ്നിയുടെ പ്രസംഗം ഞാനിപ്പോളോർക്കുന്നു. അടുത്ത ദിവസം, അതായത് സമരദിവസം ഡൽഹി നിവാസികൾ അത്യപൂർവ്വമായൊരു കാഴ്ച കണ്ടാണുണർന്നത്. എല്ലാ പ്രമുഖപത്രങ്ങളും റാലിയെക്കുറിച്ച് എടുത്തു കാണത്തക്കവിധം എഴുതിയിരിക്കുന്നു.

റാലിക്കുശേഷം മായാപുരി ഇൻഡസ്ട്രിയൽ ഏര്യയിൽ നാടകം കളിക്കണം. റാലിക്കു മുമ്പുള്ള കുറച്ചു സമയം ചെലവഴിക്കുന്നതിനായി ഞങ്ങൾ കോണാട്ട് പ്ലെയിസിനപ്പുറമുള്ള സെൻട്രൽ പാർക്കിൽപോയി.

സഫ്ദർ വല്ലാത്തൊരു അവസ്ഥയിലായിരുന്നു. അയാൾ ഗാലിബ് പാടാൻ തുടങ്ങി, ജോഗി ഡോലക്കുമായി അയാൾക്കൊപ്പം കൂടി. ആളുകൾ ചുറ്റും കൂടിയപ്പോൾ സഫ്ദർ പാട്ടിന്റെ വരികൾ വിശദീകരിക്കാൻ തുടങ്ങി. ഒടുവിൽ ഞങ്ങൾക്കുചുറ്റും പത്തിരുന്നൂറോളം പേർ വന്നുകൂടി. ചിലർ കപ്പലണ്ടി കൊറിക്കുന്നു. ചിലർ അലസമായിരുന്നു വിന്ററിലെ അന്തിവെയിൽ കൊള്ളുന്നു. ഞങ്ങൾ എല്ലാം അവസാനിപ്പിച്ചു മടങ്ങുന്നതിനു മുമ്പ് ഞങ്ങളുടെ ശ്രോതാക്കളോട് സഫ്ദർ സമരത്തെക്കുറിച്ചു സംസാരിച്ചു. അദ്ദേഹം തന്റെ സ്വതസ്സിദ്ധമായ രീതിയിൽ ഹിന്ദുസ്ഥാനി ഭാഷയിൽ സമരാവശ്യങ്ങൾ വിശദീകരിച്ചു. ഇക്കാര്യം മറ്റുള്ളവരുമായി പങ്കുവെയ്ക്കണമെന്ന് അദ്ദേഹം അഭ്യർത്ഥിച്ചു. ഒടുവിൽ ഇങ്കിലാബ് സിന്ദാബാദ്, മദ്സ്ദൂർ സംഘർഷ് സിന്ദാബാദ് എന്നീ മുദ്രാവാക്യങ്ങളുയർത്തി ആവേശം കൊള്ളിച്ചു. കാഴ്ചക്കാർ അതിൽ പങ്കുചേർന്നു.

ഒരു ദിവസം ഞങ്ങൾക്ക് ചൗന്ദ്നി ചൗക്കിലെ ടൗൺ ഹാളിലായിരുന്നു നാടകം. രണ്ടു കളികൾ കഴിഞ്ഞപ്പോൾ എനിക്ക് എന്റെ സഹോദരിയുടെ വിവാഹത്തിന് പങ്കെടുക്കേണ്ടിയിരുന്നതിനാൽ നാടകത്തിൽ നിന്ന് വിട്ടുനിന്നു. ഞങ്ങൾ ടൗൺഹാളിലെത്തിയപ്പോൾ പൊലീസ് വേഷം എടുക്കേണ്ട ലളിതിനും വിശ്വജിത്തിനുമിടയിൽ എന്തോ ആശങ്കയുള്ളതുപോലെ തോന്നി. ഓരോരുത്തരും മറ്റെയാൾ അഭിനയിക്കുമെന്ന് കരുതി. അങ്ങനെ രണ്ടുപേരും വന്നില്ല. അന്നേ ദിവസം പൊലീസ് വേഷം താൻ ചെയ്യാമെന്ന് സഫ്ദർ സമ്മതിച്ചു. ഏതു പുരുഷവേഷവും പകരത്തിനു ചെയ്യാൻ സഫ്ദർ തയ്യാറായിരുന്നതിനാൽ, തമാശ രൂപത്തിൽ തന്റെ പേര് "സ്റ്റെപ്നി തോഷ്മി" എന്നു മാറ്റാൻ പോകുന്നതായി അയാൾ പറഞ്ഞു. ഈ സമയത്ത് രണ്ടു കഥാപാത്രങ്ങൾക്ക് പകരക്കാരനായി അയാൾ വേഷമിട്ടു. ഞാൻ അയാളെ സമീപിച്ച് ആ വേഷം താൻ ചെയ്തുകൊള്ളാമെന്ന് പറഞ്ഞു. അദ്ദേഹം അത് നിരസിച്ചു. ഞാനാകട്ടെ വീണ്ടും അഭ്യർത്ഥിച്ചു വാദിച്ചു. പലപ്പോഴായി താൻ ആ വേഷത്തിനുവേണ്ടി ആഗ്രഹിക്കുന്ന കാര്യം വീണ്ടും ഓർമ്മിപ്പിച്ചു. അതിനുള്ള അവസരം ഇപ്പോൾ സമാഗതമായിരിക്കുന്നു. എന്നിട്ടും അയാൾ അംഗീകരിച്ചില്ല. ഞാൻ പിന്തിരിയുമെന്നു കരുതി അയാൾ ഒഴിഞ്ഞു മാറി. ഞാനതൊന്നും കാര്യമാക്കിയില്ല. ഒടുവിൽ അയാളുടെ മനസ്സലിഞ്ഞു.

അയാൾ വിസമ്മതിക്കാനുള്ള കാരണം എനിക്കു മനസ്സിലായി. ഞാൻ വിക്കുമെന്നായിരുന്നു അയാളുടെ പേടി. അതുകൊണ്ട് അയാൾ ജോഗിയേയും ബ്രിജേന്ദറിനേയും രാകേഷിനേയും അടുത്തുവിളിച്ച് ഞാൻ വിട്ടുവീഴ്ചയ്ക്കു തയ്യാറായില്ലെങ്കിൽ വേഷം ചെയ്യട്ടെ, കഴിയുന്നത്ര ഇടപെട്ട് രംഗം കൈകാര്യം ചെയ്തു കൊള്ളണമെന്നു പറഞ്ഞതായി പിന്നീട് മനസ്സിലായി. അതിലവർ ബദ്ധശ്രദ്ധരായിരുന്നു. അയാളോട് സമാധാനമായിരിക്കാൻ പറഞ്ഞു. അനർഗ്ഗളമായിരുന്നു എന്റെ സംഭാഷണം, ഒരിക്കൽപോലും വിക്ക് അനുഭവപ്പെട്ടില്ല. അവതരണം കഴിഞ്ഞയുടനെ സഫ്ദർ ഓടിവന്ന് എന്നെ എടുത്തുയർത്തി ഗാഢാലിംഗനം ചെയ്തു.

"നീ സൂപ്പറായിരുന്നു. നിന്നെ പൊലീസുകാരനായി അഭിനയിപ്പിച്ചില്ലായിരുന്നെങ്കിൽ വലിയൊരു തെറ്റായി മാറുമായിരുന്നു. അവിശ്വസനീയം."

"നിങ്ങളെന്റെ അഭിനയത്തെക്കുറിച്ചാണോ വിക്കുണ്ടാക്കാത്തതു സംബന്ധിച്ചാണോ പറയുന്നത്?"

"മണ്ടൻ, നിന്റെ അഭിനയത്തെക്കുറിച്ചു തന്നെ. താൻ ശരിക്കും മിടുക്കനാണ്. ഇപ്പോൾ സൂചിപ്പിച്ചില്ലേ വിക്കിനെക്കുറിച്ച്. അതൊഴിവായതെങ്ങനെയാണ്? നീയതിനായി പരിശീലിച്ചോ?"

"ഞാൻ ശ്രമിച്ചു സഫ്ദർ. ഓരോ സംഭാഷണവും ഓരോ ചലനവും ലക്ഷം തവണ റിഹേഴ്സൽ ചെയ്തു. അതു മുഴുവനും എന്റെ തലയിൽ ശേഖരിച്ചു വച്ചു."

"വാഹ്റേ മേരേ ഏകലവ്യ! (അതു നന്നായി എന്റെ ഏകലവ്യാ)"

ഞങ്ങൾ ബസ് സ്റ്റോപ്പിലേക്ക് നടന്നപ്പോൾ ഷിക്മ എന്റടുത്തേക്കു വന്നു.

"ഉം... ഓരോ ദിവസവും നമ്മൾ നമ്മുടെ ഹൃദയവും ആത്മാവും കഥാപാത്രത്തിനു കൊടുക്കുകയാണ്. ഞങ്ങൾക്കൊരിക്കലും ഒരു ദൃഢ ചുംബനം കിട്ടിയിട്ടില്ല. നീ പകരക്കാരനായി വന്ന് അതു പിടിച്ചു പറ്റിയിരിക്കുന്നു. ഒട്ടും ശരിയല്ല."

"നിങ്ങൾ കലയ്ക്കു വേണ്ടി നടത്തുന്ന ആത്മബലി അയാൾ കണ്ടു എന്നത് വാസ്തവമാണ്. അതുകൊണ്ടാണ് അയാളൊരു നല്ല കുട്ടി എന്നു പറഞ്ഞത്."

1988 നവംബർ - സമരം

തൊഴിലാളികളെ നിങ്ങളുടെ പക്ഷത്തേക്ക് കൊണ്ടുവരുന്നതിന് സമരത്തിന്റെ ഭാഗമായി നടന്ന പ്രചരണ പ്രവർത്തനങ്ങൾ വളരെ സഹായിച്ചു. നിങ്ങളുടെ പ്രവർത്തനങ്ങളിൽ തെറ്റുണ്ടായിരുന്നെങ്കിൽ അവിടെ ഒരു സമരമുണ്ടാകുമായിരുന്നില്ല.

വടക്കൻ ഡൽഹിയിലെ പ്രമുഖ ട്രേഡ് യൂണിയൻ നേതാവും "ഡോക്ടർ സാബ്" എന്ന വിളിപ്പേരിനുടമയുമായ കമൽ നാരായനെ ഡോക്ടർ സാബ് എന്നു വിളിക്കാനുള്ള കാരണം അറിയില്ല. അതിനൊരു ഫോർമുല ഉപയോഗിച്ചു: ഒരു സമരത്തിന്റെ വിജയമെന്നത് 50% പ്രചരണവും 50% പിക്കറ്റിങ്ങുമാണ്. ഈ സമരത്തിൽ പങ്കെടുക്കും വരെ പിക്കറ്റിങ് എന്നത് വെറും വഴിയടയ്ക്കൽ അല്ലെന്നറിയില്ലായിരുന്നു. അതൊരു ഭൗതികമായ വഴിയടയ്ക്കൽ വസ്തുവല്ല. സമരത്തിൽ പങ്കെടുക്കണമെന്ന് ഒരാൾ മറ്റൊരാളോട് പറയുന്നതാണ്. തൊഴിലാളികൾ ഇംഗ്ലീഷ് പദങ്ങൾ മനസ്സിലാക്കി ഉപയോഗിക്കുന്നതുകണ്ട് ഞാൻ ഞെട്ടിപ്പോയി. ഓരോ പ്രദേശത്തുമുള്ള സമരകമ്മിറ്റികൾ തൊഴിലാളികളുമായി സംസാരിച്ച് ചില പ്രധാന പോയിന്റുകൾ കണ്ടെത്തി. അതുവഴി പരമാവധി തൊഴിലാളികൾ വ്യവസായ മേഖലയിലേക്ക് കടന്നുവരാൻ സഹായിച്ചു. ചില തൊഴിലാളികൾ എന്നെപ്പോലുള്ള ആക്ടിവിസ്റ്റുമായി സഹകരിച്ച്

സമരത്തിലേക്കു കടക്കുന്നതിന് അര മണിക്കൂർ മുമ്പ് തന്നെ നിശ്ചിത പോയിന്റുകളിൽ എത്തി. പല മുതലാളിമാരും വൻ പൊലീസ് സന്നാഹവുമായി അവിടെ എത്തിയിരുന്നു. അപ്പോഴേക്കും തൊഴിലാളികൾ വലിയ സംഘങ്ങളായി എത്താൻ തുടങ്ങി.

ഓരോ പ്രഭാതത്തിലും ഓരോ സങ്കീർണ്ണമായ നടനം നടക്കുന്നത് കാണുന്നു. കുളിച്ച് തലമുടി ചീകി ഭക്ഷണ പാത്രവുമായി പണിക്ക് പോകാനെന്ന മട്ടിൽ വരും. ജാഥയിൽ നിന്ന് അല്പം മാറി അവർ നിലകൊള്ളുന്നു. ഒരു തൊഴിലാളിയേയും ജോലിക്ക് കയറുന്നതിൽ നിന്ന് തടയരുത് എന്ന് പൊലീസും മുതലാളിയും നിർദ്ദേശിച്ചു. പിക്കറ്റിങ്ങിൽ പങ്കെടുക്കുന്ന തൊഴിലാളികളും ആക്ടിവിസ്റ്റുകളും ഏതെങ്കിലും തൊഴിലാളി ഫാക്ടറിയിൽ പോകണം എന്ന് ആഗ്രഹിച്ചാൽ അനുവദിക്കണമെന്ന് നിർബ്ബന്ധിച്ചു. പത്തുപതിനഞ്ച് നിമിഷങ്ങൾക്കകം ആവശ്യത്തിന് തൊഴിലാളികൾ വന്നു കൂടിയപ്പോൾ അകലെ മാറിനിന്ന് നിന്ന് നിരീക്ഷിക്കുന്നു. വരേണ്ടിയിരുന്ന നേതാക്കളെ ആരെയും കാണുന്നില്ല. തങ്ങളുടെ ബഹുമാനപ്പെട്ട നേതാക്കൾക്കൊപ്പം പൊലീസിനെയും മുതലാളിമാരെയും കടന്നു പിക്കറ്റിങ്ങിൽ ഇരമ്പിക്കയറാമെന്ന ധൈര്യത്തിൽ നിന്ന തൊഴിലാളികൾ അങ്കലാപ്പിലായി. ജോലിക്ക് കയറണമെന്നാഗ്രഹിച്ചു വന്ന തൊഴിലാളികൾ സമരത്തിനായി വന്ന വലിയ കൂട്ടം തൊഴിലാളികളെ കണ്ടു ഞെട്ടി. മുതലാളിമാർക്ക് സായുധ പൊലീസിന്റെ ശക്തി ആണെങ്കിൽ തൊഴിലാളികൾക്ക് അവരുടെ അംഗബലം ആയിരുന്നു ശക്തി.

കാര്യങ്ങൾ എത്ര പെട്ടെന്നാണ് തിരിഞ്ഞു മറിഞ്ഞത് എന്നോർത്ത് ഞാൻ അത്ഭുതപ്പെട്ടുപോയി. തുടക്കത്തിൽ സേനയുടെ ഭീഷണി മൂലം സമരം നടക്കുമോ എന്നതായിരുന്നു എന്റെ സംശയം. അരമണിക്കൂറിനകം അവരുടെ എണ്ണം അമിതമായി വർദ്ധിച്ചപ്പോൾ പിന്നെ വ്യവസായമേഖലയിൽ കൂടെയുള്ള ജാഥയെ മുതലാളി പ്രകോപിപ്പിക്കാതെ നോക്കാനുള്ള ഉത്തരവാദിത്വം പൊലീസിനായി. നാലഞ്ചു മണിക്കൂറിനുള്ളിൽ നിർബ്ബന്ധമായും ജാഥ പൂർത്തിയാക്കണം. വിവിധ യൂണിറ്റുകളിൽ നിന്ന് വന്നു കൂടുന്ന തൊഴിലാളികളെ നേതാക്കന്മാരെല്ലാം അഭിസംബോധന ചെയ്യണം. ചില മിഡിൽക്ലാസ് ആക്ടിവിസ്റ്റുകളും തൊഴിലാളികളെ അഭിസംബോധന ചെയ്യുന്നുണ്ട്. അവർക്ക് പ്രചോദനം ഉണ്ടാക്കുന്ന വിധം അവരുടെ ധൈര്യത്തെ പുകഴ്ത്തുകയാണ്. പലപ്പോഴും എന്നോട് പോലും സംസാരിക്കാൻ അവർ ആവശ്യപ്പെട്ടു. അവരിൽ അധികം പേരും കണ്ടിട്ടുള്ള നാടകത്തിലെ നടൻ എന്ന നിലയിലാണ് എന്നെ പരിചയപ്പെടുത്തിയത്. പ്രേക്ഷകരിൽ ചിലർ "ജൂട്ടി മാരു" എന്ന് ഉറക്കെ വിളിക്കുന്നു. ജനക്കൂട്ടം ആർത്തുവിളിച്ചു "പാഞ്ച് സൗ ബസാത്ത്!" ഞങ്ങളുടെ നാടകത്തിന് പരിപൂർണ്ണ വിജയം.

സമരത്തിന്റെ അവസാന ദിവസം തൊഴിലാളി മാർച്ച് അടുത്തുള്ള പാർക്കിൽ സംഘടിച്ചില്ല. അങ്ങനെ നേരത്തെ തീരുമാനിച്ചിരുന്നോ എന്നറിയില്ല. എന്നാൽ പൊലീസുകാരെ ഞെട്ടിച്ചുകൊണ്ട് 5000 തൊഴിലാളികൾ

ജി ടി കർണൽ റോഡ് ഇൻഡസ്ട്രിയൽ ഏരിയയിൽ നിന്ന് പ്രധാന വീഥിയിൽ ഇറങ്ങി ജാഥ ആരംഭിച്ചു. ഒരു കിലോമീറ്ററോളം നടന്നപ്പോൾ ഞങ്ങൾ നടക്കുകയല്ല ജോഗിങ് ചെയ്യുകയാണെന്ന് എനിക്ക് മനസ്സിലായി. പിന്നെ പെട്ടെന്ന് ഓടാൻ തുടങ്ങി. ജാഥ നാലഞ്ച് കിലോമീറ്റർ അകലെയുള്ള ഓൾഡ് സെക്രട്ടറിയേറ്റിൽ സംഘടിച്ചു. അവിടെയാണ് മീറ്റിങ് നടക്കാൻ പോകുന്നത്. ജാഥയുടെ ഊർജ്ജമായി മാറിയിരുന്ന ആ ഓട്ടം ഒരു പുതിയ അനുഭവമായിരുന്നു. അത് സ്ഫോടനാത്മകമായിരുന്നു. മൂന്നു പതിറ്റാണ്ട് കഴിഞ്ഞിട്ടും ആ ഓർമ്മകൾ ഇതാ എന്നിൽ നിറഞ്ഞു നില്ക്കുന്നു.

സമരം അസാധാരണ വിജയം നേടി. അതേപറ്റി ഇന്ദ്രാണിയുടെ റിപ്പോർട്ടിൽ ഇങ്ങനെ പറയുന്നു:

> സമരം ഉണ്ടാക്കിയ സ്വാധീനത്തെക്കുറച്ചു കൊണ്ടുവരാൻ ചില എതിർ യൂണിയനുകൾ നടത്തിയ ശ്രമം, മുതലാളി സംഘടനകളുടെ വ്യത്യസ്ത അഭിപ്രായ പ്രകടനത്താലും പൊലീസുകാരുടെ അമിത വിന്യാസത്താലും ലാത്തിച്ചാർജ്ജ് കൊണ്ടും കണ്ണീർവാതക പ്രയോഗം, അറസ്റ്റ് എന്നിവയാലും 1988 നവംബർ 22 മുതൽ 28 വരെയുള്ള ദിവസങ്ങൾ സംഭവബഹുലമായിരുന്നു. നഗരത്തിലെ പ്രധാന വ്യവസായ മേഖലകൾ എല്ലാം തൊഴിലാളികളുടെ വൻ പ്രകടനങ്ങളും മുക്കിലും മൂലയിലും വ്യാപിക്കുന്ന അസ്വസ്തതകളും കൊണ്ട് വീർപ്പുമുട്ടിയിരുന്നു. ഏഴു ദിവസത്തെ സമരം എത്രകുറച്ചു കാണിച്ചാലും സംഭവങ്ങളും സത്യങ്ങളും വ്യാജമാണെന്ന് പ്രചരിപ്പിച്ചാലും സപ്തദിന സമരത്തെ മാധ്യമങ്ങൾ ഒരിക്കലും വിസ്മരിക്കില്ല. ഫലമെന്നു പറയുമ്പോൾ കുറച്ചുനാളത്തേക്കെങ്കിലും ഡൽഹിയിലെ തൊഴിലാളികൾക്ക് നഗരത്തിൽ ഞെളിഞ്ഞു നില്ക്കാനായി. അല്ലാത്തപക്ഷം അവരെ സംബന്ധിച്ചിടത്തോളം പഴയപടി തന്നെ തുടരുമായിരുന്നു.

1989 ഏപ്രിലിൽ സർക്കാർ മിനിമം കൂലി 562 ൽനിന്നു 750 രൂപയാക്കി പ്രഖ്യാപിച്ചു. രണ്ടു വർഷത്തിലൊരിക്കൽ വ്യവസായ തൊഴിലാളികൾക്ക് ഉപഭോക്തൃ വിലസൂചികാവർദ്ധനവ് അടിസ്ഥാനമാക്കി ഓരോ പോയിന്റിനും 85 പൈസ ക്ഷാമബത്തയിൽ കൂട്ടിയതാണ് ഏറ്റവും പ്രധാന കാര്യം. ഈ സ്വാഭാവിക ഡി എ വർദ്ധനവും ഇന്ത്യയിലെ ഏറ്റവും ഉയർന്ന മിനിമം വേജസ് റേറ്റ് ഡൽഹിയിൽ നിലനിർത്താൻ സഹായിച്ചു. (മോദി സർക്കാരിന്റെ പുതിയ ലേബർ കോഡ് അനുസരിച്ച് വളരെവേഗം മാറ്റങ്ങൾക്ക് വിധേയമാകും.) ലക്ഷക്കണക്കിന് സാധാരണ തൊഴിലാളികളുടെ സമരങ്ങൾക്കും ബലിദാനങ്ങൾക്കും അടയാളമായി 1980 കളിലെ ഈ സമരം മാറിയിരിക്കുന്നു.

വരാൻപോകുന്ന തെരഞ്ഞെടുപ്പുകളിൽ കോൺഗ്രസിന് വോട്ട് സ്വരൂപിക്കുന്നതിനുള്ള വഴിയായിട്ടായിരുന്നു ഇളവുകൾ. എന്നാൽ ഇത് കോൺ

ഗ്രസിനെ സഹായിച്ചില്ല. കോൺഗ്രസ് തോറ്റു. ഇടതു ഭാഗത്ത് കമ്യൂണിസ്റ്റ് പാർട്ടിയും വലതു ഭാഗത്ത് ബി ജെ പിയും സഹായിച്ചതിനാൽ 1989 ൽ വി പി സിങ് നേരിയ ഭൂരിപക്ഷത്തിൽ പ്രധാനമന്ത്രിയായി. വി പി സിങ് സർക്കാർ തുടക്കത്തിൽ ചേരിവാസികൾക്ക് സ്ഥിരപാർപ്പിട സൗകര്യം ഒരുക്കുന്നതിന് ശ്രമിച്ചെങ്കിലും ശ്രമം പൂർത്തിയാകുന്നതിന് മുമ്പ് ബി ജെ പി കാലുമാറിയതുകൊണ്ട് ഭരണം നഷ്ടമായി. നരസിംഹറാവു പ്രധാനമന്ത്രിയും മൻമോഹൻ സിങ് ധനമന്ത്രിയുമായി കോൺഗ്രസ് അധികാരത്തിൽ വന്നതോടെ വീണ്ടും സാമ്പത്തിക ഉദാരവല്ക്കരണം ശക്തമായി. തൊഴിലാളി സമരങ്ങളെ നിരുത്സാഹപ്പെടുത്തി. ഫലമോ 1988 ലെ സപ്തദിന സമരത്തിന്റെ മാതൃകയിൽ ഒരു തൊഴിലാളി സമരം പിന്നീടൊരിക്കലും ഡൽഹി ദർശിച്ചിട്ടില്ല.

പിക്കറ്റിങ്ങും പൊതുയോഗവും കഴിഞ്ഞ് ഒരു ദിവസം കോണാട്ട് പ്ലെയ്സിൽ വച്ച് ഞാൻ ജോഗിയെ കണ്ടു. നേരം ഇരുട്ടി തുടങ്ങിയ സമയമായിരുന്നു അത്. രാവിലെ മുതൽ ഞാൻ ഒന്നും കഴിച്ചിട്ടില്ലായിരുന്നു. എന്റെ കൈവശം പണമില്ലായിരുന്നു. ജോഗിക്ക് രാത്രിയിൽ ജഗ്റാനയിൽ ഡോലക് വായിക്കാൻ ഉണ്ടായിരുന്നതിനാൽ കാശ് ഉണ്ടായിരുന്നു.

"ഞാൻ ഭക്ഷണം വാങ്ങി തരട്ടെ. താൻ കാകേഡാ ഹോട്ടലിൽ (Kake da Hotel) പോയിട്ടുണ്ടോ? ഇല്ല നമുക്ക് അങ്ങോട്ട് പോകാം. നമുക്ക് അവിടെ മാംസാഹാരം കഴിക്കാം."

അങ്ങനെ ഞങ്ങൾ കോണാട്ട് പ്ലെയ്സിനു പുറത്തുള്ള മുനിസിപ്പൽ മാർക്കറ്റിലേക്ക് പോയി. അസാധാരണമായി കാകേഡാ ഹോട്ടൽ അടച്ചിരിക്കുന്നു.

"വിഷമിക്കേണ്ട," ജോഗി പറഞ്ഞു. "ഇവിടെ വേറെയും പല സ്ഥലങ്ങളുമുണ്ട്. നമുക്ക് വേറൊരിടത്ത് പോകാം." അതും അടച്ചിരിക്കുന്നു. മൂന്നാമത്തെയും നാലാമത്തെയും കടകൾ നോക്കി. നടന്ന് തളർന്ന് ഞങ്ങൾ ഒരു സ്ഥലം കണ്ടെത്തി. അവിടെ ചിലർ പുറത്ത് നല്ക്കുന്നുണ്ട്.

"അത് തുറന്നിരിക്കുകയാണ്. പുറത്തുള്ള തിരക്ക് കണ്ടോ. മറ്റെല്ലാ കടകളും അടച്ചിരിക്കുന്നത് കൊണ്ടാണ്."

ആളുകൾക്ക് അടുത്തെത്തി എങ്ങനെ അകത്തു കടക്കുമെന്ന് സംശയിച്ചു നില്ക്കുമ്പോൾ അതാ രണ്ടുപേർ ഞങ്ങളുടെ അടുത്തേക്ക് വരുന്നു.

"ലാൽസലാം സഖാവേ."

സി ഐ ടി യു നയിക്കുന്ന ഹോട്ടൽ എംപ്ലോയിസ് യൂണിയന്റെ ഭാഗമായിരുന്ന അവർ *ചക്കജാം* കണ്ടിരുന്നു. നാടകത്തിലെ 2 ജോഗിമാർ പിക്കറ്റിങ്ങിൽ പങ്കെടുത്തതിന്റെ പേരിൽ സന്തോഷ സൂചകമായി മുഴുവൻ കടകളും അടച്ചിരിക്കുന്നു.

1985 ഡിസംബർ - സ്വപ്നങ്ങൾ

മോട്ടീറാമിൽ ഞങ്ങൾക്കൊപ്പം പാടിയ പർച്ചാം അംഗമായ അഷു

തോഷ് ദോഷി (Ashutosh Doshi) ഒരു ബസ് അപകടത്തിൽ മരിച്ചു. അന്ന് വൈകുന്നേരം അയാളുടെ പേരിൽ ബി പി ഹൗസിൽ അനുശോചന യോഗം ചേർന്നു. അയാളുടെ ചിത്രം വലുതാക്കി ഫ്രെയിം ചെയ്തു വയ്ക്കണമെന്ന് സഫ്ദറിനുണ്ടായിരുന്നു. അതുപോലെതന്നെ തലേന്ന് രാത്രി താനെഴുതിയ *ഹല്ലാ ബോലി*ന്റെ സ്ക്രിപ്റ്റ് ഫോട്ടോ കോപ്പി എടുക്കണമെന്നുമുണ്ട്.

പകൽ മുഴുവനും ഞാനും സഫ്ദറും (Mahatta) ഒരുമിച്ച് ചെലവഴിച്ചു. ആദ്യം ഞങ്ങൾ കോണാട്ട് പ്ലെയ്സിലെ മഹാറ്റാ ഫോട്ടോഗ്രാഫേഴ്സിനടുത്തേക്ക് പോയി. ഒരു യുവഗായകന്റെ അനുശോചന യോഗത്തിന് വേണ്ടിയാണെന്ന് മനസ്സിലാക്കിയ മഹാറ്റ വളരെ പെട്ടെന്ന് ഫോട്ടോ വലുതാക്കി കൊടുക്കാമെന്ന് സമ്മതിച്ചു. അദ്ദേഹം ചായ വരുത്തി, അതുമിതും പറഞ്ഞു കൊണ്ടിരിക്കുന്നതിനിടയിൽ ഒരു മണിക്കൂറിനുള്ളിൽ ഫോട്ടോ തയ്യാറായി. കുറേക്കാലം കഴിഞ്ഞിട്ടാണ് mahatta യുടെ അവിശ്വസനീയമായ ഫോട്ടോഗ്രാഫിക് കഴിവിനെ കുറിച്ചറിഞ്ഞത്. അദ്ദേഹം ഡൽഹിയിൽ ആധുനിക വാസ്തുവിദ്യാ ചരിത്രം കുറിച്ച ആളാണ്. Mahattas ൽ നിന്നിറങ്ങി മുനിസിപ്പൽ മാർക്കറ്റിലെ മോട്ടി ഫ്രെയിംസിലേക്കുപോയി. അതിന്റെ ഉടമസ്ഥൻ പ്രായം ചെന്ന ഒരു സിഖ് ജെന്റിൽമാൻ ആയിരുന്നു. സുപരിചിതരെപ്പോലെ സഫ്ദറും അയാളും തമ്മിൽ സംസാരിച്ചു. 1984 ലെ സിഖ് വിരുദ്ധ ലഹളയിൽ സഫ്ദർ ആ വൃദ്ധന്റെ കുടുംബത്തെ സഹായിച്ചിരുന്നതായി പിന്നീടെനിക്ക് മനസ്സിലായി. അദ്ദേഹം ഞങ്ങളോട് ഒരു മണിക്കൂർ കഴിഞ്ഞു വരാൻ പറഞ്ഞു. Motti യോട് ചെന്ന് ഫോട്ടോകോപ്പി എടുക്കാൻ സൗകര്യമുണ്ടായിട്ടും ഞങ്ങൾ ശങ്കർ മാർക്കറ്റിലേക്ക് പോയി.

"തനിക്ക് വിശക്കുന്നുണ്ടല്ലോ നമുക്കൊരു ദോശ കഴിക്കാം. ഡൽഹിയിൽ കിട്ടാവുന്ന ഏറ്റവും രുചികരമായ ഫിൽറ്റർ കാപ്പിയും."

"ഈ ദോശാവാലയും കോഫീവാലായും ദയവുചെയ്ത് നിന്റെ സുഹൃത്താണെന്ന് പറയരുത്."

സഫ്ദർ ചിരിച്ചു. അയാളും സുഹൃത്താണ്. ചുവരിലെ ചെറിയൊരു വിടവിലൂടെ ദോശ വാങ്ങി നിന്നുകൊണ്ടാണ് കഴിക്കേണ്ടത്. അവിടെ നിന്ന പയ്യന് സഫ്ദറെ കണ്ടപ്പോൾ സന്തോഷമായി.

"ഞങ്ങൾ ഇപ്റ്റയിലായിരുന്നപ്പോൾ മിക്കവാറും ഇവിടെ വന്ന് കാപ്പി കഴിക്കുമായിരുന്നു. ഇപ്റ്റയിൽ നിന്ന് ഞങ്ങൾ പുറത്തായത് എങ്ങനെ എന്നറിയാമോ? ഇല്ല? സത്യമായും? വരൂ നിനക്ക് 33 ശങ്കർ മാർക്കറ്റ് കാണിച്ചുതരാം."

സഫ്ദറിന് അതു സംബന്ധിച്ച് ഒരു കഥ പറയാനുണ്ട്. അന്നത്തെ ദിവസം മുഴുവനും അയാളെന്നെ സൽക്കരിച്ചുകൊണ്ടിരുന്നു. എങ്ങനെയാണ് ഇപ്റ്റ പുനഃസംഘടിപ്പിച്ചത്, ശ്യാമൾ മുഖർജിയെ എത്രമാത്രം അംഗീകരിച്ചിരുന്നു, റോഡ് അപകടത്തിൽ മുഖർജി മരിച്ചപ്പോൾ എങ്ങനെയാണ് പുറത്തായത്. അവരെങ്ങനെയാണ് ഓഫീസ് പിടിച്ചെടുത്തത്?

ഒന്നാം നിലയിലെ ജനാലവഴി അവരുടെ സാധനങ്ങൾ പുറത്തേക്ക് പറന്നത്, അങ്ങനെ പലതും. ഓരോ വേഷം ചെയ്യുമ്പോഴും സഫ്ദർ ഒന്നാന്തരം പ്രേക്ഷകനായിരുന്നു. ജനത്തിന്റെ ആദ്യകാല ചരിത്രം അദ്ദേഹം എന്നോട് പങ്കുവച്ചു. ആടിയും പാടിയും ആർത്തുല്ലസിക്കുന്ന അമ്രോഹയിലെ ജനക്കൂട്ടത്തെ വിനോദ് നാഗ്പാൽ നിയന്ത്രിച്ച സംഭവം ഉൾപ്പെടെ. ഞങ്ങൾ മോട്ടിയിൽ നിന്നും ഫോട്ടോ വാങ്ങി. കാശു വാങ്ങാൻ കൂട്ടാക്കിയില്ല. "പറ്റില്ല. വാങ്ങണം. അല്ലെങ്കിൽ ഞാൻ ഇനി ഇങ്ങോട്ട് വരില്ല."

"ഈ ഫോട്ടോ നിങ്ങളാ യുവാവിന്റെ കുടുംബത്തിന് കൊടുക്കണം. ഒപ്പം ഈ വൃദ്ധന്റെ അനുഗ്രഹങ്ങളും."

''ശരി. നിങ്ങൾ ഇങ്ങനെ പറയുമ്പോൾ ഞാനെങ്ങനെ നിർബ്ബന്ധിക്കും. അടുത്ത തവണ..."

"നമുക്ക് കാണാം. നമുക്ക് കാണാം. 'റാബ്‌രാഖാ പാട്ടർ' മോനേ ദൈവം നിങ്ങളോടൊപ്പം ഇരിക്കട്ടെ."

ഏകദേശം ഒരു വർഷത്തിനുശേഷം വീണ്ടും ഞാനവിടെ പോയി. സഫ്ദറിന്റെ ഫോട്ടോ ഫ്രെയിം ചെയ്യാൻ. അത് വല്ലാത്തൊരു നിയോഗമായിരുന്നു.

"നിങ്ങൾക്കിയാളെ അറിയുമോ?" ഈ ഫോട്ടോയിൽ വിരലോടിച്ചുകൊണ്ട് വൃദ്ധൻ തിരക്കി.

"അറിയാം. 1988 ഡിസംബറിൽ അദ്ദേഹം അവസാനമായി ഇവിടെ വന്നത് ഓർക്കുന്നുണ്ടോ? അന്ന് ഞാനും അദ്ദേഹത്തോടൊപ്പമുണ്ടായിരുന്നു."

"ഓ അതെ. അതൊരു അനുശോചനയോഗത്തിനു വേണ്ടിയായിരുന്നു. ആർക്കറിയാം... റാബ് അഛേ ലോഗേഴ് കോ സബ്സേ പെഹ്ലേ ഉധ ലേത്ത ഹേ നല്ലവരെ ദൈവം നേരത്തെ വിളിക്കും."

അദ്ദേഹത്തിന്റെ മിഴികൾ ഈറനണിഞ്ഞു. ഞാൻ ഫ്രെയിം ചെയ്തതു വാങ്ങാൻ ചെന്നപ്പോൾ വീണ്ടും കാശു വാങ്ങാൻ തയ്യാറായില്ല.

"ആ ദിവസം എനിക്കും സഫ്ദറിനും സമയമുണ്ടായിരുന്നതിനാൽ വിന്റർ സായാഹ്നം ആസ്വദിച്ചുകൊണ്ട് ശങ്കർ മാർക്കറ്റ് മുതൽ ഞങ്ങൾ വി പി ഹൗസ് വരെ നടന്നു. അപ്പോഴും സഫ്ദർ പല കഥകളും പറഞ്ഞെന്നെ സന്തോഷിപ്പിക്കുകയാണ്. പാർട്ടി ഓഫീസിലിരുന്ന സഖാക്കൾക്ക് ഹലോ പറഞ്ഞതിനുശേഷം സഫ്ദർ എന്നോട് ചോദിച്ചു. "നിനക്ക് വിശക്കുന്നില്ലേ." നമുക്ക് യു എൻ ഐ കാന്റീനിൽ പോയി കോഫി കുടിക്കാം. വി പി ഹൗസിനോടു ചേർന്നായിരുന്നു യുണൈറ്റഡ് ന്യൂസ് ഓഫ് ഇന്ത്യ."

കാപ്പി കുടി കഴിഞ്ഞ് അദ്ദേഹം എന്നോട് തന്റെ സ്വപ്നത്തെക്കുറിച്ച് പറഞ്ഞു. തൊഴിലാളി വർഗ്ഗ മേഖലയിൽ ഒരു കൾച്ചറൽ സെന്റർ സ്ഥാപിക്കണം.

"നമ്മൾ കുറച്ചു സ്ഥലം വാങ്ങും. അതിന്റെ ഒരു ഭാഗത്ത് സുന്ദരമായൊരു പൂന്തോട്ടം വച്ചു പിടിപ്പിക്കണം. അവിടെ നമുക്കാവശ്യമുള്ള

പച്ചക്കറികൾ നമ്മൾ തന്നെ വിളയിക്കും. ഒരു കാർപ്പന്ററി വർക്ക്ഷോപ്പ്. വീഡിയോ ഫിലിം സ്റ്റുഡിയോ. എഡിറ്റിങ് റൂം. ഈ രംഗത്ത് എനിക്ക് ധാരാളം സുഹൃത്തുക്കളുണ്ട്. നമ്മളെ പരിശീലിപ്പിക്കാൻ അവരോട് അപേക്ഷിക്കാം. പിന്നീട് നമ്മൾ തൊഴിലാളി വർഗ്ഗ യുവാക്കളെ പരിശീലിപ്പിക്കും. തൊഴിലാളി വർഗ്ഗത്തിന് അവരുടെ കഥ പറയാൻ ഒരുപാട് വഴികളുണ്ട്. നമ്മൾ പരിശീലിപ്പിക്കുന്ന യുവാക്കൾ സ്വയം പരിശീലകരാവും. നമ്മളെല്ലാം ജനത്തിൽ ഒരുമിച്ചു ജീവിക്കും. അതൊരു സമൂഹമായി മാറും. പിന്നെ നമ്മൾ തിയേറ്റർ പ്രവർത്തനം നടത്തും. ഇന്നത്തെപ്പോലെയല്ല. നമ്മൾ സായംകാലങ്ങളിലാവും ഒത്തുചേരുന്നത്. എല്ലാ ദിവസവും നാടകം പഠിക്കും. സ്വയം പരിശീലിക്കും. കൂടുതൽ കൂടുതൽ പഠിക്കും. നമ്മൾ പേരുകേട്ട തിയേറ്റർ പ്രവർത്തകരാവും. ഇന്ത്യയിലുടനീളം നമ്മൾ തെരുവ് തിയേറ്റർ കലാകാരന്മാരെ പരിശീലിപ്പിക്കും."

"ആഗ്രഹങ്ങളെല്ലാം നല്ലതുതന്നെ. പക്ഷേ, അതിനുള്ള പണം എവിടെനിന്നു വരും?"

"ഞാനുണ്ടാക്കും. ഇപ്പോത്തന്നെ ടെലിവിഷൻ, സിനിമാ പരിപാടികൾക്ക് എഴുതാൻ ആവശ്യപ്പെടുന്നുണ്ട്. തെരക്കായതുകൊണ്ട് നിരസിക്കയാണ്. ഞാനത് സ്വീകരിച്ചാൽ, ധാരാളം സമ്പാദിക്കാൻ കഴിയും."

"എന്നാൽ ഇതൊക്കെ ചെയ്യാനിറങ്ങി പുറപ്പെട്ടാൽ ജനം ആര് കൈകാര്യം ചെയ്യും?"

"നിങ്ങൾ, നിങ്ങളെല്ലാവരും. നിങ്ങളിപ്പോൾ ധാരാളം പേരുണ്ടല്ലോ. പുതിയ ആശയങ്ങളും കഴിവുകളും കൊണ്ട് സമ്പന്നർ."

പെട്ടെന്നു ഞാൻ വല്ലാതായി. കാരണം അദ്ദേഹത്തിന്റെ സ്വരത്തിൽ ഒരു പ്രത്യേക ഗാംഭീര്യം ഉള്ളതായി കണ്ടു.

"ഞാൻ ഗൗരവമായിട്ടാണ് പറഞ്ഞത് സുദ്ദു. തന്നെയും രാകേഷിനെയും ബ്രിജേന്ദറിനേയും ശിഖയേയും ജോഗിയേയുമൊക്കെയാണ് ജനത്തിന്റെ നേതാക്കളായി ഞാൻ കാണുന്നത്. ശരിയാണ് തീർച്ചയായും ഞാനും മാലയും ലളിതും കാലിയായുമൊക്കെ അവിടെ തന്നെയുണ്ടാവും. നയിക്കുന്നത് സഫ്ദർ തന്നെയാവണം. നിങ്ങളിതും എഴുതണം നിങ്ങളുടെ ഹിന്ദിയിൽ കുറച്ചുകൂടെ ഭാഷാ ശൈലിയുണ്ടാവണമെന്നുമാത്രം. നിങ്ങൾക്ക് സംഘാടനം നന്നായറിയാം. രാകേഷും സംവിധായകനാവുമെന്ന് ഞാൻ കരുതുന്നു. എന്റെ ടെലിവിഷൻ പരിപാടികളിൽ അവനെക്കൂടെ ഉൾപ്പെടുത്താനാഗ്രഹിക്കുന്നു. ബ്രിജേന്ദറിനേയും ശിഖയേയും കൂടെ സംഘാടന ശൈലി പഠിപ്പിക്കണം. ത്യാഗിയെപ്പോലെ ജോഗിയും നല്ല കഴിവുള്ള രാകിയൊരുക്കാത്ത ഒരു മുത്താണ്. പിന്നെയും ധാരാളം പേരുണ്ട് നന്ദിത, ജോയി, ലാംബി..."

ഒരു വർഷത്തിനു മുമ്പ് ലാഹോർ വർക്ക്ഷോപ്പിൽ വച്ചു തന്റെ ആശയം സഫ്ദർ വിശദീകരിച്ചതിങ്ങനെ:

തികച്ചും ആകാംക്ഷാഭരിതമായൊരു പദ്ധതിയിലേക്കാണ് ഇപ്പോൾ

> നമ്മൾ പ്രവർത്തിച്ചു നീങ്ങുന്നത്. ഒരു തൊഴിലാളിവർഗ്ഗ കേന്ദ്ര ത്തിൽ നമ്മുടെ സ്വന്തം തിയേറ്റർ രൂപീകരിക്കണം. രണ്ട് രണ്ടര വർഷത്തിനകം ആവശ്യമായ ഫണ്ട് നമ്മൾ ശേഖരിക്കും. ലക്ഷക്കണക്കിന് രൂപയാണ് അതിനുവേണ്ടി ശേഖരിക്കേണ്ടത്. 1990 ലോ ഒന്നോ രണ്ടോ വർഷങ്ങൾ കൂടെ കഴിഞ്ഞോ ഡൽഹിയിലെ തൊഴിലാളി മേഖലയിൽ നമ്മുടേതായ തിയേറ്റർ കെട്ടിയുയർ ത്തുകയാണ് നമ്മുടെ ആശയം. അവിടെ പലതരം സ്റ്റേജുകൾ പ്രൊസീനിയം സ്റ്റേജ്, ത്രസ്റ്റ് സ്റ്റേജ്, റൗണ്ട് സ്റ്റേജ് മുതലായവ ഉണ്ടാകും. അപ്പോൾ നമ്മൾ അമേചർ സ്വഭാവം മാറി പ്രൊഫഷ ണലുകളാവും അഥവാ പൂർണ്ണമായ പ്രവർത്തകർ അവിടെ നമ്മളൊരു നാടകശേഖരം ഉണ്ടാക്കും. ഇതൊരു പരിശീലന കേന്ദ്രമാക്കി മാറ്റുന്നതോടെ രാജ്യത്തിന്റെ വിവിധ ഭാഗങ്ങളിൽ നിന്നും സ്ട്രീറ്റ് തിയേറ്റർ ആക്ടിവിസ്റ്റുകളും പീപ്പിൾസ് തിയേറ്റർ ആക്ടിവിസ്റ്റുകളും വന്ന് വർക്ക്ഷോപ്പുകൾ സംഘടിപ്പിക്കും. അവിടെ നമുക്ക് എല്ലാതരം നാടകങ്ങളും ചെയ്യണം. ഉദാഹരണ ത്തിന്, തൊഴിലാളികൾക്കുവേണ്ടി ഗ്രീക്ക് ദുരന്ത നാടകങ്ങളും ഷേക്സ്പീരിയൻ നാടകങ്ങളും ചെയ്യണം.

മറ്റുള്ളവരോടും അദ്ദേഹം ഇതേപ്പറ്റി പറഞ്ഞിട്ടുണ്ട്. ഹബീബ് സാബിനോട് തന്റെ പദ്ധതികൾ പറഞ്ഞതായറിയുന്നു. സുഹൈലിനും പുഷിക്കുമുണ്ട് അതേ അനുഭവം. ജനത്തിലും പാർട്ടിയിലും തുടരുന്ന തോടൊപ്പം സിനിമാ പ്രവർത്തനം നടത്തുക എന്നത് ശരിയാവില്ലെന്ന് പുഷി സഫ്ദറിനോട് അഭിപ്രായപ്പെടുകയും ചെയ്തു. ഒരു വിലയേറിയ സഖാവിനെ ബോംബെ നഗരം വഴിതെറ്റിക്കുമോ എന്ന് പുഷി ഭയന്നു. സ്വാഭാവികമായും സഫ്ദർ അതംഗീകരിച്ചില്ല. നിലവിലെ സി പി ഐ (എം) സെക്രട്ടറി സീതാറാം യെച്ചൂരിയുമായി 1998 ൽ അഭിമുഖം നടത്തു മ്പോൾ താൻ നടപ്പിലാക്കാനുദ്ദേശിക്കുന്ന തിയേറ്റർ സെന്ററിനുവേണ്ടി യുള്ള അപേക്ഷ 1988 ൽ തന്നെ അദ്ദേഹത്തിനു നല്കിയതായി ഓർമ്മിച്ചു. 1989 ജനുവരിയിലെ തിരുവനന്തപുരം പാർട്ടി കോൺഗ്രസ് കഴിഞ്ഞു വന്നാലുടൻ അതേപ്പറ്റി സംസാരിക്കാമെന്ന് യെച്ചൂരി സമ്മതിച്ചതാണ്. ആ അപേക്ഷയെക്കുറിച്ച് ബൃന്ദ കാരാട്ടിന്റെ ഓർമ്മ ഇങ്ങനെ:

> ഒരു സ്ഥാപനമുണ്ടാക്കുന്നതിനെക്കുറിച്ചുള്ള അദ്ദേഹത്തിന്റെ ആശയം സംബന്ധിച്ച് ഞാനയാളുമായി വിശദമായ ചർച്ച നട ത്തിയിരുന്നു. ഗ്രൂപ്പിനാവശ്യമായതെല്ലാം ചെയ്യുമെന്നയാൾ വിശ്വ സിച്ചു. പ്രവർത്തനങ്ങൾ മുന്നോട്ടു തന്നെ പോകുമെന്ന വിശ്വാസ ത്തിലുമായിരുന്നു. സ്വന്തം അനുഭവങ്ങളുടെ വെളിച്ചത്തിൽ മുഴു വൻ പ്രദേശത്തിനുവേണ്ടിയും പ്രവർത്തിക്കണം. വ്യത്യസ്ത കലാ രൂപങ്ങൾക്കുവേണ്ടിയുള്ള ഒരു സാംസ്കാരിക കേന്ദ്രം. അയാൾ വളരെ ശ്രദ്ധാലുവായിരുന്നു. അന്ന് പാർട്ടിക്കുകൊടുത്ത കുറിപ്പിന്റെ

> കാര്യം ഞാൻ പ്രത്യേകം ഓർക്കുകയാണ്. എന്തൊരു കാഴ്ചപ്പാടാണ്. അദ്ദേഹത്തിന്റെ പ്രവർത്തനങ്ങളെക്കുറിച്ച് സഹാനുഭൂതിയോടെ ഞാനോർക്കുന്നു. ഇപ്പോഴും ജനത്തിനൊപ്പം ഉണ്ടാകേണ്ടതാണെന്ന് ഞാൻ കരുതുന്നു. അതേക്കുറിച്ചുള്ള ചർച്ചകളിൽ ഇവയൊക്കെ സംയുക്തമായി നടക്കുമെന്നു തന്നെയാണ് കരുതിയത്. സ്ഥായിയായ സ്വാധീനമുണ്ടാക്കണമെങ്കിൽ ഒരു സാംസ്ക്കാരിക കേന്ദ്രം അനിവാര്യമാണ്. നിർഭാഗ്യവശാൽ ആ ചർച്ച പൂർത്തിയാകാതെ പോയി.

മാല, സഫ്ദറുമൊത്ത് മംഗളപുരിയിൽ കുറച്ചു സ്ഥലം നോക്കാൻ പോയതിന്റെ ഓർമ്മയിലാണ്. "എന്നാൽ സാംസ്കാരിക കേന്ദ്രം ഒരു കിനാവായിരുന്നു. എപ്പോഴെങ്കിലും നടപ്പിലാകാവുന്ന ഒന്ന്. ഉടനെ നടപ്പിലാകണമെന്നില്ല. ഒരാശയം എപ്പോഴെങ്കിലും സഫ്ദറിനു വീണുകിട്ടിയാൽ പിന്നെ അതേക്കുറിച്ച് എപ്പോഴും വിശാലമായ പദ്ധതികളാണ് മനസ്സിൽ. ഇതൊരു കിനാവാണ്. ഗൗരവമേറിയ കിനാവ്, എന്നാലത് പൂർണ്ണമായും പ്രായോഗികമായിരുന്നില്ല. ഇതൊന്നും എളുപ്പത്തിൽ സാക്ഷാൽക്കരിക്കപ്പെടുമെന്ന വിശ്വാസം അദ്ദേഹത്തിനില്ലെന്ന് സ്വയം തിരിച്ചറിഞ്ഞതായാണ് എന്റെ തോന്നൽ."

അദ്ദേഹത്തിന്റെ മനസ്സിൽ രൂപമായിക്കിടക്കുന്ന ഒരാശയം തൊഴിലാളിമേഖലയിൽ സാംസ്കാരികോത്സവം നടക്കണമെന്നതായിരുന്നു എന്നാണ് മാല പറഞ്ഞത്. അദ്ദേഹം അതിന് ജനോത്സവം എന്നു പേരിട്ടു. അതിലൂടെ മികച്ച കലാകാരന്മാരെ പരിചയപ്പെടുത്താൻ ആഗ്രഹിച്ചു. പൊതുജനസംഘടനകളുടെ സഹായത്തോടെയാണ് ഇത് നടത്തേണ്ടത്. 1990 ൽ ആ ജനോത്സവം നടത്തപ്പെട്ടു. ഡൽഹിയിലെ മംഗളാപുരിയായിരുന്നു വേദി. അത് സംഘടിപ്പിച്ചത് സഹ്മാത്, 2012 ൽ പടിഞ്ഞാറെ ഡൽഹിയിലെ ശാദിപൂരിൽ സഫ്ദർ സ്റ്റുഡിയോ സ്ഥാപിച്ചതോടെ കലാകേന്ദ്രമെന്ന സ്വപ്നം യാഥാർത്ഥ്യമായി. ഇന്നത് നഗരത്തിലെ ഏറ്റവും ഉൾക്കനമുള്ള സാംസ്കാരിക കേന്ദ്രമാണ്. മറ്റു തലങ്ങളിലേക്കും അതിന്റെ പ്രവർത്തനം വ്യാപിച്ചുകൊണ്ടിരിക്കുന്നു. ലെഫ്റ്റ് വേഡ് ബുക്സിന്റെ മെയ്ഡേ ബുക്ക് സ്റ്റോർ അതിന്റെ ഭാഗമാണ്.

1988 ഡിസംബർ - അവസാന മാസം

ജനത്തിന്റെ എക്സിക്യൂട്ടീവ് കമ്മിറ്റിയിൽ *ചക്കാജാം* പ്രചരണത്തെക്കുറിച്ച് വിശദമായ അവലോകനം നടത്തി. അവലോകനത്തെ തുടർന്ന് ഞാനെഴുതിയ റിപ്പോർട്ടിൽ, ജനം ഏറ്റെടുത്ത പരിപാടികളിൽ ഏറ്റവും നന്നായി വിജയിച്ച പരിപാടിയായി വിലയിരുത്തുന്നതായി രേഖപ്പെടുത്തുന്നുണ്ട്. നവംബർ രണ്ടിനും ഇരുപത്തൊന്നിനും ഇടയിലെ 16 ദിവസത്തിനുള്ളിൽ 29 അവതരണങ്ങൾ നടന്നു. അതിൽ 27 എണ്ണവും സമരവുമായി നേരിട്ട് ബന്ധപ്പെട്ടതും ചേരികളിലും വ്യവസായ മേഖലക

ളിലുമായി നടത്തിയതാണ്. ബാക്കി രണ്ടെണ്ണത്തിൽ ഒന്ന് ജെ എൻ യുവിലും മറ്റൊന്ന് രാജസ്ഥാനിലെ ആൾവാറിലുമായിരുന്നു. ഏതു സന്ദർഭത്തിലാണ് അവതരിപ്പിച്ചതെന്ന് ഓർമ്മയില്ല. ഏകദേശം 3,641.77 രൂപ സംഭാവനയായി സ്വീകരിക്കയും 18,000 മുതൽ 19,000 വരെ തൊഴിലാളികളുമായി നേരിട്ടു ബന്ധപ്പെടുകയും ചെയ്തു. 800 രൂപയാണ് ആകെ ചെലവ്. ശേഷിച്ച തുകയിൽ 2,841.77 രൂപ പകുതി സി ഐ ടി യുവിന് സംഭാവന ചെയ്തു. അതോടൊപ്പം രണ്ട് അധിക അവതരണത്തിൽനിന്നു കിട്ടിയ 1100 രൂപയുടെ പകുതി സി ഐ ടിയുവിന് കൈമാറിയില്ല. കലാകാരന്മാരെയും ബുദ്ധിജീവികളെയും മാർച്ചിനനുകൂലമായി കൊണ്ടു വരുന്നതിനു ജനം വഹിച്ച പങ്കും മാധ്യമങ്ങൾ നല്കിയ പിന്തുണയും അത് സമരത്തിനു നല്കിയ ആവേശവും അവലോകനനോട്ടിൽ രേഖപ്പെടുത്തിയിട്ടുണ്ട്.

ഓരോ അഭിനേതാവിന്റെയും അഭിനയ വൈഭവത്തെക്കുറിച്ച് വിശദമായ വിലയിരുത്തൽ നടത്തിയ വിവരവും റിപ്പോർട്ടിലുണ്ട്. പലതും ഇരട്ട വേഷങ്ങളായിരുന്നതിനാൽ ഒരു താരതമ്യ പഠനമാണ് നടത്തിയത്. സുദൻവാ, ഐഷാ, ലാമ്പി എന്നിവർ ചെയ്ത വേഷങ്ങളിൽ അവരെക്കാൾ കൂടുതൽ തിളങ്ങിയവരാണ് നന്ദിതയും രാകേഷും. ഒരു പ്രാവശ്യം ഞാൻ ചെയ്ത പൊലീസ് വേഷം സുധൻവാ കൂടുതൽ മനോഹരമാക്കിയതായും റിപ്പോർട്ടിൽ പറയുന്നു. 29 കളികളിലും പങ്കെടുത്ത രണ്ടേ രണ്ടു താരങ്ങൾ മാലയും ഷീക്ക്മയുമായിരുന്നു. “ഇരുവരും ഉന്നതനിലവാരം പുലർത്തുകയും ചെയ്തു.” “ബ്രിജേന്ദറിനും റിയാസിനും പകരം രണ്ടു തവണയാണ് സഫ്ദർ അഭിനയിച്ചത്. രണ്ടിലും അസാധാരണ പ്രകടനമായിരുന്നു.”

ഞാനും മാലയും വിനോദും പിന്നെ പത്തോളം ജനം സഖാക്കളും സമരാനുഭവങ്ങളെക്കുറിച്ചും നാടകാവതരണത്തെക്കുറിച്ചും ആമുഖ പ്രസംഗം നടത്തി. നാടകവുമായി നേരിട്ടു ബന്ധമില്ലാത്തവരാരും പ്രചരണ പ്രവർത്തനങ്ങളിൽ ഏർപ്പെട്ടില്ല എന്നത് സംഘടനാ പിഴവായി വിലയിരുത്തി.

നാടകാവതരണത്തിനു മുമ്പും പിമ്പുമുള്ള അഭിനേതാക്കളുടെ പെരുമാറ്റ രീതിയാണ് വൃണപ്പെടുത്തുംവിധം ഉണ്ടായ വിമർശനം. പ്രാദേശിക സഖാക്കളുമായി ഇടപെടാനുള്ള ശ്രമംപോലും ഉണ്ടായില്ല. “നമ്മൾ നാടകം തുടങ്ങുന്നതിനു തൊട്ടുമുമ്പ് ഒരു കൂട്ടം ഉന്നതകലാകാരന്മാരെന്ന ഭാവത്തിൽ സ്ഥലത്തു വന്നിറങ്ങുന്നു. നമ്മുടെ പ്രേക്ഷകർക്കുവേണ്ടി ഒന്നും ചെയ്യാനില്ലെന്ന ഭാവത്തിലായിരുന്നു അഭിനേതാക്കൾ നമ്മൾ രാഷ്ട്രീയമായും കലാപരമായും, വളർത്തിയ ആളുകളിൽ നിന്നുള്ള ഒറ്റപ്പെടൽ.”

സമര പ്രചരണത്തിൽ ജനം വഹിച്ച പങ്കിനെ പ്രകീർത്തിച്ചുകൊണ്ട് സി ഐ ടി യു ഡൽഹി സെക്രട്ടറി സൂരജ് ഭാൻ ഭരദ്വാജ് അഭിനന്ദനങ്ങളറിയിച്ചിരുന്നു. അതോടൊപ്പം സോളിഡാരിറ്റി മാർച്ചിനും സമരത്തിനാ

വശ്യമായ രണ്ടു പോസ്റ്ററുകൾ തയ്യാറാക്കിയ സഫ്ദറിനും അദ്ദേഹം നന്ദി അറിയിച്ചു. ജനത്തിന്റെ മനോഗതി ഉയർന്നതായും ആവശ്യങ്ങൾ അനുവദിച്ചു കിട്ടുംവരെ സമരാഗ്നി അണയാതെ സൂക്ഷിക്കണമെന്ന് സി ഐ ടി യു ചിന്തിക്കുന്നതായും സഫ്ദർ ഞങ്ങളോട് പറഞ്ഞു. *ചക്കജാമി*നെ സമരാനന്തര സാഹചര്യങ്ങളുമായിണക്കി പുതിയ രീതിയിൽ അവതരിപ്പിക്കണമെന്ന് അദ്ദേഹം നിർദ്ദേശം വച്ചു.

ഒരു വൈകുന്നേരം ഞങ്ങൾ നാടകം തിരുത്തി എഴുതുന്നതിനായി സഫ്ദറിന്റെയും മാലയുടെയും ലക്ഷ്മി നഗറിലെ ഭവനത്തിൽ ഒത്തുകൂടി. ഞങ്ങൾ മാറ്റങ്ങളെക്കുറിച്ച് ചർച്ച ചെയ്തു. ചിലത് വളരെ ലളിതമായിരുന്നു. ഉദാഹരണമായി, അഷോയുടെ പിതാവിനോട് നടക്കാൻ പോകുന്ന സമരത്തെക്കുറിച്ച് ജോഗി പറയുന്നിടത്ത് സമരാനന്തര കാര്യങ്ങൾ പറയണം. ഒരു സി ഐ ടി യു വിരുദ്ധ നാടകം ചെയ്യണമെന്ന വിപരീത ആശയത്തോടു വിയോജിച്ചുകൊണ്ട്, ഒരു പുതിയ രംഗം കൂടെ ഉൾപ്പെടുത്തണമെന്ന് താല്പര്യം. അതുകൊണ്ട് ഞാനും ബ്രിജേന്ദറും ലളിതും ജോഗിയും എഴുതാനെന്ന ഭാവത്തിൽ അകലെയകലെയായി ഇരുന്നു. രണ്ടു മണിക്കൂർ കഴിഞ്ഞിട്ടും കാണിക്കാൻ പാകത്തിൽ ഒന്നും എഴുതിയില്ല. അതേ സമയം സഫ്ദർ ഞങ്ങൾക്ക് കാപ്പിയുണ്ടാക്കുന്നതിനൊപ്പം പുതിയൊരു രംഗവും എഴുതി പൂർത്തിയാക്കി.

പുതുതായി എഴുതിയ രംഗത്തിൽ പൊലീസ് ആക്രമണം മൂലം മുറിവും ചതവുമേറ്റവനായി ഒരു ചെങ്കൊടിയേറ്റിയാണ് ജോഗി പ്രവേശിക്കുന്നത്. മറ്റു യൂണിയനുകളിലെ നാലുപേർ അയാളെ വളഞ്ഞിട്ട് അപഹസിക്കുന്നുണ്ട്. നിന്റെ ബോധം തിരിച്ചു കിട്ടിയോ എന്നതാണ് ഒരാളുടെ ചോദ്യം. ശരീരത്തിലെ മുറിവുകളൊക്കെ ആസ്വദിച്ചുകൊണ്ട് മറ്റൊരുവന്റെ ചോദ്യം, നിനക്കെന്തെങ്കിലും കഴിക്കാനായി ജയിലിലെ യജമാനന്മാർ തന്നോ? താനിപ്പോൾ ഒരു ജയിൽ പക്ഷിയാണ്. ങേ? എല്ലാത്തിനും സി ഐ ടി യുവിനോട് നന്ദി പറയണം. അങ്ങനെ പോകുന്നു പരിഹാസം. ജോഗി ശാന്തനായി മ്ലാനവദനായി കോപിഷ്ഠനായി കാണപ്പെടുന്നു. സി ഐ ടി യു വിട്ട് തങ്ങളുടെ ഏതെങ്കിലും സംഘടനയിൽ ചേരാൻ നിർബ്ബന്ധിക്കുന്നു. കുറഞ്ഞപക്ഷം ഒന്നിലും പോകാതെ നിന്നാലും മതി. ഏത് ബുദ്ധിമുട്ടിലും ഞങ്ങൾ ഒപ്പമുള്ളപ്പോൾ നിനക്കെന്തിനാണൊരു യൂണിയൻ. അവർ അയാളുടെ കൊടി വലിച്ചു കീറി. ഇപ്പോൾ കൈയിൽ വടി മാത്രമാണുള്ളത്. ജോഗി അവർക്കുനേരെ തിരിയുന്നു. നിനക്കൊക്കെ നാണമില്ലേ? അയാളലറി. വൃത്തികെട്ട കൂട്ടിക്കൊടുപ്പുകാരാ നിന്റെയൊക്കെ ആ പങ്കിലമായ കൈകൊണ്ട് തൊഴിലാളി വർഗ്ഗത്തിന്റെ അഭിമാനമായ ചെങ്കൊടിയിൽ തൊടാൻ എങ്ങനെ കഴിയുന്നു.

ഈ ഘട്ടത്തിൽ നടന്മാർ ഇടപെട്ട് ജോഗിയെ നിശ്ശബ്ദനാക്കുന്നു. ഒരു സി ഐ ടി യു വിരുദ്ധ നാടകമാണ് കളിക്കുന്നതെന്ന് അവർ അയാളെ ഓർമ്മിപ്പിക്കുന്നു. ഇപ്പോൾ ജോഗിയിലെ നടനും ജോഗിയിലെ കഥാപാത്രവും ഒന്നായി മാറുകയാണ്. ഇല്ല. ഒരു സി ഐ ടി യു വിരുദ്ധ നാടകം

കളിക്കാൻ ഞാൻ തയ്യാറല്ല. ഇതെന്റെ യൂണിയനാണ്. ഇതെന്റെ കൊടിയാണ്. അയാൾ പ്രതിരോധത്തിന്റെ അടയാളമായി മാറുന്നു. പൊലീസുകാരുടെയോ നേതാവിന്റെയോ ഭീഷണിയിൽ വീഴുന്നില്ല. അവസാന സന്ദർഭത്തിൽ തൊഴിലാളികളുടെ ഐക്യതയുടെ മുന്നിൽ മുട്ടു മടക്കി പൊലീസും നേതാവും അയാളുടെ ശിങ്കിടിയും മടങ്ങുന്നു. നാടകത്തിന്റെ ബാക്കി രംഗങ്ങളെല്ലാം മിക്കവാറും *ചക്കജാം* പോലതന്നെ തുടരുന്നു.

ഈ പുതിയ രചനയെ സഫ്ദർ വിളിച്ചു *ഹല്ലാ ബോൽ* (Raise Hell)

ഹല്ലാ ബോൽ നിഷേധങ്ങളുടെ ഒരു തുടർച്ചയായാണ് രൂപപ്പെടുത്തിയിട്ടുള്ളത്. മുദ്രാവാക്യങ്ങളുടെ നാടകം അതിനെ നിഷേധിച്ചുകൊണ്ട് പ്രേമകഥയായി മാറുന്നു. പ്രേമകഥ സമരത്തിലേക്ക് വഴിമാറുമ്പോൾ അതിനെ നിഷേധിച്ചുകൊണ്ട് സമരവിരുദ്ധത പ്രകടമാക്കുന്നു. ഇതിനെ നിഷേധിച്ചുകൊണ്ട് നായക നടൻ പറയുകയാണ്. തൊഴിലാളി യൂണിയൻ വിരുദ്ധ നാടകത്തിൽ അഭിനയിക്കില്ലെന്ന്. മറ്റൊരുകൂട്ടം നിഷേധങ്ങൾ ഇവിടെ തുടങ്ങുകയാണ്. പാർവ്വതി കൈകുഞ്ഞുമായി ജോലിക്കു വന്നതുകാരണം ഫാക്ടറിയിൽ പ്രവേശനം നിഷേധിച്ചപ്പോൾ ഒരു വിഭാഗം യൂണിയൻ നേതാക്കൾ അവളുടെ ആവശ്യങ്ങൾ നിഷേധിക്കുകയും സമരത്തിൽ പങ്കെടുക്കേണ്ട ആവശ്യകത പറയുകയും ചെയ്യുന്നു. ഒരു വിഭാഗം തൊഴിലാളി യൂണിയൻ നേതാക്കളുടെ ഈ കാഴ്ചപ്പാടിനെ നിഷേധിച്ചുകൊണ്ട് സ്ത്രീകളുടെയും കരാർ തൊഴിലാളിയുടെയും ആവശ്യങ്ങൾ കൂട്ടിച്ചേർത്ത് നാടകം അവസാനിപ്പിക്കുന്നു. തുടക്കത്തിൽ കണ്ടതുപോലെ മുദ്രാവാക്യം വിളിച്ചുകൊണ്ടാണ് നാടകം സമാപിക്കുന്നത്. രംഗങ്ങൾക്കനുയോജ്യമായ രീതിയിൽ മുദ്രാവാക്യങ്ങൾ ഉൾപ്പെടുത്തി. എന്നാൽ അവ ഓരോന്നും പതിവുശൈലി വിട്ട് നാടകത്തിനിണങ്ങും വിധം തൊഴിലാളി വർഗ്ഗ സമരത്തിനനുകൂലമായി പുതിയ ഭാഷ്യം നല്കി. അതുകൊണ്ടാണ് യാന്ത്രികമായ ചടങ്ങുപോലെ മന്ത്രിച്ചുകൊണ്ടിരുന്ന മുദ്രാവാക്യങ്ങൾ അവർക്ക് കാവ്യാത്മകമായി മുഴക്കാൻ കഴിഞ്ഞത്.

നാടകത്തിൽ രസകരമായി പാരഡികൾ ഉപയോഗിച്ചിരിക്കുന്നു. പൊലീസുകാരൻ ആവശ്യപ്പെട്ടപ്പോൾ ഒരു ഹിന്ദി സിനിമാ ഗാനത്തിന്റെ പാരഡിയിലൂടെയാണ് പ്രേമകഥ അവതരിപ്പിച്ചത്. ഈ പാട്ടിൽ ജോഗിയുടെ അച്ഛൻ വേഷം ഏതാണ്ടവസാനം വരെ സാധാരണ രീതിയിൽ തന്നെ. ലജ്ജാവതിയായ പെൺകുട്ടി, ധീരനായ യുവാവ്. പ്രബലനായ പിതാവ്, കരുതലുള്ള മാതാവ് എല്ലാം ഹിന്ദി സിനിമയിലെ മെലോ ഡ്രാമ തന്നെ. എന്നാൽ സഫ്ദർ പാരഡി രീതിയിൽ സ്ഥിരസമ്പ്രദായത്തെ തലകീഴായി മറിച്ചു കളഞ്ഞു. അതുകൊണ്ട് ലജ്ജാവതിയായ പെൺകുട്ടി ബന്ധങ്ങളെ മുന്നോട്ട് കൊണ്ടുപോകുന്നു. ധീരനായ യുവാവ് അച്ഛനു മുന്നിൽ ഉറച്ചു നില്ക്കുന്നു. അയാൾ നിഷ്പ്രഭനാവുകയാണ്. അമ്മയാകട്ടെ ഏറ്റവും നല്ല ബുദ്ധിമതിയും മൂർച്ചയുള്ളവളുമാകുന്നു. അവസാനമാകുമ്പോൾ യുവാവ് ഉറപ്പുള്ളവനാവുകയാണ്. എല്ലാം സാനന്ദകര

മാകുന്നു. കാഴ്ചക്കാർ രണ്ടായി തിരിയുന്നു. ജനത്തിന്റെ പഴയ നാടകങ്ങളെല്ലാം സംഭാഷണ പ്രധാനവും നർമ്മം നിറഞ്ഞതുമാണ്. എന്നാൽ *ചക്കജാം (ഹല്ലാബോൽ)*, ആദ്യത്തെ ബഹളപൂർണ്ണമായ നർമ്മ നാടകമാണ്. സഫ്ദറുൾപ്പെടെ ഞങ്ങളാരും അന്ന് തിരിച്ചറിഞ്ഞില്ല. എന്നാൽ നർമ്മരസപ്രധാനമായ കഥാതന്തു കണ്ടുപിടിക്കലും അതിന്റെ അസാധാരണ അന്ത്യത്തിലേക്കുള്ള വളർച്ചയും. അത് ജനത്തിനും സഫ്ദറിനും ഹബീബ് സാബിന്റെ സമ്മാനമാണ്.

ഡിസംബർ പകുതിയായപ്പോൾ ഞങ്ങൾ *ഹല്ലാബോൽ* കളിക്കാൻ തുടങ്ങി. ഡിസംബർ 20 ന് ഞങ്ങൾ ചുരു ജില്ലയിലെ സർദർഷഹാറിലേക്ക് യാത്രയായി. അവിടെ എഴുത്തുകാരുടെ കൂട്ടായ്മയിൽ *ഔരത്തും ഹല്ലാബോലും* കളിച്ചു. ഡിസംബർ 31 ന് ഓഖ്ല ഇൻഡസ്ട്രിയൽ ഏരിയ ബെൻസ് തെഹണ്ടിലായിരുന്നു ജനം *ഹല്ലാബോൽ* കളിച്ചത്. പരീക്ഷയ്ക്ക് പഠിക്കാനുണ്ടെന്ന് നടിച്ച് ആ കളിക്ക് ഞാൻ പോയില്ല. നാടകം അവതരിപ്പിക്കുന്ന സ്ഥലത്തെപ്പറ്റി അന്നു വൈകുന്നേരം പുഷിയും സഫ്ദറും തമ്മിൽ തർക്കമുണ്ടായി. നേരത്തെ കളിച്ച സ്ഥലത്തു മതിയെന്ന് പുഷിയും പുതിയൊരു സ്ഥലം കണ്ടുപിടിക്കണമെന്ന് സഫ്ദറും. സഫ്ദർ തന്റെ വഴിക്കു പോയി. പുഷി പറയുന്നു. അയാൾ തികച്ചും ഉറപ്പുള്ളവനാണ്. പാവം പുഷി സഫ്ദറുമായുള്ള പുഷിയുടെ അവസാനത്തെ രണ്ടു മീറ്റിങ്ങുകളും തർക്കങ്ങളിൽ കലാശിച്ചു. അന്നുരാത്രി ലളിത്, ബ്രിജേന്ദർ, രാകേഷ്, ജോഗി, ലളിതിന്റെ രണ്ടു സുഹൃത്തുക്കളുൾപ്പെടെ ഞങ്ങൾ പുതുവർഷ രാവ് ആഘോഷിക്കാൻ ജെ എൻ യു ക്യാമ്പസിൽ വന്നു.

അടുത്ത പ്രഭാതത്തിൽ 1989 ജനുവരി 1 ന് നാടകാവതരണത്തിനായി ഝണ്ഡപൂർ, ഗാസിയാബാദ് എന്നിവിടങ്ങളിലേക്ക് പോയി, വരാനിരിക്കുന്നതെന്താണെന്നറിയാതെ.

സംശയാലു

തിയേറ്റർ ഫോർ സോഷ്യൽ ചെയ്ഞ്ച് (Theatre for Social Change) എന്ന തത്ത്വാടിസ്ഥാനത്തിലാകണം സ്ട്രീറ്റ് തിയേറ്റർ രൂപപ്പെടേണ്ടത്. അപ്പോൾ ഉണ്ടാകുന്നൊരു ചോദ്യം: എന്തു മാറ്റമാണ് സ്ട്രീറ്റ് തിയേറ്ററിലുണ്ടാവേണ്ടത്? ഈ ചോദ്യം തെരുവു നാടക പ്രവർത്തകരായ നമ്മൾ നിരന്തരം ചോദിച്ചുകൊണ്ടിരിക്കുന്നു. എന്തു മാറ്റമാണ് നമ്മൾ കൊണ്ടുവരേണ്ടത്?

ചുരുക്കത്തിൽ, ഒന്നുമില്ല. ഒരു തെരുവു നാടകം കളിക്കുമ്പോൾ അതിന്റെ മാറ്റം പെട്ടെന്നു കാണണമെന്നല്ല, സ്വന്തം ജീവിതത്തിൽ മാറ്റങ്ങൾ കൊണ്ടുവരണമെന്നുമല്ല.

എല്ലാ ചെറിയ ഉത്തരങ്ങളും പോലെ ഇതൊരു അർദ്ധസത്യമാണ് സാഹചര്യം അതിലും ദുരൂഹമാണ്. ഉദാഹരണത്തിന്, ജാതി പ്രശ്നത്തിൽ ഒരാൾ ഒരു തെരുവുനാടകം ഉണ്ടാക്കുന്നെന്നു കരുതുക. ഉടനെ

ജാതി അപ്രത്യക്ഷമാകുമോ. ഇല്ല നാടകം കാണുന്നവരിലാരെങ്കിലും മേലിൽ ജാതി ചിന്ത വേണ്ടെന്ന് വെയ്ക്കുമോ? ഇല്ല. ഒരിക്കലുമില്ല. ശരി, എന്തുകൊണ്ടെന്നാൽ എല്ലാവരും അത് കാണുന്നില്ല. കുറച്ചുപേരെങ്കിലും ജാതി വേണ്ടെന്നു വെയ്ക്കുമോ? ഇല്ല. അങ്ങനെപോലും സംഭവിക്കുന്നില്ല. ശരി നമുക്ക് താഴെത്തട്ടിലേക്ക് കണ്ണോടിക്കാം. നാടകം അവർക്കു കാണിച്ചുകൊടുത്ത ദിശയിൽ ചിലരെങ്കിലും സ്വന്തം ജീവിതത്തെ ചോദ്യം ചെയ്യുമോ? നല്ലത്. കാരണം ഇത് കുറച്ചാളുകളുടെ മാത്രം കാര്യമാണ്. തീർച്ചയായും സമൂഹത്തെ മാറ്റാൻ അവർ മതിയാവില്ല.

പൗലോ ഫ്രെയർ പറയുന്നു, 'വിദ്യാഭ്യാസം സമൂഹത്തെ മാറ്റുന്നില്ല. വിദ്യാഭ്യാസം ആളുകളെ മാറ്റുന്നു. ആളുകൾ സമൂഹത്തെ മാറ്റുന്നു.' ഇതുതന്നെയാണ് തിയേറ്ററിലും കലകളിൽ പൊതുവേയും നടക്കുന്നത്. തിയേറ്റർ സമൂഹത്തെ മാറ്റുന്നില്ല. അത് ജനങ്ങളേയും ജനങ്ങൾ സമൂഹത്തേയും മാറ്റുന്നു. വിദ്യാഭ്യാസത്തിന് ജനങ്ങളിൽ മാറ്റം കൊണ്ടു വരാൻ കഴിയും. ജനങ്ങൾക്ക് സമൂഹത്തെയും, താരതമ്യേന കുറഞ്ഞ സമയത്തിനുള്ളിൽ. എത്രമാത്രം കുറഞ്ഞ സമയം? ഒരു ദശാബ്ദക്കാലം മതിയോ? ഉദാഹരണമായി, ഒരു ഗ്രൂപ്പിലെ താഴ്ന്ന ജാതിക്കാരിൽപ്പെട്ട മുഴുവൻ പെൺകുട്ടികളും പള്ളിക്കൂടത്തിൽ പോയെന്നിരിക്കട്ടെ, സമൂഹ ത്തിന്റെ ചിന്താഗതി മാറുന്നതു നിങ്ങൾക്ക് കാണാം. കുറഞ്ഞ പക്ഷം പോസിറ്റീവ് ദിശയിലേക്കുള്ള മാറ്റമായെങ്കിലും കരുതാം. തിയേറ്ററും കലകളും അതിലുമധികം സമയമെടുക്കും.

അപ്പോൾ മാധ്യമങ്ങളുടെ ഉത്തരം ഇങ്ങനെ ആയിരിക്കാം. തിയേറ്റർ ചെറിയൊരു കൂട്ടം ആളുകളിൽ മാറ്റമുണ്ടാക്കും. അവർ സാമൂഹ്യമാറ്റ ത്തിനായി ശ്രമിച്ചുകൊള്ളും. അതിന്റെ അനിവാര്യത സ്ഥാപിച്ചെടുക്കാൻ കഴിയില്ല. മാറ്റം അടയാളപ്പെടുത്താൻ അത്രമാത്രം പ്രയാസമാണെങ്കിൽ എന്തുകൊണ്ട് സാമൂഹ്യമാറ്റത്തിന് തിയേറ്ററിനെ പ്രഥമ സ്ഥാനത്ത് കൊണ്ടുവന്നുകൂടാ?

കാൾ മാക്സിന്റെ വിഖ്യാതമായ ഒരു ഉദ്ധരണി ഇങ്ങനെയാണ്: "തത്ത്വശാസ്ത്രജ്ഞന്മാർ പലവിധേന വ്യാഖ്യാനിക്കുന്നു. അതിനെ മാറ്റുകയാണവരുടെ ലക്ഷ്യം. (മാക്സിന്റെ തീസിസ് ഓഫ് ഫ്യൂവർബാ ച്ചിൽ നിന്ന്)" എങ്ങനെയാണ് നിങ്ങൾ മാർക്സിന്റെ പ്രബന്ധത്തെ വ്യാഖ്യാനിക്കുന്നത്. ലോകത്തെ വ്യാഖ്യാനിക്കുന്നതിൽ മാർക്സ് വൈരുദ്ധ്യം കാണിക്കുകയാണോ ചെയ്തത്. അഥവാ ലോകത്തെ മന സ്സിലാക്കുന്നതിൽ അല്ലെങ്കിൽ മാറ്റുന്നതിൽ. തീർച്ചയായും അല്ല. നിങ്ങൾ അത് മനസ്സിലാക്കുന്നതിനു മുമ്പ് ഒരു മാറ്റവും വരുത്താൻ കഴിയില്ല. പരസ്പര ധാരണയിലൂടെ സ്വാഭാവികമായി ലോകം മാറിക്കൊള്ളുമെ ന്നാണോ മാർക്സ് അർത്ഥമാക്കിയത്. ലോകത്തെ വ്യാഖ്യാനിച്ചാൽ മാറ്റ മുണ്ടാകുമെന്നാണോ ഉദ്ദേശിച്ചത്. അല്ല. ഇതും ശരിയല്ല. ചില ബുദ്ധി ജീവികളെ എങ്ങനെ വശീകരിക്കുന്നു എന്നുമാത്രം. ശരി ഇത് തൃപ്തികരമല്ല. ശരിയായി വ്യാഖ്യാനിച്ചാൽ ലോകം മാറാൻ പോകുന്നില്ല.

വ്യാഖ്യാനം എത്രതന്നെ കൃത്യമായിരുന്നാലും പ്രശ്നമില്ല.

അപ്പോൾ തിയേറ്ററിന് എന്തു ചെയ്യാൻ കഴിയും?

ഒന്ന്, തിയേറ്ററിന് ആത്മവിശ്വാസം പകരാനാവും, സമൂഹത്തിന്റെ പോസിറ്റീവ് മാറ്റത്തിന് തടസ്സമായി നില്ക്കുന്നത് ആരെന്തു ചെയ്താലും ഒന്നും മാറാൻ പോകുന്നില്ല എന്ന വിശ്വാസമാണ്. ഈ ആശയം വിസ്മയകരമാം വണ്ണം ഉറച്ചതും ദൃഢബലമുള്ളതുമാണ്. ജനങ്ങൾ പലവിധ മൂല്യങ്ങൾക്കുവേണ്ടി പോരാടുകയാണ്, മിക്കവയിലും വിജയിക്കുന്നുണ്ടെന്നും നമുക്കറിയാം. ഇന്ത്യൻ ജനത കോളനി വാഴ്ചക്കെതിരെ പടവെട്ടി വിജയിച്ചവരാണ്. ഒരു നൂറ്റാണ്ട് വേണ്ടി വന്നെന്നു മാത്രം. അങ്ങനെ നേടിയെടുത്ത സ്വാതന്ത്ര്യം മുന്നോട്ടുപോയില്ലെന്നു മാത്രം. ഉദാഹരണത്തിന് ബാബാ സാഹബ് അംബേദ്കർ പറഞ്ഞപോലെ നമ്മുടെ റിപ്പബ്ലിക്കിൽ ഒരു വ്യക്തി ഒരു വോട്ടിന് തുല്യമാണെന്നിരിക്കെ ഒരു വ്യക്തി മറ്റൊരു വ്യക്തിക്ക് തുല്യനാകുന്നില്ല. മറ്റൊരർത്ഥത്തിൽ തെരഞ്ഞെടുപ്പ് സമ്പ്രദായത്തില ഔപചാരിക, തുല്യത മൂല്യവത്തായ രീതിയിൽ മുന്നേറിയിട്ടുണ്ടെങ്കിലും സാമൂഹ്യ സാമ്പത്തിക ബന്ധങ്ങളിൽ സമത്വം കൈവരിച്ചിട്ടില്ല. കോളനിവാഴ്ചക്കെതിരെ ഇന്ത്യൻ ജനത പടപൊരുതി അതിനെ തുരത്തി എന്ന യാഥാർത്ഥ്യം അനിഷേധ്യമായി നില്ക്കെ, സാമൂഹ്യ, ലിംഗ, സാമ്പത്തിക സമത്വത്തിനുവേണ്ടിയുള്ള പോരാട്ടത്തിന് യാതൊരു പ്രയോജനവുമുണ്ടായിട്ടില്ലെന്ന് അനേകമാളുകൾ ഇപ്പോഴും പറയുന്നുണ്ട്. എന്തുകൊണ്ടെന്നാൽ അതൊരിക്കലും സാദ്ധ്യമാവില്ലെന്നതു തന്നെ.

അക്കാര്യം നമ്മളെ വിശ്വസിപ്പിക്കുക എന്നത് ഭരണവർഗ്ഗത്തിന്റെ ആവശ്യമാണ്. നമുക്ക് മാറ്റത്തിൽ വിശ്വാസമുണ്ടാകരുത് എന്നതാണവർ ആഗ്രഹിക്കുന്നത്. അഥവാ നമ്മളിലുണ്ടാകേണ്ട ഒരേ ഒരു മാറ്റമെന്നവർ വിശ്വസിക്കുന്നത്, ഉണ്ടാകുന്ന മാറ്റങ്ങളെല്ലാം ഭരണക്കാർ മൂലമാണെന്ന് വിശ്വസിക്കലാണ്. എന്നാൽ അടിത്തട്ടിൽ മാറ്റമുണ്ടാകുന്നുവോ? ഇല്ല. ഒരു വിധത്തിലും അത് സംഭവിക്കുന്നില്ല. ഈ ആവശ്യം സമൂഹത്തിലാകെ വ്യാപിപ്പിക്കുന്നുണ്ടെങ്കിലും ജനങ്ങൾക്കിടയിൽനിന്നു മാറുന്നില്ല. ഏതു കലാഘട്ടത്തിലെയും ഭരണാശയങ്ങളെന്നു പറയുന്നത് ഭരണവർഗ്ഗത്തിന്റെ ആശയം തന്നെയാവുമെന്ന് മാർക്സ് പറഞ്ഞത് എത്ര വലിയ യാഥാർത്ഥ്യമാണ്.

എന്നാൽ മാർക്സ് ചിലതു കൂടെ പറഞ്ഞിട്ടുണ്ട്: പൊതുസമൂഹത്തിന്റെ മനസ്സിൽ ഉടക്കി നില്ക്കുമ്പോഴാണ് ആശയങ്ങൾ സാരവത്തായ ശക്തിയാകുന്നത്. ഇതേ ആശയം തന്റെ സ്വതസ്സിദ്ധമായ ഭാഷാശൈലിയിലൂടെ ബ്രഹ്തും പ്രകടിപ്പിച്ചിട്ടുണ്ട്. വിശ്വാസം മലകളെ ഇളക്കുമെന്ന് പഴയൊരു ആപ്തവാക്യമുണ്ട്. ഇവിടത്തെ വിശ്വാസം ദൈവത്തിന്റെ വിശ്വാസമാണ്. ഒരു സർവ്വശക്തന്റെ മുന്നിൽ നിങ്ങളുടെ വ്യക്തിത്വം അടിയറ വയ്ക്കുന്നുവെങ്കിൽ അത് നിങ്ങൾക്കുവേണ്ടി ഒരത്ഭുതം പ്രവർത്തിക്കും. ഈ ആശയം അതിന്റെ ബുദ്ധിയിലേക്ക് ബ്രഹ്ത് തിരിച്ചു

വിടുന്നു. അദ്ദേഹം പറയുന്നു. സംശയങ്ങൾക്ക് മലകളെ ചലിപ്പിക്കാനാവും. മറ്റൊരർത്ഥത്തിൽ, അത് നിശ്ചലവും നിശ്ശബ്ദവുമാകുമ്പോൾ അത് സ്ഥിരവും സ്വാഭാവികവുമായി മാറും. (പ്രകൃതിദത്തമായിരിക്കുമ്പോൾ) ശബ്ദമയവും താല്ക്കാലികവുമാകുമ്പോൾ പ്രകൃതിയുടെ ഫലമായിട്ടല്ല മനുഷ്യ ചരിത്രത്തിന്റെ ഫലമായി മാറുന്നു. ചരിത്രത്തിൽ മനുഷ്യരാശി ഉണ്ടാക്കിയതൊക്കെ ഭാവിയിൽ ഇല്ലാതായിത്തീർന്നു. സംശയം, തങ്ങൾക്ക് വിജയിക്കാൻ കഴിയുമെന്ന വിശ്വാസം ജനങ്ങൾക്കു നല്കുന്നു. അത് സംശയം വിതയ്ക്കുന്നു. അതിലൂടെ വിശ്വാസമുണ്ടാകുന്നു.

രണ്ട്, വ്യാഖ്യാനവും മാറ്റവും വിരുദ്ധമായി പറയുമ്പോൾ മാർക്സ് ചൂണ്ടിക്കാണിക്കുന്നു, വ്യാഖ്യാനങ്ങൾക്ക് രണ്ടുവിധ പരസ്പര വിരുദ്ധ രീതികളുണ്ട്. ഒന്ന്, സത്യത്തിനുള്ളിൽ നിന്നുള്ള വ്യാഖ്യാനം. രണ്ടാമത്തേത്, തന്നിട്ടുള്ള യാഥാർത്ഥ്യത്തിനും മുകളിലേക്കുയർന്നു നില്ക്കുന്ന വ്യാഖ്യാനം. വർഷങ്ങൾക്കു മുമ്പ് ജിൻഹേ യാക്കിൻ നഹി ഥാ (സംശയാലുക്കൾ) എന്നൊരു നാടകം കളിച്ചിട്ടുണ്ട്. ഒരു സമര കാലത്ത് ഒരു മുതലാളിക്ക് തനിക്കുവേണ്ടി ജോലി ചെയ്യാൻ ഒരു കൂട്ടം തൊഴിലാളികളെ കിട്ടി. അവർ സമരത്തെ പൊളിക്കുന്നവരായിരുന്നു. യാഥാർത്ഥ്യം മനസ്സിലാക്കി സമരം ചെയ്യുന്ന തൊഴിലാളികൾ ഫാക്ടറിയിലേക്കുള്ള വൈദ്യുതി വിഛേദിച്ചു കളഞ്ഞു. ഫാക്ടറിയിൽ കുടുങ്ങിയ സമരഭഞ്ജകരായ തൊഴിലാളികൾ പണിചെയ്യാൻ കഴിയാതെ ഒരു തണുത്ത രാത്രി മുഴുവനും ചെലവഴിച്ചു. സമയം പോകുന്നതിനായി അവർ ഒരു കഥയുണ്ടാക്കി. ക്രൂരനായ രാജാവിന്റെയും പരാതിരഹിതനായ തന്റെ അടിമയുടെയും കഥ. രാജാവിന്റെ ക്രൂരതയെപ്പറ്റി അടിമകൾ എപ്പോഴും പറയുമായിരുന്നു. എന്നാലും അതു കാര്യമാക്കാതെ അവർ അദ്ദേഹത്തിനു കീഴടങ്ങി. മൂന്നു എപ്പിസോഡുകളായാണ് കഥ വളരുന്നത്. ഓരോന്നിലും രാജാവിന്റെ കൊള്ളയടി വർദ്ധിച്ചുകൊണ്ടിരിക്കുന്നു. സമരഭഞ്ജകരായ തൊഴിലാളികൾ കഥ ചർച്ച ചെയ്തു. മനുഷ്യത്വത്തിന്റെ കണ്ണികപോലുമില്ലാത്ത സ്വേച്ഛാധിപതിയാണ് രാജാവ് എന്നു കണ്ടെത്തുന്നിടത്ത് കഥ അവസാനിക്കുന്നു. അവസാനം തൊഴിലാളികളിലൊരുവൻ മറ്റുള്ളവരോടായി ഒരു ചോദ്യമുയർത്തി. ഈ രണ്ടുപേരിൽ നിങ്ങൾ ആരെയായിരിക്കും തെരഞ്ഞെടുക്കുന്നത്. രാജാവിനെയോ അടിമയെയോ? എന്തുകൊണ്ട്? അധികം ആളുകളും വെറുത്തുകൊണ്ടു തന്നെ രാജാവിനെ തെരഞ്ഞെടുത്തു. എന്നാൽ ഒരാൾ മാത്രം അടിമയെ തെരഞ്ഞെടുത്തു. അതുകണ്ട് മറ്റുള്ളവർ അയാളെ പരിഹസിച്ചു, ചോദ്യം തന്നെ തെറ്റാണെന്ന് പല സംഭവത്തിലൂടെ മനസ്സിലാകുന്നതുവരെ. അവരുടെ ജീവിതത്തിൽ ഒരിക്കലും രാജാവാകാൻ അവസരമില്ല. അതിനർത്ഥം അവസരമില്ലാത്തതുകൊണ്ട് അങ്ങനെതന്നെ തുടരണമെന്നാണോ? അല്ല. അടിമയാകാൻ ഇനിയും തെരഞ്ഞെടുക്കേണ്ടതില്ല. അതിനർത്ഥം, അവർ ഇരയായിക്കൊണ്ടിരിക്കുന്ന ചൂഷണസമ്പ്രദായത്തെ എതിർക്കുന്നത് തെരഞ്ഞെടുക്കുവാൻ കഴിയുമെന്നാണ്.

വ്യാഖ്യാനത്തെയും മാറ്റത്തെയും കുറിച്ചുള്ള മാർക്സിന്റെ പ്രസ്താവന വായിക്കുമ്പോൾ, ഇപ്രകാരം പറയാം. തൊഴിലാളികൾക്ക് രാജാവിനെയോ അടിമയെയോ തെരഞ്ഞെടുക്കാൻ അവസരം കിട്ടിയപ്പോൾ ചൂഷണചട്ടക്കൂട്ടിൽ നിന്നുകൊണ്ടുള്ള യാഥാർത്ഥ്യമാണ് അവർ വ്യാഖ്യാനിച്ചത്. അവർക്ക് രാജാവിനെ തെരഞ്ഞെടുക്കാനവകാശമില്ലെന്നു തിരിച്ചറിഞ്ഞപ്പോൾ, അടിമയാകുന്നതിനെയും തിരസ്കരിക്കുമ്പോൾ, അവർ മറ്റൊരു യാഥാർത്ഥ്യത്തെ എതിർത്തുകൊണ്ട് വ്യാഖ്യാനിക്കുമ്പോൾ അത് പഴമയെ അടിസ്ഥാനപരമായി മാറ്റുകയാണ്. അതിനപ്പുറത്തേക്ക് ചൂഷണസത്യം പോവുകയാണ്. ഭാവിയിലുണ്ടാകാവുന്നതും നിലവിലില്ലാത്തതുമായ ഒരു നൂതനയാഥാർത്ഥ്യത്തെ സധൈര്യം എതിർത്തുകൊണ്ടുള്ള വ്യാഖ്യാനം.

കമ്യൂണിസ്റ്റുകാർ ഭാവിയിൽ ഉണ്ടാവില്ലെന്ന് ആരോ പറഞ്ഞു. നമ്മൾ ജീവിക്കുന്നത് വർത്തമാനത്തിലാണ്. എന്നാൽ അതിനെ വിശിഷ്ടമാക്കുന്ന വ്യവസ്ഥിതിയിലാണ്.

ആ അത്യുത്കൃഷ്ടമായ ഭാവിയെ ദർശിക്കാൻ തിയേറ്റർ നമ്മളെ സഹായിക്കുന്നു. ഒരു ഉട്ടോപ്യൻ സ്വപ്നമായിട്ടല്ല, പകരം ഒരു ഉറച്ച സാദ്ധ്യതയായി, സാദ്ധ്യമാക്കാവുന്ന സത്യമായി. സഫ്ദർ മരിച്ചുവീണ അതേ സ്ഥലത്ത് 1989 ജനുവരി 4 ന് *ഹല്ലാബോൽ* അവതരിപ്പിക്കുമ്പോൾ പർച്ചാം പാടിയ പാട്ടുകളിലൊന്ന് തു സിന്ദ ഹോ എന്ന ഗാനമായിരുന്നു.

Tu Zinda hai, Tu Zindagi ki jeet me in yaqeen kar
Agar kahin hai swarg to utar la zamin par

"നിങ്ങൾ ജീവിക്കുന്നു, അതിനാൽ ജീവിത വിജയത്തിൽ വിശ്വസിക്കുന്നു.

എവിടെയെങ്കിലുമൊരു സ്വർഗ്ഗമുണ്ടെങ്കിൽ അതിനെ ഭൂമിയിലേക്കു കൊണ്ടു വരൂ."

ഇത് ഏറ്റവും നല്ലൊരു സ്തുത്യുപഹാരമാണ്. എന്തൊക്കെയായിരുന്നു സഫ്ദർ, ഭാവിയിൽനിന്നു നാടുകടത്തപ്പെടുവാൻ, തിയേറ്ററിന്റെ സ്പാർട്ടക്കസ്, അനീതിയുടെ സ്ഥിരതയിൽ അവിശ്വാസി, ഇവിടെ ഇന്നുതന്നെ ഒരു നീതിയുടെ ലോകം പടുത്തുയർത്താമെന്ന അചഞ്ചല വിശ്വാസി.

അന്ത്യവചനം
(EPILOGUE)

ഗാസിയാബാദ് സിറ്റി, ലോനി, മോദി നഗർ, ബാഗ്പട്, തെക്കാ, നോയ്ഡ, ദാദ്രി, ഹംപൂർ എന്നിവ ചേർന്ന വിശാലമായ ജില്ലയാണ് ഗാസിയാബാദ്. ഗൗതമബുദ്ധ നഗർ രൂപീകൃതമായപ്പോൾ നോയ്ഡയും ദാദ്രിയും അതിനോടു ചേർന്നു. അതോടൊപ്പം ഹാംപൂർ സ്വാതന്ത്ര ജില്ലയായിട്ടും മാറി. ഗാസിയാബാദിൽ ട്രോണികാ സിറ്റി, സാഹിബാബാദ് എന്നീ രണ്ടു വൻ വ്യവസായ ശൃംഖലകളാണുള്ളത്. സാഹിബാബാദിൽ തന്നെ അനേകം വ്യവസായ മേഖലകളുണ്ട്. ലോനി, ലോനിറോഡ്, രാജേന്ദ്രനഗർ, ആനന്ദ്, മീററ്റ്റോഡ്, ബുലന്ദ് ശഹർ, ദക്ഷിണ ജി റ്റി റോഡ്, സൈറ്റ് IV (അതിലാണ് ഝണ്ഡാപ്പൂർ) മുതലായവ. ഗാസിയാബാദ് നഗരത്തിന്റെ പ്രശസ്തിക്കുപിന്നിൽ അവിടെ പ്രവർത്തിക്കുന്ന ടെക്നിക്കൽ, എഞ്ചിനീയറിങ് കോളേജുകളാണ്. ആദ്യമൊക്കെ യന്ത്രങ്ങൾ, പമ്പുസെറ്റുകൾ, വസ്ത്രം, പഞ്ചസാര, സ്റ്റീൽ, ഇലക്ട്രോണിക്സ് എന്നിവയുടെ പേരിലാണ് അറിയപ്പെട്ടിരുന്നത്. 1980 കളിലും ശേഷവും ഡാബർ, ഹീറോസൈക്കിൾ, ഗോദ്റെജ്, അറ്റ്ലസ് സൈക്കിൾ, കൊക്കോകോള, ഡൽഹി പ്രസ്, ഭൂഷൺ സ്റ്റീൽ (ഇവയിൽ ഹീറോ പോലുള്ള ചിലത് പൂട്ടി) മുതലായ വൈവിദ്ധ്യമാർന്ന വ്യാവസായികോല്പന്നങ്ങൾ രംഗം കീഴടക്കി. എന്നാൽ ഗാസിയാബാദ് വൻകിട വ്യവസായങ്ങൾക്കു പകരം ചെറുകിട ഇടത്തരം വ്യവസായ ങ്ങൾക്കാണ് പ്രാധാന്യം കൊടുത്തത്. പൊതുമേഖല സ്ഥാപനങ്ങളായ ഭാരത് ഇലക്ട്രോണിക്സും (BEL) സെൻട്രൽ ഇലക്ട്രോണിക്സും (CEL) ഇവിടെയാണ് സ്ഥിതി ചെയ്യുന്നത്. 1989 ജനുവരി ഒന്നിന് ആ ക്രമണത്തിനിരയായവർ രാംബഹദൂർ സി ഇ എല്ലിലെ ജോലിക്കാരാ യിരുന്നു.

തൊഴിലാളി വർഗ്ഗ ആക്രമണങ്ങളുടെ ചരിത്രമുറങ്ങുന്ന ഭൂമിയാണ് ഗാസിയാബാദ്. ഹെറിഗ് ഇന്ത്യ ഉദാഹരണമാണ്. ജനം നാടകമായ യന്ത്രം രൂപം കൊണ്ടത് ഇവിടെ നിന്നു ലഭിച്ച പ്രചോദനമായിരുന്നു. 1978 ലാ യിരുന്നു അതുണ്ടായത്. ആ പ്രദേശത്തെ ഏറ്റവും പ്രബലമായ തൊഴി ലാളി സംഘടനയായ സി ഐ ടി യുവിനുനേരെയും ആക്രമണമുണ്ടാ യിട്ടുണ്ട്. ഹെറിഗ് ഇന്ത്യ സംഭവാനന്തരം വർഷങ്ങൾ കഴിഞ്ഞ് സി ഐ

ടി യു ജില്ലാ സെക്രട്ടറിയായ എൻ സി പാൽ സ്വഭവനത്തിൽ കൊല്ലപ്പെട്ടു. തൊഴിലാളി യൂണിയൻ പ്രവർത്തനങ്ങളുടെ ഫലമായാണോ അദ്ദേഹം വധിക്കപ്പെട്ടതെന്ന് ഉറപ്പില്ല. വീണ്ടും കുറേ വർഷങ്ങൾക്കുശേഷം മറ്റൊരു സി ഐ ടി യു പ്രവർത്തകനായ മാൻ (Mann) എന്ന തൊഴിലാളിയും കൊല്ലപ്പെട്ടു. തുടർന്ന് ഈസ്റ്റ് ഇന്ത്യൻ ട്രാൻസ്ഫോർമേഴ്സ് (East India Transformers) കമ്പനി തൊഴിലാളി വിജയ നാരായണ സിങ്ങും വധിക്കപ്പെട്ടു. ഒടുവിൽ, 1988 ലെ സമ്മറിൽ സി ഐ ടി യു പ്രാദേശിക നേതാവായ ഹരീന്ദ്രപാലും അങ്ങനെ തന്നെ അവസാനിച്ചു. Precision Moulds and Dies (PMD) സമരം നയിക്കുന്നതിനിടയിലാണ് പൊലീസിനാൽ അദ്ദേഹം കൊല്ലപ്പെട്ടത്.

സി ഐ ടി യുവിനും ജനത്തിനും നേരെ ആക്രമണങ്ങളഴിച്ചു വിട്ടത് "ഇന്ദു പ്ലൈവുഡ്" എന്ന ചെറിയൊരു സ്ഥാപന ഉടമ മുകേഷ് ശർമ്മ യായിരുന്നു. മുപ്പത്തിനാലാം വയസ്സിൽ കൊല്ലപ്പെട്ട ഒരു യുവാവാണ് സഫ്ദർ. മുകേഷ് ശർമ്മയ്ക്കു പ്രായം 26. റിയൽ എസ്റ്റേറ്റ് മാർക്കറ്റ് എല്ലാത്തരം ക്രിമിനലുകളുടെയും തണലിടമായിരുന്നു. നിയമവിരുദ്ധ ഭൂമാഫിയ എന്ന് പേര് സമ്പാദിച്ചിരുന്ന ശർമ്മ പിന്നീട് പെട്രോൾ പമ്പ് കച്ചവടത്തിലേക്ക് ശ്രദ്ധ തിരിച്ചു. ഭരണപക്ഷമായ കോൺഗ്രസിന്റെ സംരക്ഷണയിൽ പ്രാദേശിക തെരഞ്ഞെടുപ്പുകളിൽ പോലും ഇടപെട്ട അയാളുടെ നിലനില്പിനു പിന്നിൽ ഈ ബന്ധമായിരുന്നു. അയാളുടെ മൂത്ത അമ്മാവൻ തെരഞ്ഞെടുക്കപ്പെടാത്ത ഒരു ഗ്രാമത്തലവൻ (Sarpanch) ആയിരുന്നു. രണ്ടു കാര്യങ്ങൾ കൊണ്ട് പ്രാദേശിക വാസികൾ മുകേഷിനെ ഭയപ്പെട്ടിരുന്നു ഭാഗീകമായി അയാളുടെ വ്യക്തിബലവും ഭാഗീകമായി കുടുംബത്തിനുള്ള അധികാരികളുടെയും നിയമ ലംഘകരുടെയും പിന്തുണയും.

അക്കാലത്തെ രാഷ്ട്രീയ പിന്തുണയുള്ള ഒരു ഗുണ്ടയായിരുന്നു സുർജിത് നഗർ. പിന്നീടയാളെ തന്റെ ബന്ധുക്കൾ തന്നെ 50 കഷണങ്ങളായി വെട്ടിനുറുക്കി ചാക്കിൽ കെട്ടി തള്ളിയതായി കേട്ടു. ഝണ്ഡാപ്പൂരിൽ റേഷൻകട നടത്തുന്ന കരൺസിങ് എന്നൊരാളുണ്ടായിരുന്നു. 1989 മുതൽ 2003 വരെയുള്ള 14 വർഷം കൊണ്ടാണ് കുറ്റവാളികളെക്കുറിച്ചുള്ള സത്യം ഇന്ത്യയുടെ നിയമവ്യവസ്ഥ ലോകത്തിന് വെളിപ്പെടുത്തി കൊടുത്തത്. കുറ്റം ചുമത്തിയ 14 പേരിൽ രണ്ടുപേർ അന്വേഷണത്തിനിടയിൽ മരണപ്പെട്ടു, സഫ്ദറിനെയും റാം ബഹാദൂറിനെയും വധിച്ചവരിൽ ഇവരുംപെടുന്നു.

ഓരോ രാഷ്ട്രീയ കൊലപാതകത്തിനും പിന്നിൽ ഭയവും ഭീകരതയും പരത്തുക എന്ന പൊതു ലക്ഷ്യമായിരുന്നു. ആരെ ലക്ഷ്യമിടുന്നു എന്നതാണ് ചോദ്യം.

ഓരോ രാഷ്ട്രീയ കൊലപാതകവും പൊതുജനത്തിൽ ഭീതിയും ഭീകരതയും വളർത്താൻ പാകത്തിലായിരുന്നു പദ്ധതിയിട്ടത്. എന്താണിതിനു പിന്നിലെ ലക്ഷ്യം? നരേന്ദ്ര ദഫോൽക്കറുടെയും മറ്റും കൊലയ്ക്കു പിന്നിലും എം എഫ് ഹുസൈനെപ്പോലെയുള്ളവർക്കു നേരെ പലവിധ ആക്രമണങ്ങൾ അഴിച്ചു വിട്ടതിനു പിന്നിലും ലക്ഷ്യം ദേശീയതയാ

യിരുന്നു. എല്ലാ ആക്രമണങ്ങളും പരമാവധി മാധ്യമ ശ്രദ്ധ പിടിച്ചുപറ്റാൻ പാകത്തിൽ രൂപപ്പെടുത്തിയവയായിരുന്നു. പലപ്പോഴും അക്രമികൾ മാധ്യമങ്ങളെ ഉണർത്തി നിർത്തുകയും തങ്ങൾ ലഹള വ്യാപിപ്പിക്കുമ്പോൾ കാഴ്ചക്കാരായി അവരെ ക്ഷണിക്കുകയും ചെയ്തു. സഫ്ദർ വധം പ്രാദേശിക പേജിലാണ് കൊടുത്തത്. രാം മനോഹറിന്റെ വധം അവർക്ക് വെറും ബഹളത്തിനിടയിൽ സംഭവിച്ചതെന്നു മാത്രം. അതിലും വലിയ പ്രാധാന്യത്തോടെ കൊടുത്ത വാർത്തയാകട്ടെ ഒരു ഡ്രൈവർ അമിതവേഗത്തിലോടിച്ച വാഹനമിടിച്ചു മരിച്ച നായയെ സംബന്ധിച്ചായിരുന്നു. കൊലയാളികൾ വളരെയധികം സമയം ആ പ്രദേശത്ത് അന്തരീക്ഷത്തിൽ വെടിയുതിർത്തും പുളച്ചു നടന്നും തെറിവിളിച്ചും ഭീകരാന്തരീക്ഷം സൃഷ്ടിച്ചു.

മുൻകൂട്ടി ലക്ഷ്യംവച്ചുകൊണ്ടായിരുന്നില്ല സഫ്ദർ വധം. അദ്ദേഹത്തിന്റേത് ഒരു രാഷ്ട്രീയ കൊലയായിരുന്നു. മുകേഷ് ശർമ്മയും മറ്റും അടിസ്ഥാന ഗുണ്ടകളല്ല. അവർ പ്രാദേശിക കൊള്ളക്കാരാണ്. ഭൂമികൈയേറ്റം, പിടിച്ചുപറി, കരിഞ്ചന്ത തുടങ്ങിയവയുമായി നടക്കുന്ന സാമൂഹ്യദ്രോഹികൾ. ഭയപ്പെടുത്തിയാണ് അവരുടെ മുന്നേറ്റം. അതുകൊണ്ടാണവർ തോക്കും ലാത്തിയും ഇരുമ്പുകമ്പികളുമായി നടക്കുന്നത്. തങ്ങളുടെ നിയന്ത്രണമേഖലയിലേക്ക് നേരിട്ട് ഭീഷണി ഉയർത്തുന്ന തൊഴിലാളി പ്രസ്ഥാനങ്ങളാണ് അവരുടെ ലക്ഷ്യം.

ഇത് വർഗ്ഗ സമരത്തിലെ ഒരു സംഭവം മാത്രം. സഫ്ദറിനെ ലക്ഷ്യമിടാനുള്ള കാരണം അയാൾ കൊലയാളികൾക്കും വർഗ്ഗ സമരക്കാരായ സഖാക്കൾക്കും ഇടയിൽ നിന്നതുകൊണ്ടാണ്. അദ്ദേഹം ശരീരം കൊടുത്ത് മറ്റുള്ളവരെ രക്ഷിച്ചു. നിശ്ചയിച്ചതിൽ നിന്നും അരമണിക്കൂറിനു മുമ്പ് ജനം നാടകം ആരംഭിച്ചിരുന്നെങ്കിൽ ഞങ്ങളെ അവർക്കു കിട്ടില്ലായിരുന്നു. എന്നാൽ തൊഴിലാളി വർഗ്ഗ പ്രസ്ഥാനങ്ങൾക്കു നേരെയുള്ള ആക്രമണം മറ്റൊരു സ്ഥലത്ത് മറ്റൊരു സമയത്ത് മറ്റൊരു ഇരയായി അരങ്ങേറുമായിരുന്നു. ആ ശിശിരകാല പ്രഭാതത്തിൽ സഫ്ദറിന്റെ ഹീറോയിസം അനേകം ജീവനുകളെ രക്ഷിച്ചു.

മൊബൈൽ ഫോണും ഇന്റർനെറ്റുമൊന്നുമില്ലാതിരുന്ന കാലത്ത് സഫ്ദറിന്റെ മരണ വാർത്ത അതിവേഗം പടർന്നു. ഞാനാകട്ടെ ഒരു സൂചനയുമില്ലാതെ, കരയാനാവാതെ, ഞെട്ടി വിറച്ച് അമ്പരന്ന് ഒരു കുട്ടിയെപ്പോലെ നിമിഷ നേരം ഇരുന്നുപോയി. പട്ടണങ്ങളും നഗരങ്ങളും ഗ്രാമങ്ങളുമുൾപ്പെടെ രാജ്യമൊട്ടാകെ പ്രതിഷേധങ്ങളുണർന്നു. ഇതൊക്കെ സഫ്ദറിന്റെ വ്യക്തിബന്ധവും സൗഹാർദ്ദവും കൊണ്ടാണ്, അതൊക്കെ അനായാസമായി അയാളുണ്ടാക്കിയതുകൊണ്ടാണ്. ഒന്നും സ്വന്തം നേട്ടത്തിനുവേണ്ടിയായിരുന്നില്ല. സഫ്ദർ ഒരു സ്വാഭാവിക സംഘാടകനായിരുന്നു. സംഘാടനത്തിന് ഒരു നെറ്റ് വർക്ക് പ്രവർത്തനവും പ്രയോജനപ്പെടുത്തിയില്ല.

മറ്റൊരു തലത്തിൽ നിന്നു ചിന്തിക്കുമ്പോൾ ഒരു ദശാബ്ദക്കാലമായി തിളച്ചുമറിഞ്ഞുകൊണ്ടിരിക്കുകയായിരുന്നു സാമ്പത്തിക പ്രശ്നങ്ങൾ. വ്യക്തിത്വത്തെ അടിസ്ഥാനമാക്കിയുള്ള വെറുപ്പിന്റെ കാതലായ കാര്യ

ങ്ങളെ എടുത്തുകളയുന്നതും ചിന്താവിഷയമാണ്. സഫ്ദർ ഒരു കമ്യൂണിസ്റ്റുകാരനും, പാർട്ടി സി പി ഐ (എം) ഉം അതിന്റെ പൊതുജന സംഘടനകളായ സി ഐ ടി യു, എ ഐ ഡി ഡബ്ല്യു എ, എസ് എഫ് ഐ എന്നിവയുമായുള്ള ബന്ധമാണ് അദ്ദേഹത്തിനെതിരെ എതിർപ്പുകൾ വർദ്ധിക്കാനിടയാക്കിയത്. അദ്ദേഹത്തിന്റെ ജീവിതവും മരണവും ദശലക്ഷക്കണക്കിനാളുകൾക്ക് പ്രചോദനമായി മാറുന്നു. ഒരു നാടകമുണ്ടാക്കിയതിന്റെ പേരിൽ ഒരു വ്യക്തി എങ്ങനെ കൊല്ലപ്പെടുമെന്ന ചോദ്യത്തിൽ നിന്നാണ് പ്രതിരോധത്തിന്റെ വ്യാപ്തി വർദ്ധിക്കുന്നത്. മറ്റൊരർത്ഥത്തിൽ നമ്മുടെ റിപ്പബ്ലിക്കിന്റെ ചരിത്രപരമായ ആ നിമിഷത്തിൽ പച്ചപരമാർത്ഥമായ നിഷ്കളങ്കതയിൽ നിന്നിറങ്ങിത്തിരിക്കുമ്പോൾ തെരുവിൽ ഒരു കലാകാരൻ കൊല ചെയ്യപ്പെടുന്നു. മനുഷ്യത്വത്തിന്റെ രക്തധമനികൾ കട്ട പിടിക്കുന്നു, ദളിതരുടെയും, മുസ്ലീങ്ങളുടെയും നേർക്കുള്ള പീഡനവും കൈയേറ്റവുമൊക്കെ നമ്മളിൽ അവശേഷിപ്പിക്കുന്നു.

സഫ്ദറുടെ ജീവിതവും അദ്ദേഹത്തിന്റെ മരണവും മറ്റൊരു രോഷ സാദ്ധ്യത നമുക്ക് കാട്ടിത്തരുന്നു. ബിംബ ഗുണമുള്ളതായിരുന്നില്ല സഫ്ദറുടെ പേരും മുഖവും,. സഹ്മത്തിന്റെ കൊടിക്കീഴിൽ അഭിനേതാക്കൾ സംഘം ചേർന്നില്ല. ഇന്ത്യൻ സമൂഹത്തിൽ വളർന്നു വരുന്ന ക്രൂരതയെ നേരിടാൻ പാകത്തിലുള്ള നൂതനമായ ഇടപെടലുകളൊന്നും സഹമത്തിൽ ഉണ്ടായില്ല. സഫ്ദർ വീരനായകനായിട്ടാണ് മരിച്ചത്. മതാവകാശങ്ങൾക്കൊരു മതേതര എതിർവാദം സൃഷ്ടിക്കുന്നതിന് അദ്ദേഹത്തിന്റെ പേരിൽ ഒത്തുകൂടിയ ആയിരക്കണക്കിന് കലാകാരന്മാരുടെയും ബുദ്ധിജീവികളുടെയും സൃഷ്ടിപരതയിലൂടെ വലുതാക്കപ്പെട്ടതാണ് അദ്ദേഹത്തിന്റെ വീരനായകത്വം.

ഇതിന്റെയും അതിന്റെയും അനന്യ കാരണങ്ങളോട് പറ്റിച്ചേരാതെ, മനുഷ്യമോചനത്തിന്റെ വ്യക്തിത്വത്തെ ചേർത്തുപിടിക്കുന്ന കാഴ്ചപ്പാടുമായി ജീവിച്ച സഫ്ദറിന്റെ ജീവിതം ഒരു കലാകാരൻ ലോകത്തിൽ എങ്ങനെ ജീവിക്കണമെന്നതിന്റെ മാതൃക കാട്ടിത്തരുന്നു. സ്വാതന്ത്ര്യത്തിന്റെ കാഴ്ചപ്പാട് മഹത്തരവും സീമാതീതവുമാകുന്നത്, അതെല്ലാം ഭൂവാസികൾക്ക് മുഴുവനുമുള്ളതെന്ന് അംഗീകരിക്കുമ്പോഴാണ്.

Akbar raja lajawaab tha,
Samajh mein uske aai
Ya to duniya sub ki hai
Ya nahi kisi ki bhai

Emperor Akbar was dumbfounded, for he atlast understood
This world, it either belongs to all or to none at all.

അതെ, ഈ ലോകം സകലർക്കും ഒരുപോലെ അവകാശപ്പെട്ടതാണെന്നുറപ്പിക്കാൻ ഭാവനാലോകത്തിരുന്നു തൂലിക ചലിപ്പിക്കുകയാണ് ചുവപ്പിന്റെ തൂലികക്കാരൻ സഫ്ദർ ഹഷ്മി.

CPI(M)
VOLUNTEER

मंच

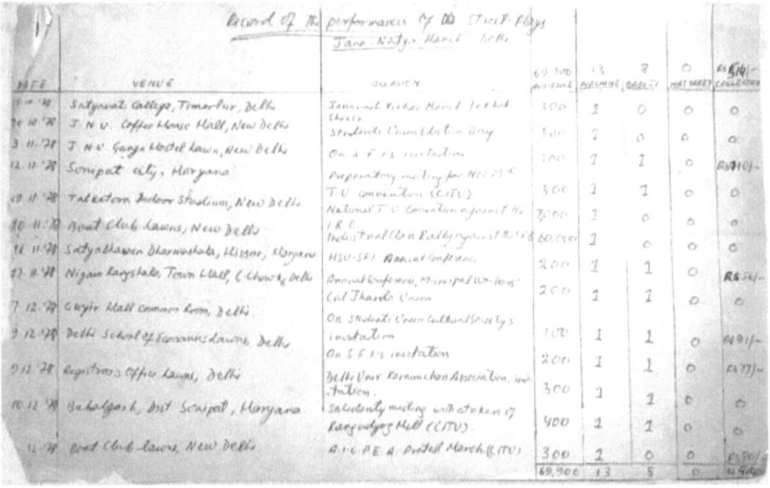

Record of the performances of the Street-Plays
Jana Natya Manch, Delhi

DATE	VENUE	OCCASION	69,900 AUDIENCE	13 PERFORMANCE	8 [illegible]	0 HAT MONEY	Rs 514/- COLLECTION
17.10.'78	Satyavati College, Timarpur, Delhi	Janawadi Vichar Manch lecture series	300	1	0	0	0
26.10.'78	J N U Coffee House Hall, New Delhi	Students Union Election Day	300	1	0	0	0
3.11.'78	J N U Ganga Hostel Lawn, New Delhi	On S F I's invitation	300	1	1	0	Rs240/-
12.11.'78	Sonipat city, Haryana	Preparatory meeting for [illegible] T U convention (CITU)	300	1	1	0	0
19.11.'78	Talkatora Indoor Stadium, New Delhi	National T U Convention against the I R B	7,000	1	0	0	0
30.11.'78	Boat Club Lawns, New Delhi	Industrial Class Rally against the I R B	60,000	1	0	0	0
26.11.'78	Satyabhawan Dharmashala, Hissar, Haryana	HSU-SFI Annual Conference	200	1	1	0	Rs56/-
27.11.'78	Nigam Rangshala, Town Hall, C. Chowk, Delhi	Annual Conference, Municipal Workers' Lal Jhanda Union	200	1	1	0	0
7.12.'78	Gwyer Hall Common Room, Delhi	On Students Union Cultural Society's invitation	100	1	1	0	Rs91/-
9.12.'78	Delhi School of Economics Lawns, Delhi	On S F I's invitation	200	1	1	0	Rs77/-
9.12.'78	Registrar's Office Lawns, Delhi	Delhi Univ Karamchari Association invitation.	300	1	1	0	0
10.12.'78	Bahalgarh, Dist Sonipat, Haryana	Solidarity meeting with strikers of Rangudyog Mill (CITU)	400	1	1	0	0
[illegible].12.'78	Boat Club Lawns, New Delhi	A.I.C.P.E.A. Protest March (CITU)	300	1	0	0	Rs50/-
			69,900	13	8	0	Rs 514/-

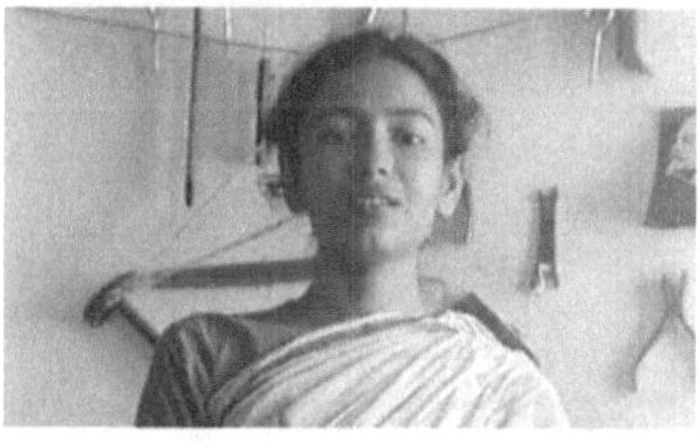

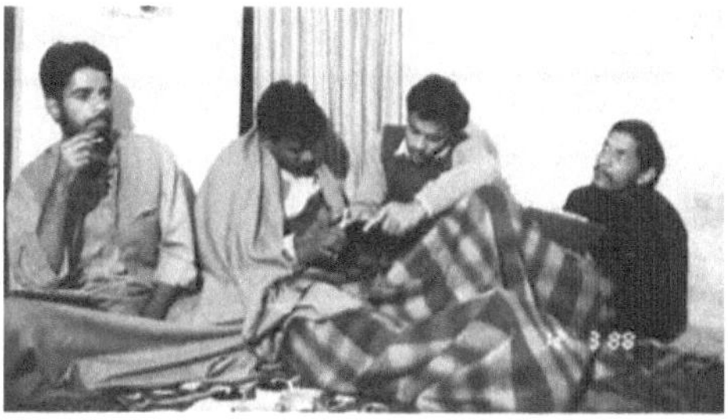

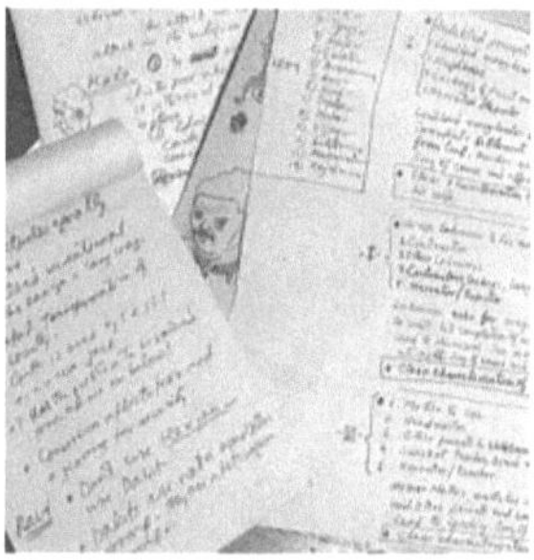

वार्ड नं० ४ से
सदस्य पद हेतु
आपका अपना
उम्मीदवार
मुकेश शर्मा
हाथी

EK NAYA RISHTA
जन नाट्य मंच
दिल्ली

ഹല്ലാ ബോൽ

തെരുവു നാടകം

രചന : *ജനനാട്യമഞ്ച്, ഡൽഹി*
ആദ്യാവതരണം : *1988 ഡിസംബർ*
മൂലഭാഷ : *ഹിന്ദി*
ഇംഗ്ലീഷ് പരിഭാഷ : *നീരജ്*
മലയാളം പരിഭാഷ : *പ്രമോദ് പയ്യന്നൂർ*

കഥാപാത്രങ്ങൾ

വിദൂഷകൻ
ജോഗി
പൊലീസ്
അച്ഛൻ
അമ്മ
ആഷോ
പ്രമാണി
പിണിയാൾ
ഒരു നടൻ
രാംപാൽ
രാഘവൻ
ഗുലാം റസൂൽ
നേതാവ് 1, 2, 3, 4
തൊഴിലാളി 1, 2, 3, 4
സ്ത്രീ 1, 2, 3

(അനൗപചാരിക ആരംഭാടയാള ശബ്ദസൂചനയോടെ കളിക്കാർ ആട്ടക്കളത്തിലെത്തി വട്ടമിട്ടിരുന്ന് ഉച്ചത്തിൽ മുദ്രാവാക്യം വിളിക്കുന്നു.)

"സിന്ദാബാദ് സിന്ദാബാദ്
സി ഐ ടി യു സിന്ദാബാദ്"
"മുതലാളി വർഗ്ഗം നീതി പാലിക്കുക"

"മർദ്ദനമുറകൾ അവസാനിപ്പിക്കുക"
"വേണ്ടേ വേണ്ടിനി ഗുണ്ടാരാജ്"
കൂട്ടത്തിനിടയിൽ നിന്ന് വിദൂഷകൻ എഴുന്നേറ്റ് മുന്നോട്ടു വരുന്നു.)

വിദൂഷകൻ : പ്രിയപ്പെട്ട തൊഴിലാളി സുഹൃത്തുക്കളെ... സടകുടഞ്ഞെഴുന്നേല്ക്കൂ... നമ്മുടെ അവകാശങ്ങൾ നേടിയെടുക്കുവാൻ എഴുന്നേല്ക്കൂ സഖാക്കളേ... പ്രതിരോധിക്കാൻ സമയമായി... ഉണർന്നെഴുന്നേല്ക്കൂ.
(മറ്റുള്ളവർ ചെങ്കൊടികളുയർത്തി എഴുന്നേല്ക്കുന്നു.)
മുദ്രാവാക്യമോ ഗാനമോ എന്നറിയാത്തവിധം അവർ പാടുകയാണ്. "മർദ്ദന ചൂഷണ പീഡനത്തിനെതിരെ നമ്മൾ ചെലുത്തുക ദേഹബലം. ഞങ്ങളുടെ കാഹള ധ്വനി കേൾക്കൂ. ഞങ്ങടെ പോരാട്ടത്തിന്നില്ല വിരാമം. എത്രത്തോളം നിങ്ങൾ ഞങ്ങളെ ചൂഷിതരാക്കും? എത്ര തടവറയിനിയും ബാക്കി നിങ്ങടെ ജയിലിൽ? നമുക്കു പോരാടാം. നമുക്കു ചെറുത്തീടാം നമ്മളൊന്നായതി ജീവിക്കും കട്ടായം."
(പൊലീസ് തൊപ്പിയണിഞ്ഞ് ലാത്തി വീശി ഒരാൾ മുന്നോട്ടു വരുന്നു.)

പൊലീസ് : നിർത്ത്... നിർത്താൻ... ഈ അട്ടഹാസം നിർത്താനല്ലേ പറഞ്ഞത്.
(നിശ്ശബ്ദം. അതു വകവയ്ക്കാതെ വിദൂഷകൻ പാട്ട് തുടരുന്നു. കലികൊണ്ട പൊലീസുകാരൻ അയാളെ സമീപിച്ച്)
ഏയ്... ഞാനിപ്പറേന്നതൊന്നും താൻ കേൾക്കുന്നില്ലേ. എടോ വിപ്ലവകാരീ താനാകീറിയ വായൊന്നടയ്ക്ക്. ഹോ! മരിയാദയ്ക്കു പറഞ്ഞാലെവൻ കേക്കൂല്ല.
(ലാത്തി വീശി അടിക്കുന്നു)
എടാ പോക്കിരീ എന്തു ചെയ്യാനാണ് നിന്റെ ഭാവം?

വിദൂഷകൻ : ഞങ്ങളൊരു നാടകം കളിക്കാൻ പോവാണേമാനേ...

പൊലീസ് : ഞാ... ട... കം... ! ഞാൻ വെറുമൊരു മണ്ടൻ പൊലീസാന്നാ നിന്റെ വിചാരം?

വിദൂഷകൻ : അയ്യയ്യോ അല്ലേമാനേ...

പൊലീസ് : പിന്നെ?

വിദൂഷകൻ : പിന്നെ!

എല്ലാവരും : ങാ.. പിന്നെന്താ

പൊലീസ് : ഇങ്ങനാണോ ഞാ... ട... കം... കളിക്കുന്നത്?
(ലാത്തി ചുഴറ്റി വീശുന്നു)
മുദ്രാവാക്യങ്ങൾ കീറി വിളിക്കുക. ചെങ്കൊടികളുയർ

ത്തുക. പോസ്റ്റർ പതിക്കുക... ഇതാണോ ഞാടകം? ഈ നിമിഷം ഇവിടന്നോടിക്കണം. തന്തയില്ലാത്ത താന്തോന്നിപ്പരിഷകൾ. അല്ലെങ്കിലുണ്ടല്ലോ അരിച്ചു വാരി ജയിലിലടയ്ക്കും. ഒന്നിനേം വിടൂല്ല.

വിദൂഷകൻ : എന്റെ പൊന്നേമാനേ... ഞങ്ങളെയൊന്ന് വിശ്വസിക്കൂ. സത്യമായിട്ടും നാടകം തന്നെയാണ് കളിക്കുന്നത്. ഈ ആൾക്കാരോട് യേമാനൊന്നു ചോദിച്ചു നോക്ക്. ജനനാട്യമഞ്ചിലെ കലാകാരന്മാരും അഭിനേതാക്കളുമാണ് ഞങ്ങൾ.

എല്ലാവരും : അതെയതെ. ആഗോള പ്രശസ്തമായ ജനനാട്യമഞ്ച് ! തെരുവുനാടകക്കൂട്ടം.
(എല്ലാവരും ചേർന്ന് വിശ്വസിപ്പിക്കാൻ ശ്രമിക്കുന്നു.)
വിശ്വസിക്കണം സാറേ...

പൊലീസ് : ഓ... അതു ശരി. അപ്പോ നിങ്ങളൊരു ഞാ...ട...കം കളിക്കാൻ പോവാണ്. അല്ലേ?

എല്ലാവരും : അതേ സാറെ.

പൊലീസ് : ങും ശരി. തൊടങ്ങിക്കോ. ഹൃദയത്തിൽ തട്ടുന്ന... കോരിത്തരിപ്പിക്കുന്ന നാടകമായിരിക്കണം.

വിദൂഷകൻ : ഒറപ്പായും ജീവിതഗന്ധിയായൊരു നാടകമായിരിക്കും. ങാ... സാറിത്തിരി ഇങ്ങോട്ടൊന്നു മാറി നില്ക്കുമോ? ഇപ്പത്തൊടങ്ങാം. (ഉറക്കെ) വന്നാട്ടെ എല്ലാരും വന്നാട്ടെ. തൊടങ്ങിക്കോ.

എല്ലാവരും : വിപ്ലവം ജയിക്കട്ടെ... സി ഐ ടി യു സിന്ദാബാദ്. മർദ്ദന ചൂഷണ പീഡകൾക്കെതിരെ നമ്മൾ ചെലുത്തുക...

പൊലീസ് : ഹേഹേയ്... എന്തായിത്? ഇതാണോ നിങ്ങടെ ഞാ ട... കം? മുദ്രാവാക്യം പാട്ട് കൂത്ത്...

വിദൂഷകൻ : ക്ഷമിക്കണമേമാനേ... ഞങ്ങടെ നാടകത്തേന്നു മുദ്രാവാക്യോം പാട്ടും ഒഴിവാക്കാൻ പറ്റൂല്ല.

പൊലീസ് : നിങ്ങടെ ഞാടകത്തേന്ന് ഒഴിവാക്കാൻ പറ്റൂല്ല. സമരം കഴീംവരെ ഈ പ്രദേശത്തെങ്ങും മുദ്രാവാക്യം വിളിക്കാൻ അനുവാദമില്ല. കല്ലേപ്പെളർക്കുന്ന കല്പനയാണ് ഞങ്ങൾക്ക് കിട്ടീട്ടൊള്ളത്. നോക്ക് സി ഐ ടി യു എന്നാരെങ്കിലും ചുണ്ടനക്കിയാ മതി അറസ്റ്റുചെയ്യാം. വിശദീകരണം കേൾക്കാതെ പൊക്കാം. പൊക്കാം ഞാൻ...

വിദൂഷകൻ : എന്തുചെയ്യും... മുദ്രാവാക്യം വിളിക്കാതെ ഈ നാടകം കളിക്കാമ്പറ്റൂല്ല.

എല്ലാവരും : ങാ... അതെയതെ. ഞങ്ങളെ നാടകത്തേല് മുദ്രാവാക്യം

തീർത്തും അനിവാര്യമാണ്.

പൊലീസ് : *(അട്ടഹസിച്ച്)* ഇല്ല ഇല്ല. എന്റെ അധികാര പരിധിയിൽ ഞാനനുവദിക്കൂല്ല.

വിദൂഷകൻ : എന്നുവച്ചാൽ?

പൊലീസ് : എന്നുവച്ചലെന്താ?

വിദൂഷകൻ : അല്ലാതെ പിന്നെ ഞങ്ങളെങ്ങനെ നാടകം കളിക്കും.

പൊലീസ് : ഫ ! തന്തയില്ലാത്ത തെമ്മാടി. എങ്ങനെയെന്ന് ഞാൻ കാണിച്ചു തരാം. ഒരു സാധാരണ നാടകം കളിച്ചാമതി. കോരിത്തരിപ്പിക്കുന്നൊരു പ്രേമനാടകം. കാമുകിയോട് (കാമുകഭാവേന) ശൃംഗാര ഭാവത്തിൽ മുഖസ്ഥിതി പറഞ്ഞ്... ആടിയും പാടിയും നർമ്മ ശൃംഗാരങ്ങളോടെ... ഏതാണ്ടിങ്ങനെ... പ്രാണനാഥേ...
(ഭാവനാ ലോകത്തിലൂടെ നടിയുടെ അടുത്തേക്ക് കൈ നീട്ടി.) മനസ്സിലായോ?

വിദൂഷകൻ : മനസ്സിലായേമാനേ

പൊലീസ് : എന്തു മനസ്സിലായി

വിദൂഷകൻ : കാമുകീ കാമുകന്മാരെക്കുറിച്ചുള്ള പ്രേമനാടകം.

പൊലീസ് : ങാ... അതെ... അതുതന്നെ

വിദൂഷകൻ : ഒരു കുഞ്ഞുമുദ്രാവാക്യമെങ്കിലും ആയിക്കൂടെ.

പൊലീസ് : പാടില്ല. മുദ്രാവാക്യമേ പാടില്ല.

വിദൂഷകൻ : ശരിയേമാനേ... അങ്ങയുടെ ഉത്തരവുപോലെ കറയറ്റൊരു പ്രേമനാടകം തന്നെ കളിക്കാം. (ഉറക്കെ) സുഹൃത്തുക്കളേ ഒരു വിപ്ലവനാടകം കളിക്കാൻ പൊലീസേമാൻ നിർബ്ബന്ധമായും അനുവദിക്കില്ല. അതുകൊണ്ട് നമുക്കൊരു പ്രേമനാടകം തന്നെ കളിക്കാം.

എല്ലാവരും : ശരി ശരി. പ്രേമനാടകം തന്നെ കളിക്കാം.
(പശ്ചാത്തല ശബ്ദങ്ങളോടൊത്ത് അവർ ഒരു പൂന്തോട്ട പ്രതീതി ഉണ്ടാക്കുന്നു. കാമുകനും കാമുകിയും (ജോഗിയും ആഷോയും) പ്രേമഗാനം പാടി. ഒളിച്ചുകളിക്കുന്ന മട്ടിൽ നൃത്തംചെയ്തു.)

പാട്ടുസംഘം : വരൂ എന്റെ പ്രിയേ വരൂ ഓമലാളേ... വരൂ നമുക്കൊന്നിച്ചൊളിച്ചു കളിക്കാം. ഇടവഴികളിലീ ആരാമങ്ങളിൽ പൂമരച്ചോലകളിലാടി രസിക്കാം. വരൂ എന്റെ പ്രിയേ വരൂ ഓമലാളേ...
(കളിക്കിടയിൽ ആഷോ മറയുന്നു. ജോഗി തിരയുന്നു.)

ജോഗി : പ്രിയാ ഞാനങ്ങോട്ടു വരട്ടെ.

ആഷോ : വേണ്ട വേണ്ട. ഒളിച്ചില്ല.

ജോഗി : ഇപ്പഴോ... വന്നോട്ടെ

ആഷോ : വരൂ വരൂ എന്റെ പ്രിയനേ വന്നു കണ്ടാട്ടെ.

ജോഗി : എന്റെ പ്രിയമുള്ളവൾ... അതാ അവിടെ ആ പൂമരത്തിനു പുറകിൽ ദാ... ഇവിടെ... ഓ ഞാനിതാ പിടിച്ചു കഴിഞ്ഞു.

(അയാളവളെ പിടികൂടുന്നു. അവരുടെ ഇളകിച്ചിരി. പാട്ടുസംഘം കൈയടിച്ചു വരയ്ക്കുചുറ്റും വട്ടമിടുന്നു.)

പാട്ടുസംഘം : ഓ... പിടിച്ചു പിടിച്ചു. കണ്ടുപിടിച്ചു. ഇനി കളിയിൽ നിന്നു കാര്യത്തിലേക്ക്.

(പിൻവലിയുന്നു)

ആഷോ : ജോഗീ...

ജോഗി : ങ്ഉം എന്താ ആഷോ...

ആഷോ : എപ്പഴാ നീ എന്റച്ഛനോട് നമ്മുടെ കാര്യം പറയുന്നത്.

ജോഗി : ആഷോ... കുറച്ചു ദിവസം കൂടെ എന്റെ പ്രിയപ്പെട്ടവൾ ഒന്നു ക്ഷമിക്ക്.

ആഷോ : ഇനീം ക്ഷമിക്കാനോ... രണ്ടു കൊല്ലം മുമ്പ് പറഞ്ഞതും ഇതു തന്നെയല്ലേ. കുറച്ചു ദിവസം കൂടെ കഴിയട്ടെ കുറച്ചു ദിവസം കൂടെ കഴിയട്ടേന്ന് *(പിണങ്ങി മാറുന്നു)*

ജോഗി : ദയവു ചെയ്ത് എന്നെയൊന്നു മനസ്സിലാക്കാൻ ശ്രമിക്കെന്റെ ആഷോ. എന്റെ കൂലി തീരെ കുറവാണെന്നറിയാമല്ലോ. അത്രേം കൊണ്ട് എന്റെ പ്രിയമുള്ളവളെ ഞാനെങ്ങനെ പോറ്റും. കൂലിയൊന്നു കൂടിക്കോട്ടെ.

ആഷോ : ഇനി എപ്പഴാ കൂലി കൂടുന്നത്. ഒരാഴ്ച സമരം കഴിഞ്ഞാലറിയാമെന്നല്ലേ പറഞ്ഞത്. എന്റെ ജോഗീ വയ്യ എനിക്കിങ്ങനെ ഒരുപാട് കാത്തിരിക്കാൻ.

ജോഗി : നോക്കൂ ആഷോ നമ്മളൊരു നിർണ്ണായക സമരത്തിലാണ്. പതിമൂന്നു ലക്ഷം തൊഴിലാളികൾ ഒരുമിച്ചു പണിമുടക്കിയ ചരിത്രസമരം. തൊഴിൽശാലകൾ ഒരാഴ്ച പൂട്ടിക്കിടന്നു. മുതലാളിമാരുടെ മുട്ടിടിക്കുന്നത് നീയും കണ്ടതല്ലേ. സമരം ശക്തിപ്പെടുത്താൻ പരമാവധി ശ്രമിക്കണം. അതാണിപ്പോ വേണ്ടത്.. വൈകാതെ നമ്മുടെ ആവശ്യങ്ങൾക്കു മുന്നിൽ സർക്കാർ മുട്ടുമടക്കും.

ആഷോ : സത്യമാണോ?

ജോഗി : സത്യം.

ആഷോ : ഞാൻ സത്യം.

ജോഗി : എന്റെ പൊന്നാണേ സത്യം.

ആഷോ : ദൈവം സാക്ഷി

ജോഗി : ദൈവം സാക്ഷി. നമുക്ക് സി ഐ ടി യുവിൽ വിശ്വസിക്കാം. ആഷോ.

പൊലീസ് : ടെടേയ് എന്തായിത് കള്ളക്കഴുവേറി. പ്രേമനാടകത്തി

നിടേലും സി ഐ ടി യുവിന്റെ പ്രചരണമോ സമ്മതിക്കില്ല. ഞാനതിനു സമ്മതിക്കില്ല.

വിദൂഷകൻ : ഓ ഓ പൊലീസേമാനേ മനസ്സിലായില്ലേ. ഞങ്ങടെ നായകൻ ഫാക്ടറി തൊഴിലാളിയാണ്. ഏഴു ദിവസം സി ഐ ടി യുവിന്റെ കൊടി പിടിച്ച് ധീര പോരാട്ടം നടത്തിയ വീരനായകൻ. അയാളെങ്ങനെ സി ഐ ടി യുവിനെക്കുറിച്ചു പറയാതിരിക്കും... തൊഴിലാളികളേ നാടകം ഇപ്പോൾ സി ഐ ടി യുവിനെക്കുറിച്ച് മാത്രമാണ് പറയുന്നത്. അവരിലെത്രപേരുടെ വായടയ്ക്കാൻ പൊലീസിനു കഴിയും.

പൊലീസ് : നെർത്തെടാ... എന്റെ അധികാരപരിധിയിൽ ഞാൻ അനുവദിക്കില്ല.

വിദൂഷകൻ : എന്നു വച്ചാൽ

പൊലീസ് : എന്റെ അധികാര പരിധിയിൽ കാമുകൻ വെറും കാമുകനായി മാത്രം പെരുമാറിയാൽ മതി. അതുവിട്ടൊരക്ഷരം മിണ്ടിയാൽ അപ്പ ഞാനററസ്റ്റു ചെയ്യും.

വിദൂഷകൻ : ശരി ശരി. സി ഐ ടി യുവിനെക്കുറിച്ച് വേണ്ട. കൂലിയെക്കുറിച്ചെന്തെങ്കിലും പറയാമല്ലോ.

പൊലീസ് : എന്തിനാണ് സ്വന്തം കാമുകിയോട് കൂലിയെക്കുറിച്ചു പറേന്നത്. അയാളൊരു കാമുകനാണോ കണക്കപ്പിള്ളയാണോ. പ്രേമരംഗം അഭിനയിക്കുന്നതെങ്ങനെയെന്നറിയില്ലെങ്കിൽ ഞാൻ കാണിച്ചുകൊടുക്കാം.

വിദൂഷകൻ : അയ്യയ്യോ വേണ്ടേ മോനെ... അയാളതു ചന്തമായിട്ട് ചെയ്യും. ചെയ്യില്ലേടോ

ജോഗി : അതെയതെ ചന്തമായിട്ടു തന്നെ ചെയ്തോളാം. ഞാൻ റെഡി.

പൊലീസ് : വേലത്തരമെടുത്താലുണ്ടല്ലോ. ങാ... തൊടങ്ങിക്കോ...

വിദൂഷകൻ : പ്രിയപ്പെട്ട സഹോദരീ സഹോദരന്മാരേ ഈ പൊലീസ് യേമാൻ നമ്മുടെ നാടകം സെൻസർ ചെയ്തിരിക്കുന്നതിനാൽ പുതിയ ചില മാറ്റങ്ങൾ കൂടെ വരുത്തുകയാണ് സദയം ക്ഷമിച്ചാലും സഹകരിച്ചാലും. തുടങ്ങാം.

ആഷോ : ജോഗീ

ജോഗി : എന്താ

ആഷോ : ഇന്നുതന്നെ നിങ്ങൾ അച്ഛനോടു സംസാരിക്കില്ലേ

ജോഗി : തീർച്ചയായും ആഷോ. ഞാനിതാ വാക്കുതരുന്നു. ഇന്നു ഞാനതു ചെയ്തിരിക്കും.

ആഷോ : നല്ലത്. പേടിക്കരുത് കേട്ടോ. ധൈര്യമായി ഉറച്ചു നിന്നു സംസാരിക്കണം. മാനേജ്മെന്റിനോട് സഖാവ് നഥ സംസാരിച്ചതുപോലെ.

പൊലീസ് : എന്താണ് എന്താടി പെണ്ണേ നീ പറഞ്ഞത്. സഖാവോ ഈ ചകാവു വിളിയൊന്നും വേണ്ട ഛേട്ടോ.

ആഷോ : ക്ഷമിക്കണം സാറെ. സാറിങ്ങനെ വികാരംകൊള്ളരുത്. ജോഗീ ധൈര്യം വിടരുത്. ജനക മഹാരാജാവിന്റെ മുന്നിൽ എത്ര ധൈര്യത്തോടെയാണ് ശ്രീരാമചന്ദ്രൻ നിന്നത്.

ജോഗി : വിഷമിക്കരുതാഷോ... നിന്റെ വീരശൂരപരാക്രമിയായ ബാബയെ ഞാനെങ്ങനെ കൈകാര്യം ചെയ്യുന്നെന്നു നീ നോക്കിക്കോ. വിളിക്ക്. വിളിക്കദ്ദേഹത്തെ.

ആഷോ : *(ഉറക്കെ)* ബാബ... ബാബാ...

അച്ഛൻ : *(അകത്ത്)* എന്തുപറ്റി ആഷോ നീ എന്തിനാണിങ്ങനെ വിളിച്ചുകൂവുന്നത്.

ആഷോ : ഇവിടൊരാള് ബാബയെ കാണാൻ വന്നു നില്ക്കുന്നു.

അച്ഛൻ : ഓ... കാശുകൊടുക്കാനുള്ള വല്ലവരുമാവും.

ആഷോ : കടക്കാരല്ല ബാബ. വേറെ വല്ലതിനുമായിരിക്കും. ഇങ്ങോട്ടു വന്നുനോക്കണം.

(അച്ഛനും പിന്നാലെ അമ്മയും വരുന്നു)

അച്ഛൻ : എവിടെ

(ആഷോ അയാളെ ചൂണ്ടുന്നു. അച്ഛനും അമ്മയും അയാളുടെ ചുറ്റും നടന്ന് സംശയാസ്പദമായി വീക്ഷിക്കുന്നു.)

അച്ഛൻ : നീയാരാടാ കൊച്ചനേ... ങുഹും. ഒരു പിടിയും കിട്ടുന്നില്ല. ആരാ നീ *(ജോഗി മിണ്ടാത്തതുകൊണ്ട് ദേഷ്യത്തിൽ)*

വാ തൊറന്നെന്തെങ്കിലുമൊന്നു പറ. ഇയാളിങ്ങോട്ടൊന്നു നീങ്ങി നില്ക്ക്. നീയേതാണ്.

ജോഗി : ജോഗി.

അച്ഛൻ : ജോഗി.

ജോഗി : ജോഗി... എന്റെ പേര് ജോഗി... അതായത് ജോഗീന്ദർ... ഞാനുദ്ദേശിച്ചത് ങുഹും ഞാനുദ്ദേശിച്ചത്... ജോഗീന്ദർ സിങ്... അതായത് ജോ... ജോഗി... ജോഗീന്ദർ

അച്ഛൻ : ഛീ നെർത്തെടാ... വിക്കാതെ വിഴുങ്ങാതെ അടങ്ങി നിന്ന് സംസാരിക്ക്... നെനക്ക് ഞാനെന്താ ചെയ്യേണ്ടത്.

ജോഗി : വേണ്ട വേണ്ട, ഒന്നും വേണ്ട. എനിക്ക് തോന്നുന്നു ഞാൻ വെറുതേ നിങ്ങടെ സമയം പാഴാക്കയാണെന്ന്... ഞാനുദ്ദേശിച്ചത്... ങാ... ഞാനിപ്പോ പൊയ്ക്കോട്ടെ.

അച്ഛൻ : *(കോളറിൽ പിടിച്ചു നിർത്തി)* എവിടെപ്പോകുന്നെടാ തെമ്മാടീ... പറയെടാ... നീ എന്തിനിവിടെ വന്നു. സംശയോല്ല ഇവൻ കള്ളം തന്നെ. പെരുംകള്ളൻ.

(അതുകണ്ട് ആഷോ നിലവിളിക്കുന്നു)

അച്ഛൻ : നീ എന്തിനാണ് കരേന്നത്? നെർത്തെടീ...

ആഷോ : *(പേടിച്ച്)* അയാള് കള്ളനല്ല ബാബാ...

അച്ഛൻ : നെനക്കെങ്ങനറിയാം. പറയെടീ

ആഷോ : *(ഏങ്ങലടിയോടെ)* ഞാൻ പറഞ്ഞത്... ജോഗി... അയാൾ... അയാൾ ബാബയെ കാണാൻ വന്നത് ഞാൻ വിചാരിച്ചത് ങാ... അമ്മാ ഒന്നു പറഞ്ഞു കൊടുക്ക്.
(അമ്മയെ കെട്ടിപ്പിടിച്ച് കരയുന്നു)

അച്ഛൻ : എന്തു വൃത്തികെട്ട കളിയാണിവിടെ നടക്കുന്നത്. ഒന്നു തെളിച്ചു പറയാമോ?
(അമ്മ അച്ഛനെ ഒരു ഭാഗത്തേക്ക് തള്ളിമാറ്റി കുശുകുശുക്കുന്നു)

അമ്മ : ഇത് കൊറേക്കൂട്ണൊണ്ട്. നിങ്ങൾക്കൊന്നു പതുക്കെ പറഞ്ഞൂടെ? പതുക്കെ പറയണം.

അച്ഛൻ : പതുക്കെ... പതുക്കെ... പതുക്കെ... എന്തോന്നു പതുക്കെ പറയാനായിട്ട്

അമ്മ : അതേയ് പറയുന്നതൊന്നു കേൾക്ക് പതുക്കെ... പതുക്കെ പറഞ്ഞാ മതി. അവര് തമ്മില് കല്ല്യാണം...

അച്ഛൻ : ങേ... കല്ല്യാണമോ? *(ജോഗിയെ സമീപിച്ച്)* അങ്ങനെ വരട്ടെ. അപ്പോ അതാണു സംഗതി. തനിക്കെന്റെ മോളെക്കെട്ടണം.

ജോഗി : അതെയതെ. ഞാൻ ഞാനതാണ് പറയാൻ വന്നത്. ഞാൻ...

അച്ഛൻ : ഈ ഞാൻ പ്രയോഗമൊന്നു നിർത്തിയിട്ട് സംഗതീലേക്കു വാ...

ജോഗി : അത് അത് ഞാനവളെ ഒരു മഹാറാണിയെപ്പോലെ കരുതിക്കൊള്ളാം. ഏതാവശ്യം അവള് പറഞ്ഞാലും അപ്പത്തന്നെ സാധിച്ചുകൊടുക്കും. കല്പിച്ചാ മാത്രം മതി. ഒരു കൊറവും വരുത്തൂല്ല.

അച്ഛൻ : ഈ സിനിമാ ഡയലോഗൊക്കെ കൈയി വച്ചാമതി. എന്താ നിന്റെ പണി? മനസ്സിലായില്ലേ? ജോലി എന്താണെന്ന്.

ജോഗി : ഞാനൊരു ഫാക്ടറി തൊഴിലാളിയാണ്.

അമ്മ : എന്താ നിന്റെ ജോലിപ്പേര്? മാനേജരാണോ?

ജോഗി : അല്ലമ്മാ അതിനൊരിത്തിരി താഴെ.

അച്ഛൻ : സൂപ്പർവൈസർ?

ജോഗി : ഇത്തിരീം കൂടെ താഴെ.

അമ്മ : വകുപ്പധികാരിയാണോ?

ജോഗി : ഒരിത്തിരീം കൂടെ താഴെ.
അമ്മ : കണക്കപ്പിള്ള?
ജോഗി : അല്ലല്ല ഇ... ഇത്തിരീം കൂടെ.
ഇരുവരും : ഇത്തിരി ഇത്തിരി ഇത്തിരി. താൻ വെറുമൊരേഴാംകൂലി തൊഴിലാളി.
അമ്മ : ദരിദ്രവാസി.
ജോഗി : അങ്ങനെയല്ല. യന്ത്രപ്പണിക്കാരൻ
കോറസ് : അതെയതെ അന്തസ്സുള്ള യന്ത്രപ്പണിക്കാരൻ
അച്ഛൻ : എനിക്കതു മുന്നേ മനസ്സിലായി. എന്റെ പുന്നാരമോള് ഇമ്മാതിരി ചീക്കടപാർട്ടികളെയേ കൊണ്ടുവരൂ.
അമ്മ : പതുക്കെ... പതുക്കെ
അച്ഛൻ : ഓ പതുക്കെ... പതുക്കെപ്പറയണം.
ജോഗി : ദയവായിട്ടെന്റെ അപേക്ഷ അംഗീകരിക്കണം.
അച്ഛൻ : (ചെരുപ്പൂരിയിട്ട്) വാടായിവിടെ. നിന്റെ അപേക്ഷ അംഗീ കരിക്കുന്നതെങ്ങനെയെന്ന് ഇപ്പോ കാണിച്ചുതരാം. കൊള്ളരുതാത്തവൻ. ദരിദ്രവാസി തെണ്ടി. തെണ്ടീട മോൻ. വെറും 562 പേട കൂലീം വാച്ചോണ്ട് പെണ്ണു കെട്ടാൻ നടക്കുന്നു.
അമ്മ : നാണംകെട്ട നാറി. *(അടിക്കാനോടുന്നു)* ങുഹും... അവന്റെ അഹങ്കാരം കണ്ടില്ലേ. നിന്നെപ്പോലൊരു കൂലി ക്കാരന്റൊപ്പം കെട്ടിച്ചുവിട്ട് അവളുടെ ഭാവി കളയുമെന്നു കരുതിയാ. നില്ലെടാ നാറി അവിടെ. *(ആഷോ അയാളെ രക്ഷിക്കാൻ ശ്രമിക്കുന്നു)*
ആഷോ : ബാബാ ബാബാ അയാളെ തല്ലരുത്. പൊയ്ക്കോട്ടമ്മാ പാവമാണ്.
അച്ഛൻ : ചെരുപ്പടി കൊള്ളണ്ടെങ്കിൽ പോടാ.
കോറസ് : 562
അച്ഛൻ : ഇവനെയിന്ന് കണക്കിനു പെരുമാറീട്ടു തന്നെ.
കോറസ് : 562
അച്ഛൻ : ചവിട്ടിത്തള്ളവനെ.
കോറസ് : 562
അമ്മ : ഏതു നരകത്തിലാണെങ്കിലും പോ.
അച്ഛൻ : നെനക്കിപ്പം ഞാൻ കാണിച്ചുതരാം.
കോറസ് : 562
അമ്മ : നീ ഒരിക്കലുമിത് മറക്കരുത്.
കോറസ് : 562
(ഗതികെട്ടൊടുവിൽ ധൈര്യത്തോടെ തിരിഞ്ഞു നിന്ന് അവരെ നേരിടുന്നു)
ജോഗി : മതി. അനാവശ്യമായി എന്റെ നേർക്ക് ഇനി കൈപൊ

ക്കരുത്. പൊക്കിയാൽ...

അച്ഛൻ : പൊക്കും പൊക്കും പൊക്കും. ഒരു നൂറുവട്ടം ഞാൻ നിന്നെ തല്ലും. അല്ല 562 വട്ടം.

ജോഗി : മര്യാദയ്ക്ക് ഞാൻ പറഞ്ഞു. ആഷോ നിന്റെ ബാബ യോട് നെർത്താൻ പറ. ഇല്ലെങ്കിൽ ഈ കെളവനെ ഞാൻ...

അച്ഛൻ : എന്താടാ പോക്കിരി... എന്റെ ഭീഷണിപ്പെടുത്താൻ മാത്രം നീ ആയോ? ഇന്നു നിന്നെ ഇടിച്ചു ചമ്മന്തിയാക്കും.

ആഷോ : അത്രയ്ക്കു ദേഷ്യമാണെങ്കിൽ ബാബ എന്നെ തല്ലി ക്കൊള്ളൂ. ആവശ്യമില്ലാതെ അയാളെ ഒന്നും ചെയ്യരുത്.

അമ്മ : വാടീ ഇവിടെ... നോക്കാഷോ ആണുങ്ങടെ കാര്യത്തിൽ നീ തലയിടണ്ട.

ആഷോ : ഇതെന്റെ കാര്യമാണ്. അമ്മ വിടണം. രണ്ടാളോടുമായി പറയുന്നു. ഞാൻ കല്ല്യാണം കഴിക്കുന്നെങ്കിൽ ഈ നില്ക്കുന്ന ജോഗിയെ ആയിരിക്കും. സമ്മതിച്ചില്ലെങ്കിൽ ജീവനോടെ ഞാൻ കാണൂല്ല.

അമ്മ : പൊന്നുമോളെ അങ്ങനൊന്നും പറേരുത്. ഇങ്ങനെ ശാപം പിടിച്ച കാര്യങ്ങള് ചിന്തിക്കാൻ പോലും പാടില്ല. ഈ ആഗ്രഹം ഇപ്പത്തന്നെ കളഞ്ഞേക്ക് മോളെ വെറും 562 രൂപ വരുമാനം. ഒന്നിനും കൊള്ളരുതാത്തൊരു ഫാക്ടറി തൊഴിലാളി. എങ്ങനെ നെനക്ക് കൂട്ടു പിടിക്കാൻ തോന്നി.

അച്ഛൻ : ബുദ്ധിയായിട്ട് ചിന്തിക്കൂ മക്കളെ. മാസം 562 രൂപ കൊണ്ടെങ്ങനെ ഒരു കുടുംബം ഓടിച്ചോണ്ടു പോകും.

അമ്മ : കൈയികാശില്ലാതെ ഏറിയാ രണ്ടുകൊല്ലം. അതു ക ഴീമ്പം നിന്നെ കളഞ്ഞിട്ടുപോകും. ഈ കൊച്ചു പ്രായ ത്തില് വിധവയാകുന്നേനെപ്പറ്റി നീയൊന്നാലോചിച്ചു നോക്ക്.

അച്ഛൻ : ഡൽഹീലെ ഫാക്ടറി തൊഴിലാളികളുടെ ദുരിത ത്തെപ്പറ്റി നിനക്കറീല്ല. ബാബയ്ക്ക് നന്നായറിയാം.

അമ്മ : ഇന്നു ജോലി കൊടുക്കും. നാളെ പിരിച്ചുവിടും.

അച്ഛൻ : ഇന്നൊരു പണിശാല പൂട്ടും നാളെ വേറൊന്ന്.

അമ്മ : ജീവിതം ചേരികളിൽ കുഴിച്ചുമൂടും വെള്ളമില്ലാതെ വെളിച്ചമില്ലാതെ...

അച്ഛൻ : ഗുണ്ടകൾക്കും കൊള്ളക്കാർക്കും നിനക്ക് കീഴടങ്ങേണ്ടി വരും. സഹിക്കുമോ.

അമ്മ : രാപ്പകൽ പൊലീസ് നിന്നെ കടിച്ചുകീറും ചവിട്ടി അരയ്ക്കും.

അച്ഛൻ : തീഹാർ ജയില് നീ കണ്ടിട്ടുണ്ടോ? ആരുമില്ലാത്ത നിന്നെ രാത്രികളിലവർ തൂക്കിക്കൊണ്ടുപോകും. പട്ടി എല്ലിനു കടികൂടുംപോലെ കടിച്ചു പറിക്കും മോളെ.

അമ്മ : ഒരു സദാ തൊഴിലാളിയെ കല്ല്യാണം കഴിക്കേന്നു വച്ചാ മരിച്ചു ജീവിക്കുന്നതിനു തുല്യമാണു മക്കളെ.

ആഷോ : എല്ലാം ശരിയാണ്. ജോഗിയില്ലാതെ എനിക്ക് ജീവിക്കാൻ കഴിയില്ലമ്മാ... *(അമ്മ കരയുന്നു)*

അച്ഛൻ : *(ജോഗിയോട്)* ജോഗീ... ദയവു ചെയ്ത് ഞങ്ങളെ മനസ്സിലാക്ക്. നിന്നോടൊരു വിരോധോം ഞങ്ങൾക്കില്ല. നീ മാന്യനാണ് കഠിനാദ്ധ്വാനിയാണ് എന്നു വച്ചു...

അമ്മ : നിനക്കവളോട് സ്നേഹമുണ്ടെങ്കിൽ അവളുടെ നന്മയെ ഓർത്തെങ്കിലും ഒഴിഞ്ഞു പോ മോനേ...

ജോഗി : അവളുടെ നന്മയ്ക്കും സുഖത്തിനും വേണ്ടി ഞാനെല്ലാം ഉപേക്ഷിക്കാം. ചായ, ബീഡി, സിഗരറ്റ് എല്ലാം...

അച്ഛൻ : എന്തു മണ്ടത്തരമാണ് പറയുന്നത്. ഇതൊന്നുമില്ലാതെ എട്ടു മണിക്കൂർ കഠിനാദ്ധ്വാനം ചെയ്യാൻ ഒരു തൊഴിലാളിക്ക് കഴിയുമോ?

ജോഗി : എന്റെ മാതാപിതാക്കൾക്ക് മാസക്കാശ് കൊടുക്കുന്ന പതിവ് ഉപേക്ഷിക്കാം. ബസ് യാത്ര ഒഴിവാക്കി നടന്ന് ജോലിക്ക് പൊയ്ക്കൊള്ളാം. രാത്രി മറ്റെന്തെങ്കിലും പണികൂടെ ചെയ്യാം. അത്രയും പോരെ...

അച്ഛൻ : *(കളിയാക്കി)* ഓ... ധാരാളം മതി. അങ്ങനെ രണ്ടോ മൂന്നോ കൊല്ലത്തിനകം ലോകത്തോട് സലാം പറയാമല്ലോ.

അമ്മ : നിന്റെ ഭാര്യക്കങ്ങനെ എളുപ്പത്തിൽ വിധവയുമാകാം.

അച്ഛൻ : നെനക്കറിയാമോ ഒരായിരം ആയിരത്തഞ്ഞൂറ് രൂപയെങ്കിലുമില്ലാതെ ഈ പട്ടണത്തിലാർക്കും ജീവിക്കാൻ പറ്റില്ല.

ജോഗി : അറിയാം. അതുകൊണ്ടാണ് മിനിമം 1050 രൂപ യൂണിയൻ ആവശ്യപ്പെടുന്നത്.

അമ്മ : അവര് പറയുന്നതാണ് ശരി.

അച്ഛൻ : അതുകൊണ്ട് കുറഞ്ഞത് 1050 രൂപയെങ്കിലും കിട്ടുന്നൊരു തൊഴിലു കണ്ടുപിടിച്ചു വാ... സന്തോഷത്തോടെ ഞങ്ങളവളെ കെട്ടിച്ചു തരാം.

ആഷോ : അങ്ങനൊരു തൊഴില് എവിടെ കിട്ടാനാണച്ഛാ

ജോഗി : 562 ൽ ഒരു നയാ പൈസ ആരും കൂട്ടി തരുന്നില്ല.

അമ്മ : നിന്റെ മൊതലാളിയോട് തന്നെ കൂലി കൂട്ടിത്തരാൻ പറയാത്തതെന്താ?

ജോഗി : അതെളുപ്പമെന്നാണോ കരുതുന്നത്? രണ്ടു വർഷം

തല്ലുകൂടീട്ടാണ് ആ തന്തയില്ലാത്തോൻ 73 രൂപ കൂട്ടി ത്തന്നത്. ഇപ്പോത്തന്നെ ഒരാഴ്ച സമരം കൊണ്ട് ശ്വാസം മുട്ടീട്ടായിരിക്കും കൂലി വർദ്ധന സമ്മതിച്ചത്. എന്നിട്ടും സർക്കാർ അനങ്ങുന്നില്ലല്ലോ.

രണ്ടുപേരും : എന്നാപ്പിന്നെ സമരം നിർത്തണ്ട. കൂടുതൽ ശക്തമാക്കിക്കോ.

ജോഗി : അതാണിപ്പോ നടക്കുന്നത്. ഭാഗ്യത്തിന് മുഴുവൻ തൊഴിലാളികളും സി ഐ ടി യുവിൽ ചേരാൻ തയ്യാറായി വന്നിട്ടുണ്ട്. ഇനി കൂലി വർദ്ധന സമരം അവര് നടത്തിക്കൊള്ളും.

(അതുകേട്ട് പൊലീസ് ഇളകി വരുന്നു)

പൊലീസ് : ഓ... പിന്നെ. എടാ തെമ്മാടീ നീ വീണ്ടും അതുതന്നെ പറയുകയാണല്ലേ. ഇത്തിരി എളവുതന്നപ്പം തലേക്കേറുന്നു. കൂടുംകുടുക്കേം വാരിക്കെട്ടി മര്യാദയ്ക്കിപ്പത്തന്നെ ഓടിക്കോളണം.

(അഭിനേതാക്കൾ പിൻവലിയുമ്പോൾ വിദൂഷകൻ മുന്നോട്ടുവരുന്നു)

വിദൂഷകൻ : യേമാൻ കല്പിച്ച പോലെ മുദ്രാവാക്യം വിളിച്ചില്ല. ബാനറും പിടിച്ചില്ല. പിന്നേം എന്താണേമാന്റെ പ്രശ്നം.

പൊലീസ് : എടോ പന്നിക്കുറുക്കാ... മുദ്രാവാക്യോം കൊടിയുമില്ലാതെ തന്നെ തൊഴിലാളികളെ വശത്താക്കാമെന്ന് എനിക്കറിയില്ലെന്നാണോ. അതാണിവിടെ ചെയ്യുന്നത്. ങുഹും. സി ഐ ടി യു പോലും *(ലാത്തി വീശി)* എല്ലാരും കൂടെ വാരിക്കെട്ട്.

വിദൂഷകൻ : യേമാനേ... ഒരു പാവം തൊഴിലാളി ഉപജീവനത്തിനു വേണ്ടിയാണിതൊക്കെ ചെയ്യുന്നതെന്ന് എന്തുകൊണ്ടങ്ങേടെ ബുദ്ധീലുദിക്കുന്നില്ല. ഉപജീവനത്തിനു വേണ്ടി ഒരു നാടകം കളിക്കുമ്പോ കൊടിപിടിക്കുന്നോ മുദ്രാവാക്യം വിളിക്കുന്നോ എന്നൊക്കെ നോക്കീട്ട് കാര്യോണ്ടോ. അത് പിന്നേം പ്രശ്നം കത്തിക്കേയുള്ളൂ. ഒരു തൊഴിലാളിയുടെ ജീവിതം അപകടം പിടിച്ചൊരു പോരാട്ടമാണ്. ജയിക്കും വരെ പോരാടിയേ പറ്റൂ.

എല്ലാവരും : ഒരു തൊഴിലാളിയുടെ ജീവിതം അപകടം പിടിച്ചൊരു പോരാട്ടമാണ്. ജയിക്കും വരെ പോരാടിയേ പറ്റൂ.

പൊലീസ് : ഓ ഐസീ... അതായത് നിങ്ങടെ നാടകം കളിക്കാൻ വേണ്ടി എന്നോടു പോരാടുമെന്ന് വ്യംഗ്യം. ആർക്കാടാ നാടകം കളിക്കേണ്ടത്.

വിദൂഷകൻ : നാശം പിടിക്കാൻ. ഞങ്ങൾ നാടകം കളിക്കുന്നില്ല. സർക്കാർ അടിയന്തരാവസ്ഥയൊന്നും പ്രഖ്യാപിച്ചിട്ടി

ല്ലല്ലോ. എന്നിട്ടും യേമാൻ സെൻസറിങ് നടത്തുന്നു. കൂട്ടുകാരെ എല്ലാം കെട്ടിയൊതുക്കാം. നമ്മളീ നാടകം കളിക്കുന്നില്ല. പോകാം.

(എല്ലാം ഒരുക്കിക്കെട്ടാൻ തുടങ്ങുന്നു. അപ്രതീക്ഷിതമായി ഒരു നടൻ മുന്നോട്ടു വരുന്നു)

ഒരു നടൻ : ഒരു നിമിഷം. *(എല്ലാവരും നിശ്ശബ്ദം. പൊലീസുകാരനോട്)* താങ്കൾ പറഞ്ഞല്ലോ കൊടികളോ മുദ്രാവാക്യങ്ങളോ സി ഐ ടി യുവിനെ പറ്റി സൂചനയോ അനുവദിക്കില്ലെന്ന്. സി ഐ ടി യുവിനെതിരായൊരു നാടകം കളിച്ചാൽ സാറിനെന്താണൊരു പ്രയോജനം.

പൊലീസ് : എടോ സി ഐ ടി യുവിനെക്കുറിച്ച് ഉരിയാടുകപോലും ചെയ്യരുതെന്നാണ് മൊകളീന്നൊള്ള കല്പന. *(സ്വപ്നം കാണുന്ന ഭാവത്തിൽ മുന്നോട്ടു നടന്നുകൊണ്ട്)* സി ഐ ടി യുവിനെതിരായി നിങ്ങളൊരു നാടകം കളിച്ചാൽ എസ് എച്ച് ഒ അതറിയും. അതോടെ എന്റെ കഴിവംഗീകരിച്ച് തുടരെത്തുടരെ പ്രൊമോഷൻ. ഉടനെ എസ് ഐ പിന്നെ എ സി പി, താമസിയാതെ ഡി സി പി... ആഹാ! ഡി സി പി.

ഒരു നടൻ : മിസ്റ്റർ പൊലീസ് സാർ... സ്വപ്നലോകത്തിൽ നിന്ന് ഈ പാവം തൊഴിലാളികളുടെ ദുരിത ഭൂമിയിലേക്കിറങ്ങി വന്നാലും. *(ഉറക്കെ)* ഞങ്ങൾ നാടകം കളിക്കട്ടെ.

പൊലീസ് : *(ഭയന്ന്)* എ സി പി സാർ ഞാ... അല്ല ക്ഷമിക്കണം ഡി സി പി സാർ *(ഞെട്ടലോടെ)* അതെ അതെ ശരിയാണ്. നിങ്ങൾ തുടങ്ങിക്കൊള്ളൂ നാടകം തുടങ്ങിക്കൊള്ളൂ.

(പൊലീസ് മാറിയിരിക്കുന്നു. അഭിനേതാക്കൾ തയ്യാറായി. നാടകം തുടരുന്നു. സി ഐ ടി യു കൊടിയുമായി ജോഗി വരുന്നു. തല്ല് കിട്ടിയ മട്ടിൽ ഞെരങ്ങിയും പുളഞ്ഞുമാണ് വരുന്നത്.)

ജോഗി : വിശപ്പിന്നിരകൾ ഞങ്ങൾ. ഞങ്ങൾ മരണം ഭയക്കുന്നില്ല. ഉയരട്ടിനിയും ഉയരങ്ങളിലീ സ്വാതന്ത്ര്യത്തിൻ ചെങ്കൊടിജാലം.

(ഇതിനിടയിൽ നാല് യൂണിയൻ നേതാക്കൾ ജോഗിയെ വട്ടമിടുന്നു.)

നാലുപേരും : *(പരിഹാസത്തോടെ)* കഷ്ടം കഷ്ടം...
ഇതെന്തൊരു കോലം... പാഠം പഠിച്ചില്ലേ... കണ്ടാലറിയാം.

നേതാവ് 1 : പൊലീസ് ലാത്തീടെ രുചി കാര്യമായിട്ടറിഞ്ഞതിപ്പഴാണ്.

നേതാവ് 2	:	ജയിലില് നെനക്ക് തിന്നാൻ വല്ലതും കിട്ടിയാരുന്നോ? പച്ചവെള്ളം കിട്ടാതെ മുഴുപ്പട്ടിണിയായിരുന്നില്ലേ?
നേതാവ് 3	:	പാവം. സി ഐ ടി യുക്കാരുടെ വാലേത്തൂങ്ങി നടന്നാൽ എന്തുണ്ടാവുമെന്ന് ഇപ്പം മനസ്സിലായിക്കാണും.
നേതാവ് 4	:	എന്തിനാ അവനെ മാത്രം പറേന്നത്. അവന്റെ എം പിയെപ്പോലും ലാത്തികുത്തി ഒതുക്കിക്കളഞ്ഞില്ലേ.
നാലുപേരും	:	പിന്നെയാണീ മൂലംകുലുക്കിപ്പക്ഷി ഹഹഹഹാ...
നേതാവ് 1	:	ഈ സി ഐ ടി യുവിന്റെ കെണിയേ വീഴരുതെന്ന് എത്രവട്ടം ഞങ്ങൾ മുന്നറിയിപ്പു തന്നു.
നേതാവ് 2	:	മനഃപൂർവ്വം നീയതു വകവച്ചില്ല. അവരു നിന്നെ വഴിതെറ്റിച്ചു. ആഴ്ച സമരത്തിലെടുത്തു ചാടീട്ടെന്തോ കിട്ടി?
നേതാവ് 3	:	ങും കിട്ടികിട്ടി.. ഒലക്കേടെമൂട്. അടീംകൊണ്ട് പുളീം കുടിച്ചിങ്ങുപോന്നു.
നേതാവ് 4	:	പോരാത്തതിന് ഏഴു ദിവസത്തെ കൂലി, കട്ട്.
ജോഗി	:	(പിടച്ചിലോടെ) കൂലി കട്ടോ?
നാലുപേരും	:	എന്താ കരുതിയേ... പണിമുടക്കിയ ഏഴു ദിവസത്തെ മുഴുവൻ കൂലീം കട്ടു ചെയ്തു.
ജോഗി	:	എന്നിട്ട് 1050 രൂപയായി കൂടി കൂട്ടിയെന്നാണല്ലോ സി ഐ ടി യു പറഞ്ഞത്. പോയിന്റൊന്നിന് രണ്ടു രൂപേടെ ഡി എ വർദ്ധന വേറെയും.
നേതാവ് 1	:	ഇതിനെയാണ് പറയുന്നത് Leading up the garden path. പ്രലോഭനത്തിന്റെ തട്ടിപ്പ്. തെറ്റിദ്ധരിപ്പിച്ച് തൊഴിലാളികളെ തെരുവിലെറക്കി. നേട്ടം കിട്ടിയതാർക്കാണ്. സി ഐ ടി യു നേതാക്കന്മാര് അവരുടെ ഉദ്ദേശ്യം സാധിച്ചു.
നേതാവ് 2	:	നീ അവരോട് ചോദിക്കാത്തതെന്ത്. പഞ്ചാര വാക്കുകളൊക്കെ എങ്ങോട്ടുപോയി. കരാർ വ്യവസ്ഥ അവസാനിച്ചോ. ജോലി സ്ഥിരപ്പെടുത്തിയോ?
നേതാവ് 3	:	കുടിലിനു പകരം കൊട്ടാരം കിട്ടിയോ. കൈക്കുഞ്ഞുള്ള അമ്മമാരുടെ കാര്യം എന്തായി. ചൈൽഡ് കെയർ സർവ്വീസുണ്ടാക്കിയോ.
നേതാവ് 4	:	തൊഴിലാളി വിരുദ്ധ നിയമങ്ങൾ പിൻവലിപ്പിക്കും. ലോക്കൗട്ട് ഒഴിവാക്കും പൊലീസ് വേട്ട എന്നെന്നേക്കുമായവസാനിപ്പിക്കും. അയ്യയ്യയ്യോ എന്തൊക്കെ പൊങ്ങച്ചങ്ങളായിരുന്നു.
നാലുപേരും	:	ചുരുക്കത്തിൽ ഡൽഹിപട്ടണമൊരു ഉട്ടോപ്യയായി മാറ്റുമെന്നു പറഞ്ഞ് പാവങ്ങളെ പറ്റിച്ചു. ഹ ഹ ഹ ഹ. *(ചുറ്റും വട്ടമിട്ട് അട്ടഹസിക്കുന്നു)*

നേതാവ് 1 : ജോഗീ ആലോചിച്ചു തീരുമാനിച്ചാൽ മതി. ഇനീം നിനക്ക് സമയോണ്ട്. നീ ഞങ്ങളുടെ കൂടെ വാ...

നേതാവ് 2 : സി ഐ ടി യുക്കാർക്കിവിടെ ഒരു ചുക്കും ചെയ്യാൻ പറ്റൂല്ല.

നേതാവ് 3 : നീ ഞങ്ങളുടെ ഏതെങ്കിലും ഒരു യൂണിയനിൽ ചേര്. ഞങ്ങളിപ്പോ ഒറ്റക്കെട്ടാണ്.

നേതാവ് 4 : അതിനു വയ്യെങ്കി സ്വതന്ത്രനായി നില്ക്ക്. എന്തു വന്നാലും ഞങ്ങളുണ്ടാവും. വാ നമുക്കീ കൊടിയങ്ങു പേക്ഷിക്കാം. വലിച്ചു കീറി ചവറ്റു കുട്ടയിലിടാം.

നാലുപേരും : അങ്ങനെ സകല പ്രശ്നങ്ങളിൽനിന്നും നിനക്കു സ്വതന്ത്രനാകാം. ആ കൊടിയിങ്ങു താ...

(അവർ കൊടിപിടിച്ചു വലിക്കുന്നു. പിടിവലി. ഒടുവിൽ കൊടിക്കമ്പ് ജോഗിയുടെയും തുണി മറ്റുള്ളവരുടെയും കൈയിലാകുന്നു. അതുമായി അവർ പോകാൻ തുടങ്ങുമ്പോൾ ജോഗി പിടിച്ചു വാങ്ങാൻ പാടുപെടുന്നു.)

ജോഗി : നാണമില്ലേ നിനക്കൊക്കെ. മുതലാളിമാർക്ക് മാമാപ്പണി ചെയ്യുന്ന നാറികൾ. നിന്റെയൊക്കെ വൃത്തികെട്ട കൈകൾക്കൊണ്ട് തൊഴിലാളികളുടെ പരിപാവനമായ കൊടിയിലെങ്ങനെ തൊടാൻ തോന്നി...

(അഭിനേതാക്കളെല്ലാം എഴുന്നേല്ക്കുന്നു)

എല്ലാവരും : ജോഗീ നീ എന്തായീ പറേന്നത്?

നമ്മൾ സി ഐ ടി യു വിനെതിരായിട്ടുള്ള നാടകമാണ് കളിക്കുന്നത്. കോൺസ്റ്റബിൾ സാറിരിക്കുന്നതു കണ്ടില്ലേ. ഞങ്ങളെക്കൂടെ തല്ലു കൊള്ളിക്കാനാണോ നിന്റെ പരിപാടി. നമുക്കീ കൊടി വേണ്ട.

ജോഗി : ഇല്ല. സി ഐ ടി യുവിനെതിരായ നാടകത്തിൽ ഞാനഭിനയിക്കില്ല. എന്റെ യൂണിയനാണ് സി ഐ ടി യു. സി ഐ ടി യുവിന്റെ കൊടി എന്റെ കൊടി. തൊഴിലാളിക്ഷേമത്തിനുള്ള ഒരേ ഒരു യൂണിയൻ അവകാശ പോരാട്ടങ്ങളും അതിജീവിത വഴികളും ഏഴുദിവസം കൊണ്ടെന്നെ സി ഐ ടി യു പഠിപ്പിച്ചു. പൊലീസ് ലാത്തികൾ ഞങ്ങളുടെ തലയ്ക്കുമേൽ അടിമഴച്ചൊരിഞ്ഞപ്പോൾ എവിടെയായിരുന്നു നിങ്ങടെ സംഘടനകൾ. ജയിലിൽ ഞാൻ വിശന്നു തളർന്നപ്പോ കണ്ടില്ലൊരുത്തനേം. നമ്മുടെ അമ്മപെങ്ങന്മാരെ പൊലീസ് തല്ലിച്ചതച്ചു. നേതാക്കന്മാരെ വിലങ്ങു വച്ചു. അപ്പോഴൊക്കെ എലികളെപ്പോലെ നിങ്ങൾ മാളങ്ങളിലൊളിച്ചു. മാധ്യമങ്ങളെക്കൊണ്ട് സി ഐ ടി യുവിനെ താറടിച്ചു. പുറം കാണിക്കാതെ തൊഴിലാളികളെ ഫാക്ടറി

ക്കുള്ളിൽ പൂട്ടിയിട്ടപ്പോൾ ഈ ഒറ്റുകാരുടെ തനിനിറം ഞാൻ കണ്ടു. ഇന്നെനിക്ക് ഒറ്റ യൂണിയനേയുള്ളൂ. സി ഐ ടി യു. ഞാനാണ് സി ഐ ടി യു. അതിനെതിരെ ഒറ്റക്ഷരം മിണ്ടില്ല. ഡൽഹി പൊലീസിന്റെ മുഴുവൻ ശക്തിയും എന്റെ നേരെ വന്നാലും പേടിയില്ല. തല്ലട്ടെ. പീഡിപ്പിക്കട്ടെ. അപ്പോഴും ഞാനുറച്ചു നില്ക്കും സി ഐ ടി യു എന്ന വിപ്ലവശക്തിക്കൊപ്പം. അനന്തമായ സമരഗാഥയ്ക്കൊപ്പം.

(പൊലീസ് ലാത്തി വീശി ഇളകി വരുന്നു)

പൊലീസ് : യൂ ബാസ്റ്റഡ്... നിന്റെ കുറുക്കൻ കളി പിന്നേം തുടങ്ങിയല്ലേ. നീ നേരേയാകണമെങ്കിൽ ലാത്തി പ്രയോഗം തന്നെ വേണം.

ജോഗി : നടക്കട്ടെ. മതിയാവോളം തല്ലിച്ചതച്ചോളൂ. നിശ്ശബ്ദനാവില്ല ഞാൻ. ലോക തൊഴിലാളി വർഗ്ഗം അടങ്ങിയിരിക്കില്ല. ആത്മത്യാഗത്തിനു സ്വയം തുനിഞ്ഞിറങ്ങിയവർ എന്തിനു നിങ്ങടെ ലാത്തിയെ പേടിക്കണം.

""വിശപ്പിൻ തടവിലാണിന്നു നമ്മൾ
മൃത്യുവെ ഞങ്ങൾ ഭയന്നിടില്ല
വിടുതൽ പെരുമ്പറ മുഴങ്ങിടട്ടെ.
വർഗ്ഗപോരാട്ടധ്വനി ശ്രവിക്കാം
മാറ്റൊലി കൊള്ളട്ടീ നാട്ടിലാകെ.
ഒരുങ്ങാമൊരുങ്ങാം നമ്മളൊന്നായിടാം."

(ഇതിനിടയിൽ അഭിനേതാക്കൾ ജോഗിക്കു പിന്നിൽ അണിനിരന്ന് പാട്ടേറ്റുപാടുന്നു. പ്രമാണിയും പിണിയാളും മുന്നിലേക്കു വരുന്നു.)

പ്രമാണി : ആരാടാ ഇവിടെ ബഹളമുണ്ടാക്കുന്നത്.

പൊലീസ് : ഹോ താങ്കളിപ്പം വന്നതു നന്നായി. *(ജോഗിയെ മുന്നിലേക്ക് പിടിച്ചുതള്ളി)* ഈ തെമ്മാടി പ്രകോപനപരമായ പ്രസ്താവനകൾ നടത്തി തൊഴിലാളികളെ ഇളക്കി വിടുന്നു. തടഞ്ഞപ്പോ എന്റെ മേക്കിട്ടു കേറാൻ വന്നു.

പ്രമാണി : എടാ തന്തക്കുറ്റം പിടിച്ച താന്തോന്നീ. ഇന്നലെ വരെ നീ എന്റെ മുന്നേല് തലകുനിച്ചു നിന്നതല്ലേ. ഏഴുദിന സമരം കഴിഞ്ഞപ്പോ മുഖത്തു നോക്കാനുള്ള ധൈര്യമുണ്ടായി. ഈ പട്ട് കണ്ടം കാണിച്ചെന്നെ വെരട്ടാമെന്നാണോ. നീയിന്നാ ചേരിയിൽ താമസിക്കുന്നതു തന്നെ എന്റെ ഔദാര്യംകൊണ്ടാണ്. എനിക്കൊറ്റ നിമിഷം മതി ബുൾഡോസറുവിട്ട് നിന്റെയൊക്കെ കുടിലുകളിടിച്ചു നിരത്താൻ.

പിണിയാൻ : ദേ... ഇപ്പം പ്രമാണി പറഞ്ഞതാണു ശരി. ഇതിയാൻ കാരണമാണ് നമ്മളിന്നിവിടെ ജീവിക്കുന്നത്. സി ഐ ടി യുവിനെ കൂട്ടുപിടിച്ചാൽ നീയൊരുത്തൻ കാരണം നമ്മുടെ മുഴുവൻ വീടുകളും നഷ്ടമാവും.
(മറ്റുള്ളവരും പ്രതികരിച്ച് ചൂടാവുന്നു)

ജോഗി : വീടോ? താനവയെ വീടെന്നാണോ വിളിക്കുന്നത്. വെറും കുപ്പക്കുഴികൾ.

തൊഴിലാളി 1 : വാസ്തവം. ചുറ്റും ഒന്നു നോക്കണം. എന്തൊരു വൃത്തികേടാണ്.

തൊഴിലാളി 4 : ഓടയിലെ ചെളിവെള്ളോം നമ്മുടെ കുടിവെള്ളോം തമ്മില് വല്ല വ്യത്യാസവുമുണ്ടോ?

തൊഴിലാളി 3 : കുടിലുകളിൽ കറണ്ടില്ല

തൊഴിലാളി 2 : ഉണ്ടെങ്കിൽത്തന്നെ ഉദ്യോഗസ്ഥർക്കും ഗുണ്ടകൾക്കും കൈകൂലി കൊടുക്കണം.

വിദൂഷകൻ : മൈലുകൾക്കിടയിലെങ്കിലുമുണ്ടോ ഒരു സർക്കാരാശുപത്രി?

ജോഗി : തന്നെപ്പോലുള്ള ഗുണ്ടകൾക്കൊന്നും കൈക്കൂലി കൊടുക്കരുതെന്ന് സി ഐ ടി യു പറഞ്ഞിരിക്കയാണ്.

പ്രമാണി : എടാ... തന്തായില്ലാക്കഴിവേറീ... നിന്റെയൊക്കെ കുടിലുകളിടിച്ചു നെരത്തിയാലെ നീയൊക്കെ പഠിക്കൂ. അന്നേരം നീയൊക്കെ എന്റെടുത്തു വരും സഹായം ചോദിക്കാൻ. ചവിട്ടിത്തള്ളും.

എല്ലാവരും : പോടാ അവിടുന്ന്. തന്റെ മനസ്സിലിരിപ്പ് ഞങ്ങൾക്കറിയാം. മതി. ഇനിയൊരക്ഷരം മിണ്ടിയാൽ അപ്പക്കാണിച്ചു തരാം. പോടോ ജീവൻ വേണോങ്കി ഓടിക്കോ.
(പ്രമാണിയും പിണിയാളും പൊലീസും ഓടിപ്പോകുന്നു മറ്റുള്ളവർ മുദ്രാവാക്യം ശക്തമാക്കുന്നു)

ജോഗി : സമരം ചെയ്യും സമരം ചെയ്യും
വിജയം വരെയും സമരം ചെയ്യും

വിദൂഷകൻ : പണിയൂ പണിയൂ സർക്കാരെ
ഉറച്ച വീടുകൾ ഞങ്ങൾക്കായി

തൊഴിലാളി 1 : ചപ്പും ചവറും മാറ്റം ചെയ്യൂ.
വെള്ളോം കറണ്ടും ലഭ്യമാക്കൂ.

തൊഴിലാളി 2 : പള്ളിക്കൂടോം പാർക്കുകളും
കുട്ടികൾക്കായി പണിയേണം

തൊഴിലാളി 3 : കെട്ടൂ നൂതന ആശുപത്രീ
കിട്ടട്ടവിടെ മരുന്നെല്ലാം.

തൊഴിലാളി 4 : പൊരുതും പൊരുതും ഇവകൾക്കായ്
പൊരുതി നേടും കട്ടായം.

എല്ലാവരും : ശക്തമാക്കും സമരം ഞങ്ങൾ
നേടും വരെയും സമരം ചെയ്യും.

വിദൂഷകൻ : ഇന്നിതാ ഡൽഹിയിലെ മുഴുവൻ തൊഴിലാളികളും അവകാശ സംരക്ഷണത്തിനായി ഇറങ്ങിക്കഴിഞ്ഞു. ഇനിയും അധികനേരം അവർക്ക് അടങ്ങാനാവില്ല. അതിജീവനത്തിനാവശ്യമായ കൂലിക്കും തൊഴിൽ സുരക്ഷയ്ക്കുമായവർ പൊരുതുകയാണ്. അടച്ചുറപ്പുള്ള വീടുകൾക്കായുള്ള പോരാട്ടം.

എല്ലാവരും : അന്തസ്സായി, മാന്യമായി ജീവിക്കാൻ വേണ്ടി ഞങ്ങൾ പോരാടുകയാണ്.

വിദൂഷകൻ : സമരത്തിനു വഴിത്തിരിവുണ്ടാക്കി ഡൽഹിയിലെ സ്ത്രീതൊഴിലാളികളും ഇതാ ഇറങ്ങിക്കഴിഞ്ഞു. പാർവ്വതി എന്ന സ്ത്രീതൊഴിലാളിക്കു പറയാനുള്ളതെന്താണെന്ന് കേൾക്കാം.
(മറ്റെല്ലാവരും ഇരിക്കുകയും പാർവ്വതി തന്റെ കുഞ്ഞിനെ ഇടുക്കിപ്പിടിച്ച് പ്രവേശിക്കുകയും ചെയ്യുന്നു)

പാർവ്വതി : എടാ സാമദ്രോഹീ. ആയിരം ആയിരം ആയിരം വട്ടം നിന്റെ തലേല് ഇടിത്തീ വീഴുന്നോണ്ടു പോട്ടെ. പട്ടിയെപ്പോലെ നീ പുഴുത്തേ ചാവൂ. നിന്റെ സ്വത്തും വകേം കത്തിക്കരിഞ്ഞോണ്ടുപോട്ടെ. അവന്റെയൊക്കെ ഒരു നിയമം... വാവാവോ മക്കള് കരയാതെ. ങ്ഹും. പണിശാലയ്ക്കകത്ത് കുട്ടികളെ കൊണ്ടുചെന്നൂടപോലും. പാ അവന്റെയൊരുത്തരവ്. കരയല്ലേ പൊന്നേ... വാവോ... നിങ്ങള് പറയൂ സഹോദരാ ഈ കുഞ്ഞിനെ ഞാനെന്തുചെയ്യും. ചവിറ്റുകുട്ടയിലെറിയണോ. പറയണം. അനീതിയല്ലേയിത്? കുഞ്ഞിനെക്കൂട്ടാതെ ഒരമ്മ തൊഴിലാളിക്ക് പണിക്ക് വരാൻ പറ്റ്വോ. ഇന്നലെവരെ എന്റെ കെട്ടിയോൻ നോക്കുമായിരുന്നു. ഇന്ന് കാത്തിരുന്നൊരു പണി കിട്ടി. അതാണ് കൊച്ചിനെക്കൂടെ കൊണ്ടുവന്നത്. ആ നശിച്ച ടൈം കീപ്പറ് എന്നെ ഇതാ തടഞ്ഞു നിർത്തിരിക്കയാണ്. ഓർഡറില്ല പോലും. ഷിഫ്റ്റ് കഴിയട്ടെ. ഇവിടെ നടക്കുന്നതെന്താണെന്ന് സത്യമായിട്ടും ഞാൻ യൂണിയൻകാരോടു പറേം.
(സൈറൺ മുഴങ്ങുന്നു. തൊഴിലാളികൾ ഇറങ്ങി വരുന്നു.)

പാർവ്വതി : ഏയ് ജോഗീ... രാംപാൽ... ഒന്നു നില്ക്ക്. എനിക്കെന്റെ പണി പോയി. ആ ടൈം കീപ്പറെന്നെ തടഞ്ഞു നിർത്തിയിരിക്കയാണ്.

ജോഗി : എന്താ കാര്യം. എന്തിനാ തടഞ്ഞത്.

പിണിയാൻ	:	പാർവ്വതി കള്ളം പറയരുത്. ഞാൻ നേരിട്ടു കണ്ടതല്ലേ. അയാള് നിന്നെയല്ല കുട്ടിയെയാണ് തടഞ്ഞത്.
പാർവ്വതി	:	ഈ നാറി എന്തിന് തൊട്ടേനും പിടിച്ചേനും മുതലാളിക്കുവേണ്ടി വക്കാലത്ത് പിടിക്കുന്നത്. കുഞ്ഞിനെപ്പിന്നെ വഴീക്കളയണോടോ?
രാംപാൽ	:	നീ എന്തിനാ കുഞ്ഞിനെ കൊണ്ടുവന്നത്?
സ്ത്രീ 1	:	ഞാമ്പറയാം. അവളെ കെട്ട്യോൻ പണിക്കുപോയി. വീട്ടില് വേറെയാരും നോക്കാനുമില്ല.
പാർവ്വതി	:	ഇതിനെ വഴീക്കളയാമ്പറ്റ്വോ?
രാംപാൽ	:	അതുശരി. എന്നാലും കുഞ്ഞിനെ ഫാക്ടറിക്കകത്തു കൊണ്ടുചെന്നെവിടെ നിർത്തും?
പാർവ്വതി	:	അവളേതെങ്കിലും മൂലേലിരുന്നോളും. ആർക്കും ഒരു ശല്യോം ചെയ്യൂല്ല.
പിണിയാൻ	:	അതെങ്ങനെ അനുവദിക്കാൻ പറ്റും. ഇന്നൊരാള് കൊണ്ടു വന്നു. നാളെ പലരും അതു തന്നെ ചെയ്യും. കുട്ടികളുള്ളോര് വീട്ടിലിരുന്നാൽ മതി.
പാർവ്വതി	:	തന്റെയാ കീറിയ വായൊന്നടയ്ക്കുമോ. അല്ലെങ്കിലെന്താ വേണ്ടതെന്നു ഞാൻ കാണിച്ചുതരാം. ഞാൻ വീട്ടിലിരുന്നാ എന്റെ കുടുംബച്ചെലവാരുതരും. മാസക്കൂലി തന്റെ തന്ത തരുമോ?
സ്ത്രീ 2	:	അടുത്ത വീട്ടിലാക്കിയാലെന്തു കഷ്ടാന്നറിയോ? ഞാനയലുവക്കത്താക്കീട്ടാ വരുന്നത്. ചെല്ലുന്നതുവരെ പാവം പട്ടിണിയിരുന്നു തളരും.
സ്ത്രീ 3	:	ഞാനെന്റെ കൊച്ചുമോളെ തനിച്ചാക്കീട്ടാണ് വരണത്. അതവിടേം ഇവിടേം തെണ്ടി നടക്കും. ഇന്നത്തെക്കാലത്ത് എന്തുണ്ടായിക്കൂടാ?
പാർവ്വതി	:	നിങ്ങള് യൂണിയൻ നേതാക്കളല്ലേ. ഇതിനൊരു പരിഹാരോണ്ടാക്ക്. എന്താ കഴിയൂല്ലാന്നാണോ?
രാംപാൽ	:	പാർവ്വതീ... നമ്മൾ ശക്തമായൊരു സമരമാണ് നടത്തിയത്. എന്തായിരുന്നു നമ്മുടെ പ്രധാന ആവശ്യങ്ങൾ. 1050 രൂപ മിനിമം കൂലി. ഡി എ ഒരു പോയിന്റിന് രണ്ടു രൂപ അധികം. കരാർ നിയമനം വേണ്ട. മൊതലാളിമാര് കിടുങ്ങിയിരിക്കാണ്. അതിനെടേല് ഇമ്മാതിരി ബാലിശമായ ആവശ്യങ്ങളും കൊണ്ടു ചെന്നാൽ സമരം പൊളിഞ്ഞുപോകും.
പാർവ്വതി	:	ബാലിശമായ ആവശ്യമോ. ഈ ആവശ്യം ബാലിശമല്ല രാംപാൽ. ഇതെന്റെ തൊഴിൽ നഷ്ടത്തിന്റെ കാര്യമാണ്.
സ്ത്രീ 1	:	അവൾ പറേന്നത് ശരിയാണ്. സമരത്തിൽ സ്ത്രീകളുടെ ആവശ്യം അതായിരുന്നല്ലോ.

പാർവ്വതി : ജോഗീ മറന്നു പോയെങ്കില് ആ സമര നോട്ടീസെടുക്ക്. അതില് കൃത്യമായി പറഞ്ഞിട്ടുണ്ട്. എല്ലാ ഫാക്ടറി മുതലാളി തന്നെ കൃത്യമായി ക്രഷ് ഒണ്ടാക്കണമെന്ന്.

രാംപാൽ : ജോഗീ എനിക്ക് തോന്നുന്നത് ഇപ്പം ഇങ്ങനൊരാവശ്യം എഴിന്നള്ളിച്ചാലത് സമരത്തെ തളർത്തേയുള്ളൂ.

പിണിയാൻ : കറക്റ്റ്. അതാണുശരി. തളർത്തി തോല്പിച്ചു കളയും.

പാർവ്വതി : ഇയാളൊന്ന് വായടയ്ക്ക്. രാംപാൽ കാര്യങ്ങളിട്ടു ചുറ്റിക്കരുത്. താനെന്തു തരം സി ഐ ടി യു നേതാവാണ്? ക്രഷ് എന്ന ആവശ്യം ഉയർത്തിയത് സി ഐ ടി യു അല്ലെ? സ്ത്രീകളുടെ യൂണിയനും അതംഗീകരിച്ചു. ഞങ്ങള് സമരത്തിനെറങ്ങിയതുകൊണ്ടാണ്. അല്ലേ സഹോദരിമാരേ.

സ്ത്രീ 1 : അതെയതെ. അതുകൊണ്ടു തന്നെയാണ്.

സ്ത്രീ 2 : ഞാനും അതുകൊണ്ടാണ് കൊടിപിടിച്ചത്.

പാർവ്വതി : ഞങ്ങടെ പങ്കാളിത്തം കൊണ്ടല്ലേ സമരം ഇത്രേം ശക്തിപ്പെട്ടത്. ഇപ്പഴ് ഞങ്ങടാവശ്യം വന്നപ്പോ അത് സമരത്തെ തളർത്തും പോലും.

സ്ത്രീ 3 : ഞങ്ങൾ സ്ത്രീ തൊഴിലാളികളാവശ്യപ്പെടുന്നു.

സ്ത്രീകൾ : (ഒരുമിച്ച്) തൊഴിൽ ശാലകളിലെല്ലാടത്തും പണിയൂ പണിയൂ ക്രഷുകളുടനെ.

വിദൂഷകൻ : നമ്മുടെ സമരം അനീതിക്കെതിരെ. *(മുദ്രാവാക്യം ഏറ്റു വിളിച്ചുകൊണ്ട് എല്ലാവരും അണിചേരുന്നു. ഗുലാം റസൂലും രാഘവനും ജാഥയിൽ ചേരുന്നില്ല.)*

ജോഗി : ഗുലാം റസൂലും രാഘവനുമെന്താ പങ്കെടുക്കുന്നില്ലേ. *(രണ്ടുപേരും മിണ്ടുന്നില്ല)* എന്താക്കാര്യം? വരൂ... എല്ലാരും പങ്കെടുക്കണം സ്ത്രീകളുൾപ്പെടെ. *(രണ്ടുപേരും അനങ്ങുന്നില്ല)*

ജോഗി : നിങ്ങളെന്താ പങ്കെടുക്കാത്തത്.

രാഘവൻ : സഖാവേ ആഴ്ച സമരത്തിൽ ഞങ്ങളൊക്കെ പങ്കെടുത്തത് സഖാവിന്റെ വാക്കുകേട്ടിട്ടാണ്. കരാർ തൊഴിലാളികൾക്ക് കാലണ കൂടുതല് കിട്ടില്ലെന്നറിയാം, കരാറുകാരല്ലേ ഞങ്ങളെ നിയമിച്ചിരിക്കുന്നത്.

ഗുലാം : താനറിഞ്ഞോ ആഴ്ച സമരത്തിൽ ചേർന്നിട്ടു ചെന്ന ഞങ്ങളെ കോൺട്രാക്റ്റർ ജോലിക്ക് കേറ്റീല്ല.

രാംപാൽ : സി ഐ ടി യു ഇടപെട്ട് നിങ്ങളെ തിരിച്ചെടുത്ത കാര്യം മറന്നു പോകരുത്.

രാഘവൻ : എന്നിട്ടെന്താ കരാറുകാരന്റെ ഗുണ്ടകൾ പിറകേ നടന്നു ഭീഷണിയോടു ഭീഷണി. ഇനി സി ഐ ടി യു പരിപാടിയിലെങ്ങാനും പങ്കെടുത്താൽ പാഠം പഠിപ്പിക്കു

മെന്നു പറയുന്നു.

ദജോഗി : അതുകൊണ്ടാണ് യൂണിയനിൽ ചേരാൻ നിർബ്ബന്ധിക്കുന്നത്. ഒറ്റപ്പെട്ടുപോയാൽ അവർ നിങ്ങളെ തകർത്തുകളയും.

ഗുലാം : ഇതൊക്കെ പറയാനെളുപ്പം. യൂണിയനിൽ ചേർന്നാൽ കോൺട്രാക്ടർ ഞങ്ങളെ പിരിച്ചു വിടും. തൊഴിലുപോയാ പിന്നെ ഞങ്ങടെ കുട്ടികൾ പട്ടിണി കെടന്നു ചാവും. രാഘവാ സമയമായി. നമുക്കു ജോലിക്കു കേറാം.

(പോകാൻ തുടങ്ങുമ്പോൾ അവർക്കരികിലേക്ക് രാംപാൽ വീറോടെ വരുന്നു)

രാംപാൽ : നില്ക്കെടാ ചതിയന്മാരെ. ഞങ്ങളെ ഒറ്റീട്ട് നീയൊക്കെ പണിക്കുപോകുന്നത് കാണട്ടെ. ജോഗീ ഇമ്മാതിരി പരിഷകളെ വിശ്വസിക്കരുതെന്ന് നേരത്തേ പറഞ്ഞില്ലേ. *(മുഷ്ടി ചുരുട്ടിക്കൊണ്ട്)* സ്ഥിരം തൊഴിലാളികളുടെ പണി 250 ഉം 300 ഉം രൂപ സമ്മതിച്ച് രഹസ്യമായി ഒപ്പിച്ചെടുത്ത ചതിയന്മാർ. *(ഇടിക്കാനൊരുങ്ങി)* കോൺട്രാക്ടറുടെ മുന്നിലെത്തുന്നേനു മുമ്പ് നാറികളേ നിന്റെയൊക്കെ കാലു ഞാൻ തല്ലിയൊടിക്കും. *(അയാളെ കയറിപ്പിടിക്കുന്നു)*

രാഘവൻ : വിടെടാ... അല്ലെങ്കി നിന്റെ കാല് ഞാൻ തല്ലിയൊടിക്കും.

(ബലപ്രയോഗം നടത്തുന്ന അവരെ ജോഗി പിടിച്ചു മാറ്റുന്നു)

ജോഗി : രാംപാൽ എന്തു പണിയാണിത്. തന്നെപ്പോലെ ഉത്തരവാദപ്പെട്ട ഒരാളിൽ നിന്ന് ഞാനിതു പ്രതീക്ഷിച്ചില്ല. വിട് രാഘവാ... തൊഴിലാളികളെ സംഘടിപ്പിക്കാൻ പാടുപെടുന്നവർ തന്നെ അവരെ പിണക്കാൻ ശ്രമിച്ചാലെങ്ങനെ? സമരം ശക്തമാകുന്ന ഈ സാഹചര്യത്തിൽ നമ്മളെ തമ്മിലടിപ്പിക്കാൻ ഒരു ചെറിയ പഴുതെങ്കിലും പാത്തിരിക്കുകയാണ് മുതലാളിമാർ. രാഘവാ റസൂലേ വരണം വന്ന് ജാഥേക്കേറണം.

ഗുലാം : അതിനു മുമ്പ് പറ... സമരത്തിൽ ചേർന്നാ കിട്ടുന്ന നേട്ടമെന്താ? കൂടിയാലും കൂടിയാലും കിട്ടുന്നത് മുന്നൂറോ മുന്നൂറ്റമ്പതോ രൂപ.

ജോഗി : പിന്നേം അതു തന്നാണോ പറയുന്നത്. എന്താ നമ്മുടെ ചാർട്ടറിലുള്ളത്. തുല്യജോലിക്ക് തുല്യവേതനം.

എല്ലാവരും : തുല്യജോലിക്ക് തുല്യവേതനം.

ജോഗി : അതാണ് തൊഴിലാളികളുടെ ആവശ്യം. അതിനുവേ

		ണ്ടിയാണ് സമരം.
ഗുലാം	:	ശരിയാണ്. പക്ഷേ...
ജോഗി	:	കമ്പനിത്തൊഴിലാളികളെക്കാളധികം പണിയെടുത്തിട്ടും അവരുടെ നാലിലൊന്നു ശമ്പളം കിട്ടുന്നുണ്ടോ. ഇല്ലെന്നാർക്കാ അറിയാത്തത്.
ഗുലാം	:	ശമ്പളക്കുറവിന്റെ കൂടെ ഇ എസ് ഐ ഇല്ല. ബോണസില്ല. ഗ്രാറ്റ്വിറ്റിയില്ല. അവരുടെ സൗകര്യത്തിനും ലാഭത്തിനും വേണ്ടി നമ്മളെ ചെമ്മരിയാടും കോലാടും പോലെ ഞങ്ങളുടെ പരാതികൾ ശ്രദ്ധിക്കുന്നില്ല.
ജോഗി	:	സത്യമാണ്. അതുകൊണ്ടല്ലേ കരാറ് നിയമനത്തെ നമ്മളെതിർക്കുന്നത്.
വിദൂഷകൻ	:	കരാർ സമ്പ്രദായം തുലയട്ടെ.
എല്ലാവരും	:	കരാർ സമ്പ്രദായത്തെ നമുക്ക് വേരോടെ പിഴുതെറിയാം. ഈ മഹാമാരിയെ ഒറ്റക്കെട്ടായ് നേരിടാം.
ഗുലാം	:	സ്ഥിരപ്പെടുത്തൂ സ്ഥിരപ്പെടുത്തൂ. കരാർ തൊഴിലാളികളെ സ്ഥിരപ്പെടുത്തൂ. എഴുതിച്ചേർക്കൂ എഴുതിച്ചേർക്കൂ ഹാജർബുക്കിൽ പേരുചേർക്കൂ.
വിദൂഷകൻ	:	നമ്മൾ തുല്യവേതനത്തിനായി പട പൊരുതുമ്പോൾ ഇ എസ് ഐയ്ക്കും ഇൻഷ്വറൻസും ബോണസും ഗ്രാറ്റ്വിറ്റിയും എല്ലാവർക്കും അനുവദിക്കുക.
രാംപാൽ	:	ഇപ്പറഞ്ഞതൊക്കെ വെറുതേ തരുമെന്നു കരുതുന്നുണ്ടോ. ഓരോന്നിനായും വേറെ വേറെ സമരം വേണ്ടി വരും.
ജോഗി	:	തൊഴിലാളികളെല്ലാം ഒറ്റക്കെട്ടായി നിന്നേ പറ്റൂ ഗുലാം റസൂൽ.
വിദൂഷകൻ	:	മുഴുവൻപേരും സി ഐ ടി യുവിൽ അംഗമാകണം.
സ്ത്രീ 1	:	ഇത് തൊഴിലാളികളുടെ സംഘടിത സമരം.
പാർവ്വതി	:	പുരുഷനാകട്ടെ സ്ത്രീയാകട്ടെ.
വിദൂഷകൻ	:	താല്ക്കാലികമാകട്ടെ സ്ഥിരമാകട്ടെ.
രാംപാൽ	:	മാസ്റ്റർ റോളിലാകട്ടെ കരാറിലാകട്ടെ.
ഗുലാം	:	മറ്റെന്തനുവദിച്ചാലും ആ തെമ്മാടികൾ ഇതുമാത്രം അനുവദിക്കില്ല.
ജോഗി	:	എന്തുകൊണ്ടങ്ങനെ ചിന്തിക്കുന്നു?
ഗുലാം	:	മറ്റവകാശങ്ങൾക്കായാണ് തൊഴിലാളികളെ സംഘടിപ്പിച്ചത്. നാളെ അധികാരികൾ അതിനു വഴങ്ങിയാൽ നീ ഞങ്ങളെ മറക്കും. ഞങ്ങൾക്കതറിയാം. അതുകൊണ്ട് കോൺട്രാക്റ്ററോട് ഒട്ടിനില്ക്കുന്നതാണ് ഏറ്റവും നല്ല വഴി.

സ്ത്രീ 2 : അങ്ങനെ പറയരുത് സഹോദരാ. തുല്യ ജോലിക്ക് തുല്യവേതനം. ഞങ്ങളുടെ ആവശ്യം കൂടാണ്. ആണുങ്ങളെക്കാളധികം അദ്ധ്വാനിച്ചാലും തുച്ഛം കൂലിയല്ലെ കിട്ടുന്നത്.

വിദൂഷകൻ : യൂണിയനിൽ ചേരാത്ത സ്ഥിരം തൊഴിലാളികളുടെ അവസ്ഥയും അതുതന്നെ. 562 രൂപയ്ക്ക് രസീതു വച്ചിട്ട് കൊടുക്കുന്നത് വെറും ഇരുന്നൂറോ മുന്നൂറോ രൂപ.

രാഘവൻ : ഒക്കെ ശരിയാണ്. സ്ഥിരപ്പെടും വരെ നമ്മളെ രക്ഷിക്കാൻ ആരും കാണില്ല ഗുലാം. വരൂ നമുക്കു പോകാം. *(ഇരുവരും പോകാൻ തുടങ്ങുന്നു)*

പാർവ്വതി : ഗുലാം... രാഘവാ... പോകാൻ വരട്ടെ. തൊഴിലാളികളെ രക്ഷിക്കാൻ തൊഴിലാളികൾക്ക് മാത്രമേ കഴിയൂ. പേടികളഞ്ഞ് സി ഐ ടി യുവിൽ ചേരൂ. നമുക്കു വിജയിക്കാൻ ആ ഒറ്റ വഴിയേയുള്ളൂ.
(ഇതിനിടയിൽ ഗായകസംഘം പാടിത്തുടങ്ങുന്നു)
"ഒന്നായ് നില്ക്കും സോദരരെ
ഒന്നിച്ചൊന്നായ് നിന്നീടാം
എല്ലാരും ഓരോരുത്തർക്കോ
രോരുത്തരുമെല്ലാർക്കും
നൂറു തീപ്പൊരി തീയാകുംപോൽ
നൂറു വിളക്കുകളൊന്നായ് തെളിയുംപോൽ
എല്ലാരും ഓരോരുത്തർക്കോ
രോരുത്തരുമെല്ലാർക്കും
ഒന്നായ് നില്ക്കും സോദരരെ..."
(ആവേശിതരായ ഗുലാം റസൂലും രാഘവനും ജാഥയിൽ അണിചേർന്ന് പാടുന്നു.)

വിദൂഷകൻ : സുഹൃത്തുക്കളെ ഞങ്ങളിവിടെ തുറന്നു കാണിച്ചത് തൊഴിലാളി വർഗ്ഗത്തിന്റെ പച്ചയായ ജീവിതമാണ്.

എല്ലാവരും : പിരിഞ്ഞു പോകുന്നതിനു മുമ്പ് ഞങ്ങൾക്ക് നിങ്ങളോടൊരു കാര്യം പറയാനുണ്ട്.

വിദൂഷകൻ : തൊഴിലാളികളുടെ ന്യായമായ ആവശ്യങ്ങൾ നേടിയെടുക്കാനുള്ള കാലഘട്ടത്തിന്റെ കരുത്തുറ്റ ആയുധമാണ് സമരം. അത് അധികമധികം ശക്തമാക്കുവാൻ ഞങ്ങളിതാ ഇറങ്ങിക്കഴിഞ്ഞു.
(അത് പറയുന്നതിനിടയിൽ ആവേശത്തോടെ ഗായകസംഘം പാടിക്കയറുന്നു)
"ഒന്നായ് നില്ക്കുന്നോർ ഞങ്ങൾ
പണിയെടുത്തവശരായിതാ
അടിച്ചമർത്തപ്പെട്ടവർ ഞങ്ങൾ

കരാർ തൊഴിലുടമമാരിൻ
ദയവിലിഴഞ്ഞു ജീവിപ്പോരിതാ
തൊഴിലാളിയോടു ചേർന്നു നില്ക്കും സി ഐ ടി യു
സി ഐ ടി യുൻ ശബ്ദമെന്തു കേൾപ്പിക്കുന്നില്ല
പണിയെടുത്തു വിയർത്തൊലിച്ച
പണിയാളന്മാരുടെ സ്വരം
നിർത്തലാക്കലടച്ചുപൂട്ടലൊഴിച്ചു വിടലുകൾ
ക്കറുതി തീർത്തു കാത്തുകൊള്ളുക
പോയിന്റൊന്നിനാലവൻലസായി രണ്ടുറുപ്പിയ?
നാണയപ്പെരുപ്പവേഗം പിടിച്ചു കെട്ടുക.
വിശുദ്ധിയുള്ള മാന്യമായ മനുഷ്യജീവിത
മൊരുക്കിയേകി ഞങ്ങളെ സ്വതന്ത്രരാക്കുക.
കറുത്തനീതിയൊക്കെയിന്നു പിൻവലിക്കുക.
ദാസ്യവേല നിർത്തി പൂർണ്ണ രക്ഷയേകുക.
എസ്മയും എൻ എസ് എയുമൊക്കെ മാറ്റുക.
പണിയെടുക്കുമമ്മമാർക്ക് ക്രഷൊരുക്കുക.
ഇടനിലക്കാരെയെല്ലാം കെട്ടുകെട്ടുക.
അടിച്ചമർത്തും പൊലീസ് രാജില്ലാത്താക്കുക.
ആവശ്യങ്ങൾ നേടുവോളം അടങ്ങുകില്ല നാം.
ഒന്നായ് വില്ക്കുമാ വിരാമം ഞങ്ങൾ കട്ടായം.
ഉയർത്തും ഞങ്ങളുടെ കൊടിയിനിയും.
മേലെ മേലെയായ്
അടിച്ചമർത്തലിനെതിരെ യുദ്ധം ചെയ്തു നേടുവാൻ
പണിയെടുപ്പോർ ഞങ്ങളിവിടെയൊത്തു നില്ക്കുന്നു
ധീരമായി നിശ്ചയിച്ചും തന്നിതാ സലാം."

(താളാത്മക ചലനങ്ങളോടെ അഭിനേതാക്കൾ പോയി മറയു മ്പോഴും ഗാനം മെല്ലെ കേട്ടുകൊണ്ടിരിക്കുന്നു. വീര്യം കൈവിടാതെ വിദൂഷകൻ ഗാനത്തിന്റെ അവസാന നാല് വരികൾ ഉറക്കെപ്പാടി സല്യൂട്ട് ചെയ്യുന്നു. ജാഥയും ഒരു വട്ടം കറങ്ങി വിദൂഷകനു പിന്നിൽ വന്ന് സല്യൂട്ട് ചെയ്ത് അവസാനിപ്പിക്കുന്നു.)

ഉറവിടക്കുറിപ്പുകൾ

ഈ ഗ്രന്ഥരചനയിൽ എന്റെ സ്വന്തം അറിവുകൾക്കൊപ്പം നിരവധി സുഹൃത്തുക്കളുടെയും സഖാക്കളുടെയും ഓർമ്മകളും പ്രയോജനപ്പെടുത്തിയിട്ടുണ്ട്. ഇതിലേക്കായി ഞാൻ കൂടിക്കാഴ്ച നടത്തിയവരുടെ പേരുകൾ ചുവടെ ചേർക്കുന്നു: ആദിത്യ നിഗം, ബ്രിജേന്ദർ സിങ്, ബ്രിജേഷ്, ബ്രിജേഷ് സിങ്, ബൃന്ദ കാരാട്ട് (1998-2019), ജോഗേന്ദ്ര ശർമ്മ, ജോഗി, ജോയിസെൻ ഗുപ്ത, കെ എം തിവാരി, കാജൽ ഘോഷ്, കമല ഭാസിൻ, ലളിക് തത്തൻ ഗിരിധർ, എം കെ റെയ്ന, മദൻ ഗോപാൽ സിങ്, മൊളായശ്രീ ഹാഷ്മി, മുരളീധരൻ, എൻ കെ ശർമ്മ, പി എം എശ് ഗ്രിവാൾ, രാന്ദ്രേ, മധുപ്രസാദ് (2017), രാകേഷ് ശർമ്മ, രതിൻ ദാസ്, സൊഹിനിഘോഷ്, സീതാറാം യെച്ചൂരി (1998), സുഹൈൽ ഹാഷ്മി (2017), സോമൻ, സുഭാഷ് ത്യാഗി, സുബോധ് വർമ്മ, വിജയ് കാലിയ, വിശ്വജിത്ത് പ്രധാൻ.

2010 ൽ കവിത നഗ്പാലിനെ അർജ്ജുൻ ഘോഷ് ഇന്റർവ്യൂ ചെയ്തു. അവരുടെ "A History of Jana Ntaya Manch: Plays for the People" (ന്യൂഡൽഹി: SABE പബ്ലിക്കേഷൻസ് ഇന്ത്യ, 2012) ഏറെ സഹായകമായി.

സഫ്ദറിനെക്കുറിച്ചുള്ള രണ്ട് ഗ്രന്ഥങ്ങൾ നേരത്തെയുണ്ട്. അദ്ദേഹത്തിന്റെ അമ്മ ഖമർ ആസാദ് ഹാഷ്മി എഴുതിയ, മികച്ച ഓർമ്മക്കുറിപ്പുകളായ *പഞ്ചവ ചിരാഗ്*, 1995 ൽ സഹ്മത് ന്യൂഡൽഹിയിൽ പ്രസിദ്ധീകരിച്ചു. *The Fifth Flame* എന്ന പേരിൽ ഇംഗ്ലീഷിലേക്ക് മൊഴിമാറ്റി. "The Story of Sufder Hashmi" (ന്യൂഡൽഹി: വൈകിങ്, 1997). പ്രഭാത് ഉപ്രദി തന്റെ ആത്മ സുഹൃത്തിന്റെ ഓർമ്മകളുൾപ്പെടുത്തി *Sufder E*

K Adaw Qad Insar എന്ന ഗ്രന്ഥം 1991 ൽ പ്രസിദ്ധീകരിച്ചു (ന്യൂഡൽഹി: യാത്രി പ്രകാശൻ).

ജനം ആർക്കൈവ്സിൽ സൂക്ഷിച്ചിട്ടുള്ള സഫ്ദറിന്റെ അപ്രകാശിത രചനകളിൽനിന്നും സ്വകാര്യ കുറിപ്പുകളിൽനിന്നും എടുത്ത ഉദ്ധരണികളും 1989 ൽ സഹമത് പ്രസിദ്ധീകരിച്ച *The Right to Perform*ൽ നിന്നുള്ള ലേഖനങ്ങളും. യൂജിൻ വാൻ ഇർവെൻഡിന്റെ, സഫ്ദറുമായുള്ള നീണ്ട അഭിമുഖവും ഈ ഗ്രന്ഥത്തിൽ ഉൾപ്പെടുത്തിയിരിക്കുന്നു. 2007ൽ ജനം ന്യൂഡൽഹിയിൽ പ്രസിദ്ധീകരിച്ച *Theatre of the Streets: The Jana Ntaya Manch Experience* ന്റെ പരിഷ്കരിച്ച പതിപ്പ്. ഹബീബ് തൻവീറിന്റെ സഫ്ദർ അനുസ്മരണങ്ങളുടെ ഗ്രന്ഥരൂപങ്ങളായ *Janam comes of Age.* (രാജ്കമൽ പ്രകാശൻ, ന്യൂഡൽഹി, 1989) എന്ന ഗ്രന്ഥത്തിലെ എഴുത്തുകളും ഈ പുസ്തകത്തിലുണ്ട്. ആവോള്യത്തിൽ ഭിഷം സാഹ്നി, ഹബീബ് തൻവീർ, എം കെ റെയ്ന, പ്രസന്ന എന്നിവർ സഫ്ദറിനെ പ്രകീർത്തിച്ചെഴുതിയ രചനകളാണുള്ളത്. സഹമത് പ്രസിദ്ധീകരിച്ച സഫ്ദറുടെ ബാലസാഹിത്യ കൃതികളുടെ മനോഹരമായ പതിപ്പുകൾ ലഭ്യമാണ്.

കത്തുകൾ, കുറിപ്പുകൾ, പ്രോഗ്രാം, ലഘുലേഖകൾ, നോട്ടുകൾ, മിനിറ്റ് ബുക്കുകൾ മുതലായവ ഉൾപ്പെടുന്ന മൂല്യവത്തായ പലതും ജനം ശേഖരത്തിലുണ്ട്. അവയിൽ ആയിരക്കണക്കിന് ഫോട്ടോകളും ചിത്രങ്ങളുമുണ്ട്. 1989 വരെയുള്ള സകല ഫോട്ടോകളും നോക്കുകയും സഫ്ദറുമായി ബന്ധപ്പെട്ട വീഡിയോകൾ കാണുകയും ചെയ്തു. ആർക്കൈവ്സിന് മുതൽക്കൂട്ടായ മനോഹരചിത്രങ്ങൾ നല്കിയ എല്ലാ കലാകാരന്മാർക്കും നന്ദി, പ്രത്യേകിച്ചും സുരേന്ദ്രരാജനും, രതിൻ ദാസിനും, പല മികച്ച ആദ്യകാല തെരുവുനാടകചിത്രങ്ങളും പകർത്തിയത് അവരാണ്.

ഇതിൽ പറഞ്ഞിരിക്കുന്ന എല്ലാ ജനം തെരുവുനാടകങ്ങളും ഉൾപ്പെടുത്തിയിരിക്കുന്നത് അശോക് തിവാരി എഡിറ്റു ചെയ്ത *സർക്കാഷ് അഫ്സാനേ: ജന നാട്യ മഞ്ച് കോ ചുനിന്ദ നാടക്* എന്ന ഗ്രന്ഥത്തിലാണ്. 2010 ൽ ജനം അതു പ്രസിദ്ധീകരിച്ചു. സഫ്ദർ ഹഷ്മിയും ഹബീബ് തൻവീറും ചേർന്നെഴുതിയ മോടിറാം കാ നാട്യഗ്രഹ 1991 ൽ പ്രസിദ്ധീകരിച്ചു.

ജനം മാഗസിനായ *Nakkad Janam Damvad* (1998 ജനുവരി, ജനുവരി മാർച്ച് 1999) ൽ ബബ്ളി ഗുപ്ത, ജാവേദ് നഖ് വി, കാളിന്ദി ദേശ്പാണ്ഡെ എന്നിവരെഴുതിയ ലേഖനങ്ങളും ഉപയോഗിച്ചിരിക്കുന്നു.

തിയേറ്റർ യൂണിയന്റെ പ്രവർത്തനങ്ങൾ സംബന്ധിച്ച വിശദാംശങ്ങൾ അനുരാധാ കപൂറും മായാറാവുവും ഇമെയിൽ വഴി അയച്ചു സഹായിച്ചു.

Unorganized Workers Delhi and the Seven Day & Strike of 1988 എന്ന ഇന്ദ്രാണി മജ്ജുംദാറിന്റെ മനോഹരമായ റിപ്പോർട്ടിലെ വി വി

ഗിരി നാഷണൽ ലേബർ ഇൻസ്റ്റിറ്റ്യൂട്ട് പ്രസിദ്ധീകരിച്ചു. ഓൺലൈനിൽ അത് ലഭ്യമാണ്.

ഈ പുസ്തകത്തിനായി നേരിട്ട് പ്രയോജനപ്പെടുത്തിയിട്ടുള്ള മറ്റ് ഉറവിടങ്ങൾ:

Samudaya"s Jatha, How രതി ബാർത്തലോമിയോ. Vol.6, Nos. 1 2, ജനുവരി ഫെബ്രുവരി, 1983

ഭാസ്വതി ഭട്ടാചാര്യയുടെ Much Ado Over Coffee: Indian Coffee House Then and Now, ന്യൂഡൽഹി, സോഷ്യൽ സയൻസ് പ്രസ്, 2018.

അവിക്ഘോഷിന്റെ Communication Technology and Human Development: Recent Experiences in the Indian Social Sector, ന്യൂഡൽഹി, എസ് എ ബി ഇ പബ്ലിക്കേഷൻസ് ഇന്ത്യ, 2006

മാളവിക മഹേശ്വരിയുടെ Art Attacks: Violence and Coffee-Taking in India റോക്സ് ഫോർഡ് യൂണിവേഴ്സിറ്റി പ്രസ്, ഡൽഹി, 2010

നരേന്ദ്രപാണിയുടെ *Staging a Chunga*, സമുദായ പ്രകാശന, ബാംഗ്ലൂർ, 1979

സൊഹ്റ സെഹാളിന്റെ Close-up: Memoirs of a Life on Stage and Screen വിമെൻ അൺലിമിറ്റഡ്, ന്യൂഡൽഹി, 2010.

എം എം പി സിങ്ങിന്റെ *A Leader of Teachers: Kumaresh Chakravarthy* (1933-2017) എക്കണോമിക് ആന്റ് പൊളിറ്റിക്കൽ വീക്ക്ലി Vol.53, No.2, ജനുവരി 13, 2018.

കടപ്പാട്

"നമ്മുടെ അറിവിനെക്കുറിച്ച് സങ്കല്പിക്കുമ്പോൾ" എന്ന് എഴുതുമ്പോൾ ഷെല്ലി ഉദ്ദേശിച്ചതെന്താണെന്ന് ഇപ്പോൾ എനിക്കറിയാം. ഓരോ കഥ പറച്ചിലും, അത് നിങ്ങൾക്കു സംഭവിച്ചതെങ്കിൽപ്പോലും, അതൊരു സങ്കല്പിക്കലാണ് അതിന്റെ ആരടുപ്പം, അംഗ വിക്ഷേപം, അല്പവ്യത്യാസമുൾപ്പെടെ പ്രത്യേക രീതിയിൽ പറയുന്നതെല്ലാം സങ്കല്പമാണ്. ഈ കഥ മറ്റുള്ളവർ വ്യത്യസ്തമായി പറയുമെങ്കിലും പത്തോ അതിലധികമോ വർഷങ്ങൾക്കപ്പുറം എനിക്കും വേറൊരു രീതിയിൽ പറയാനാവും.

പുസ്തകങ്ങൾ അവയുടെ രചിതാക്കളുടെ പേരിലൂടറിയപ്പെടുമ്പോൾ, അത് മഹത്തരമോ അല്ലാത്തതോ ആകട്ടെ, അതൊരു കൂട്ടായ സൃഷ്ടിയാണ്. ഈ പുസ്തകം തിയേറ്റർ പ്രവർത്തകനെക്കുറിച്ചാണ്. തിയേറ്ററാകട്ടെ പല കലകളുടെയും മേന്മ ഉൾക്കൊള്ളുന്നതാണ്. ജനനാട്യമഞ്ചില്ലായിരുന്നുവെങ്കിൽ ഈ പുസ്തകം ഉണ്ടാകുമായിരുന്നില്ല. ഇതിന്റെ വിഷയവും രചയിതാവും ജനത്തിലൂടെ തന്റെ അടിസ്ഥാന പ്രവർത്തനങ്ങൾ നടത്തി രുപപ്പെട്ടതാണ്.

എന്നാൽ ജനം വെറുമൊരു സംഘടനയല്ല. അത് ജനമാണ്. ജനത്തിന്റെ ഭാഗമായിരുന്ന വ്യക്തികളുടെ പട്ടിക തയ്യാറാക്കാൻ ഒരു ദശാബ്ദക്കാലത്തിലധികം ബ്രിജേന്ദർ പരിശ്രമിച്ചു. ആ പട്ടികയിൽ, ഞാനോർക്കുകയാണ്, അഞ്ഞൂറോളം പേരാണുണ്ടായിരുന്നത്. വിട്ടുപോയവരെക്കൂടെ ഉൾപ്പെടുത്തിയിരുന്നെങ്കിൽ ആയിരമാകുമായിരുന്നു എനിക്കുള്ള നന്ദിയുടെ ഒരു ചെറിയ അടയാളമായി വിട്ടുപോയവരുടെ പേരു വിവരം നല്കാൻ എനിക്കു കഴിയും.

കഥ പറയുന്നതിനിടയിൽ, സഫ്ദറിനൊപ്പം പ്രവർത്തിച്ചവരുടെ പേര്

പറയുവാൻ ഞാൻ ആവുന്നത്ര ശ്രമിച്ചു. 1970–73 കളിൽ ജനത്തിനൊപ്പമുണ്ടായിരുന്നവരുമായ പേരെടുത്തവരും അല്ലാത്തവരുമായ സകലർക്കും എന്റെ അഭിവാദ്യങ്ങൾ. നിങ്ങൾ ഒന്നാമനാണ്, എന്നെപ്പോലെ പിന്തുടർന്നു അനേകം പേർക്ക് വഴികാട്ടിയായ പാരമ്പര്യം സൃഷ്ടിച്ചവൻ, അതിന്റെ സ്വരാംശം ഞങ്ങൾക്ക് കിട്ടിയിട്ടുണ്ട്.

എന്നാൽ 1989 ലും അതിനുശേഷവും അനേകംപേർ ജനത്തിൽ ചേർന്നു. അവരൊക്കെ എന്റെ സഖാക്കളും സഹപാഠികളും സുഹൃത്തുക്കളുമാണ്. അവരുടെയെല്ലാം പേരു പറയുക അസാദ്ധ്യം. പകരം 1988 നു ശേഷം ജനത്തിന്റെ നിർവ്വാഹക സമിതിയിൽ അംഗമായിരുന്നവരുടെ പേര് പറയാം. ഞാനത് ചെയ്യുന്നതെന്തുകൊണ്ടെന്നാൽ അവരൊക്കെ ഞങ്ങളെ പ്രതിനിധീകരിച്ച് തുടർന്നു വന്ന ജനറൽ ബോഡികളിൽനിന്നു വന്നവരാണ്. പ്രത്യേകിച്ചും വിലകുറച്ചു കണ്ട കലാ സംഘടനകളിൽ സംഘാടന പ്രവർത്തനങ്ങളിൽ ഏർപ്പെട്ടിരുന്നവർ. ഇവിടെ പരാമർശിക്കപ്പെടുന്ന വലിയൊരു വിഭാഗം വ്യക്തികളും ജനത്തിനുവേണ്ടി വർഷങ്ങളോളം അവരുടെ കഴിവുകളും സമയവും ചെലവിട്ടവരാണ്. ഞാനവരോട് വ്യക്തിപരമായി കടപ്പെട്ടിരിക്കുന്നു.

1988 മുതൽ 2019 വരെ ജനം നിർവ്വാഹക സമിതി അംഗങ്ങളായിരുന്നവർ: അഭയ് ശ്രീവാസ്തവ, അഗത് ശർമ്മ, ഐശ്വരാജ് കുമാർ, അനിൽ കോലി (ഖജാൻജി), അർജുൻ ഘോഷ്, ബ്രിജേന്ദർ സിങ് (ഖജാൻജി), ബ്രിജേഷ് (പ്രസിഡന്റ്, ഖജാൻജി), ചിരാഗ് സിങ്, ജോഗി, ജോയ്സെൻ ഗുപ്ത, ജൊയോത്തി റോയ് (ഖജാൻജി), കൈലാസ് നെഗി, കരൺ അഹുജ, കോമിത ദണ്ഡ (സെക്രട്ടറി), ലളിത് രത്തൻ ഗിരിധർ, ലൗലീൻമിശ്ര, മനോജ് കർകി, മൊളായ്ശ്രീ ഹഷ്മി (കൺവീനർ, പ്രസിഡന്റ്, സെക്രട്ടറി) നരേഷ് പരാശർ, നീൽദോഗ്ര, നിധികിന്ദ്ര, പ്രവീൺ വധേര, പ്രിയങ്ക മോംഗ, രാകേഷ് ശർമ്മ, സഫ്ദർ ഹഷ്മി, (കൺവീനർ), സാനിയാ ഹഷ്മി (സെക്രട്ടറി), സരിതാ ശർമ്മ (പ്രസിഡന്റ്), സത്യമതിവാരി (ഖജാൻജി), ഷഡിൽ ഖാൻ (ഖജാൻജി), ഷീല, ഷെഹ്ല, ഹഷ്മി ഗ്രിവാൾ (പ്രസിഡന്റ്), ശിഖസേത്തി, ശിവാനി ചന്ദർ, സോമൻ, സുഭാഷ് ത്യാഗി, ഉത്തം ഹാൽദർ, വിജയ് കാലിയ (പ്രസിഡന്റ്, ഖജാൻജി, വികാസ്, വിപുൽ മായങ്ക്, വിശ്വഭാനു.

ലെഫ്റ്റ്‌വേർഡ് ബുക്സ് എന്ന മറ്റൊരു പ്രശസ്ത സ്ഥാപനവുമായി ചേർന്നു പ്രവർത്തിക്കാൻ കഴിഞ്ഞതിൽ സന്തോഷമുണ്ട്. എന്റെ ഭാവി അനിശ്ചിതത്വത്തിലായിരുന്ന ഒരു സന്ദർഭത്തിൽ, തങ്ങളുടെ പ്രസിദ്ധീകരണ പ്രവർത്തനങ്ങൾ ഏറ്റെടുക്കുന്നതിനെപ്പറ്റി പ്രകാശ് കാരാട്ട് എന്നോടു ചോദിച്ചു. 1998 ഡിസംബറിലായിരുന്നു അത്. അതിനുശേഷം ലെഫ്റ്റ്‌വേർഡിലെ പന്ത്രണ്ടോളം പേരുമായി പ്രവർത്തിക്കാൻ കഴിഞ്ഞു. അതോടൊപ്പം ജനം പ്രവർത്തനവും തുടർന്നു. പേരുപറയാൻ ഇനിയുമുണ്ട് അനേകം പേർ.

നിലവിലെ ലെഫ്റ്റ്‌വേർഡ് ടീമിന്റെ പേരു പറയാൻ കൂടെ ആഗ്ര

ഹിക്കുന്നു: സുവേന്ദു മാലിക്, തീർത്തും ഒരു റോക്സ്റ്റാർ ഒപ്പം ലെഫ്റ്റ് വേർഡിന്റെ നട്ടെല്ല്. എന്റെ എഡിറ്റോറിയൽ സഹപ്രവർത്തകരായ വിജയ് പ്രസാദ്, നസീഫ് മൊല്ല, ഷിപ്ര കിരൺ, കൂടെ ശ്രീനാഥ് ഹുസൈൻ, മനോജ് കുമാർ, ഷാഹിദ് അൻസാരി, പർബാഷ സർക്കാർ. ഈ പുസ്തകമെഴുതാൻ എടുത്ത രണ്ടുമാസക്കാലം ലെഫ്റ്റ്‌വേർഡ് എന്നെ പരമാവധി സഹായിച്ചു. അപ്രകാരം തന്നെ പ്രിയങ്ക മോംഗ ശക്തമായി പ്രോഗ്രാം മാനേജരായി പ്രവർത്തിച്ചുകൊണ്ടിരിക്കുന്ന സ്റ്റുഡിയോ സഫ്ദറും.

മികച്ച എഡിറ്റർമാരായ വിജയ്‌ന്റെയും നസീറിന്റെയും ശ്രദ്ധയും പരിലാളനയും ഈ പുസ്തകത്തിന്റെ മനോഹാരിതയ്ക്ക് പിന്നിലുണ്ട്. സർവ്വോപരി, വിനുതമല്യ ഈ പുസ്തകത്തെ അടിമുടി എഡിറ്റ് ചെയ്ത് സുന്ദരമാക്കുകയും അനാവശ്യമായതൊക്കെ എടുത്തുകളയുകയും ചെയ്തു. അനാവശ്യമായ പദപ്രയോഗങ്ങൾ എടുത്തുമാറ്റി. വായനക്കാരന്റെ ശ്രദ്ധ പിടിച്ചു പറ്റാനുള്ള വേണ്ടാത്ത ശ്രമങ്ങളെ ഒഴിവാക്കി. കോപ്പി എഡിറ്റിങ്ങിലെ ഒരു മാസ്റ്റർ ക്ലാസായിരുന്നു അത്.

ധാരാളം സഖാക്കളും ഇതിന്റെ കൈയെഴുത്തുപ്രതി പൂർണ്ണമായോ ഭാഗികമായോ വായിച്ച് വിലയേറിയ വിമർശനങ്ങളും അഭിപ്രായങ്ങളും രേഖപ്പെടുത്തിയിട്ടുണ്ട്. അനുയാദവ്, ബ്രിജേഷ്, ദീപ്തി മഹാദേവ്, കോമിതാ ദണ്ഡ, മൊളായ്ശ്രീ ഹഷ്മി, നീരജ് മാലിക്, സത്യമതിവാരി, ഷയോനിമിത്ര, വിജയ് പ്രസാദ്, വിനിത മല്യ... എല്ലാവരും ഒന്നാം തരം വായനക്കാർ.

പ്രിയ സുഹൃത്ത് ഷെർന ദസ്തർ അസാധാരണ ഡിസൈനറാണ്. അവർക്കൊപ്പമിരുന്ന് അവരുടെ മാന്ത്രിക സൃഷ്ടി വൈഭവം കണ്ട് ഡിസൈനിങ്ങിൽ നിരവധി കാര്യങ്ങൾ പഠിച്ചു. ഇക്കാലത്തും Leftword നുവേണ്ടി പുറംചട്ടങ്ങൾ ഡിസൈൻ ചെയ്തു. ഈ പുസ്തകം ഡിസൈൻ ചെയ്തതും അവരാണ്.

സി പി ഐ (എം) യിൽ ചേരുന്നതിനെപ്പറ്റി 1988 ൽ സഫ്ദർ എന്നോടു സംസാരിച്ചിരുന്നു. അയാൾ മരിച്ചതിനടുത്ത വർഷം ഞാനത് നിർവ്വഹിച്ചു. അതിനുശേഷം പാർട്ടി എന്റെ വഴികാട്ടിയായി മാറി. പാർട്ടിയിൽ ഞാൻ കണ്ടതിന്റെയും അനുഭവിച്ചതിന്റെയും ഒരു ലഘു വിവരണമാണ് ഈ ഗ്രന്ഥം, ഒപ്പം ഓരോ ദിവസവും പ്രതികൂല സാഹചര്യങ്ങളെ അതിജീവിച്ച നമ്മുടെ സഖാവ് നല്കുന്ന പ്രചോദനവും. പ്രത്യേകിച്ച് ട്രേഡ് യൂണിയൻ പ്രവർത്തന രംഗത്ത് ഞാൻ നിരീക്ഷിച്ച നിരവധി കാര്യങ്ങൾ. ഏവർക്കും എന്റെ രക്താഭിവാദ്യങ്ങൾ.

ഈ പുസ്തകത്തിനുവേണ്ടി ഞാൻ നിരവധി അഭിമുഖങ്ങൾ നടത്തിയിട്ടുണ്ട്. അതിനായി ഞാൻ സമീപിച്ചവരുടെ മഹാമനസ്കതയും കരുണയും ഞാൻ അനുഭവിച്ചു. അവരുടെ പേരുകളെല്ലാം മോഷൻ സോഴ്സിൽ രേഖപ്പെടുത്തിയിട്ടുണ്ട്. അനുരാധ കപൂറും മായാ റാവുവും വിവരങ്ങൾ നല്കുന്ന കാര്യത്തിൽ ഭംഗിയായി പ്രതികരിച്ചിട്ടുണ്ട്.

കൂടുതൽ അഭിമുഖങ്ങളും വേഗത്തിൽ രേഖപ്പെടുത്തുന്നതിന് എന്റെ ജനം സഹപ്രവർത്തകയായ കോമിത സധൈര്യം മുന്നോട്ടുവന്നു. രണ്ടെണ്ണം നസീഫും കുറിച്ചെടുത്തിട്ടുണ്ട്.

ഒരു വ്യത്യസ്തമായ പുസ്തകം ഞാൻ യഥാർത്ഥമായി അവലോകനം ചെയ്തിട്ടുണ്ട്. ആ പുസ്തകത്തിൽ *ആർട്ട് ആറ്റാക്ക്* എന്ന കൃതിയുടെ രചയിതാവായ മാളവിക മഹേശ്വരിയുടെ സഹരചയിതാവായിരുന്നു ഞാൻ. ചില അനിയന്ത്രിത കാരണങ്ങളാൽ അത് ഇറങ്ങിയില്ല. എന്നാൽ അവരുമായിട്ടുള്ള ചർച്ച എനിക്കു വളരെയേറെ പ്രയോജനപ്പെട്ടു. അവരും ഗവേഷണ രേഖകൾ കൈമാറുന്നതിന് മഹാമനസ്കത കാണിക്കുകയും ചെയ്തു.

പുസ്തകം ഇപ്പോഴത്തെ രീതിയിൽ രൂപപ്പെട്ടുവരാനുണ്ടായ പ്രധാന കാരണം സി പി ഐ (എം) നേതാവായ രാജേന്ദ്ര പ്രസാദും (രാജൻ) സഫമത്തുമായുണ്ടായ ഒരു സംഭാഷണമാണ്. ദൃഷ്ടാന്തപരമായി അവർ നല്കിയ പിന്തുണയ്ക്ക് അകൈതവമായ നന്ദി.

ഈ പുസ്തകത്തിന്റെ ഹിന്ദി പരിഭാഷ ഒരുക്കിയത് യോഗേന്ദർ ദത്താണ്. ഈ രംഗത്ത് അസാമാന്യനാണ് അദ്ദേഹം. ഇത് സഫ്ദർ അംഗീകരിക്കാതിരിക്കില്ല. ഈ ഗ്രന്ഥത്തിൽ ചേർക്കാൻ പാകത്തിൽ *ഹല്ലാ ബോൽ* നാടകത്തിന് ഇംഗ്ലീഷ് പരിഭാഷ നടത്തിയത് നീരജ് മാലിക്. മറ്റു പരിഭാഷകൾക്കും എന്നെ സഹായിച്ചു. എന്റെ ഹൃദയംഗമായ കടപ്പാട്.

സാമൂഹ്യ മാധ്യമങ്ങളിൽ ഈ പുസ്തക രചനയെക്കുറിച്ച് ഞാൻ അറിയിപ്പിട്ടപ്പോൾ തമിഴ് പരിഭാഷാനുമതി ആവശ്യപ്പെട്ടുകൊണ്ട് ആദ്യം എത്തിയത് എം മങ്കൈ ആയിരുന്നു. ഞാൻ ഹർഷപുളകിതനായിപ്പോയി. കാരണം സ്വന്തം തിയേറ്ററിന്റെ പേരിലും ദശാബ്ദങ്ങളായി നടത്തുന്ന ഗവേഷണ പഠനങ്ങളുടെ പേരിലും ആദരിക്കപ്പെടുന്നവരാണവർ. എന്റെ മറ്റൊരു സന്തോഷം കന്നട ഭാഷയ്ക്കുവേണ്ടി പരിഭാഷ നടത്തി അവിടത്തെ വായനക്കാരുടെ മുന്നിൽ ഈ ഗ്രന്ഥം അവതരിപ്പിച്ച വെങ്കടേഷ് എന്ന തെരുവുനാടക പ്രവർത്തകനെ ഓർത്താണ്. മറക്കില്ല വെങ്കടേഷ് ഒരിക്കലും. എന്റെ സുഹൃത്തും സഹപ്രസാധകനുമായ റൂബിൻ ഡിക്രൂസ് മലയാള പരിഭാഷ ഒരുക്കിയിരിക്കുന്നു.

ഞാൻ വ്യാപരിച്ച നിരവധി പദ്ധതികൾക്ക് വിലയുറ്റ സഹായം ചെയ്തവരാണ് ഗീതാ ഹരിഹരനും പ്രബീർ വർക്കയാസ്തയും.

ഇനി പറയാനുള്ളത് എഴുത്തുകാരെന്ന നിലയിൽ എന്നെ സഹായിച്ചവരെക്കുറിച്ചാണ്. രണ്ടു ദശാബ്ദത്തിലധികം എനിക്കൊപ്പം ശക്തി പകർന്നുനിന്ന റാണയും മാലയുടെ മാതാപിതാക്കളായ ബാബയും അപർണ്ണാദിയുമൊക്കെ ഈ പുസ്തകം വായിക്കുന്നതിന് സമയം മാറ്റി വച്ചവരാണ്.

ജീവിതത്തിൽ നിരവധി രംഗങ്ങളിൽ മികവു തെളിയിച്ച എന്റെ അമ്മ കാളിന്ദി ദേശ് പാണ്ഡെ മികച്ച കൈത്തോക്ക് ഷൂട്ടർ, ഫയർ

ഫൈറ്റർ, ബോംബെ തെരുവിലൂടെ ആദ്യമായി ഇരട്ട ബസ് ഓടിച്ച വനിത, മറാത്ത, ഹിന്ദി, ഇംഗ്ലീഷ്, ഫ്രഞ്ച്, ജർമ്മൻ, സംസ്കൃതം, കന്നട, ഗുജറാത്തി (PhD ഗവേഷണത്തിനുവേണ്ടി ബംഗ്ലായും കോക്ബോറോക്കും പഠിച്ചെങ്കിലും പൂർത്തിയാകുന്നതിനുമുമ്പ് മരണപ്പെട്ടു) എന്നീ ഭാഷകളിൽ പ്രാവീണ്യമുള്ളവൾ, മികച്ച പാചകക്കാരി, പൂന്തോട്ട പരിപാലക, നാടക നടിയും സംവിധായകയും, എഴുത്തുകാരി, പരിഭാഷക, തെരുവുനാടക നടി, രചയിതാവ്, സ്ത്രീപക്ഷ ആക്ടിവിസ്റ്റ് സർവ്വോപരി കമ്യൂണിസ്റ്റുകാരി ആയിരുന്നു അവർ. എന്നിലുള്ള പല മേന്മകളുടെയും പിൻശക്തി എന്റെ മാതാവാണെന്നു മനസ്സിലായിട്ടുണ്ടാവുമല്ലോ.

എന്റെ പിതാവ് ഗോവിന്ദ് ദേശ് പാണ്ഡെ (ഗോപു, ജി പി ഡി, ജി പി എന്നും അറിയപ്പെട്ടു) ഇതിലും വലിയൊരു ബയോഡാറ്റയുടെ ഉടമയാണ്. അദ്ദേഹം അന്താരാഷ്ട്രകാര്യ വിദഗ്ദ്ധനും ചൈനീസ് ഭാഷാ പണ്ഡിതൻ, മറാത്തി നാടകകൃത്ത്, സാംസ്കാരിക വിമർശകൻ, എക്കണോമിക് ആന്റ് പൊളിറ്റിക്കൽ വീക്കിലി കോളമിസ്റ്റ്, ഗ്രന്ഥകർത്താവ്, മാർക്സിസ്റ്റ്, ബുദ്ധിജീവി, മറാത്തി, ഹിന്ദി, ഇംഗ്ലീഷ്, ജർമ്മൻ, മന്ദാരിൻ, സംസ്കൃതം, ഗുജറാത്തി ഭാഷാപ്രാവീണ്യൻ ഒക്കെയായിരുന്നു.

എന്റെ സഹോദരി അശ്വിനിക്ക് ചെറിയൊരു നായികാ പരിവേഷം ഞാൻ നല്കിയിട്ടുള്ള കാര്യം അവർക്കറിയില്ല. എസ് എഫ് ഐ ആക്ടിവിസ്റ്റും പർച്ചാംമിലെ ഗായികയുമായിരുന്ന അവരാണ് എന്നെ ആദ്യമായി ആക്ടിവിസ്റ്റാകാൻ പ്രേരിപ്പിച്ചതും ജനത്തിലേക്ക് തിരിച്ചു വിട്ടതും. അന്നു മുതൽ എന്റെ ജീവിതത്തിന്റെ ശക്തിയായി നിലക്കൊള്ളുന്നു. സ്വന്തം പുത്രി കേതകിക്ക് വളരാൻ പറ്റിയൊരു ഗൃഹാന്തരീക്ഷം അവരും ഭാസ്ക്കറും ചേർന്ന് നല്കിയിട്ടുണ്ട്. ആനന്ദകരവും സുരക്ഷിതവുമായ ജീവിതാന്തരീക്ഷം. മികച്ച ഉൾക്കാഴ്ചയുള്ള സാമർത്ഥ്യമുള്ള കേതകിയുടെ അമ്മാവനാകാൻ കഴിഞ്ഞത് എന്റെ ഭാഗ്യം. പ്രത്യേകിച്ചും ഹിന്ദി സിനിമയിലും ഓൺലൈൻ സംസ്കാരത്തിലും താല്പര്യമുണ്ടാക്കിയത് അവരാണ്. രുചികരമായ കേക്കുകളും ബിസ്ക്കറ്റുകളും നിർമ്മിച്ചിരുന്നു. ഭാസ്ക്കറും അശ്വിനിയും മികച്ച പാചകക്കാരാണെന്ന് സുഹൃത്തുക്കൾക്കറിയാം.

കഴിഞ്ഞ ഇരുപത് വർഷമായി വിജയ് പ്രസാദ് എന്റെ സുഹൃത്തും സഖാവുമൊക്കെയായി തുടരുന്നു. പൊതുവെ അയാൾ എഴുത്തുകാരനും ഞാൻ എഡിറ്ററുമായാണ് പ്രവർത്തിക്കുന്നത്. ഇത്തവണ ഇത് നേർ വിപരീതമായി മാറി. ഞാൻ പലവട്ടം എന്റെ ബുദ്ധിയിൽ എഴുതിയ ശേഷമാണ് പേപ്പറിലെഴുതിയത്. ഈ പുസ്തകത്തിന്റെ പ്രത്യേകതയുള്ള ഘടന, അതിന്റെ ന്യായവാദവും, ശൈലിയും രാഷ്ട്രീയവുമൊക്കെ വിജയ്നോട് കടപ്പെട്ടിരിക്കുന്നു.

മാലയെ സംബന്ധിച്ച്

മറ്റാരെക്കാളും എന്നെ സ്വാധീനിച്ചത് ജനത്തെക്കുറിച്ച് അഗാധമായ അറിവ്, സഞ്ചരിക്കുന്ന പുരാവസ്തു ശേഖരം, എനിക്കെഴുതാനാവശ്യമായ സൗകര്യങ്ങളൊരുക്കി എല്ലാ തടസ്സങ്ങളും ഒഴിവാക്കി, പലവഴികളിലെ രാഷ്ട്രീയ നാടകവേദിയെ രൂപപ്പെടുത്തി, ഈ പുസ്തകത്തിനുവേണ്ടി ഔപചാരികമായി അഭിമുഖം നടത്തി, എന്നാൽ കഴിഞ്ഞ മൂന്നു പതിറ്റാണ്ടായി അഭിമുഖം നടത്തിക്കൊണ്ടിരിക്കുന്ന അവർ എന്റെ ആത്മ സുഹൃത്ത്, ചങ്ങാതി, സഖാവ്, നേതാവ്, എനിക്കു വെളിച്ചം പകരുന്ന വഴികാട്ടി ഒക്കെയായി തുടരുന്നു.

ഈ പുസ്തകം അവർക്കായി ഞാൻ സമർപ്പിച്ചുകൊള്ളുന്നു.

SAFDAR
DIED BUT NOT
IN
VAIN

www.ingramcontent.com/pod-product-compliance
Lightning Source LLC
LaVergne TN
LVHW101418051026
849519LV00005BC/1793
* 9 7 8 9 3 9 3 4 6 8 1 9 2 *